तंतोतंत

जुळवून घेताना

मंगला सामंत

सकाळ प्रकाशन

सकाळ प्रकाशन

तंतोतंत जुळवून घेताना

Tantotant Julwoon Ghetana

प्रथम आवृत्ती	:	ऑक्टोबर, २०२४
प्रकाशक	:	सकाळ मीडिया प्रा. लि. ५९५, बुधवार पेठ, पुणे ४११ ००२
मुखपृष्ठ व आतील चित्रे	:	मधुमिता शिंदे
मांडणी	:	अभिजीत गायकवाड
मुद्रितशोधन	:	अनुश्री भागवत
मुद्रणस्थळ	:	विकास प्रिंटिंग अ‍ॅण्ड कॅरिअर्स प्रा. लि. प्लॉट नं. ३२, एमआयडीसी, सातपूर, नाशिक
ISBN	:	978-93-48048-23-3
संपर्क	:	०२०-२४४० ५६७८ / ८८८८८ ४९०५० sakalprakashan@esakal.com

सर्व वयोगटातील माझ्या वाचक स्त्री-पुरुषांना समर्पित.

मनोगत

'तंतोतंत जुळवून घेताना' हे पुस्तक हातावेगळे करून वाचकांच्या हातात सोपवताना, समाधानाची आणि वाचकांना दिलेले वचन पूर्ण केल्याची एक सुखद भावना मनाला व्यापून आहे.

१९९५पासून पुण्याच्या दै. 'सकाळ'मधून माझ्या लेखनाची सुरुवात झाली, त्यानंतर गेले २८ वर्षे, मी वेगवेगळ्या विषयांवर लिहीत राहिले. त्यापैकी, काही लेख हे माझ्या २०१५मध्ये प्रसिद्ध झालेल्या **'लैंगिक धर्म'** या पुस्तकामध्ये तर काही लेख, **'विवाहाच्या उत्क्रांतीतून वास्तवाकडे'**, या प्रफुल्लता प्रकाशनातर्फे प्रकाशित झालेल्या पुस्तकातून २०१८मध्ये प्रसिद्ध झालेले आहेत. त्यानंतरही काही राहिलेले लेख आणि गेल्या पाच वर्षांत लिहिले गेलेले लेख, पुस्तकरूपातून प्रसिद्ध व्हावेत, अशी वाचकांची इच्छा लक्षात घेऊन या पुस्तकाची निर्मिती केलेली आहे.

या पुस्तकामध्ये, 'चतुरंग' पुरवणी- दै.लोकसत्ता, 'सप्तरंग' पुरवणी-रविवार सकाळ, 'संवाद' पुरवणी-रविवार म.टा, 'साप्ताहिक सकाळ', 'तनिष्का', 'मिळून साऱ्याजणी' मासिक, 'मेनका', 'माहेर', 'रोहिणी', 'उद्याचा मराठवाडा'सारख्या दिवाळी अंकांमधून प्रसिद्ध झालेले लेख आणि काही अप्रकाशित लेख यांना प्रसिद्धी दिलेली आहे. प्रत्येक लेख वेगवेगळ्या विषयावर आहे, तरी तो प्रत्येक विषय आपल्या जगण्याशी अत्यंत जवळचा आहे. आयुष्यात कराव्या लागणाऱ्या तडजोडी कुठे महत्त्वाच्या आहेत आणि कुठे अनावश्यक आहेत, याचे मार्गदर्शन या लेखांतून होईल. 'तंतोतंत जुळवून घेताना', हे शीर्षकच आपल्या लक्षात आणून देत आहे की, कोणतीही दोन माणसे, मग ते नवरा-बायको असोत, पालक-मुले असोत, बहीण-भावंडे असोत, मित्र-मैत्रिणी असोत, अगदी जुळी भावंडे असोत, प्रत्येकजण वृत्ती, स्वभाव, आवडी-निवडीने वेगळा असतो. त्यामुळे तंतोतंत कुणीच जुळत नाही. त्यासाठी जीवनात आपल्याला सतत तडजोड करावी लागते.

'तडजोड' हा 'तंतोतंत'च्या अधिकाधिक जवळ जाण्याचा मार्ग आहे. दोन व्यक्तींमध्ये जितकी जास्त तडजोड वृत्ती, जितका जास्त एकमेकांना प्रतिसाद,

तितका अधिक सुसंवाद. आयुष्य जगताना उद्भावणाऱ्या कौटुंबिक, सामाजिक बदलत्या परिस्थितीबरोबर आणि नोकरी-व्यवसायातसुद्धा अशी तडजोड आणि प्रतिसादाची तयारी करावी लागते. याचा अर्थ जीवनात 'तंतोतंत'पणा यावा असा प्रयत्न, प्रत्येकाला आपले जीवन सुलभ करण्यासाठी करावा लागतो.

समान वय, समान आर्थिक परिस्थिती, समान विचारसरणी, कधी समान शिक्षण किंवा व्यवसाय, अगदी ज्याचे त्याचे समान धार्मिक विचारसुद्धा! हे सर्व आपल्याला दुसऱ्याशी तंतोतंत जुळवणारे महत्त्वाचे मुद्दे आहेत आणि त्या मुद्द्यांशी संबंधित लेख या पुस्तकात आहेत. 'लिंग-भावनेचा आदर' या लेखात, भ्रूणातील हार्मोन्स आणि भ्रूण-अवस्थेत वाढणारा मेंदू हे दोन्ही एकमेकांचे प्रतिसादक असावे लागतात, त्यांनाही एकमेकांशी जुळवून घ्यावे लागते. कारण तरच स्त्री-पुरुष हे शारीरिक निर्दोष व्यक्तिमत्त्वे म्हणून जन्म घेतात. म्हणजे एकमेकांना प्रतिसाद देणे, जुळवून घेणे हे तर जन्मजात किंवा निसर्गतः जणू गरजेचे बनवलेले आढळते.

पुस्तकात काही ठिकाणी, लेखात मजकुराची पुनरावृत्ती झाल्यासारखी वाचकांना वाटू शकेल. याचे कारण एकतर गेल्या तीस वर्षांत, वेगवेगळ्या अंकांत किंवा वृत्तपत्रांमध्ये हे विषय स्वतंत्रपणे लिहिले गेले आहेत. अर्थात ते एकसंध पुस्तक नसल्यामुळे, त्या लेखांना नेहमी संदर्भ द्यावे लागले. मात्र, अनेक लेखांतील विषयांचा प्राचीन मातृसंस्कृतीशी संबंध आहे. त्यामुळे काही मजकूर, उदाहरणे यामधील घटना समान, पण त्यांच्या उल्लेखामागील उद्देश वेगळा, अशा प्रकारे तो पुनर्लिखित झालेला असू शकतो. मात्र गरज नाही तिथे हे पुनर्लेखन या पुस्तकातून काढून टाकण्याची दक्षता घेतलेली आहे. पण जिथे मुद्दा स्पष्ट होत नाही आहे, तिथे पुनर्लेखन तसेच ठेवावे लागले आहे. वाचक अर्थातच हे समजून घेतील.

हे लेख ज्या वर्षात प्रसिद्ध झाले, त्या त्या वर्षात वाचकांनी 'या लेखांचे पुस्तकात रूपांतर व्हावे', अशी सूचना केलेली होती आणि तसे त्यांच्याबरोबर मलाही वाटले. म्हणून हे पुस्तक आपल्या समोर ठेवीत आहे. सर्वात महत्त्वाचे म्हणजे, या पुस्तकातील लेखांच्या विषयाचे महत्त्व जाणून, 'सकाळ-प्रकाशन'ने त्याच्या छपाईची जबाबदारी घेतली, त्याबद्दल मी प्रकाशनाची कृतज्ञ आहे, आभारी आहे. आपण आपल्या प्रतिक्रिया जरूर इमेल किंवा फोनने कळवाव्यात. धन्यवाद.

मंगला सामंत

अनुक्रमणिका

भारतीय सणांतील स्त्रीत्व!

सण आणि स्त्रिया यांचे जगभरच एक घट्ट नाते आहे आणि भारतीय सणात तर ते विशेषच! आपल्या संस्कृतीत कोणताही सण असा नाही, की त्यामध्ये स्त्रियांचा सहभाग नाही किंवा स्त्रीचा स्वतःचा ठसा नाही आणि याचे महत्त्वाचे कारण म्हणजे भारताला लाभलेली मातृसंस्कृतीची भक्कम परंपरा! ही संस्कृती मुळापासून उखडून टाकण्याचे प्रयत्न भारतामध्ये बाहेरून आलेल्या आक्रमकांनी गेली पाच-सहा हजार वर्षे सातत्याने केले. तरी आजही बऱ्याच भारतीय सणांमधून मातृसंस्कृतीचा चेहरा दिसतो, तर काही सणांमध्ये पितृ-सत्तेच्या विजयानंतर रूढ झालेल्या पितृसंस्कृतीच्या छटासुद्धा दिसतात.

जेव्हा विवाह नव्हता, तेव्हा जगभरच रूढ होती ती स्त्री-प्रधान कुटुंबरचना! कारण विवाहाविना असणारा पुरुष, 'पिता' म्हणून ओळखता येत नव्हता. त्यामुळे जिची मुले सर्वांना समजतात, त्या स्त्रीला मध्यवर्ती धरून कुळाची मांडणी झाल्यावर तिच्या मुलींना वारसाधिकार मिळणे, याला पर्याय नव्हता. कारण मुलीच मातृकुळाचा वंश आणि व्यवसाय पुढे नेत होत्या. अशा रीतीने माता म्हणून आणि त्या मातेची वारसदार म्हणून स्त्री-प्रमुख टोळ्यांमधून स्त्रीकेंद्री गणरचना अस्तित्वात आल्या. या अतिप्राचीन मातृटोळ्यांमध्ये प्रथमार्धात भाषा समृद्ध नव्हती, तेव्हा मृत्तिकेचा वापर करून बनवलेल्या विविध पशु-पक्ष्यांच्या प्रतिमा

आणि मुखवटे याद्वारे टोळ्यांनी स्वतःचे वेगळेपण व आपापली ओळख जपण्याची कुलचिन्हे निर्माण केली. भारतीय प्राचीन वाङ्मयात कच्छ, मत्स्य, वराह, वृषभ, नाग, महिष, मातंग, मूषक, वानर, जटायू वगैरे कुलचिन्हे असणाऱ्या टोळ्यांचा उल्लेख सापडतो.

आपापली कुलचिन्हे लेवून या मातृटोळ्या संघर्षामध्ये भाग घेत होत्या. स्त्री ही गणाची प्रमुख म्हणजे 'गणपती' मानली जात असल्याने, या संघर्षातील विजयानंतर शत्रूच्या कुलचिन्हाला वाहन बनवून, टोळीच्या विजयी सभेमध्ये आपल्या टोळीचिन्हाचा मुखवटा धारण करून, मिरवणुकीने येण्याचा मान स्त्री-प्रमुखाला होता. डॉ. दामोदर कोसंबी यांच्या मते, एकेकाळी मातंग (हत्ती-कुलचिन्ह) जमातीने मूषक (उंदीर) जमातीचा पराभव करून मूषक टोळीस ठाणे जंगलपट्टीबाहेर हाकलून दिल्यानंतर विजय मिरवणुकीत हत्तीचा मुखवटा धारण करून मूषक-वाहनावरून येणारा पहिला 'गणपती' ही 'स्त्री' होती. पितृसंस्कृतीच्या उदयानंतर गणातील 'गणपती' पदावर पुरुष आले, तसतसे पुरुष-गणपतीने हत्तीचा मुखवटा लावून उंदीर वाहनाला समवेत घेऊन पुरुष-प्रतिमेला मिरवणुकीने आणण्याची गणेश चतुर्थीची पुरुषप्रधान परंपरा निर्माण झाली. जी आजच्या मिरवणुकीत आपल्याला दिसते. याप्रमाणे ब्राह्मी हंसावर बसून येते, वैष्णवीचे वाहन गरुड, दुर्गा महिषावरून येते, माहेश्वरी बैलावरून येते, सरस्वतीचे वाहन मोर, गंगामाता मकरमत्स्य वाहनाने येते, असे फक्त स्त्रीबाबतचे उल्लेख आपल्याला आपल्या प्राचीन वाङ्मयात सापडतात आणि एक रेड्यावरून येणारा यम सोडल्यास वाहनावरून येणाऱ्या कोणत्याही पुरुष दैवताचा उल्लेख भारतीय वाङ्मयात सापडत नाही. यावरून स्त्रिया गणप्रमुख म्हणून या संघर्षात असतील वा नसतील, पण विजयी मिरवणुकीत, शत्रु-चिन्हाला वाहन बनवून स्त्री-मातेला मिरवणुकीने मिरवत आणणे ही रुजलेली परंपरा होती, हे समजते.

हिंदू रीतीनुसार वार्षिक कालगणनेची सुरुवात चैत्र महिन्यापासून होते. महाराष्ट्रात वर्षाचे स्वागत काठीला स्त्री-वस्त्र गुंडाळून, वरच्या टोकास खणाचे कापड लावून, आणि त्यावर तांब्याचा कलश ठेवून गुढी उभारून केले जाते. या ठिकाणी कलश हा प्राचीन मातीच्या घटाऐवजी वापरलेला असतो. मातीचा घट किंवा कलश हा स्त्रीच्या गर्भाशयाची प्रतीके मानली जातात. प्राचीन भारतीय वाङ्मयात स्त्रीचा उल्लेख 'सृष्टितत्त्व' असा आहे. भूमाता जशी फळते, फुलते,

तशी स्त्रीसुद्धा मूल जन्माला घालते, म्हणजेच फळते. त्याप्रमाणे नारळ, फळे, सुपाऱ्या, तांदूळ या भूमातेकडून मिळणाऱ्या व फळणाऱ्या पदार्थांनी स्त्रीची ओटी भरून हे साम्य दाखवले जाते. ती ओटी किंवा स्त्रीचे फळणारे गर्भाशय हे त्याच्या पूजनाकरता, घटाने दर्शवले जाते. अशा घटाची घरात स्थापना व पूजन म्हणजे मातृ-देवतेची स्थापना व तिचे पूजन असे समजले जाते. वर्षाची सुरुवात ही अशा रीतीने गुढीद्वारे, कुटुंबात मातृ-देवतेचे स्वागत करून केले जाते. तसेच प्राचीन काळात आपापल्या कुळांना सांभाळणाऱ्या, त्यांना औषधोपचार करणाऱ्या, युद्ध-संघर्षात भाग घेणाऱ्या मातांची मंदिरे भारतभर आहेत. अशा सर्व मंदिरांवर कलश किंवा कळस त्यांच्या शिरस्थानी दिसतात. तीसुद्धा मातृ-देवतेची खूणच आहे. निव्वळ दुरून दिसणाऱ्या या कळसावरूनच आपले मातृ-मंदिर जवळ आलेले आहे, हे समजणे त्यामुळे सोपे झालेले आहे.

श्रावण महिन्यात नागपंचमी सणाद्वारे भारतातील मातृ-संस्कृतीचे महाद्वार उघडते, असे म्हणायला हरकत नाही. नागा ही भारतातील एक शक्तिमान, शूर अनार्य जमात. ही मातृ-वंशीय जमात होती. त्या जमातीत आजही अनेक रीतिरिवाज मातृ-वंशीय आहेत. हा गण 'नाग' या चिन्हाने ओळखला जात होता. अतिप्राचीन काळात सर्व मातृवंशीय जमात-गण हे आपापल्या कुळात, दुग्ध-व्यवसाय, मातीची कुल-चिन्हे घडवणे, घोंगड्या, चामड्याच्या वस्तू तयार करणे, मातीची भांडी-व्यवसाय, शेती असे अनेक व्यवसाय करत असत. त्या वेळेस देवाण-घेवाण पद्धतीने व्यवहार, ही व्यापाराची कल्पना होती. अनार्य लोक मातृ-वंशीय रीतिरिवाज वापरणारे होते. ज्याबद्दल भारताबाहेरून आलेल्या आक्रमकांचा त्यांना विरोध वा त्यांचा तिरस्कार होता. आर्यांना पितृ-संस्कृती शिरोधार्य होती. त्यातून आर्य व नाग लोकांचा त्यांच्या परस्परविरोधी श्रद्धा, रीतिरिवाज, विश्वास यावरून वारंवार संघर्ष होत असे. आर्य भारतात राज्यकर्ते झाल्यावर हा संघर्ष फार तीव्र झाला. त्यात इ.स.पूर्व सुमारे दोन हजार वर्षांपूर्वी नांगराचा वापर सुरू झाला आणि पूर्वीची मातृ-कुळातून विळा, कोयत्याने चालणाऱ्या शेती-पद्धतीला मोठा धक्का बसला. तसेच नांगरामुळे अमाप धान्य पिकू लागले, तसे आर्य सत्ताधाऱ्यांनी जमिनी काबीज करायला सुरुवात केली. त्यामध्ये नाग जमात, जी शेती उद्योगात अग्रेसर होती, त्यांच्या हातून जमिनी काढून घेतल्या गेल्या आणि तेव्हापासून आर्य व अनार्यांचा न भूतो न भविष्यति असा संघर्ष अनेक पिढ्या चालू

होता. या संघर्षाची कथा नाग चिन्हाचा वापर करून आपल्याला पूर्वापार सांगितली गेली आहे. ती कथा अशी आहे, की भावाने जमीन नांगरताना नागिणीचे वारूळ उखडले. त्यावर नागीण भावावर चालून आली, तिने त्याच्यावर डूख धरला.

इथे भाऊ हा पितृ-संस्कृतीचे प्रतीक आणि नागीण ही मातृसंस्कृतीचे प्रतीक. नांगर वापरण्यावरून नाग जमातीच्या हातची शेती कमी होत गेली, तसा त्यांच्या पोटापाण्याचा प्रश्न उभा राहिला. राहत्या व शेतीच्या जमिनी हिरावल्या गेल्या, हे सर्व नांगराचे परिणाम आणि म्हणून नांगराने जणू नागांचे वारूळच उखडले, हे रूपक तयार झाले. घरादारावरून नांगर फिरणे म्हणजे एखाद्याचे वाटोळे होणे, अशा अर्थाचा वाक्प्रचार तयार झाला. शेवटी मातृकुळाच्या बाजूने म्हणून बहिणीने नाग-मातृ-कुलांशी मध्यस्थी केली व काही प्रमाणात हा संघर्ष शांत झाला. हा तह नागपंचमीच्या कथेत पुन्हा रूपकाद्वारे सांगितले गेला आहे. या दिवशी 'नाग' जमातीच्या 'नाग' या चिन्हाची श्रावणात, म्हणजे शेती हंगामाच्या पंचमीला पूजा केली जाईल आणि त्यांचा कोणताही सदस्य मारला जाणार नाही, त्याची हत्या केली जाणार नाही. किंबहुना दूध व खिरीने नागाचे स्वागत केले जाईल, हे वचन बहिणीने नाग-घराण्याला दिले आणि त्या बरोबर आपल्या नांगरधारी भावासाठी अभय मिळवले. अर्थात नागपंचमी हा सण भारतीय संस्कृतीत स्त्रियांचा सण होऊन गेला, ज्या दिवशी स्त्रिया बांगड्या भारतात, मेंदी लावतात, झाडाला झुले बांधून गाणी म्हणतात. जणू अनेक वर्षांचा संघर्ष व हिंसा थांबली म्हणून आनंद साजरा करतात.

पुढील कालखंडात 'सरस्वती' हे स्त्री-कुळ आणि गणपती पदावरील पुरुषकुळे ही 'मातृसंस्कृती की पितृसंस्कृती? या वादात सापडली असावीत आणि तात्त्विक मुद्द्यांवर एकमेकांना विरोध करू लागली असावीत. गार्गी-याज्ञवल्क्य-मैत्रेयी यांच्यातील वाद सर्वश्रुत आहे. विशेषतः संघर्षामध्ये विजयी होणाऱ्या गणाच्या गणपती-स्त्रीची विजयी मिरवणूक ही पुढे गणपती-पुरुषाच्या मिरवणुकीत बदलली जाऊन कित्येक शतकांचा स्त्री-योद्ध्यांच्या पराक्रमाचा इतिहास पुसून टाकला गेला. जसजशा जाती-जमाती विवाहप्रथा स्वीकारू लागल्या, तसतसे त्यांच्या कुळातील मातेच्या प्रमुख स्थानाला धक्के बसू लागले. पित्याकडून वंशावळ सुरू झाली. मग स्त्रीवर वैवाहिकता ठसवण्यासाठी चांगला पती मिळावा, ही इच्छा स्त्रीने करावी म्हणजेच स्त्रियांनी विवाह करावा असा संस्कार रुजवण्यासाठी, 'हरतालिके'चे व्रत पारंपरिक कालगणनेत आणले गेले. तिथे पुन्हा पूजा करणारी स्त्रीच होती.

त्याशिवाय मातृ-संस्कृतीत कन्या-माता या नात्याला अनेक सहस्रके जे महत्त्व होते, त्याऐवजी पितृ-संस्कृती जनमानसावर ठसवण्यासाठी, पिता-पुत्राबरोबर माता-पुत्र याचे महत्त्व, गणपतीची माता गौरी हिचे महत्त्व, तिचे पूजन व तिच्या मिरवणुकीद्वारे प्रथमच पुढे आणले गेले. कन्या व मातेच्या प्राचीन उपासनेला न मानणाऱ्या आणि कुळात पुरुष प्राधान्य मानणाऱ्या परकीय आक्रमकांनी, सत्ताधारी पुरुषांनी व जमीनदारांनी, पुत्राच्या मातेचे महत्त्व वाढवण्याचा संस्कार निर्माण करून मातृप्राधान्य मानणाऱ्या कुळासमोर नवे आव्हान उभे केलेले इथे दिसते.

गेली काही हजार वर्षे रुळलेल्या मातृसंस्कृतीतील रीतिरिवाजांचा प्रभाव कमी करण्याच्या हेतूने पुरुषाचे महत्त्व वाढवण्याचे पुरुष-सत्तेचे हे प्रयत्न पाहून दुःखी झालेल्या विद्वान सरस्वती कुळाने आपल्या एकेक परंपरा नष्ट केल्या जात आहेत, हे जाणले. नांगर तंत्रामुळे पुरुषाहाती आपला शेती व्यवसाय गेला आणि आपल्यावर ही स्थिती आली, हे त्यांनी जाणले. नांगरपूर्व स्थितीत असलेल्या आपल्या उच्च स्थानाची व त्या सन्मानाची आठवण म्हणून नांगरतंत्रापूर्वी त्यांच्या पूर्वज माता विळ्या-कोयत्याद्वारे भाजी, कंदमुळे, फळे याचे जे पीक घेत होत्या, त्याचे फक्त सेवन करण्याचा आणि नांगरून आलेल्या धान्य-कडधान्याचे सेवन त्या दिवशी वर्ज्य करण्याचा, असा गणेश चतुर्थीनंतर लगेच येणारा दुसरा पंचमीचा दिवस 'कृषिपंचमी' म्हणून साजरी करण्याची परंपरा या स्त्रियांनी सुरू केली. कारण नांगराद्वारे उगवणारे धान्यच असते. भाजीसाठी कोणी नांगर नाही चालवत आणि त्या धान्याचे सेवन त्या दिवशी वर्ज्य करायचे, म्हणजे नांगराबरोबरीने शेती-व्यवसायात झालेला पुरुषाच्या प्रवेशाचा निषेधही साध्य झाला. शिवाय प्राचीन काळात स्त्री-वर्ग घेत असलेली फळे, कंदमुळे, पालेभाज्या सेवन करून तो दिवस साजरा करायचा. त्यांच्या या प्रयत्नामुळे एक गोष्ट निश्चितपणे झाली असे म्हणता येईल; यामुळे अतिप्राचीन काळापासून कन्या व माता यांचे एकेकाळी शेतीव्यवसायात महत्त्वाचे स्थान होते, ही जाणीव या कृषिपंचमी दिनामुळे आजपर्यंत टिकून राहायला खरे तर हवी होती; परंतु या कृषिपंचमी दिवसाचे 'ऋषिपंचमी' असा अपभ्रंश करून त्या दिवशी 'ऋषी' सेवन करतात ते अन्न खाण्याचा हा दिवस, अशा प्रकारे त्या व्रताचे रूप बदलले. कधीकाळी स्त्री ही अन्न-उत्पादन व्यवसायात होती, या इतिहासात अफरातफर करण्याचा प्रयत्न परकीय आक्रमक सत्ताधाऱ्यांनी किती चलाखीने केलेला आहे, तेही आपण पाहतो आहोत. पण

मग 'ऋषींचे अन्न' पुरुषांनीही का खाऊ नये, फक्त स्त्रियांनीच खावे, असे का? हा तर्कशुद्ध प्रश्न विचारण्यासाठी स्त्रियांनी ना कधी स्वतःचा स्वतंत्र विचार केला, ना कधी तसा प्रश्न सनातन धर्मासमोर उभा केला. अर्थात प्राचीन स्त्री-रीतींना नैसर्गिक पोट-भरण प्रयत्नांचा, माता-मूल नात्याचा व त्यांच्या पराक्रमाच्या इतिहासाचा जो आधार होता, तो आधार पुरुष-सत्तेने त्या रीतींना दिलेल्या कृत्रिम आणि खोडसाळ मुलाम्यामुळे अज्ञानात आणि अंधश्रद्धेत भरकटला गेला. या सर्व कारस्थानी घटनांनी उद्विग्न होऊन, सरस्वती गटाच्या बुद्धिमान स्त्रियांनी गणेश चतुर्थीच्या दिवशी गणांच्या सामुदायिक मिरवणूक सोहळ्यातून आपले चिन्ह 'मोर' हे काढून घेऊन, पुरुषी सत्तेशी असणारी असहमती आणि असहकार व्यक्त केलेला दिसतो. हा मोठा धक्का मातृसंस्कृतीचा अभिमान बाळगणाऱ्या त्यांच्या पुरुष सहकाऱ्यांना, मित्रांना, अन्य मातृ-गणांना निःसंशयपणे बसलेला दिसतोय. कारण त्या दिवसांपासून, 'गणपतीबाप्पा' बरोबरीने 'मोर या' अशी मोर-गणाला साद घालून मिरवणूक निघणे, याचे रहस्य 'मोर या' या हाकेमध्ये आढळते. अशा रीतीने श्रावण, भाद्रपद महिन्यात येणाऱ्या भारतीय सणांमध्ये स्त्री-प्रधान संस्कृतीचा प्रभाव आणि ती संस्कृती टिकवण्याचा, स्थानिक भारतीय अनार्य संस्कृतीचा प्रयत्न व संघर्ष अगदी स्पष्ट दिसतो.

आश्विन महिन्यात, नवरात्र हा दुर्गादेवीचा उत्सव नऊ रात्री चालतो आणि दहाव्या दिवशी महिषासुरावर विजय मिळवल्याची खूण म्हणून महिष या चिन्हाचे वाहन करून दुर्गादेवीची मोठी मिरवणूक काढली जाते. हा दहावा दिवस म्हणून दशहरा किंवा दसरा म्हणून ओळखला जातो. याच दिवशी शाळेत मुलांच्या पाटीवर सरस्वती या विद्येच्या देवतेच्या वाहनाचे म्हणजेच मोराचे चित्र काढून त्याचे पूजन केले जाते. अशा रीतीने 'सरस्वती' ही विद्यादेवीसुद्धा या सणाचा भाग असलेली आपण पाहतो. पुढे तीन महिन्यांनंतर येणाऱ्या संक्रांत या सणामध्येसुद्धा आपण पाहतो, की छोटे घट, म्हणजे ज्याला सुगड म्हटले जाते, त्यांची पूजा त्या दिवशी असते. संकर आणि किंकर या समाजकंटकांच्या हल्ल्याला बळी पडलेल्या स्त्रिया या अगदी तरुण मुली असाव्यात. म्हणून संकराचा अंत (संक्रांत) केलेल्या दिवशी, या वयात आलेल्या मुलींचे स्मरण म्हणून भारतीय संस्कृतीत सुगडाची (छोटे कुंभ) पूजा करतात, त्या दिवसाला 'संक्रांत' म्हटले जाते. तसेच दुसऱ्या दिवशी किंकराचा वध झाला, म्हणून ती 'किंक्रांत' म्हटली जाते. हासुद्धा

स्त्रियांचाच सण असतो.

दिवाळी या सणामध्येसुद्धा मातृ व पितृसंस्कृतीचे प्रवाह एकमेकांत मिसळलेले दिसतात. महाभारतातील श्रीकृष्णाचा जन्म ज्या देवकीच्या पोटी झाला, ती देवकी मातृ-परंपरेतील होती आणि त्या कारणाने, मातृ-परंपरेनुसार तिच्या मुलांकडे जाणारा कुळाचा वारसाहक्क हिरावण्यासाठी तिचा भाऊ कंस, तिची अपत्ये ठार करतो, हे आपण जाणतोच. त्यातून वाचलेला कृष्ण हा, लयास जाणारी मातृसंस्कृती आणि उदयास आलेली पितृसंस्कृती या सीमारेषेवरील आहे. म्हणून तो दोन्ही संस्कृतींचा मेळ घालणारा दिसतो. मातृपरंपरेनुसार राधेबरोबर अवैवाहिक स्त्री-पुरुष मैत्रीसंबंध ठेवणे तो गैर मानत नाही, पण त्याचबरोबर जांबवंती, रुक्मिणी, सत्यभामा वगैरे स्त्रियांशी त्यांच्या संस्कृतीप्रमाणे विवाहाचे नाते जोडतो. मातृकुळात मुक्त शरीरसंबंध असले, तरी ते स्त्री-इच्छेने होत होते. त्या स्त्री-इच्छेचा मान ठेवून श्रीकृष्ण इच्छेविरुद्ध डांबून ठेवलेल्या स्त्रियांची नरकासुराच्या जनानखान्यातून सुटका करतो, तो आपल्या दिवाळीचा पहिला दिवस! दुसरा दिवस हा बलिप्रतिपदा म्हणजे बळीराजाचा! मातृसंस्कृती विनाशाकडे जातानाच्या काळातील हा अनार्य व दानशूर राजा म्हणजे बळीराजा! ज्याची भारताबाहेरून आलेल्या आर्यांसारख्या लोकांकडून फसवणुकीने हत्या केली गेली. पण मूळ स्थानिक अनार्य जनतेला तो कायमच पूजनीय राहिला आणि म्हणून त्याचे स्मरण सन्मानाने केले जाते. पाडवा हा तिसरा दिवस म्हणजे पितृ-संस्कृतीतील पति-पत्नी नात्याचे महत्त्व सांगणारा दिवस. चौथा भाऊबीज हा दिवस पुनश्च अतिप्राचीन मातृटोळ्यांना जाणता येऊ लागलेल्या 'भाऊ-बहिणीच्या' पहिल्या-वहिल्या नात्याचा केलेला सन्मान! पितृसंस्कृतीच्या कालखंडात स्त्रीने पतिगृही एकाकी राहण्याच्या परिस्थितीमुळे भाऊ-बहिणीच्या नात्याला अधिकच महत्त्व प्राप्त झाले, असा हा दिवस! मातृकुळे ही पितृकुळांच्या उदयामुळे नामशेष होऊ लागली. ही स्थिती तत्कालीन समाजाच्या मानसिकतेला चिंतेत टाकणारी होती. ज्याप्रमाणे आज विवाहाच्या भवितव्याची आपल्याला चिंता वाटते, त्याप्रमाणे.

उत्तरेकडे गायन, वादन व नृत्य करणाऱ्या अविवाहित स्त्रियांच्या गटाला चारित्र्यहीन, अकुलीन मानण्याची परंपरा उत्तरेला स्थायिक झालेल्या परकीय आक्रमक आणि विवाह-समर्थकांकडून हळूहळू रुजवली जात होती. या अविवाहित मातृगणाचे 'चिन्ह' म्हणून 'तुळस' ही वनस्पती मानली जात होती.

तुळशीला संस्कृतमध्ये 'वृंदा' हे संबोधन आहे. उत्तरेकडे 'वृंदावन' हे या स्त्रियांचे वसतिस्थान निर्माण झाले, जे आजही आहे. शिवशंकराप्रमाणे मातृगणाच्या अवैवाहिक परंपरा समजून घेणारा एक श्रीकृष्ण तेवढा होता. श्रीकृष्णाने ही परंपरा त्याची मैत्रीण राधेपासूनच समजून घेतलेली आहे. त्या वृंदावनात रहाणाऱ्या आणि विवाह नाकारणाऱ्या स्त्रिया चारित्र्यहीन म्हणून हिणवल्या जात होत्या. त्यांपैकी एका अनार्य स्त्रीशी श्रीकृष्णाने विवाह करून पुरुषप्राधान्य मानणाऱ्या समाजाला चपराकच दिलेली दिसते. कृष्णाच्या या तुलसी विवाहामुळे उत्तरेकडील मातृगण श्रीकृष्णाविषयीच्या आदरामुळे विवाहपरंपरेच्या जवळ आले. आक्रमकांकडून दुखावल्या गेलेल्या असंख्य स्थानिक लोकांचा आजही उत्तरेला रामापेक्षा कृष्णभक्तीकडे अधिक कल असलेला पाहण्यास मिळतो. आणि अखेर 'कृष्ण-तुळशीचा विवाह' हा दिवस सर्वसामान्य लोकांमध्ये विवाह करण्याची सुरुवात समजली जाऊन, विवाहप्रथेला विरोध करणाऱ्या स्थानिक अनार्य समाजात विवाहाचा स्वीकार हा या कृष्णाने केलेल्या तुलसीगणातील स्त्रीबरोबरच्या विवाहाचा गौरव म्हणून सुरू झाला. तोच पुढे 'विवाहाचा मुहूर्त' म्हणून भारतीय संस्कृतीत मिसळून गेला. भारतीय सणातील स्त्रीत्वाचे दर्शन हे असे हृद्य आहे. काही सहस्रकांत क्षीण होत गेलेली ही स्त्री-परंपरा पाहता, या मातृसंस्कृतीला कारुण्याची छटा प्राप्त झालेली आहे. कोणताही भारतीय सण स्त्रीपासून सुरू होतो आणि स्त्री-प्रांगणातच तो साजरा होतो, हे लक्षात घेता, भारतातील मातृ-संस्कृती निव्वळ प्राचीन नाही, तर अत्यंत मजबूत होती. आणि म्हणूनच, सुमारे सहा-सात हजार वर्षे भारतावर वायव्येकडून विविध परकीय टोळ्या व जमातींचे हल्ले होऊनसुद्धा मातृसंस्कृतीचे रीतिरिवाज आणि परंपरा भारतीय सणांतून आजही आपल्याला खुणावतात, हे मानायला हवे!

◆◆◆

भाषेचा पहिला उद्गार!

जगामध्ये आज चार हजारांहून अधिक भाषा बोलल्या जातात. त्यातील सर्वच भाषा लिखित स्वरूपात नाहीत, हे खरे. तरी मानवाचे मूळच्या हाकारे व चीत्कार यांना काही एक वळण आणि नाद प्राप्त होणे, हे मानवाचे पृथ्वीवरील अन्य पशु-पक्ष्यांपेक्षा असणारे वेगळेपण म्हटले पाहिजे. पशु-पक्षीसुद्धा तोंडातून ध्वनी काढत असतात. हे त्यांचे आवाज भयसूचक, कामसूचक, समयसूचक, भक्ष्यसूचक, ममत्वसूचक, किंवा वेदनासूचक असे वैविध्य दाखवणारे असतात, परंतु त्यापुढे जाऊन पशु-पक्ष्यांना वर्णनात्मक संवाद करता येत नाही.

जंगली युगामध्ये मानवाकडून अशाच आशयाचे ध्वनी निघत होते. आज मानव जी 'भाषा' शब्दाद्वारे बोलतो, ती भाषा म्हणजे त्याचे जीन्स, उत्क्रांतीच्या प्रवासात त्याच्या मेंदूमध्ये झालेला विकासात्मक बदल आणि मानवाची संस्कृती यांच्या एकत्रित योगदानातून निर्माण झालेले ते एक आश्चर्य आहे.

'नेचर आणि नर्चर' यांची भाषेशी जवळीक साधणारी एकत्रित उत्क्रांती (जीन-कल्चर को-इव्होल्युशन) ही मानवाच्या 'लहान दाताशी' संबंधित असल्याचे काही शास्त्रज्ञांचे म्हणणे आहे. त्यांचे म्हणणे आहे, की चिंपाझींना मानवाच्या तुलनेत मोठे दात असतात. चिंपाझींपासून फारकत होता होता आणि विशेषतः त्यामुळे अग्नीवर अन्न शिजवून खाण्याच्या नव्या संस्कृतीमुळे, अन्न चावण्याचे

कष्ट मानवामध्ये कमी होत गेले. मानवाच्या दातांचा आकार लहान होत गेला. 'होमोइरेक्टस' म्हणून ओळखला जाणारा मानव अस्तित्वात आला, तेव्हापासून दात आकाराने लहान होण्याची प्रक्रिया सुरू झाली, ती आधुनिक मानवापर्यंत चालू राहिली, असे हे संशोधक म्हणतात.

'अन्न शिजवून खाण्याचा' परिणाम प्रथम दातावर जसा झाला, तसा पुढे तो 'ब्रेनसाइझ'वरही झाला. कारण कठीण अन्नाकडून मऊ अन्नाकडे मानवाचा प्रवास होता होता, अन्नपचन सोपे होऊन मानवाला लांबलचक आतड्याची गरज राहिली नाही. एकूण अन्न पचनासाठी लागणाऱ्या 'मेटॅबॉलिक एनर्जी'ची नेहमीची गरज कमी झाली आणि ती एनर्जी, ब्रेन अधिकाधिक मेन्टेन करण्याकरता कामी येऊ लागली, त्यामुळे मानवी ब्रेन विकसित होत गेला. मेटॅबॉलिक ऊर्जेच्या एकीकडे झालेल्या बचतीमुळे, दुसरीकडे मेंदूची विविध कार्यकेंद्रे विकसित होत गेली, असे या शास्त्रज्ञाचे म्हणणे आहे. आपल्या, 'Sapiens' या पुस्तकात, लेखक युवल हरारे म्हणतात, "Since long intestine and large brain are both massive energy consumers, it's hard to have both. By shortening the intestine and decreasing their energy consumption, cooking inadvertently opened the way to the jumbo brains of Neanderthals and Sapiens." ते या संशोधनास दुजोरा देणारे आहे.

त्यातही मानवी मेंदूच्या स्मरण केंद्राचा विकास आणि त्याचे योगदान हे भाषेसाठी अत्यंत महत्त्वाचे ठरले. डोळ्यांनी पाहिलेली गोष्ट, घटना किंवा एखादा प्राणी, जर लक्षात राहिला तरच त्याचे वर्णन, हाकारे-हुकाराच्या साहाय्याने मानव प्राणी ते दुसऱ्याकडे व्यक्त करू शकणार. तेव्हा आधी स्मरणात ठेवणे आणि मग त्याचे वर्णन करण्याचा प्रयत्न, असा भाषा-निर्मितीचा प्रवास सुरू झाला. एखादा प्राणी पाहिला, की त्याचे सर्व शारीरिक तपशील, म्हणजे त्याचा रंग, कान, शेपटी, चोच, तुरा, शिंग वगैरे त्याच्या रूपाची नोंद मेंदूतील न्युरॉन्सच्या जोडणीतून दीर्घकाळ जपली जाऊ लागली, तीच ही स्मरणशक्ती! अशा प्राण्याला एखादा संबोधनार्थी शब्द उत्स्फूर्तपणे सुचावा आणि मग त्याचीही नोंद न्युरोन्सच्या त्या जोडणीमध्ये समाविष्ट व्हावी, अशा क्रमवारीने वस्तू आणि त्याला संबोधून उच्चारलेला शब्द याची सांगड मेंदूकडून घातली जाऊ लागली. झाड, पशु-पक्षी,

अवतीभवतीच्या घटना, शिकारीच्या मोहिमा, नातेसंबंध वगैरेच्या स्मरणासाठी मानवाने उच्चारलेल्या शब्दांची त्या त्या घटनेशी, कृतीशी, समजुतीशी, संकल्पनेशी सांगड घालण्याचे मेंदूचे काम सातत्याने चालू राहिले, त्या शब्दांच्या पुनर्वापरामुळे शब्दाला अर्थ प्राप्त होत गेले आणि भाषा पक्की होत गेली.

जसे 'हत्ती' हा मराठीतला शब्द उच्चारला गेला, तर त्या शब्दाशी संबंधित प्राणी आपल्या नजरेसमोर येतो. परंतु चिनी भाषेत हत्तीला असणारा शब्द कुणी वापरला, तर आपल्याला काहीच बोध होत नाही. कारण हत्तीसंबंधित आपल्या मेंदूत झालेल्या स्मरण जुळणीत चिनी शब्दाचा समावेश नसून मराठी शब्दाचा समावेश आहे. मात्र, अनेक भाषांतील शब्द सरावाने आणि स्मरणाने या जुळणीत येऊन बसू शकतात. जसे, 'एलिफंट' हा इंग्रजी शब्द 'हत्ती'साठी आपण स्वीकारला आहे. मानवी मूल जितके लहान, तितके काही दशलक्ष न्युरोन्स त्याच्या मेंदूमध्ये भाषेवर काम करत असतात. त्यामुळे अनेक भाषा लहानपणात लीलया शिकता येतात. वय वाढता वाढता, विशेषतः स्त्री-पुरुष वयात आल्यावर न्युरोन्सची ही संख्या कमी कमी होत जाते, असेही हे शास्त्रज्ञ मांडतात.

भाषा शिकण्याची मेंदूची क्षमता आणि यंत्रणा ही मानवात आनुवंशिकतेने पुढे जात असते. परंतु ती भाषा उच्चारण्यासाठी मात्र श्रवण, स्मरण, अनुकरण या तीन कौशल्यांची साथ असावी लागते, तरच मेंदूमध्ये ती भाषा प्रोसेस होऊ शकते आणि ती उच्चारता येते. यापैकी एका जरी गुणाचा अभाव असला, तर शरीरयंत्रणा तयार आहे म्हणून जन्मतः कुणाला भाषा बोलता येत नाही. बहिरेपणा असणारा माणूस श्रवणाअभावी भाषा बोलू शकत नाही, त्याच्याकडे बोलण्याबाबत काही दोष नसूनही! याबाबत, सम्राट अकबराने केलेला प्रयोग आपल्याला बरेच काही सांगतो. अकबराला प्रश्न पडला होता, की अवतीभवतीची लहान मुले, कोणी न शिकवता हिब्रू भाषा कशी काय बोलतात? तेव्हा त्याला सांगण्यात आले, की हिब्रू ही दैवी भाषा आहे, म्हणून लहान मुलांना ती आपोआपच येते. पण अकबराला ते पटले नाही. त्याने फर्मान काढले, "दोन तान्ही मुले- एक मुलगा आणि एक मुलगी– वेगळ्या खोलीत ठेवा आणि त्यांना सांभाळणाऱ्या पालकांनी हातवारे करूनच त्यांच्याशी संवाद करायचा, कुणीही बोलायचे नाही." पुढे मुले दोन वर्षांची होऊन गेल्यावर अकबराच्या समोर त्यांना आणले गेले, तेव्हा बादशहा त्यांच्याशी बोलत असताना मुले नकळत हातवारे करू लागली. मुलांना भाषेचे

श्रवण, अनुकरण याकरता वावच न मिळाल्यामुळे कोणतीच भाषा प्रोसेस होऊ शकली नाही. याचा अर्थ कुळातून पिढ्यान्‌पिढ्या बोलली जाणारी विशिष्ट भाषा ही वडिलोपार्जित आहे, म्हणून आपोआप अवगत होत नाही. परदेशात दत्तक गेलेली मुले, तिथे जी भाषा कानावर पडते, तीच भाषा बोलतात. बायलॉजीकल पालकांच्या भाषेचा त्यांना गंधही नसतो.

आपण पाहतो, की लहान मूल सात-आठ महिन्यांचे होता होता आपला आवाज, शब्द प्रथम ऐकते, तसेच आपल्या ओठांच्या हालचालींचे निरीक्षण करीत असते आणि कानावर पडलेल्या शब्दाचे अनुकरण करते. पुढे त्याची बडबड सुरू होते, पण कशाचाही अर्थ त्यास माहीत नसतो. मोठी माणसे बालकाशी बोलताना हावभाव करून शब्दोच्चार करतात, जसे 'बंद कर' हे सांगताना, झाकण लावून डबा बंद करून जेव्हा बालकाला दाखवला जातो, तेव्हा हावभाव आणि शब्द यांची सांगड बालकाच्या मेंदूमध्ये घातली जाऊन, त्याला अर्थ समजू लागतात.

यामध्ये मानवाच्या 'अनुकरण' या एका मामुली वाटणाऱ्या कौशल्याचा बराच मोठा वाटा आहे, असे मानले जाते. अनेक कारणांमुळे, मानवी समूह एकमेकांच्या जेव्हा संपर्कात येत गेले, तेव्हा जीवन अधिक सुलभ व सुखकर करण्याकरता परस्पर सहकार्य हा गुण त्यांच्या जगण्यासाठी खूप महत्त्वाचा ठरला आणि त्यामुळे मानवामध्ये 'प्रत्येक कृतीतून लगेच लाभ' या प्राणिजन्य वृत्तीचा अभाव निर्माण झाला. याउलट एखादी गोष्ट दुसऱ्याकडून शिकून त्यामध्ये आपल्या बुद्धीने काही भर टाकून काही वेगळे निर्माण करण्याची व त्याच्या लाभासाठी थांबण्याची मानसिकता मानवामध्ये आली. हे एका प्रयोगाने शास्त्रज्ञ सिद्ध करतात. लहान वयाचा चिंपाझी आणि लहान बालक यांच्यावर हा 'अनुकरण' संशोधनाचा प्रयोग झाला. दोन डब्यांत खाद्यपदार्थ ठेवले गेले. त्याच्या झाकणावर दोन थापट्या मारून डबा उघडला की खाऊ मिळतो, हे दाखवल्यावर, मानवी बालकाने निरीक्षणाने तशाच दोन थापट्या मारून डबा उघडला. पण चिंपाझीने थापट्या न मारताच डबा उघडून खाऊ मिळवला. इथे चिंपाझीचा आयक्यू जास्त आहे, असे वाटले तरी संशोधकांच्या मते, त्या बालकावर मानवाच्या मूळ अनुकरण गुणाचा प्रभाव आहे. याच अनुकरण गुणाचा वापर मानवाला भाषा शिकताना उपयोगाला आला. मानवी बालक यामुळेच अर्थ न कळताही अनुकरणाने भाषिक शब्द उच्चारू शकले, जे चिंपाझीला आजही जमत नाही. अर्थात श्रवणाबरोबर 'अनुकरण' हा

मुद्दा भाषेबाबत महत्त्वाचा ठरतो.

अर्थाच्या आधी शब्द आला की अर्थाच्या गरजेप्रमाणे नंतर शब्द तयार झाले? हा प्रश्न अनेकदा मनात येतो. वरील लहान बालकाच्या उदाहरणावरून समजते, की शब्दाचा उच्चार महत्त्वाचा आहे. अर्थ नंतर समजला तरी चालतो. मानवाच्या जीवनात भाषा आली ती, याच क्रमाने आली. याबाबत *ओरिजिन ऑफ लँग्वेज* या पुस्तकाचे लेखक डॉ. जेम्स हुफोर्ड म्हणतात, 'मानव अर्थानुसार शब्द घडवत बसला नाही. अनेक शब्द मानवी मुखातून आधी आले, त्यातला आशय हावभावातून समजता समजता त्यास अर्थ प्राप्त झाला, आणि त्यांच्या पुनर्वापराने शब्द हे अर्थाने पक्के झाले.' उदा. एखादा प्राणी उड्या मारत चालताना पाहून मराठी पूर्वजाला 'टुणटुण' हा शब्द उत्स्फूर्तपणे सुचला असावा. जगभरच्या मानवी समूहात असे उत्स्फूर्त सुचणारे शब्द वेगवेगळे असतील. त्यातून विविध भाषा जगात तयार झाल्या. मात्र शब्द हे नियमाने किंवा अर्थानुसार घडवण्याची पद्धत ही अलीकडील व्याकरण काळातील आहे, हे लक्षात घेतल्यास भाषेतील पहिले-वहिले उद्गार हे उत्स्फूर्त व आनुभाविक होते, असे म्हणावे लागते.

भोवतालच्या वातावरणातून ऐकू येणारे पशु-पक्ष्यांचे आवाज हुबेहूब तोंडाने काढण्याच्या प्रयत्नातून काही शब्द भाषांमध्ये आले. याबाबत इतिहासाचार्य वि.का. राजवाडे काही नोंदी करतात. ते म्हणतात, कावकाव करणाऱ्या पाखराला काकः, खीखी करणाऱ्या माकडाला किखीः, भृंग आवाज करणाऱ्याला भृंगः अशी नामे तयार झाली. त्यातूनच कीर, चिल्ल, कुक्कुट, तित्तर असे शब्द भाषेत आले. बाळाच्या सतत सान्निध्यात असणाऱ्या मातेचे मानवी भाषेतील योगदान फार मोठे आहे. गौ, गो, गाय हे व्याकरणबद्ध शब्द येण्यापूर्वी 'हम्मा' या शब्दाने मराठी-बाळाला गायीची ओळख होते, ती आईमुळे. बाळ लवकर बोलते व्हावे, म्हणून कोणतीही आई सतत त्याच्याशी हावभाव करत न कंटाळता संवाद करत राहते. बालकाच्या 'चिमखड्या बोलाची' ती निर्मातीच म्हटली पाहिजे. अशा रीतीने जन्मल्यानंतर पहिल्या पाच वर्षांत भाषेच्या मार्गावरून मानवाला विकासाकडे नेण्यामध्ये, मानवी मातेचे फार मोलाचे योगदान आजही दिसून येते. बालक इथे श्रवण, स्मरण आणि अनुकरण या तिन्ही क्षमतांचा वापर करते.

अन्य प्राणी मानवाप्रमाणे का बोलू शकत नाहीत, याचे संशोधन सुरू असताना, शास्त्रज्ञांनी प्राण्यांच्या स्वरयंत्रावर संशोधन केले असता, त्यांना आढळले की

प्राणी जेव्हा ओरडतात तेव्हा त्यांचे स्वरयंत्र मूळच्या जागेवरून खाली, म्हणजे खालच्या स्थानावर येते आणि ओरडणे थांबताच, ते पुन्हा वर पूर्वपदावर येते. कुत्रा भुंकतो, गाय हंबरते तेव्हा स्वरयंत्र खाली येत असल्याचे एक्सरे फिल्मवर दिसले. पण मानवाच्या स्वरयंत्राचे स्थान मात्र कायम खालीच असल्याचे आढळले. जन्मल्यावर मानवी बालकाचे स्वरयंत्र हे प्राण्यांप्रमाणे घशात वरच्या स्थानावर असते. बालक एक वर्षाचे होता होता ते स्वरयंत्र खाली जाऊ लागते, आणि खालच्या स्थानावर स्थिर होते. माणसाचे स्वरयंत्र हे एका जागी स्थिर होण्यामागे 'नॅचरल सिलेक्शन'चा भाग असावा असे संशोधकांना वाटते.

कारण अग्नीच्या शोधानंतर पुढील काही सहस्रकांत माणसाचे जगणे, त्याचे जीवन, प्रगती ही सतत त्याला बोलावे लागण्याशी, एकमेकांना संपर्क करण्याशी अधिक संबंधित होत गेली. दैनंदिन जगण्यामध्ये शब्दोच्चार करून संपर्क करण्याचे प्रसंग मानवी समूहात जसे वाढू लागले, तसतसे स्वरयंत्राचे स्थान खाली सरकण्याचे सातत्य वाढत गेले, ज्यामुळे स्वरयंत्राच्या स्थानात कायमस्वरूपी फरक आला. उच्चारशास्त्रज्ञ (phonetician) फिलीप लीबरमनच्या म्हणण्यानुसार, 'अनेक स्वर उच्चारण्याच्या प्रयत्नांत मानवी स्वरयंत्र प्रत्येक वेळी खाली सरकताना, अंतिमतः त्याचे वरचे स्थान बदलून खालीच गेले.' यालाच शास्त्रज्ञ नॅचरल सिलेक्शन म्हणतात. पुरुष मानवाचे स्वरयंत्र एकदा ते बालक एक वर्षाचे झाल्यावर खाली येते आणि नंतर पुरुष वयात येताना ते आणखी थोडे खाली जाते, ज्यामुळे पुरुषाचा आवाज बदलतो, असेही हे संशोधन सांगते.

पॉल ब्रोका या संशोधकाला १८६१मध्ये एका अपघातात वाचा गेलेल्या पेशंटवर उपचार करताना मेंदूमधील भाषेच्या केंद्राचा शोध लागला. मेंदूमध्ये डाव्या अर्धगोलात भाषा प्रोसेसिंगचे केंद्र असते, हे त्याने सिद्ध केले. त्या केंद्राला आज 'ब्रोकाज ब्रेन' नावाने संबोधिले जाते. यानंतर काही वर्षांत भाषेमागील जीन-थिअरीपर्यंत संशोधक पोहोचले. त्याकरता इंग्लंडमधील एक कुटुंब कारणीभूत झाले. या कुटुंबातील काही सदस्यांना s जोडलेले अनेकवचनी इंग्रजी शब्द आणि ed जोडलेले भूतकाळ उच्चारता येत नव्हते. हा भाषिक दोष असणाऱ्या सदस्यांचा 'आयक्यू', बुद्ध्यंक अन्य निर्दोष कुटुंब सदस्यांपेक्षा कमी आढळला. त्यांच्या मेंदूच्या आकारामध्ये आणि कार्यक्षमतेमध्येसुद्धा अस्वाभाविकता (abnormality) आढळली. यावर अधिक संशोधन होताना, प्रस्तुत भाषा

दोष हा डीएनमधील सूक्ष्म आणि दुर्मीळ अशा बदलामुळे (म्युटेशनमुळे) निर्माण झालेला आहे, असे लक्षात आले. हा डीएनए, क्रोमोसोम ७वर असलेला शास्त्रज्ञांना आढळला. या म्युटेशनमुळे विशिष्ट जीनच्या कोडिंगवर परिणाम झाला आणि अमिनो ॲसिड, नेहमीच्या ॲसिडऐवजी, भलत्याच दुसऱ्या ॲमिनो ॲसिडशी संयोग पावले गेले. त्यातून थोडे वेगळे प्रोटीन तयार झाले, ज्याचे गुंतागुंतीचे (complex) परिणाम अन्य प्रोटीन्स आणि जीन्सवर होऊ लागले. त्यातून त्यांच्या भाषा उच्चारात दोष निर्माण झाला, अशा निष्कर्षाप्रत संशोधक आले. भाषा दोषातील रहस्य शोधताना भाषेचा एक जीन हाती आला आणि संशोधकांनी त्याचे नाव Fox P2असे ठेवले.

शास्त्रज्ञांनी शोधलेला Fox P2हा भाषा-जीन चिंपाझीमध्येही आहे. पण Fox P2ची मानवातील रचना (version) चिंपाझीच्या रचनेपेक्षा वेगळी आहे. हे वेगळेपण माणसाच्या ज्या दोन अमिनो ॲसिडच्या एकत्रित येण्याने निर्माण झालेले आहे, तो बदल युनिक (अनन्यसाधारण) समजला जातो. गेल्या काही लाख वर्षांतील उत्क्रांतीच्या प्रवासात चिंपाझीपासून अलग होताना मानवात हा बदल झालेला आहे. निॲण्डर्थल मानवामध्येही मानवाचा हा Fox P2जीन होता. या जीनचे 'फेनोटाईप इफेक्ट' निॲण्डर्थल आणि त्याच्या जवळचे मानवाचे पूर्वज यांच्यामध्ये काही प्रमाणात समान सापडतात, असे संबंधित संशोधकांचे म्हणणे आहे. मानवाच्या संस्कृतीतील बदल हे वेगवेगळ्या जीन्सच्या निवडींना प्रोत्साहन देतात आणि जीन्सची निवड ही नेहमीच त्या प्राण्याला विशिष्ट वातावरणात आणि त्याने आणलेल्या भौतिक बदलात जगता यावे, त्या अनुषंगाने होत असते.

भाषेचा विकास हा पुरुषांच्या कुटुंबबाह्य जीवनामुळेसुद्धा वेगळ्या पद्धतीने होत राहिला. वेगवेगळे मानवी शिकारीसमूह एकत्र आल्यामुळे नव्या शब्दांची भर पडत गेली. पुढे व्यापार करताना आपली सीमारेषा ओलांडून पुरुष जसे दुसऱ्या प्रदेशात जाऊ लागले, तेव्हाही तिथे मुक्काम करताना परक्या भाषेतील काही शब्द ऐकून, त्याचा स्वतःच्या उच्चार पद्धतीने (अक्सेंटने) उच्चारण करताना नवे शब्द तयार होत गेले, तशा भाषा बदलत गेल्या. एका मानवी समूहाने वेगळी भाषा असणाऱ्या दुसऱ्या मानवी समूहावर राज्य करतानाच्या काळात, त्या प्रजेकडून राज्यकर्त्यांच्या भाषेचा स्वीकार केला गेला आणि त्यांच्या मूळ भाषेमध्ये बदल येत गेले. जसे मराठीत आधी फारसी शब्दांची आणि पुढे इंग्रजांच्या काळात इंग्रजी शब्दांची भर

पडली. काही परकीय भाषांतील शब्दांचे अपभ्रंश होऊन त्यांना स्थानिक रुपडे चढवण्यात आले. असे सांगितले जाते, की damned rat अशा अपशब्दाचा उपयोग इंग्रजांकडून केला जात होता, त्याचे मराठीत रूपांतर 'डांबरट' असे झाले आणि damned beast या अपशब्दाचे रूपांतर मराठीत 'डांबिस' असे झाले. आता ते मराठी शब्द म्हणून वापरले जातात. तसेच हरकत व हाल हे दोन परकीय भाषेतील शब्द आहेत. त्यापैकी, हरकत म्हणजे विरोध असणे, असा अर्थ आहे. तर हाल या शब्दाचा मूळ अर्थ 'परिस्थिती' असा आहे. पण त्याचा अर्थ मराठीत थोडा वेगळा आहे. म्हणजे 'त्याचे मरतेवेळी खूप हाल झाले', अशा अर्थाने तो घेतला जातो.

तसेच दोन भाषांच्या सततच्या संपर्कामुळे काही नव्या स्वतंत्र भाषासुद्धा तयार झाल्या, जशा फारसी, अरेबिकपासून भारतात उर्दू तयार झाली. आर्यांनी आणलेल्या संस्कृत भाषेचा परिणाम भारतातील मूळ बोलल्या जाणाऱ्या प्राकृत भाषेवर होऊन प्रत्येक भाषेचे रूप बदलले. प्रत्येक भाषा संस्कृतपासून तयार झाली, असे समज पुढे होऊन गेले. जे खरे नाहीत. कारण गुजराती, पंजाबी, बंगाली आणि पूर्वोत्तर व दक्षिणेच्या सर्व राज्यांच्या भाषांची लिपी वेगळी आहे. संस्कृत भाषेची लिपी ही देवनागरी आहे. महाराष्ट्राच्या मराठीची लिपीसुद्धा 'मोडी' होती. १९५०च्या दशकात ही देवनागरी लिपी महाराष्ट्र सरकारने स्वीकारली. थोडक्यात राज्यकर्त्यांच्या भाषेप्रमाणे जनतेच्या भाषेत बदल होत असतो.

त्याचप्रमाणे नवे नवे तंत्रज्ञान येण्यामुळे नवनव्या वैज्ञानिक शब्दांची भर पडत गेली आणि मग ज्या लवचीक सोप्या भाषांमध्ये या शब्दांना स्वीकृत करणे सहज शक्य झाले, त्या भाषा तेवढ्या टिकून राहिल्या. अर्थात अवघड आणि व्याकरणाशी जखडलेल्या भाषा व्यवहारातून अस्तंगत होत गेल्या. मात्र भाषेचा हा प्रवास प्रामुख्याने व्याकरण काळानंतरचा म्हणावा लागतो. इथेही श्रवण, स्मरण, अनुकरण या तीन तत्त्वांचा उपयोग करून हे बदल साध्य झालेले आहेत.

थोडक्यात मानवाला श्रवण, स्मरण आणि अनुकरण या त्रिसूत्रीचा उपयोग सतत होत राहिल्यामुळे त्याच्या जीन्समध्ये झालेला फरक, त्याच्या मेंदूचा झालेला तदनुषंगिक विकास आणि आदान-प्रदान करण्याची मानवी संस्कृती, यामुळे मानव आपल्या भाषेला घेऊन पुढे गेला की भाषा मानवाला घेऊन पुढे गेली, हे एक कोडे बनून राहिले. पण चिंपांझी मात्र तिथेच राहिला, एवढे खरे.

पुढे मानवाने व्याकरणयुक्त भाषा आणून त्याचे नियम आणून ती अधिक शिस्तबद्ध केली. भाषा सर्वांना एकसारखी समजता यावी, असा तो प्रयत्न होता. कारण प्राचीन काळात म्हणे सिंहाला ५५ शब्द होते. त्यामुळे कोणी सिंहाबद्दल बोलू लागला, की तो सिंहाबद्दल बोलतोय हे कुणाला कळत नसे. त्यामुळे मानवाने एका मानवी समूहात भाषा एकसारखी करण्याचे काम व्याकरणाद्वारे केले. त्यामुळे शब्दांचे उच्चार (अक्सेंट) निश्चित होण्यास मदत झाली. चिन्हे म्हणजेच लिपी आणून भाषा लिखित करण्याचा प्रयत्न झाला. मूक-बधिरांची हावभाव-भाषा, अंधांची ब्रेल-लिपी आणि कॉम्प्युटरचीसुद्धा एक भाषा, हे सर्व भाषेच्या प्रगती-मार्गावरील माईल स्टोन म्हणावे लागतात, पण जन्मापासून सतत जवळ असणाऱ्या मातेला साद घालताना बालकाने केलेला पहिला 'चिमखडा' उच्चार हा आपल्या पूर्वजांनी कधीकाळी उच्चारलेला 'भाषा-शास्त्रातील पहिला उद्गार' असेल, हे नक्की.

◆◆◆

'बालकप्रधान' समाज!

मानवी संस्कृतीने आपल्या बुद्धीच्या जोरावर अनेक शोध लावले. त्याचबरोबर समाजव्यवस्थेतही आपल्या सोयीप्रमाणे बदल केले. 'माता-मूल' हे अगदी नैसर्गिक जडण-घडणीतील सस्तन प्राण्याचे कुटुंब आहे, जे फक्त माणसानेच आपल्या गरजेप्रमाणे विस्तारत नेत पहिल्याप्रथम माता-प्रमुख कुळव्यवस्था आणली आणि नंतर विविध कुटुंबपद्धती आणल्या. माणसामध्ये, अन्य सस्तन प्राण्याप्रमाणे प्रजोत्पादनासाठी विशिष्ट ठरावीक कालखंड नसतो. म्हणजेच अपत्यसंख्या मर्यादित ठेवण्याची जबाबदारी, निसर्गाने स्त्री-पुरुषांच्या बुद्धीवर सोपवलेली आहे. त्यातही जन्मानंतर बालकाच्या मेंदूच्या पूर्ण विकासाच्या काळानुसार स्त्रीच्या मातृवस्थेचा काळ प्रदीर्घ आहे. या दीर्घकाळात स्त्रीने पुन्हा गर्भवती राहण्याने, तिच्या अपत्यसंगोपनाच्या कामात अडथळा येणे स्वाभाविक होते आणि विवाह प्रथा नसल्याने 'पिता' या अर्थाने पुरुषाला काही ओळख नव्हती. पण याकरताच जणू, निसर्गाने एक शारीरिक वरदान स्त्रीला दिलेले आहे नि ते म्हणजे साधारण वय वर्षे पंचेचाळीसनंतर ती रजोनिवृत्त होते. आणि कोणत्याही प्राणीजातीत नाही, पण फक्त मनुष्यजातीत 'आजी-पालकत्वाचा' जन्म होतो. आजीच्या या भूमिकेचा शोध इ.स.१९९९मध्ये अमेरिकन मानववंशतज्ज्ञ डॉ. निकोलस जोन्स यांनी उत्तर टांझानियामधील आदिम अवस्थेत राहणाऱ्या 'हादसा' जमातीच्या अभ्यासातून

जगासमोर आणला. ही आजी म्हणजेच स्त्रीची माता ही पुढे आपल्या मुलीची मुले सांभाळते, ज्यामुळे संतती होण्याचा हंगाम गमावलेल्या मानवी स्त्रीला मूल सांभाळण्यास आपल्या मातेची मदत झाली आणि यामधूनच उद्भवली ती माता, आजी, मावश्या, बहिणी यांची एकत्रित मातृप्रधान कुळव्यवस्था! ही मातृकुळे शेकडो शतके स्त्रीला तिच्या अपत्य संगोपनात, व्यापारात, युद्धात, औषधी वनस्पतीच्या संशोधनास आधारभूत ठरली. माता होऊनही मातृकुळाच्या अस्तित्वामुळे स्त्रीच्या सर्व कामांचे स्वातंत्र्य अबाधित राहिले.

वास्तविक नवजात पिढीला जगवण्याचा विचार निसर्गातून सुरू होऊन, तो मातेपाशी येऊन थांबतो. त्या पुढील जबाबदारी मातेला पेलता यावी म्हणून निसर्ग त्याकरता विस्मयकारक शारीरिक, बौद्धिक क्षमतांनी मातांना परिपूर्ण करत असतो. पशुपक्ष्यांबाबत निसर्ग ही काळजी घेताना दिसतोच, पण मनुष्यप्राण्यातसुद्धा गर्भार स्त्रीच्या गर्भाशयात बाळासाठी मऊ अस्तराची गादी, बाळाभोवती त्याच्या संरक्षणासाठी राखलेले पाणी, नाळेद्वारे मातेचा अन्नरस बाळाला मिळण्याची व्यवस्था, बाळ जन्माला आल्यावर मातेला बाळाच्या पोषणासाठी येणारे दूध, त्यामध्ये बाळाच्या संरक्षणासाठी असणारी रोगप्रतिकार पिंडे, हे सर्व पाहता, माणसाचे याबाबत कसलेही योगदान नसताना निव्वळ निसर्गाकडून घेतली जाणारी ही प्रत्येक खबरदारी, निसर्गाला नवजाताची असणारी काळजी दर्शवते. पुढेसुद्धा बाळाच्या जन्मानंतर त्याच्या संगोपनासाठी मातेमध्ये ममत्वाची भावना निर्माण करणारी हार्मोन्स रक्तात सोडण्याचे काम निसर्गतः होत असते. या सर्व घटनांचा अर्थ एकच आहे नि तो म्हणजे बालकाच्या गर्भाशयातील जडणघडणीपासून ते बालक पूर्ण स्वावलंबी होईपर्यंत निसर्गाने नवजाताला आणि त्याला वाढवणाऱ्या मातेला आपल्या 'अजेंड्यावर' प्राधान्य दिलेले आहे.

आज 'बालकप्राधान्य' हे नैसर्गिक तत्त्व इतर सस्तन प्राण्यांत जसेच्या तसे टिकून आहे. मानव जातीमध्ये मातृ-संस्कृती असेपर्यंतसुद्धा ते टिकून होते. पण मग, विवाहप्रथा स्वीकारल्यानंतरच्या सुमारे चार हजार वर्षांच्या पितृसंस्कृतीच्या वाटचालीत हे तत्त्व कितपत टिकून राहिलेले आहे? कुटुंबात, शाळेत, समाजात म्हणजे बालकाचे जिथे जिथे वास्तव्य किंवा संचार आहे, त्या प्रत्येक ठिकाणी बालकाला केंद्रस्थानी ठेवून किती सुविधा, नियम-कायदे आणण्याचा आपण प्रयत्न केलेला आहे?

आपल्यासारख्या अनेक देशांमध्ये होणाऱ्या आणि दुर्लक्षित, निष्प्रेम वाढलेल्या बालकांची संख्या लक्षणीय आहे. गर्भधारणेपासून अगदी काळजीपूर्वक निपज व तरतुदी करून निसर्गाने आपल्या हाती सोपवलेल्या नवजात मानवी-बालकाची पुढे ही अशी दुर्दशा होण्याचे कारण काय आहे? आज आपल्याकडे अशा पीडित बालकांसाठी अनेक संस्था कार्य करत आहेत. हा त्या त्या बालकाच्या पुनर्वसनासंबंधीचा उपाय आहे. जो महत्त्वाचा आहे. पण पुनर्वसन म्हणजे त्या समस्येचे निर्मूलन नाही, हे लक्षात घेणेही तितकेच महत्त्वाचे आहे. फक्त काही दुर्लक्षित बालकांचे पुनर्वसन एका बाजूला होत राहील, पण इतर छळ होणाऱ्या बालकांचा या पुनर्वसनात अंतर्भाव होऊ शकत नाही. वा त्यांचे हवे तसे पुनर्वसन होत नाही. शिवाय नव्याने बालके छळाला बळी पडणे, हेसुद्धा या पुनर्वसन कार्याने थांबणार नाही. बालकांच्या छळाची कारणे वेगळीच आहेत. बालकांच्या समस्यांचे निर्मूलन करायचे असेल, तर त्यांच्यावर अशी स्थिती आणणाऱ्या कारणांचा शोध घ्यावा लागेल आणि त्या कारणांमधून अशा बालकांची आपल्याला पहिल्याप्रथम सुटका करावी लागेल. ही कठीण गोष्ट आहे, हे खरेच. कारण त्या कारणांमध्ये स्त्री-पुरुषांचे हितसंबंध आणि विशेषतः पुरुष-सत्तेचे स्वार्थ गुंतलेले आहेत. तरी मानवजातीला विनाशापासून वाचवायचे असेल, तर ती कारणे आपल्याला माहिती करून घ्यावी लागतील.

त्यापैकी जे अगदी मुळाशी दडपले गेलेले प्राचीन आणि म्हणून पहिले कारण म्हणावे लागेल, ते म्हणजे नांगराच्या नव्या शेतीतंत्रामुळे जो पितृकुलव्यवस्थेचा सुमारे तीन-चार हजार वर्षांपूर्वी उदय झाला, त्यामुळे मातृकुळातील आजी, मावश्या, भाऊ, मामा यांच्या अखंड प्रेमाचा स्त्रोत खंडित होऊन 'माता-मूल' या नैसर्गिक नात्याचे संरक्षण करणारा आधारवड कोसळला. स्त्रीचे मूल हे कोणत्या पुरुषापासून झाले आहे, हे पितृ-संस्कृतीत सर्वोच्च महत्त्वाचे मानले जाऊ लागले, ज्या पितृ-नात्याला निसर्गामध्ये खरे तर कोणतीच ओळख नाही. अपत्याचे नीट संगोपन करून सकस, जोमदार पिढी घडवणे, हे निसर्ग-तत्त्वानुसार सर्वोच्च महत्त्वाचे असते. मातृकुळात विवाहप्रथा नसल्यामुळे मातृ-संस्कृती तंतोतंत या निसर्गतत्त्वावर उभी होती. कोणत्याही पुरुषापासून स्त्रीचे मूल मातृकुळात स्वीकारले जाणे, ही त्या बालकासाठी महत्त्वाची सुरक्षितता होती. शिवाय मातृकुलातील स्त्रियांची स्त्रीला असणारी मदत ही कोणत्याही अटी-शर्तीवर नव्हती. स्त्रीला

बाळंतपणात किंवा आजारपणात, आई, आजी, मावश्यांकडून जिव्हाळा, विश्रांती, सेवा उत्स्फूर्त प्रेमातून मिळत होती. बाळाच्या अपमृत्यूमध्ये या रक्तसंबंधी नातलग स्त्रियांचा त्या मातेला मानसिक आधार मिळत होता आणि मातेचा अकाली मृत्यू झाल्यास तिच्या अपत्यांना आधार देणारे आणि त्यांचे ममतेने संगोपन करणारे अनेक हात मातृकुळात होते. अर्थात 'अनाथ' किंवा 'परित्यक्ता' वगैरे कल्पनांनी मातृसंस्कृतीला स्पर्श केलेला नव्हता, हे स्पष्टच आहे.

पितृसंस्कृतीत हेच सर्व फासे आपल्याला उलटे फिरलेले दिसतात. प्रत्येक स्त्रीच्या अपत्याला त्याचा पिता दाखवता आला पाहिजे, तरच त्याला पितृ-कुटुंबात प्रवेश, नाहीतर ते मूल अनैतिक आणि विवाहबाह्य हा विवाहाचा पहिला महत्त्वाचा दंडक होऊन राहिला. परंतु, नव्याने आलेली 'विवाह-प्रथा' विवाहविना होणाऱ्या शरीरसंबंधांना काही रोखू शकली नाही. मग या विवाहबाह्य संबंधातून गेल्या चार हजार वर्षांत जन्मलेली जगातील अब्जावधी बालके कुटुंबाच्या बाहेरच टाकली गेली. आज विवाहप्रथा नष्ट झाली, तर कुटुंबसंस्थेचे भवितव्य काय, असे भय वाटणाऱ्या लोकांनी हे लक्षात घेतले पाहिजे, की विवाहप्रथेच्या जन्मापासूनच समाजात अनेक बालके अशी आहेत, ज्यांच्यासाठी कुटुंब-संस्थेला भवितव्यच नाही. पित्याच्या नकारामुळे, दुर्वर्तनामुळे, व्यसनामुळे, कुटुंबसंस्था त्यांना कधीच लाभलेली नाही. कोट्यवधी मुलांना आजही कुटुंब संस्थेच्या बाहेर राहावे लागत आहे. विवाह रूढ झाल्यावर जन्मलेल्या अशा असंख्य मुलांना पिता तर नाहीच मिळाला, पण हक्काची माताही अनेकांना गमवावी लागली. मातृकुलाच्या झालेल्या अस्तामुळे, आजी, मावश्या, मामा असा कोणताही आधार-अवशेष बालकांसाठी शिल्लक राहिला नाही. बालकांच्या नैसर्गिक सुरक्षिततेला बसलेला हा मोठा धक्का म्हणावा लागेल. त्यातून त्या बालकांना प्राप्त झालेली गरीबावस्था, मग अपत्यांच्या व स्वतःच्या पालनासाठी त्या मातांना पत्करावा लागलेला वेश्या व्यवसाय, यामुळे मानवी-जीवनाची नैसर्गिक शाश्वती भंग झाली. वेश्याव्यवसायाबरोबर महिलाश्रम, बालकाश्रम, अनाथाश्रम, भटकी, बेघर, भिकारी बालके, व्यसनी-गुन्हेगार, कामगार बालके हे या व्यवस्थेचे दुष्परिणाम आपण कायमचे हाती घेऊन बसलो आहोत. जणू काही अनैसर्गिक पद्धतीने माणूस घडवण्याचा एक प्रवास या विवाहप्रथेतून केव्हा सुरू झाला, हे कळलेच नाही. यामधून, कुटुंबबाह्य असा एक स्त्री-पुरुषांचा समाज पुढील काळात जगभरात उभा राहिला. मातेविना

आनंददायक बालपण हरवलेली आणि एकूण ममतेचा स्पर्श गमावलेली ही बालके पुढे प्रौढपणात आपल्या कुटुंबीयांना प्रेम देण्यात कमी पडत गेली. साहजिक पुढील मानवी पिढ्यांत निष्प्रेम किंवा छळीत मुलांची संख्या वाढत गेली आणि बालक-अनाथाश्रम हे वेश्याव्यवसायाप्रमाणे पितृसंस्कृतीचे अविभाज्य अंग झाले.

खुद्द विवाहित माता-पिता असणाऱ्या कुटुंबात तरी 'माता-मूल' नात्याची काय परिस्थिती होत गेली? भारताबद्दल बोलायचे झाल्यास पतिगृहात प्रवेश केलेल्या स्त्रीला (काही उच्चभ्रू अपवाद वगळता) स्वतःला प्रेम, सेवा, विश्रांती, आधार मिळण्याऐवजी सासू, सासरे, दीर, नणंदा, पती यांच्या आज्ञा मानत त्यांना सेवा आणि विश्रांती किंवा आधार देणे, हे तिचे पहिले कर्तव्य झाले. पडेल ते काम करत राहणे, मिळेल ते अन्न पत्करणे किंवा उपाशी राहणे, मुलगा होईपर्यंत मुले जन्माला घालणे आणि वाट्याला येणारे अपशब्द, अपमान गिळणे, या सर्व अटी-शर्तींनी वागल्यास त्या स्त्रीचे त्या घरातील अस्तित्व मान्य केले जाऊ लागले. नाहीतर तिला घराबाहेर काढणे वा तिची आत्महत्या\हत्या हे सत्र सुरू झाले. आणि आजही तेच चालू आहे. साहजिक पहिल्याप्रथम 'स्वतःचा बचाव' करणे, हा पितृसंस्कृतीत स्त्रीच्या कंठाशी आलेला मुद्दा झाला. वैवाहिक कुटुंबात अशा रीतीने मातेच्या छळाची परंपरा निर्माण झाल्याने ती माताही आपल्या अपत्यांना पुरेसा वेळ देऊ न शकणारी, अतिश्रमामुळे अपत्यांना ममत्व देण्याच्या शारीरिक-मानसिक स्थितीत नसणारी, वेळप्रसंगी परिस्थितीचा राग मुलांवर काढणारी अशी घडत गेली. तिला व तिच्या मुलांना सावरणाऱ्या जुन्या काळातील तिच्या आई, मावश्या, बहिणी आपापल्या पतीकुटुंबात अडकल्यामुळे पिता असूनही मुलांचेही प्रश्न मातेबरोबर हळूहळू उभे राहू लागले, ते अगदी आजच्या माता-पिता नोकरीला जाण्याच्या काळात घरात एकाकी, असुरक्षित आणि टीव्हीसमोर वाढणाऱ्या बालकांपर्यंत!

एकूणच पितृप्राधान्य असणाऱ्या कुटुंबातील 'बालक-प्राधान्य' कधीचेच लयास गेलेले आज आपण पाहत आहोत. कुटुंबामध्ये पति-पत्नीच्या मतभेदाचा, भांडणाचा प्रश्न असो, कुटुंबाच्या इस्टेटीचा प्रश्न असो, आई-वडिलांच्या महत्त्वाकांक्षेचा, करिअरचा प्रश्न असो, आईला बेघर करण्याचा प्रश्न असो, इथे मुलांचा कुठेच विचार नाही (क्वचित असणाऱ्या आदर्श कुटुंबाचा अपवाद वगळता). कुटुंब\घर हे जणू अपत्यांकरता नाहीच. स्त्री-पुरुषांनी लग्न करून-सवरून ते जमले-टिकले

तर मग त्यामध्ये मुलांना राहायला द्यायचा विचार आहे. 'अपत्यांसाठी तत्काळ नि पहिला निवारा' या निसर्ग-मूल्याची जाणीवच आपल्यामध्ये आता उरलेली दिसत नाही. पाळणाघरे, अनाथाश्रम, रिमांड होम्स ही अभिमानाची केंद्रे बनून, त्यांना देणग्या देऊन ती व्यवस्था मजबूत करण्यात आपण मग्न आहोत.

म्हणून इथे पहिल्याप्रथम एक सत्य मान्य करून पुढे गेले पाहिजे, की विवाह हा 'पुरुषाचे पितृत्व' निश्चित करण्यासाठी आणला गेलेला फक्त एक उपाय आहे. ती काही स्त्रीला स्वास्थ्य-सुरक्षा व मदत देण्याची आणि बालकाला पिता मिळवून देण्याची सोय नव्हे. याचा अर्थ असा की 'पुरुषापासून मूल होते' हे समजल्यावर निसर्गाने बेतून दिलेले 'माता-मूल' नाते, मानवाकडून संकुचित केले गेले, त्याचे महत्त्व 'पितृत्वा'च्या महत्त्वापुढे गौण ठरवले गेले. किंबहुना त्या नात्याला तोडण्याचा प्रयत्न खूप सहज शक्य झाला. जर कुटुंबातच मुलांचा विचार नाही, तर तो समाजात कुठून येणार? म्हणून मुलांसाठी जाणीवपूर्वक बनवलेली क्रीडांगणे नाहीत, शाळा पुरेशा नाहीत वा वर्गात बसायला जागा नाही, प्रवासाची सुरक्षित साधने नाहीत, आरोग्य वा स्वच्छतेच्या सुविधा नाहीत आणि मुलांसाठी जे काही आहे ते चिंताजनक आहे. म्हणजे शाळेत पक्षपात आहे, वर्गात त्यांची फजिती करण्याची वृत्ती शिक्षकांत आहे, अपमानास्पद शिक्षा आहेत, त्यांच्याप्रति निष्काळजीपणा आहे, असुरक्षितता आहे, त्यांच्या मनोरंजनाची माध्यमे हिंसक आहेत, बालकांचे अपहरण आहे, खंडणीसाठी किंवा अंधश्रद्धेने होणाऱ्या त्यांच्या हत्या आहेत. त्यांचे गुन्हेगारीकरण आहे, लैंगिक शोषण आहे. हे सर्वसाधारण सर्वच गरीब-श्रीमंत, सुशिक्षित-अशिक्षित वर्गातील मुलांसंबंधीचे वास्तव आहे.

या अशा आजारी वास्तवात वाढणाऱ्या बालकांपासून ते तरुणांपर्यंतच्या आयुष्यात त्यामुळे आज मानसिक प्रक्षोभ आणि निष्ठुरता ही स्वाभाविक प्रवृत्ती झालेली आहे. त्यातून वाढलेली हिंसक, अस्थिर वृत्ती आणि बलात्कारापासून ते दहशतवादापर्यंतचे सर्व प्रश्न मानवी समाजात उभे ठाकलेले आपण पाहतो. ही आजची गोष्ट नाही, हे दुष्परिणाम गेले काही हजार वर्षे रुजले जाऊन, ते भोगत आणि त्यावर स्त्री व बालक आधारकेंद्राद्वारे वरवरचे उपाय योजत, आपण आज इथवर आलेलो आहोत. मातृकुळातील आजी, आई, मावश्यांच्या साखळीजन्य ममत्वाला माणूस पारखा झाल्याचे हे पहिले थेट परिणाम म्हणावे लागतात, जे आज आपल्या लक्षात येणेसुद्धा अवघड झालेले आहे. इथे असेही लक्षात येते की

ज्या ज्या समाजात किंवा संस्कृतीत स्त्रीची ससेहोलपट आहे, तिथल्या बालकांचे प्रश्न अधिक गंभीर आहेत आणि म्हणूनच ते ते सर्व समाज अस्वस्थ आणि अशांत दिसतात. आजचा अतिरेकी टोळ्यांचा समाज हा असाच अस्वस्थ व हिंसक दिसतो.

म्हणून 'माता-मूल' हे निव्वळ नैसर्गिक जवळकीचे नातेच नाही, तर तो एक 'एकत्र' विचार आहे. तो विचार एकमेकांपासून वेगळा होत नाही आणि तो विचार एकमेकांपासून वेगळा न करणे हीच खरी संस्कृती आहे. माता व मूल यांच्या शारीरिक जोडणीतून त्या दोघांचे जीवन आणि भविष्य एकमेकांशी जोडलेले असते. याबाबत डॉ. नॉर्मन डोईज आपल्या *दि ब्रेन दॅट चेंजेस इटसेल्फ* या पुस्तकात नोंदवतात, ''अर्भकाच्या मातेच्या शब्दांचा नाद, तिचा आवाज, हे अर्भकाच्या मेंदूच्या उजव्या भागात स्वीकारले (रिसीव्ह) जाऊन, पुढे ते अर्थरूपात प्रोसेस होत असते. मातेच्या मेंदूच्या उजव्या भागाद्वारे अर्भकाच्या मेंदूचा उजवा अर्धा भाग हा अशा रीतीने विकसित होताना, शब्दाचे अर्थ जरी अर्भकाला समजले नाहीत, तरी मातेचे सूर, तिच्या चेहऱ्यावरील भाव आणि तिचे हावभाव यावरून निःशब्द भावना जाणण्याचा मेंदूचा विकास अर्भकाच्या जन्मानंतर पहिल्या १६ ते १८ महिन्यांत होत असतो.'' डॉ. डोईज पुढे म्हणतात, ''ज्या बालकाला तान्ह्या वयातच माता गमवावी लागते, त्याच्यामध्ये निःशब्द भावना ओळखण्याच्या व हाताळण्याच्या कौशल्याचा कायम अभाव राहतो. त्यामुळे तरुणपणात दुसऱ्या व्यक्तीच्या भावनेशी जोडून घेण्यात, ते बालक आपल्या आयुष्यात अपयशी ठरते.'' दुसऱ्या महायुद्धात, रेने स्पित्झ या संशोधकाने दोन प्रकारच्या अर्भकांचा अभ्यास केला. मातांबरोबर तुरुंगात असणारी अर्भके आणि माता गमावलेली अर्भके, जी अनोळखी आयांच्या देखरेखीखाली वाढत होती. तो म्हणतो, ''मातेशिवाय असणारी ही मुले बौद्धिक विकासात कमी पडत जातात. ती मागेपुढे अस्वस्थपणे झुलत राहतात, हाताच्या निरर्थक हालचाली करतात. आजूबाजूला त्यांच्याशी बोलणाऱ्या व्यक्तींना ती कोणताही प्रतिसाद देत नाहीत. त्यांच्या नजरेत काहीतरी गमावल्याचे मोठे दुःख भरलेले असते.''

या संशोधनाच्या पार्श्वभूमीवर तपासल्यास, स्त्रीचे तान्हे मूल तिला शिक्षा म्हणून पतीने आपल्या ताब्यात ठेवणे, हा तर अगदी स्त्री-छळाचा आपल्या देशातील लोकप्रिय प्रकार आहे. एरवीसुद्धा मातेचा अपमान किंवा तिला

डोळ्यादेखत मारहाण पाहावी लागणारी बालके कोणत्या परिणामांसह तरुण वयात प्रवेश करीत असतील याची कल्पना येते. मातेच्या सान्निध्यात तिच्या विनाअट (unconditional) प्रेमाबरोबरच तिचा स्पर्शसुद्धा बालकांचा विकास घडवणारा असतो. याबाबत डॉ. थेरेसा क्रेन्शाव म्हणतात, ''मातेने बालकाला जवळ घेऊन कुरवाळण्यामुळे एन्डॉर्फिन हे हार्मोन बालकाच्या मेंदूकडून रक्तात सोडले जाते, ज्याचा उपयोग बाळाचे कोणतेही दुःख व भीती शमवण्यासाठी होत असतो. मातेच्या स्पर्शातून बालकाच्या आत्मविश्वासाची सुरुवात असते. त्याचप्रमाणे या स्पर्शाने बालकामधील ऑक्सिटोसिन या ममत्वाच्या हार्मोनची पातळी वाढते. बालकाच्या बाबतीत 'प्रेमाचा स्पर्श' ही त्याला माणूस म्हणून घडवणारी त्याच्या आयुष्यातील पहिली घटना असते. परंतु या स्पर्शाच्या उणिवेमुळे बालकाच्या व्यक्तिमत्त्वामध्ये अनेक त्रुटी राहतात.'' म्हणून या स्पर्शाला (Touch) डॉ. क्रेन्शाव 'टी टॉनिक' संबोधतात. एखादे बालक जन्मतःच सोडून दिले गेले आणि ममत्वाच्या स्पर्शापासून कायम अनभिज्ञ राहिले, तर त्याचा परिणाम त्याच्या मेंदूच्या काही पेशी नष्ट होण्यामध्ये होतो, असेही डॉ. क्रेन्शाव नोंदवतात. यावरून माता-मूल सान्निध्याचे महत्त्व लक्षात येते.

हे प्रेम, हा हळुवार स्पर्श गमावलेल्या भटक्या, बेघर, अनाथ बालकांना, त्यांच्या व्यथा, वेदना, अपमान व्यक्त करता याव्यात असे जवळचे कोणीही नसते. मनाच्या आतून असणारा एकटेपणा त्यांना आयुष्यभर छळत राहतो. बालपणीच मातेअभावी आत्मविश्वास निर्माण न झाल्यामुळे त्यांना महत्त्वाकांक्षा नसते, कोणतीही मोठी स्वप्ने नसतात. अन्य सुखवस्तू बालकांच्या तुलनेत अशा अनैसर्गिक संस्कारांत वाढलेल्या बालकांतून निर्माण झालेले स्त्री-पुरुष हे मानसिक, बौद्धिक, आर्थिक विकासात कायम मागे असतात. किंबहुना, मातेच्या किंवा तत्सम ममत्वाच्या व्यक्तीअभावी प्रेमभावनेची संवेदना गमावलेले हे तरुण अस्वस्थ राहून, ते समाजकंटकांच्या हाती पडल्यास, हिंसक किंवा विकृत निपजण्याचा संभव वाढतो. साहजिक सामाजिक स्वास्थ्य आणि सुरक्षितता यासंबंधीचे प्रश्न समाजात उभे राहतात.

याचा अर्थ प्रगल्भ, दर्जेदार, सकारात्मक स्त्री-पुरुषांच्या जडणघडणीसाठी बालक-बीजाची निकोप जोपासना महत्त्वाची आहे. बीजाच्या रुजण्यात 'माती'चे जितके महत्त्व असते, तितकेच बालकांच्या 'माते'चे महत्त्व आपण मानवी जीवनात

प्रस्थापित करायला हवे आहे. माता-पिता दोघेही बालकाला प्राप्त झाल्यास उत्तमच, पण किमान बालकाला माता लाभणे हा तर त्याचा जन्मसिद्ध हक्क आहे. बाप माहीत नाही, म्हणून जी मुले पितृव्यवस्थेने अनौरस ठरवलेली आहेत, त्या सर्वांना आईबरोबर सन्मानाने जगता येण्यास आपण प्राधान्य दिले पाहिजे. संबंधित बाप त्याची काळजी घेत नसेल, तर त्या बालकाचा खर्च तरी किमान त्या बापाने देणे त्यास बंधनकारक केले गेले पाहिजे. हा खर्च न दिला गेल्यास तो दखलपात्र गुन्हा ठरवला जाऊन त्या बापावर फौजदारी कारवाईची तरतूद पाहिजे. बालकावरील कोणताही अन्याय हा अशा प्रकारे गंभीरपणेच घेतला गेला पाहिजे.

पुरुष घरातील आई-मुलांचा स्वतःच्या वर्तनाने वा व्यसनाने छळ करत असेल, तर अशा पुरुषांना घराबाहेर वेगळ्या संस्थेत दाखल केले गेले पाहिजे. जी माता कष्ट करून आपल्या तुटपुंज्या वेतनात मुलांचे पोषण-शिक्षण करत असते, तिला पतीकडून धोका असल्याच्या सबबीखाली घराबाहेर काढून चालवली जाणारी महिला आधार केंद्रे म्हणजे बालकविरोधी आणि पुरुषधार्जिण्या उपाययोजना आहेत आणि त्या रद्द झाल्या पाहिजेत. त्याऐवजी जो कुटुंबीयांचा छळ करतो, त्या पुरुषासाठी सुधारकेंद्रे हवीत. मातांना अपत्यांपासून दूर करणारी ही शासनपुरस्कृत महिला केंद्रे, पुरुषाचा बेजबाबदारपणा वाढवणारी आणि मातेविना राहणाऱ्या त्यांच्या बालकांना पित्याच्या भीतीमुळे घरातून पळवून लावणारी आहेत. ज्यातून गुन्हेगारीचे चक्र नव्या जोमाने फिरतच राहते. आज बालकांवरच उलटणारे जे जे कायदे, संस्था, परंपरा अस्तित्वात असतील, त्यावर त्वरित बंदी आणली गेली पाहिजे. अपवादात्मक शारीरिक-मानसिक गंभीर आजार असणारी माता वगळता वयाच्या पंधरा वर्षांपर्यंत मुलगे आणि मुली मातेबरोबरच राहतील, असा निःसंदिग्ध कायदा व्हायला पाहिजे. पुरुषाच्या कोणत्याही व्यक्तिगत फायद्यासाठी मातेचे सान्निध्य, तिचा सहवास आणि तिच्या प्रेमापासून अपत्यांना दूर करणे हासुद्धा दखलपात्र गुन्हा ठरवला गेला पाहिजे. ज्या बालकांनी अपघातात किंवा आजारपणात पिता गमावलेला आहे किंवा पित्याने ज्यांना झिडकारले आहे, अशा 'मदर-ओन्ली-फॅमिलीज'साठी समाजाने आणि सरकारने त्या कुटुंबातील बालकांना अन्न-वस्त्र, शिक्षणापासून सर्व सुविधा सहजपणे मिळू देण्याचा संवेदनशील प्रयत्न केला पाहिजे.

अनावश्यक मुले जन्माला येऊ न देणे, हा जन्मलेल्या मुलांना दिलेला पहिला

न्याय होईल. यातून बालकप्रधान व्यवस्थेचा जाहीरनामा खालीलप्रमाणे मांडता येईल.

- बालकाचा मातृसान्निध्याचा अधिकार कायदेशीर व्हावा.
- बालकाच्या उत्कृष्ट विकासासाठी जनन नियंत्रण हवे.
- बालकाला तातडीची व दर्जेदार वैद्यकीय सेवा मिळायला हवी.
- बालकाची पहिलीपर्यंतची शाळा त्याच्या राहत्या ठिकाणी वस्तीतच हवी.
- पंधरा वर्षांपर्यंतच्या मुला-मुलींसाठी स्वतंत्र वाहतूक व्यवस्था हवी.
- मुलांना मारहाण हा दखलपात्र गुन्हा समजला जावा.
- माता-पित्याच्या वेगळे होण्याच्या निर्णयात मुलांचा ताबा पंधरा वर्षांपर्यंत आईकडे असण्याचा आणि बापाने बाहेरून आर्थिक आधार देण्याचा निःसंदिग्ध कायदा हवा.
- मुलांचा अपमान, त्यांना देण्यात येणारी छळात्मक वागणूक याबाबत स्वतंत्र न्यायालये राखून कडक शिक्षा आणि तिची अंमलबजावणी त्वरित हवी.

भारतात घडलेली एक दुर्दैवी घटना या विषयासंदर्भात बोलकी आहे. गुवाहाटीमध्ये राहणाऱ्या एका शाळकरी मुलीचा तिच्या सावत्र बापाने केलेला छळ, तिला कोंडून केलेली मारहाण आणि तिचे लैंगिक शोषण आणि त्यात सख्ख्या आईचा कोणताही न मिळालेला आधार, यामुळे ती मुलगी चौदा-पंधराव्या वर्षीच घरातून कोणा एका ड्रायव्हर पुरुषाचा आधार घेऊन पळून गेली. आई-वडिलांचे प्रेम न अनुभवलेली ही मुलगी, स्वतःला जगवण्यासाठी आधार आणि पैसा घराबाहेर शोधत राहिली. पैशांकरता अनेक पुरुषांशी ती संबंध ठेवून राहिली. त्यातून वर्षाच्या अंतराने तिला लहान वयात झालेल्या दोन मुलांना नाइलाजाने पुनश्च आपल्या आई व सावत्र बापाकडे ठेवून ती खर्चाच्या विवंचनेत घराबाहेर पडली. ताटातूट झालेल्या या माय-लेकरांमध्ये प्रेम-ममत्वाचे बंध पुढे कधी निर्माण झालेच नाहीत. उलट भक्कम आर्थिक आधारासाठी पुरुष बदलणाऱ्या आईबद्दल तिच्या मुलांमध्ये तिच्याबद्दल अविश्वास आणि तिरस्कार निर्माण झाला. माता-मुलांमधील संबंध इतके निष्प्रेम व संशयास्पद होत गेले, की त्याचे पर्यवसान अखेर स्वतःच्या मुलीला मातेने जीवानिशी मारण्यामध्ये झाले. या घटनाक्रमाने हादरलेला संपूर्ण भारतीय समाज तिचा दुष्ट माता म्हणून निषेध करीत आहे, कारण तेच फार सोपे आहे, पण या मातेला स्वतःच्या बालिकावस्थेत जो छळाचा नि असुरक्षिततेचा

प्रवास एकटेपणाने करावा लागला, त्याकडे संवेदनशील होऊन पाहिल्यास, स्वतःच्या आईचे हक्काचे प्रेम व सहवास न मिळाल्यामुळे मुलगे जसे गैरमार्गाकडे, व्यसनाकडे सहज वळू शकतात, तशी एखाद्या मुलीचीही संवेदनहीन, निष्ठुर माता बनू शकते आणि त्यातून तिची पुढील पिढीसुद्धा बरबाद कशी होते, हे जर जाणता आले, तर प्रश्न सोडवण्याचा मार्ग त्यातून दिसणार आहे.

या स्थितीला स्त्री किंवा पुरुष मूलतः जबाबदार नाहीत, तर त्यांना चुकीच्या नैतिक मूल्यांतून वाढवणारी ही व्यवस्था जबाबदार आहे. पण ती व्यवस्था पुढे नेणारे व व्यवस्थेच्या सोयीचे कायदे करणारे स्त्री-पुरुषच तर आहेत. स्त्रीने किंवा पुरुषाने पालक म्हणून अपत्यांना समजून न घेणे, त्यांच्याकडे दुर्लक्ष करणे किंवा त्यांचा छळ करणे हे बालपणात त्या पालकांना त्यांच्या पालकांकडून व समाजाकडून काय वागणूक मिळालेली आहे, त्यावर बहुतांशी अवलंबून असते. थोडक्यात स्त्री-पुरुषांचे व्यक्तिमत्त्व, वर्तन-वृत्ती या सर्वांचे मूळ त्यांच्या बालपणात गुंतलेले असते. म्हणून मानवी बाल्यास अधिक महत्त्व देण्याची पावले जर आपण वेळीच उचलली नाहीत, तर समाजातील दुर्दैवी घटना निव्वळ कायदे आणि चर्चा करून टळणार नाहीत. आपण पुरुषप्रधान व्यवस्थेचा एक प्रयोग गेली सुमारे चार हजार वर्षे करून पाहिला, पण तो करताना बालकांची हेळसांड आणि माता-मूल नात्याच्या झालेल्या हानीमुळे आपल्या जीवनातील नैतिक स्थिती मात्र रसातळाला गेली. आज यामधून जर आपल्याला सावरायचे असेल, तर त्याकरता यापुढे स्त्री-प्रधान नाही वा पुरुष-प्रधान नाही, बालक-प्रधान व्यवस्थेच्या दिशेने प्रयत्न करत राहणे अत्यावश्यक असून, या भूमिकेतूनच स्त्री व पुरुषांचेही प्रश्न सुटणे शक्य आहे.

◆◆◆

बॉयकोड... पुरुष घडवताना

मुलांचा प्रॉब्लेम हा की 'ते मुलगे आहेत', असे एका युरोपियन सायकॉलॉजीस्टने म्हटलेले आहे. "मुलग्यांबाबतचा भ्रम म्हणजे, ही पोरे टारगट, खोडकर, आडदांड असतात. ती पळापळ करणारी असतात. मोठ्याने आरडाओरडा करतातच किंवा करणारच. एखादे कुत्रे त्यांच्या सोबत असणार, ते सायकली दामटणार, अनेक धोके पत्करणार, हाराकिरी करणार, आणि हे सर्व ते करणारच. कारण ते मुलगे आहेत. मग या समजुतीतून वाढलेले मुलगे स्वतःविषयीच्या कल्पनेने अतिभारावलेले असतात. जीवावर बेतणारी धाडसी साहसे, त्याचबरोबर बाईक, मोटारगाड्या, सेक्स वगैरेचे आकर्षण बाळगून; वरून आपण थंड, निर्विकार असल्याचे दाखवणे म्हणजे 'टफ-पुरुष' असे त्यांना वाटू लागते. त्यातून मग तो मुलगा नियम मोडणारा, शिक्षकांच्या मागे त्यांची टर उडवणारा, कुटुंबापेक्षा टवाळ मित्रांना जवळ करणारा, असा घडत जातो." असे सुप्रसिद्ध अमेरिकी सायकॉलॉजीस्ट डॉ. विल्यम पोलाक यांचे म्हणणे आहे. आपल्या *रिअल बॉईज* या पुस्तकात मुलांविषयीच्या समाजाच्या अपेक्षा आणि त्यातून 'घडलेले'मुलगे याची सांगड घालताना ते वरील भाष्य करतात. मुलांविषयीच्या समाजाच्या अवास्तव आणि अतार्किक अपेक्षांचा एक बोजा घेऊन मुलगे वाढत असतात, आणि अवाजवी मर्दानगीच्या कल्पनेमुळे पुरुषांमधील संवेदनशीलतेची घुसमट होत राहते, असे

डॉ.पोलाक म्हणतात. डॉ. डॅन किंडलन आपल्या *रेजिंग केन* या पुस्तकात याला दुजोरा देताना म्हणतात, 'ते काय मुलगेच आहेत', अशी विधाने करून मुलांचे विध्वंसक आणि उद्वेगजनक वर्तन क्षम्य करण्याचे काहीच कारण नाही. मुलगे त्यांच्या जीवनसंघर्षाला तोंड देताना पुरुष-पद्धतीचा वापर करतात एवढेच त्यांना प्रेम, आधार व मार्गदर्शन करताना लक्षात ठेवायचे आहे. मुलांना चांगला माणूस व्हायचे असते. म्हणून 'मुलगाच तो' अशा शेरेबाजीने त्याला चांगला होण्यापासून मागे खेचू नका,' असे ते म्हणतात. पुरुष कसा असावा, त्याने कसे वागावे याबाबत समाजात संभ्रम आहे. त्यांना दांडगटपणे वाढवले पाहिजे असे ठरवून पिढ्यान्‌पिढ्या मुलग्यांना वाढवले गेल्यामुळे तो जणू एक अलिखित 'बॉयकोड'(मुलग्यांसाठीची वर्तन-संहिता) बनून गेलेला आहे.

अशा या 'बॉयकोड'ने मानवी जीवनात प्रवेश केव्हा केला असावा, हे समजण्यासाठी आपल्याला अतिप्राचीन समाजव्यवस्थेवर थोडा दृष्टिक्षेप टाकावा लागतो. पितृत्व अनेक शतके मानवी जीवनात अज्ञात असल्यामुळे प्रथमतः मातृगण संस्कृती जगभर होती, हे आता मान्य झालेले संशोधन आहे. मातृगणामध्ये एकीकडे मातांबरोबर राहणारे मुलगे आणि दुसरीकडे या गणव्यवस्थेला झुगारणारे आणि गणाबाहेर स्वच्छंदी, स्वैर, साहसी जीवन, स्वतंत्र टोळ्या निर्माण करून जगण्याची आवड असणारे मुलगे म्हणजेच पुरुष, असा हा पुरुषवर्ग दोन गटांत विभागलेला दिसतो. पण स्त्रीवर्गात कुटुंब हवे असणाऱ्या स्त्रियांचे 'गण' आणि मूल व कुटुंब नको असणाऱ्या स्त्रियांच्या स्वैर, भटक्या टोळ्या असे दोन तट असल्याचे कोणतेच उल्लेख जगातील प्राचीन वाङ्मयात आपल्याला कोणत्याच काळात आढळत नाहीत. स्त्री नेहमीच कोणत्या ना कोणत्या निवाऱ्याशी जोडलेली असते. स्त्री व पुरुष यांच्यामध्ये हा फरक असण्याचे कारण म्हणजे, 'मातृत्व संवेदना' हा एक स्त्रियांना उपजत प्राप्त असणारा गुणधर्म आहे. त्यानुसार ती जन्मतःच शरीररचना, मेंदूची जडणघडण, हार्मोन पातळ्या, गर्भाशयामधील तरतुदीसह भावी मातृत्वाची लक्षणे घेऊन येते. बालवयात, साधारण बाराव्या वर्षापासून, गर्भाशयात मूल वाढवता येण्याची तिची तयारी निसर्ग पूर्ण करतो. या तयारीचा भाग म्हणून तेव्हापासूनच वेगवेगळे हार्मोन्स स्त्रीमध्ये कार्यरत झालेले असतात. याउलट पुरुषाला 'पितृत्व' माहीत करून घेतल्याशिवाय अपत्यप्रेमाची कोणतीच जाणीव त्याच्या मनात वाढीच्या वयातही निर्माण होत नाही.

पुरुषाला जैविक पितृत्व ज्ञात झाल्यानंतर रानटी जीवनातील टोळीग्रस्त पुरुषाचा हिंस्रपणा, क्रौर्य कमी करण्यासाठी त्या काळातील जमातींना पुरुषांवर पितृत्वाचे संस्कार करण्यासाठी कोणते व किती प्रयास पडले, त्याची उदाहरणे संशोधक मलीनोव्हास्की आपल्या द *सेक्शुअल लाईफ ऑफ सॅव्हेजेस* या पुस्तकातून देतो. नांगरतंत्रानंतरच्या मानवी जीवनाचा पहिला कालखंड हा अशा प्रकारे पुरुषावर पितृत्वाचे संस्कार करण्यात गेला असेल, पण नंतरच्या पिढीत जन्म घेणारे मुलगे पुढे पितृत्व स्वीकारणार आहेत, हे समजून पित्याचे ममत्व आणि त्याचे कणखर पुरुषत्व याचा कुठेतरी मेळ घालण्याचे प्रयत्न तत्काळात मुलांबाबत सुरू झाले असावेत. शिकार व शत्रुसंघर्ष ही कामगिरी पूर्वीप्रमाणे पुरुषाला करता यावी म्हणून त्याचा कणखरपणा, धाडस व साहसीपणा जपणे हे मानवी संस्कृतीसाठी महत्त्वाचे होते, पण त्याचबरोबर तो जबाबदार, प्रेमळ पिता म्हणूनही हवाच होता. अर्थात या दोन्हीचा मेळ घालण्याचा मानवी संस्कृतीचा प्रयत्न म्हणजेच 'बॉयकोड'! परंतु प्रत्यक्षात हा 'बॉयकोड' प्रेमळ पितृत्वाकडे कमी झुकलेला आणि अवाजवी मर्दानगीवर जास्त भर देणारा असा होत गेला, अशी तक्रार डॉ. पोलाक करत आहेत.

मानवी जीवनाच्या बौद्धिक, भौतिक प्रगतीनुसार बदलताना स्त्री-पुरुषांना स्वतःची वर्तनमूल्ये बदलावी लागली. त्यातही टोळीप्रिय पुरुषामध्ये 'माणूस' म्हणून करावे लागणारे बदल हे विशेष प्रयत्नाने घडवावे लागले आणि आजही ती गरज कायम आहे. त्या तुलनेत मानवी जीवनाच्या संवर्धनाशी जिची शारीरिकता जोडलेली आहे, अशा स्त्रीमध्ये भौतिक बदलांनुसार होणारे मानसिक बदल हे त्या मानवी-संवर्धन, संगोपनाला जोडून होत राहिले. म्हणून, शेकडो शतकानुशतके स्त्री बदलत गेली असली, तरी आजही आपल्या अपत्याला समर्पित असते. पण अपत्याचा पितृ-सहवास हा त्या अपत्यासाठी आणि पुरुषासाठी किती उपयुक्त आहे, हे पुरुषावर ठसवण्याचा प्रयत्न आजदेखील इतक्या शतकांनंतर करावा लागत आहे. शेवटी पितृ-भावना ही पुरुषाला 'मनुष्यत्वाकडे' नेणारी एक आशा आहे. ती भावना त्याच्या सहृदय व्यक्तिमत्त्वाचा एक हिस्सा व्हावा, असा प्रयत्न हवा. माणसाचे हे व्यक्तिमत्त्व घडवण्यात हार्मोन्सचा मोठा वाटा असतो. स्त्री-पुरुषातील टेस्टोस्टेरॉन हे हार्मोन दोघांना एकूण ऊर्जा देणारे हार्मोन आहे. ही ऊर्जा बाहेर पडताना धाडस, स्पर्धा, महत्त्वाकांक्षा, सत्ताकांक्षा, कणखरपणा,

जोश-उत्साह, आत्मविश्वास, आक्रमकता, अहंकार, ईर्षा, विजयाची भावना, सूडभावना, आव्हानप्रवृत्ती, बेपर्वाई, उतावीळता अशी विविध रूपे धारण करते. पुरुष ही विविध रूपे स्त्रीच्या तुलनेत जास्त वेळा आणि तीव्रतेने दाखवतो, कारण त्याच्यामध्ये टेस्टोस्टेरॉन हार्मोन स्त्रीपेक्षा बऱ्याच प्रमाणात जास्त असते.

याचा अर्थ बॉयकोड ठरवताना मुलाच्या शरीरघटनेनुसार असणारे मूळ पुरुषी-गुणधर्म हे त्याच्या 'बॅकग्राउंड'ला राहणारच आहेत (जसे, मुलीमागे मातृ-धर्माचे गुणधर्म असतात.) हे पहिल्याप्रथम लक्षात घ्यावे लागेल. अर्थात पुरुषांमधील आक्रमकता पूर्णतः जाईल अशी अपेक्षा व्यर्थ आहे. त्याच बरोबर पुरुषी-कणखरता किंवा त्याचे धाडस, हे संकटाचा सामना करण्यासाठी मानवी जीवनात उपयुक्तही आहे. म्हणून मग पुरुषांमधील ही आक्रमकता नियंत्रणात कशी राहील, ही बॉयकोडची महत्त्वाची जबाबदारी ठरते. याकरता मुलाचा आक्रमकपणा एका बाजूला वाढणार नाही, असे भोवतालचे वातावरण व संस्कार हवेत आणि दुसरीकडे किमान आक्रमकता व साहसी कृत्ये करण्याचा प्रयत्न तो करणारच आहे, हे समाजाने गृहीत धरावे लागेल.

मग त्याच्या अशा साहसाच्या परिणामांची त्याला जाणीव करून देऊन, त्या ऊर्जेला त्याला बाहेर टाकता येईल, अशा सुरक्षित शारीरिक साहसी कसरती, सर्व प्रकारचे मैदानी खेळ, जिमपार्कचा नियमित वापर, एरोबिक्स व्यायाम पद्धती, तालबद्ध नृत्य-वाद्य शिक्षणाला प्रोत्साहन, कुस्तीस्पर्धांना वाव, बॉक्सिंगचा सराव वगैरेमध्ये मुलांच्या शारीरिक ऊर्जेला गुंतवणे आवश्यक आहे. जेव्हा मुलांना मैदाने उपलब्ध नसतात किंवा पालक त्यांना तिथे आवर्जून नेत नाहीत, तेव्हा मुलगे घरात काही मोडतोड करून, त्रागा करून किंवा शेजारी मित्रांशी मारामाऱ्या करून ती ऊर्जा बाहेर टाकू पाहतात. डॉ. किंडलन म्हणतात, 'मुलांना हिंमत म्हणजे काय, असा प्रश्न विचारला, तर ते शौर्याच्या गोष्टी बोलू लागतात. आपल्यापेक्षा शरीराने अवजड असणाऱ्या व्यक्तीची भीती न बाळगता त्याला जमीन दाखवता येणे म्हणजे 'हिंमत', अशी व्याख्या लोकप्रिय चित्रपटातून दाखवली जात असते. ज्याला कधी कुणाचे भयच नाही तो हिंमतबाज, अशी मुलांची समजूत असते आणि तसे होण्याचा ते प्रयत्न करीत राहतात,' असे निरीक्षण डॉ. किंडलन नोंदवतात. 'हिंमत' शब्दाला इंग्रजीत 'करेज' असा शब्द आहे. त्याबाबत मार्क ट्वेन हा विचारवंत म्हणतो, 'करेज म्हणजे भीतीशी सामना करण्याची क्षमता, करेज म्हणजे भीतीवर

मात करता येणे. पण 'करेज असणे' म्हणजे 'भीतीच नसणे', ही समजूत चुकीची आहे.' स्वतःला हिंमतबाज समजणारेसुद्धा मनातून घाबरत असतात. हे आपल्या मुलांना सांगण्याची गरज आहे.

द *जेनेटिकल* हँड या पुस्तकाचे ऑस्ट्रेलियन लेखक डॉ. क्रेग हेसल म्हणतात, 'आपले भोवताल, अनुभव, आठवणी हे आपल्या जीन्सच्या व्यक्त (एक्स्प्रेस) होण्यावर परिणाम करत असतात आणि त्यातून न्युरोट्रान्समीटरचे निर्माण होत राहते. न्युरोट्रान्समीटर ही केमिकल्स आहेत, ज्याद्वारे ब्रेन-सेल्स (न्युरोन्स) एकमेकांशी संवाद-संपर्क करतात. गर्भाशयातील घडामोडी, जन्मानंतरचे संगोपन, जीवनातील बऱ्या-वाईट घटना यामुळे या न्युरोट्रान्समीटरमध्ये बदल होत असतात. मेंदूच्या ज्या अमिग्दल भागातून मानवी भावनांचे नियंत्रण होत असते, तो 'ओव्हर स्टिम्यूलेट' झाल्यास त्याचा मेंदूमधील आकार वाढतो,' असे डॉ. हेसल म्हणतात. ते इथे महत्त्वाचे अशासाठी, की बालपणी ओढवणारी बरी-वाईट परिस्थिती आणि त्या परिस्थितीत बालकावर होणाऱ्या संगोपन-संस्काराचे सातत्य, हे दोन्ही ज्या अर्थी व्यक्तीच्या न्युरोट्रान्समीटरमध्ये बदल आणून जीन्सचे कोडिंग व मेंदूमध्ये काही दूरगामी आणि मूलगामी फरक घडवू शकतात, त्या अर्थी बालमनावर होणारे संस्काराचे व परिस्थितीचे परिणाम पूर्ण दुर्लक्षण्याइतकेही कमी महत्त्वाचे नाहीत, हे लक्षात येते. थोडक्यात पुरुषातील अंगभूत आक्रमकता कमी पातळीवर राहण्यासाठी, त्याचे संगोपन 'मुलगा' म्हणून कठोरतेने आणि बेफिकीरीने न होता, ते जाणीवपूर्वक ममतेच्या संस्कारातून सातत्याने व्हायला पाहिजेत, असा त्याचा अर्थ आहे आणि 'बॉयकोड'कडून ती अपेक्षा आहे.

मुलांना 'पुरुष' होण्याचा ध्यास, तसा मुलगे वयाने २-३ वर्षांचे झाल्यापासूनच असतो. मुलाने दंगा-मस्ती करणे, उंचावरून साहसी उड्या मारणे, मोडतोड करणे याचे माता-पिता, आजी-आजोबा यांच्याकडून 'तो मुलगा' म्हणून सर्वदेखत कौतुक होत असते आणि या त्यांच्या पाठिंब्यामुळे लहान मुलगे असा आडदांडपणा अजाणतेपणी सातत्याने करीत राहतात. त्यातून पुढे त्यांनी आरडाओरडा करणे, उद्धट उत्तरे देणे, वडीलधाऱ्यांना न जुमानणे, स्वतःला सिद्ध करण्याच्या भरात दुसऱ्याला कमी लेखणे, संयम गमावणे, जीवावर बेतणारी धाडसे करणे आणि त्यातून आपल्या ताकदीची प्रौढी मिरवणे अशा चढत्या क्रमाने मुलगा 'पुरुष' म्हणून वाढतो. मुलाला 'अशा प्रकारे' वाढवण्याबाबत डॉ. पोलाक नापसंती व्यक्त

करत आहेत. वास्तविक मुलाने समजूतदार वर्तन दाखवल्यास त्याचे आवर्जून कौतुक होणे आवश्यक आहे. मुलाच्या वेदनेकडे, भीतीकडे दुर्लक्ष केले तर तो 'टफ' बनेल अशीही समजूत आहे. मुलीच्या दुखापतीबाबत धावपळ केली जाते आणि मुलाकडे तितकेसे लक्ष दिले जात नाही. तो रडू लागला, घाबरू लागला तर त्याचे 'हसे' केले जाते. त्याची तुलना मुलीबरोबर केली जाते आणि काही कळण्यापूर्वीच लहान मुलगे आपल्या भावना दडपायला शिकतात, आपले दुखणे, खुपणे लपवू लागतात आणि पुढे 'मर्द' कल्पनेचे खोटे मुखवटे चढवून त्यांना 'पुरुष' व्हावे लागते. मग भविष्यात जिथे त्यांनी हळुवारता दाखवायला पाहिजे, जुळवून घेतले पाहिजे, त्याबाबत त्यांना संकोचाची किंवा वर्चस्वाची भावना ग्रासून राहते. उलट पुरुषाने जिथे-तिथे कठोरता प्रदर्शित करणे, म्हणजेच आदर्श पुरुषत्व असा भ्रम तयार होतो. वास्तविक, मुलांना संवेदनशील होण्यासाठी त्यांच्या ७-८व्या वर्षापासून त्यांना लहान मुले सांभाळण्याचे काम देता येते. जवळच्या वृद्ध लोकांच्या मदतीसाठी त्यांना पाठवता येते, छोट्या घरकामात मदतीला घेता येते, इथे वडिलांची घरकामातील भागीदारी मुलग्यांसाठी फार महत्त्वाची ठरते. पाळीव प्राण्याच्या जोपासनेतूनही मुलग्यांमध्ये जबाबदारीची जाणीव आणि सेवेची आवड, ममत्व निर्माण होत असते.

ममत्व भावनेबाबत अलीकडील काळात बरेच लिहिले गेले आहे. अमेरिकन बायलॉजीस्ट आणि सायकॉलॉजीस्ट डॉ. थेरेसा क्रेन्शावच्या म्हणण्यानुसार, 'ममत्व, संवेदना आणि प्रेमभावना निर्माण करणारे हार्मोन 'ऑक्सिटोसिन' हे असून, दोन व्यक्तींच्या स्पर्शामधून मेंदूला संदेश जाऊन, मेंदूकडून ते रक्तात सोडले जाते. म्हणून जन्मल्यावर मातेचा ममत्वाचा स्पर्श बालकाला मिळणे हे महत्त्वाचे असते. तो जितका जास्त मिळेल, त्यावरून बालकाच्या ऑक्सिटोसिन हार्मोनची भविष्यातील कृतिशीलता ठरते.' याबाबत, डॉ. विल्यम पोलाक म्हणतात, 'माता व तिचे ममत्व हे मुलाच्या जीवनात मुलीच्या जीवनाइतकीच महत्त्वाची कामगिरी बजावत असते. मुलाच्या भावनिक जीवनात सर्वाधिक गुंतलेली त्याच्या आयुष्यातील पहिली स्त्री ही त्याची माता असते. तिच्या प्रेमाने मुलगे दुर्बल होण्याऐवजी, ते प्रेम मुलाला प्रत्यक्षात मानसिक-भावनिक कणखर (strong) करणारे असते. त्याला अवलंबित करण्याऐवजी माता हा मुलासाठी सुरक्षेचा मजबूत पाया असतो, ज्याच्या भरवशावर मुलगे बाहेरील जगाचा शोध

घेण्याचा प्रयत्न करतात. मुलगा हा 'मुली'सारखा होणार नाही, याची काळजी माताच घेते. त्याचे पुरुषत्व, त्याचा मानसन्मान आणि चारित्र्य घडवण्याची क्षमता मातेमध्ये असते, ज्यामुळे स्वतःला पुरुष म्हणून अनुभवताना, मुलाला आत्मविश्वास वाटतो. मात्र तरीही मातेच्या प्रेमाने तो 'मम्माज् बॉय' होईल या भीतीने कुटुंबीय आणि समाज त्याला ६-७ वर्षांपासूनच मातेपासून दूर करण्याचा प्रयत्न करतात, जे अत्यंत अयोग्य आहे,' असे ते म्हणतात. अशा प्रकारे ७ वर्षांपासून ते १४ वर्षांपर्यंत मुलग्यांवर त्यांच्या मातेपासून लादलेले तुटलेपण ही त्यांच्या आयुष्यातील कायमस्वरूपी कमतरता बनून राहते. दुसऱ्याला जोडून घेण्याची, तडजोड करण्याची क्षमता मातेकडून शिकण्याची संधी ते त्या वयात अशा पद्धतीच्या चुकीच्या व पारंपरिक 'बॉयकोड'च्या कल्पनेमुळे गमावून बसतात. त्यातून पुढे आपली माता, बहिणी, मैत्रिणी आणि पत्नी यांच्याकडून होणाऱ्या भावनिक परिपोषणाचे महत्त्व पुरुषाला समजत नाही.

मातेप्रमाणे पित्याचेही मुलांच्या जीवनातील महत्त्व सांगताना, *ब्रिंगिंग अप बॉईज* या पुस्तकाचे लेखक, डॉ.जेम्स डॉब्सन म्हणतात, 'आईचे आणि वडिलांचे महत्त्व मुलाच्या जीवनात वेगवेगळे असते. बालवयात मुला-मुलींना मातेची गरज एकसारखीच असते, तरी माता ही मुलीसाठी आयुष्यभराची स्त्री-प्रतिमा असते. इथे मात्र मुलाला बदलावे लागते. तो त्याला आवश्यक असणारी पुरुष-प्रतिमा वडिलांमध्ये शोधू पाहतो. त्याकरता मुलाबरोबर वडिलांची भावनिक गुंतवणूक खूप महत्त्वाची आहे. म्हणून वडिलांचे वर्तन त्याच्याशी तुटक असता कामा नये. मुलींच्या तुलनेत कुटुंबात दुर्लक्ष होणाऱ्या मुलाला, मातेच्या प्रेमाबरोबर वडिलांचा आधार, संवेदनशीलता, ममत्व मिळणे आवश्यक असते.' याबाबत, डॉ. किंडलन म्हणतात, 'मुलगा ४-५ वर्षांचा झाला की त्याला पित्याबरोबर राहण्याची ओढ निर्माण होते. वडिलांचे निरीक्षण व अनुकरण करायला आवडते. त्यांच्या बरोबर खेळणे, त्यांच्या बरोबरीने काम करणे, ज्यामधून वडिलांची जवळीक त्याला लाभत असते. 'मी तुझ्या बरोबर आहे, मी तुझ्या जवळच आहे' असे वडिलांनी म्हणावे, याकरता मुलगे आसुसलेले असतात. पण शिबिरात आलेल्या प्रौढ पुरुषांनी 'आपल्या वडिलांनी आपल्याला 'आय लव्ह यू' असे म्हटलेले कधीच आठवत नाही , याची खंत व्यक्त केली.' प्रेमळ आणि जबाबदार पिता आणि त्याचप्रमाणे योग्य पुरुष-शिक्षक मुलाला लाभणे, ही यशस्वी 'बॉयकोड'साठीची

पायाभूत गरज आहे.

लहान वयात प्रेम, संवेदना, सौजन्य यापासून अशा पद्धतीने फारकत केले गेलेले मुलगे हे पुरुष म्हणून मधल्या काही सहस्रकात कुटुंब, अर्थ, राजकारण, धर्म, प्रसारमाध्यमे यांच्या सत्तेवर आल्यामुळे, पुरुषाला घडवण्याचे काम गेली अनेक शतके अशी गैर-मानसिकता असणाऱ्या पुरुषांच्या हातात गेलेले आहे. स्त्री-वर्गाकडे त्याची फक्त अंमलबजावणी आली. स्त्री-जातीला अशा पुरुषी धोरणापासून सतत दूर ठेवण्याचा प्रयत्न झाला. 'मातेला मुलापासून तोडणे', ही त्याचीच एक सुरुवात म्हणावी लागेल. तसेच मुलग्यांसमोर समंजस, विचारी पुरुषाची प्रतिमा अभावानेच ठेवली गेली. 'पिता' म्हणून बहुसंख्य पुरुषांची भूमिकासुद्धा मुलग्यांबाबत फारशी सकारात्मक आढळत नाही. 'बॉयकोड'समोरील या अडचणी पुरुषांच्या कायम समस्या बनून राहिल्या. 'बॉयकोड' समाजहिताचा का बनला नाही, त्यामागे अनेक कारणे उत्क्रांतीच्या ओघात आहेतच, परंतु यामध्ये सर्वांत ठळक कारण म्हणजे समाजव्यवस्थेचा पुरुषप्रधान चेहरा, ज्यामध्ये पुरुषाला जन्म देणाऱ्या मातेला काही ठरवण्याचा अधिकारच उरला नाही.

पुरुषपरंपरेच्या प्रभावाखाली तयार झालेल्या पुरुषसंहितेचा प्रचार, समर्थन आणि संस्कार करण्यात ज्यांनी कायम पुढाकार घेतला, त्या प्रसारमाध्यमांवर नेहमी पुरुषांची सत्ता राहिली. धार्मिक पोथ्या, धार्मिक प्रवचने, कीर्तने, काव्ये, कथानके, नाटके अशी पुरुष-लिखित आणि पुरुषांनी केलेल्या हिंसेची, कारस्थानाची महती सांगणारी प्राचीन माध्यमे पुरुषांच्या हातात होती. आजही तीच स्थिती आहे. विशेषतः चित्रपट आणि टीव्हीसारखी माध्यमे, पुरुषाच्या आक्रमक वृत्तीचे सर्वाधिक आणि गौरवशाली प्रदर्शन करताना आढळतात. तेव्हा किशोरवयीन आणि तरुणांमधील टेस्टोस्टेरॉन हार्मोनची पातळी वाढते, मर्दपणा दाखवण्याची ऊर्जा वाढते, आणि असे मुलगे सहजच छळ-प्रवृत्तीकडे, हिंसेकडे ओढले जातात. त्यात पुन्हा मुलगे वयात येता येता, त्यांच्यामध्ये येणाऱ्या सेक्शुअल जाणिवेबाबत त्यांना मार्गदर्शन होण्याची जी गरज आहे, त्याबाबत जबाबदारीने कोणीच काही करणारे नसते आणि ती जाणीव सहजपणे मर्दानगीच्या कल्पनेशी जोडली जाते. मुलाला याबाबत वडिलांकडे मोकळे होता येईल असे त्यांचे नाते घडायला पाहिजे.

त्याशिवाय मुलांच्या हातातील मोबाईल, त्यावर प्रसारित होणाऱ्या पॉर्न फिल्म्स यांनी एकूणच 'बॉयकोड' कधीचाच संपवून, पुरुषसंहितेतील अवास्तव मर्दानगीच्या

कल्पनासुद्धा 'विकृत' केलेल्या दिसत आहेत. रॅगिंग आणि बलात्कारातही मर्दानगी वाटण्याची भावना आहे. मर्दानगीच्या अशा घातक कल्पनेमुळे 'माणूस की पुरुष' अशी चढाओढ असल्याप्रमाणे, पुरुषांचे भावविश्व, त्यांचे मैत्र-नातेसंबंध, वैवाहिक जीवन आणि त्यांचे स्वतःचे जगणेसुद्धा असमाधानकारक आणि अशांत झालेले जाणवते. त्यामध्ये पुरुषसमाजाचे , आणि वैयक्तिक पुरुषाचेसुद्धा सहजपणे लक्षात न येणारे असे प्रचंड नुकसान आहे. मुलाला 'कठोर' करण्याच्या संस्कारामुळे, पुरुषाला आवश्यक असणाऱ्या मनःस्वास्थ्याची जागा ही अतार्किक आव्हाने आणि बदला घेण्याच्या अस्वस्थ मानसिकतेने घेतलेली दिसते. त्यातून एकटेपणा, नैराश्य, व्यसने आणि विकृती याच्या आहारी जाण्याचे पुरुषांचे प्रमाण चिंताजनक आहे आणि अशा रीतीने पुरुषाने मानसिक स्थैर्य गमावल्याचे गंभीर परिणाम हत्या, आत्महत्या आणि सार्वजनिक हिंसेच्या स्वरूपात आजवर कुटुंबव्यवस्थेला, समाजाला आणि मुलग्यांना भोगत राहावे लागलेले आहेत. त्यामुळे स्त्रियांच्या समस्यांवर उपाय शोधण्यातही अपयश आलेले आहे.

डॉ. पोलाक म्हणतात त्याप्रमाणे, बॉयकोडची पुरुषांच्या अतिप्रभावाखालून सुटका करायची असेल आणि त्यातून संस्काराचा समतोल साधायचा असेल, तर पहिल्याप्रथम मुलाला मातेपासून दूर करायचा प्रयत्न होता कामा नये, हे खरेच आहे. पण मातेचा हात सोडून मुलाला बाह्य जगात पाऊल केव्हातरी ठेवावेच लागते, तेव्हा त्या जगातील बऱ्या-वाईट वास्तवावर नियंत्रण कोणाचे असेल? एकतर्फी 'जागतिक महिला दिनाचे' मेळावे भरवून काही साध्य होणारे नाही. जगभर एखाद्या साथीप्रमाणे फैलावत चाललेल्या हिंसा, क्रौर्य आणि विकृती याविरोधात मुलांसाठी 'बॉयकोड'ची आखणी एकसारख्या धोरणाने ठरवण्यासाठी 'जागतिक पुरुष दिन' अस्तित्वात येणे गरजेचे आहे. त्यामागे जागतिक हिताची भावना हवी. अशा बॉयकोडचा विचार होताना मग आपोआप स्त्री-पुरुष संबंध, विवाह, घटस्फोटाचे परिणाम, स्त्रियांची परिस्थिती, अनाथ बालके, गरिबी हे त्यामागील सर्व छुपे प्रश्न ढवळून वर येतील. तसे ते येण्याची गरजही आहे, कारण तरच बॉयकोड वास्तवाला धरून येईल. जागतिक पातळीवर विचार करताना राष्ट्र, धर्म यांच्या सीमा ओलांडून हा विचार जेव्हा सर्व मुलग्यांबाबत करता येईल, तेव्हाच तो 'माणसाचा' विचार म्हणून टिकून राहील. त्याचबरोबर स्थानिक पातळीवर साजरे होणारे आजचे 'पुरुष दिन' हे महिलांविरोधात ओरड करणारे 'फॅड' होण्यापेक्षा मुलग्यांचे प्रश्न कशामुळे

निर्माण होतात, याचे चिंतन करण्यासाठी त्याचा उपयोग झाल्यास, ते अधिक समाजोपयोगी होईल. त्यातून जे सत्य उलगडत जाईल, त्यातून मग स्त्री-पुरुषांनी एकमेकांवर अन्याय करण्याचा प्रश्नसुद्धा टोक गाठणार नाही.

शिवाय स्थानिक पातळीवर पालकांनी मुलांबाबत कोणता दृष्टिकोन ठेवावा, शिक्षकांनी काय भूमिका घ्यावी, चित्रपटांनी कोणती मूल्ये पाळावीत, दूरदर्शनवर काय दाखवू नये आणि शासनाने त्याकरता कोणत्या सोयी व कायदे करावेत वगैरे क्षेत्रांना समज येण्याची गरज आहे. कारण या सर्व क्षेत्रांचा आजवरचा गैरप्रभाव मातांसह सर्वांवर आहे. मुलगा म्हणजे 'आपोआप वाढणारा' घटक नाही, हे लक्षात घेता यायला पाहिजे. पालक, शिक्षक, चित्रपट, दूरदर्शन, शासन या घटकांना पहिल्याप्रथम याकरता मुलग्यांबाबत सहृदयतेची व जागरूकतेची भूमिका घेता यायला हवी आहे. पण ज्यांना तशी कधी सवयच नाही, त्यांनी मुलांबाबतच्या सदोष मानसिकतेतून स्वतःला मुक्त करण्याचा प्रयत्न आपापल्या पातळीवर कसा करता येईल, ते प्रथम पाहायला हवे. पालक आणि शिक्षक यांच्या एकत्र सभेतून काही धोरणे ठरवता येऊ शकतात. शिक्षक हे पालकही असतात, तेव्हा त्यांची भूमिका फारच महत्त्वाची ठरते. विविध विभागातील 'पुरुष दिन' साजरे करणारे गट, पालक-शिक्षक गट आणि महिला गट एकत्र येऊन 'बॉयकोड'मागे एक प्रामाणिक ताकद उभी राहू शकते. 'जागतिक बॉयकोड' धोरण आलेच, तर त्याचा दिशादर्शक म्हणूनही खूप उपयोग होऊ शकतो. सुशिक्षित-अशिक्षित, गरीब-श्रीमंत असा कोणताही भेद न ठेवता सर्व स्तरातील मुलांबाबत एकच एक विचार करता आला पाहिजे, तर आणि तेव्हाच 'बॉयकोड' समाजाकडून गंभीरपणे घेतला जाईल.

शेवटी डॉ. किंडलन म्हणतात त्याप्रमाणे, 'मुलग्यांच्या मानसशास्त्रानुसार, त्यांना अनुकूल असणारी स्थिती म्हणजे आपण सर्वजण त्यांची कदर करतो, त्यांच्यावर प्रेम करतो, ते एकटे नाहीत आणि आमचा त्यांच्यावर विश्वास आहे, याचा त्यांना दिला जाणारा शाश्वत दिलासा, त्यांना नैसर्गिकपणे चांगला माणूस घडवत असतो.'

◆◆◆

स्त्री-संस्थेला, पुरुष-संस्थेच्या नियमात बांधताना...

फार पूर्वीपासून कुटुंबाचा, समाजाचा, धर्माचा शासक पुरुषच राहिलेला आहे. त्यामुळे धार्मिक आचारसंहिता व कायदेसंहिता यामध्ये फक्त पुरुषाविषयी भाष्य आहे. पुरुषाचे जीवन सुखद व संपन्न व्हावे, हीच एकमेव धर्माची प्रमुख भूमिका; आणि ते समृद्ध करणारे जे घटक आहेत, त्यांपैकी एक घटक म्हणजे स्त्री. त्यापलीकडे स्त्रीची दखल नाही. स्त्रीचा विचार या धार्मिक संहितांमध्ये फक्त तिची निंदा करण्यापुरता, तिला पुरुषांची सेवा सांगण्यापुरता, वा तिला शिक्षा सांगण्यापुरता आहे. मानवी जीवनाचे एक 'महत्त्वाचे अंग', अशी स्त्रीची दखल बहुतेक धर्म घेत नाहीत.

अर्थात, या धर्माच्या प्रभावामुळे पुरुषप्रधान कुटुंबासाठी पूरक कामे करणारी, पुरुषाचे जीवन सुखमय, सुसह्य, विश्रांतियुक्त करू पाहणारी; एक 'कुटुंब-पुरवणी' म्हणून स्वतःचे जीवन जगणारी स्त्री, आज देशाची कायदे-घटना येऊनही, त्याच स्थितीत राहिलेली दिसते. त्यामुळे लैंगिक स्वातंत्र्य घेणाऱ्या स्त्रियांचे प्रश्न आहेत तर ते न घेणाऱ्या 'पती-निष्ठावान' विवाहित स्त्रियांचेही प्रश्न आहेत. तसेच स्त्रीने कसेही जगायचे ठरवले तरी तिला जाच आहे आणि अपमानापासून म्हणा वा पारंपरिक कामातून आणि त्यापासून कमीपणा घेण्यापासून म्हणा, तिची सुटका नाही. स्त्री व पुरुष यांच्या शारीरिक जबाबदाऱ्या, त्यांचे शरीरधर्म, त्यांची वृत्ती,

त्यांना समाजाकडून मिळणारा नैतिक न्याय हे सर्व 'असमान' असूनही, गेल्या सुमारे शंभर वर्षांत स्त्री-पुरुषांना मिळणाऱ्या सोयी-सुविधा आणि सर्व कायदे-नियम एकमेकासमान करण्याचा 'स्त्री-पुरुष समानतेच्या' कल्पनेतून झालेला आटापिटा, हे खरे तर स्त्रीची निर्माण झालेली ही विपरीत सामाजिक पत न बदलण्याचे प्रमुख कारण आहे. कसे ते आता पाहावे लागेल.

निसर्गाने स्त्री-पुरुषांना जी काही वैशिष्ट्ये आणि जगण्यासाठीचे पर्याय दिलेले आहेत, ते अशा काही कृत्रिम प्रथा वा धार्मिक कायदे-नियम रूढ करून नियंत्रित करणे चुकीचे ठरते. कारण स्त्री-पुरुषांनी एकत्र नांदण्याचा मार्ग हा निसर्गतः त्यांच्या शरीरसंबंधातून तरी गेलेला असतो किंवा माता-मुलगा या नात्यातून गेलेला असतो. नैसर्गिक म्हणता येईल, असे हे एवढेच आहे. पिता-मूल हे नाते माणसाने विवाहातून प्रस्थापित केलेले नाते आहे. मनुष्यासह सस्तन प्राण्यांत निसर्ग ते कुठेही दर्शवत नाही. तरी विवाहातून आपण जी समाजव्यवस्था आणलेली आहे, त्यामध्ये पुरुषाला कुटुंबव्यवस्थेत पिता म्हणून प्रवेश देऊन त्याच्या जैविक (बायोलॉजीकल) योगदानाचा सन्मान केलेला आहे. माणसाचे हे पशूपेक्षा वेगळे ठरणारे वैशिष्ट्य आहे. तरीही, हे मान्य करावे लागते, की स्त्री-पुरुषांच्या प्रजोत्पादनातील जबाबदाऱ्या आणि भूमिका या निसर्गतः भिन्न आहेत. त्यांच्या जगण्याच्या गरजा त्यामुळे वेगवेगळ्या आहेत. उदा. स्त्रीला पुढील पिढीच्या जन्मासाठी 'स्थैर्याची' गरज पुरुषाच्या तुलनेत जास्त आहे. बाळासाठी स्त्रीचे स्वतःचे त्या काळातील पोषण व संरक्षण पुरुषापेक्षाही महत्त्वाचे आहे. तिच्यातील वात्सल्य भावनेमुळे तिचा अपत्यांकडे आणि म्हणून घराकडे असणारा ओढा पुरुष तुलनेत जास्त स्वाभाविक आहे. पुरुषाच्या जीवनात अशा गरजांना प्राधान्य नाही. त्याचे जीवन आणि मानसिकता ही अन्य नराप्रमाणे स्वैरपणाकडे झुकलेली आहे. एकापरी, स्त्री व पुरुष या जणू दोन स्वतंत्र संस्था आहेत. या संस्थांना विवाह या कृत्रिम व्यवस्थेद्वारे एकत्र नांदवताना काही नियम-कायदे हे एकमेकांशी सांगड घालून आणावे लागतील, हे खरे, पण म्हणून एखादी संस्था दुसऱ्या संस्थेवर पूर्णतः अवलंबित करून तिच्या मूळ गरजा, अधिकार व स्वातंत्र्य जमीनदोस्तच करायचे, असा त्याचा अर्थ असता कामा नये; आणि प्राचीन काळापासून स्त्री-संस्थेबाबत नेमके हेच होत आलेले दिसते.

जेव्हा आपण 'नैसर्गिक कायदे' म्हणतो, तेव्हा त्याचा अर्थ निसर्गाने दिलेले

अधिकार आणि त्यामधून प्रस्थापित झालेली मानवी-प्राणी जीवनातील नैतिकता यांची जपणूक करणारे कायदे, असा घ्यायला हवा. प्रत्येक प्राण्याचा आहार, निवारा, संवर्धन, संरक्षण, प्रजोत्पादन, बाल्यावस्था, मातृवस्था हे टप्पे विविध पद्धतीने नियंत्रित करून प्रत्येक प्राणिजात जगवण्याची निसर्गाची एक शक्तिशाली यंत्रणा आहे, जी प्राणीजातीला सबलतेने जगवते. म्हणून त्या यंत्रणेमागील कारणे व तिचे परिणाम यांना नैतिक म्हणावे लागते. यापैकी अगदी आहार-निवाऱ्याचा नियम जरी प्राण्याने मोडला, तरी त्याचा विनाश ठरलेला असतो. निसर्गाचे हे नियम अबाधित राहावेत म्हणून नर-मादीकरता स्वतःला जगवण्याचे काही अधिकार निसर्गातून आलेले आहेत, ते असे -

- बाल्यावस्था संपली की प्रत्येक प्राण्याला आपली भूक स्वतंत्रपणे शमवता येण्याचे स्वातंत्र्य आहे.
- सस्तन नर-मादी दोघांनाही मुक्तपणे आपापली कामभावना शमवता आली पाहिजे.
- बाल्यावस्था संपेपर्यंत संततीला मातृसान्निध्य मिळायला हवे आणि स्वतःचे संरक्षण करण्याचा अधिकार वगैरे. हे नियम टिकण्यातून प्राणीजातीतील परस्पर संबंधांची स्थिर नैतिकता व त्यातून त्याचे जगण्याचे चक्र फिरत असते. निसर्गाचे हे सर्व नियम अन्य प्राणिजगतात इमानाने पाळले जातात. प्राण्याला स्वतःला हे नियम बदलून घेता येत नाहीत.

या पार्श्वभूमीवर मनुष्यप्राण्याने काय केले आहे, ते पाहावे लागेल. मानवीसमाज हा त्याच्या बुद्धीमुळे प्राणीसमाजापेक्षा वेगळा आहे. समाज टिकवून धरण्याचे त्याचे स्वतःचे काही नियम आहेत. परंतु, नियम कितीही बदलले, तरी निसर्गातून येणाऱ्या मूळ नैतिक मूल्यांना धक्का लागू नये, याची काळजी घेणे हा मुद्दा, मनुष्यप्राणी विनाशापासून सुरक्षित राहावा यासाठी कायम महत्त्वाचा ठरतो. उदा. माणसाचा समाज-निर्मितीचा महत्त्वाचा नियम हा 'विवाह' करून स्त्री-पुरुषांनी एकत्र राहण्याचा आहे, पण 'एकत्र' राहण्यापेक्षा, 'पुरुषाचा वारस कळावा' हा विवाहामागील खरा हेतू राहिल्याने, वारसाखातर स्त्रीवर ताबा ठेवता येण्यासाठी स्त्रीला तिच्या पोषणाबाबत पुरुषावर अवलंबित केले गेले आणि प्रत्येक प्राण्याला असणारा 'भूक शमवण्याचा' स्वतंत्र निसर्ग-अधिकार स्त्री-मानवाकडून पहिल्याप्रथम काढून घेतला गेला. मातेचे स्वावलंबन व एकूण जगणे

अशा प्रकारे अडचणीत आल्यावर नवजात बालकांचे मातृ-सान्निध्य शंकित झाले आणि आणखी एका निसर्गनियमावर घाव पडला. शिवाय लगोलग सजीवांसाठी असलेला 'मुक्त-कामपूर्तींचा' दुसरा निसर्ग नियमही विवाहामुळे लयास गेला. त्याद्वारे 'एकाहून अधिक स्त्रिया' (access to more female) ही पुरुषांना असणारी नैसर्गिक सोय धोक्यात आली. त्यातून (काहींचे अपवाद वगळता) पुरुषाचे विवाहबाह्य संबंध, वेश्यागमन, बलात्कार, अनौरस ठरवून नाकारलेली बालके, स्त्री-भृण हत्या, बालकांचे लैंगिक शोषण या विकृतीचा मानवी जीवनात क्रमाक्रमाने प्रवेश होत गेला आणि निसर्ग-नियम मोडण्याचे विनाशपूर्व परिणाम दिसून येऊ लागले. याचाच अर्थ निसर्गनियमांना धक्का न लावता जर माणसाने आपले नियम रूढ केले, तरच माणसाने आणलेल्या विवाहप्रणीत मानवी जीवनातील नैतिकता टिकणार आहे, असा संकेत मिळतो.

पुढील २०-२५ शतकांत ही परिस्थिती विकोपाला गेली. स्त्रियांचे खाली खेचले गेलेले स्थान, पुनश्च त्या ठिकाणी प्रस्थापित करणे ही समाजाच्या समजण्याबाहेरची कल्पना एव्हाना झालेली होती. धर्माचे प्राबल्य वाढलेले होते. त्यातून प्रसारित होणाऱ्या स्त्री-विषयक अपमानकारक कथा-कल्पनांना अडवणे कठीण झाले होते. जगभरात सर्वत्र तशी परिस्थिती असताना युरोपात समाजसुधारक स्त्री-पुरुषांनी तेथील समाजवादाच्या उदयानंतर 'स्त्री ही माणूस आहे' या कल्पनेतून, सन १८००नंतर 'स्त्री-पुरुष समानतेची' मागणी करण्यास सुरुवात केली.

काळ जसा उलटू लागला, तशी स्त्री-पुरुष समानतेची कल्पना समाजात मूळ धरू लागली. हळूहळू पुरुषांना जे जे दिले जाईल किंवा करता येईल, ते सर्व स्त्रीला कसे करता येईल असे प्रयत्न, अशी स्त्री-पुरुष समतेची एक प्रामाणिक कल्पना झाली आणि त्याकरता पुरुषाला दिल्या जाणाऱ्या सुविधा, संधी तशाच उचलून स्त्रीला देताना, तिला त्या तिच्या जीवनाशी सुसंगत, सुलभ आणि विशेषतः पुरेशा आहेत का, हा प्रश्न कोणीच कधी उपस्थित केला नाही. कारण 'समानता' कधी परिभाषित (डिफाईन) झाली नाही. वास्तविक, स्त्रीवरील शारीरिक जबाबदाऱ्या मानवी जीवनाचे संवर्धन करणाऱ्या म्हणून त्या पुरुषाहून अधिक महत्त्वाच्या आहेत, हा जो मूळ उचित दृष्टिकोनाचा अभाव धर्मशास्त्रात आहे, तोच अभाव स्त्री-पुरुष समानता आणताना पुन्हा आधुनिक काळात वापरला गेला.

एकूणच 'मानवी वंशसातत्य' पुढे नेताना गर्भावस्थेत आणि अर्भकावस्थेत

बालकाला जगवण्याचे महत्त्वाचे काम स्त्री करीत असते. अशा वेळेला स्त्रियांवर असणाऱ्या मासिक पाळी, गर्भारपण, बाळंतपण, बालसंगोपन या नैसर्गिक जबाबदाऱ्यांनुसार स्त्रियांना मिळणाऱ्या सुविधा आणि त्यांच्यासाठी होणारे कायदे हे तिच्या शरीरधर्माला सोयीचे, तसेच तिच्या मानसिक गरजांना धरून असले, तरच तिचे जीवन हे पुरुषासारखे न होऊनसुद्धा ते अधिक सुखावह, सक्षम आणि तिला न्याय व समाधान देणारे, त्याबरोबर मानवी-जीवनातील एकूण नैतिकता टिकवून ठेवणारे होणार आहे. या ठिकाणी स्त्रीला हे मिळवून देण्यात तिचा पती किंवा सहकारी पुरुष म्हणून पुरुषांचा सहभागही मोलाचा आहे.

एकतर, इथे पुरुषाला स्वतःला जगण्यासाठी जे जे करावे लागते, ते तर स्त्रीला स्वतःसाठी करावे लागतेच आहे, पण मूल जन्माला घालून त्याच्या पालनाचा भार ती वाहत असते. पुरुषाने त्याची जबाबदारी घेतली तर ठीक, नाहीतर हा अपत्याच्या संगोपनाचा व संरक्षणाचा भार मातेने घ्यायचा हे ठरलेलेच आहे. ही स्त्रीवर गृहीत धरलेली पुरुषापेक्षा जास्तीची जबाबदारी ठरते. मग अशी मुळात 'असमान जबाबदारी' असलेल्या स्त्री-पुरुषांना, समान सुविधा, समान कायदा कसा काय असू शकतो? स्त्रीचे जीवन जास्तीतजास्त पुरुषासारखे व्हावे आणि तिने पुरुषांसाठी असणाऱ्या तिच्या दृष्टीने अपुऱ्या सुविधांशी जुळवून घेत पुरुषांइतके प्रावीण्य दाखवावे, वेळप्रसंगी पुरुषांसारखे आक्रमक व्हावे म्हणजे स्त्री 'पुरुषासमान' झाली. शिवाय पुरुषासारखी नोकरी करून बाईसारखा स्वयंपाकही करावा, मग ती गौरव करण्यास योग्य झाली अशा समानतेच्या सदोष 'फुटपट्टी' कल्पना पुढे निर्माण होत गेल्या. 'पुरुष' हे तिचे यश मोजणारे एकक झाले. पुरुषाचा स्त्री-जीवनावरील वरचष्मा त्यामुळे तसाच राहिला. स्त्री-पुरुष समानता म्हणजे 'स्त्री-पुरुष बरोबरी' अशा समजुतीतून पुरुष हा स्त्रीचा सहकारी कमी आणि स्पर्धक जास्त झाला. स्त्रीला आपल्या बरोबरीचे स्थान मिळणे, हे पुरुषाला आव्हान वाटू लागले. त्यातून कुटुंबात व समाजात तिला तिचे खालचे स्थान सतत जाणवून देण्याच्या प्रयत्नाचा एक भाग म्हणून तिच्यावर शारीरिक हल्ले करीत स्वतःचे वर्चस्व शेवटी दाखवावे, अशी त्याची मानसिकता झाली, जी आज बदलणे कठीण होऊन बसलेले आहे.

एकंदरीत स्त्री-पुरुष समानता म्हणजे 'स्त्री-पुरुष समान जीवन' नाही, तर 'स्त्री-पुरुष समान न्याय', तसेच 'स्त्री-पुरुष समान प्रतिष्ठा आणि प्रगती' हे अपेक्षित

असायला हवे. स्त्रीचे जीवन 'स्त्रीसारखे' राहूनच तिला तिचा सन्मान मिळायला पाहिजे आणि त्याकरता आपण आग्रह धरला पाहिजे. जर कुठे स्त्री हतबल होण्यासारखी सामाजिक परिस्थिती निर्माण झालीच, तर तिला स्त्री-पुरुष समानतेचा 'तराजू' दाखवून त्याचा गैरफायदा पुरुषसत्तांनी घेण्यापेक्षा तिला तिचे जीवन सुखावह होईल, असे तिला सावरून घेणारे आणि झुकते माप देणारे कायदे पारित केले जायला हवेत, जेणेकरून तिला तिची पुरुषापेक्षा वेगळी असणारी नैसर्गिक कामगिरी पार पाडण्यात कधी अडचण येऊ नये. समाजात 'स्त्री-पुरुष' असे स्पर्धेचे नाते जर निर्माण झाले, तर पति-पत्नी जीवनातही त्याचे प्रतिबिंब पडत असते. अशा स्पर्धेच्या मानसिकतेतून कुटुंबे आज मोडताना दिसत आहेत. नैसर्गिक कायदे करण्यामागे पुरुषाला स्त्रीकडे (पत्नीसह) आपली बरोबरीची सहकारी म्हणून पाहता येणे शक्य व्हावे, हा उद्देश महत्त्वाचा.

सध्याच्या कायद्यानुसार, प्रत्यक्ष नोकरी करताना त्या नोकरीचे नियम, नोकरीतील बढती, ओव्हर टाईम, बदल्या, कामाचे स्वरूप पाहिले तर याबाबतचे कायदे-नियम (बहुधा वेतन वगळता) स्त्री-पुरुषांसाठी सारखेच ठेवलेले आहेत. त्याबाबत स्त्रीने कधी स्वतःची कौटुंबिक अडचण सांगून त्यासाठी नोकरीत एखादा दिवस सवलत मागितल्यास, 'तुम्हाला पुरुषांबरोबरीने समानता हवी ना?' असे ऐकवून स्त्रियांना त्यांच्या कौटुंबिक कर्तव्याबाबत अपराधी भावना दिली जाते. इथे 'स्त्री-पुरुष समानतेचा' गैरफायदा घेऊन कार्यालयातील कामकाज, नियम आणि वेळा स्त्रियांसाठी पुरुषांसमान बजावण्याची तत्परता पुरुष-प्रशासनात असलेली दिसते, पण त्याच समतेच्या आग्रही कार्यालयीन-पुरुषांना कुटुंब-शासकाच्या भूमिकेत गेल्यावर मात्र घरकामात समानता असावी, असे आजही बहुसंख्येने वाटत नाही. तर दुसरीकडे घरकामात स्त्री-बरोबरी न मानणाऱ्या पुरुषांना बसमध्ये मात्र राखीव सीट्स स्त्री-बरोबरीने हव्या असतात. याचा अर्थ, स्त्री-पुरुष समतेपेक्षा 'स्त्री-पुरुष स्पर्धेतून' विचार होतो आहे का, किंवा समता आणि स्पर्धा ही स्वतःच्या सोयीने आलटून-पालटून वापरण्याची दुटप्पी संधी पुरुषाला मिळते आहे का, असा विचार आपल्याला करता आला पाहिजे.

बरे, नोकरीच्या ठिकाणी किंवा सार्वजनिक जीवनात स्त्रीला स्वतःसाठी अशा खास सुविधासुद्धा नाहीत. जे काही पुरुषासाठी आहे, तेच तिने चालवून घ्यायचे आहे. म्हणजे नोकरीच्या ठिकाणी आपल्या मुलांसाठी पाळणाघर असावे, आपल्या

मुलास वेळप्रसंगी पाहत यावे असे पुरुषाला वाटत नसेल, तर मग ते तसे स्त्रीलाही वाटू नये. कारण स्त्रीने फक्त पुरुषाशी बरोबरी करायची आहे. त्या बरोबरीखातर तिने आपल्या मातृसुलभ भावभावना सोडून द्यायच्या आहेत. बाळंत न होणाऱ्या पुरुषाप्रमाणे नोकरीवर वेळेत हजर राहण्यासाठी बाळाचे स्तन्यपानही तिने तोडायचे आहे. मॉल वा दुकानात बाळाला घेऊन गेल्यास त्याची नॅपी बदलण्याची सोय ही जोपर्यंत 'पुरुषाला हवी' असे वाटत नाही, तोपर्यंत ती सुविधा स्त्रीला मिळवून देण्यात आपल्याकडे दुर्लक्षच होणार आहे. स्त्री गर्भवती असताना उदरात वाढणाऱ्या गर्भामुळे तिच्या अंतर्गत अवयवांवर ताण येत असतो, त्याकरता तिला टॉयलेट सहज उपलब्ध असणे, ही तिची पुरुषांपेक्षा असणारी वेगळी गरज आहे. पण त्याकडे लक्ष दिले जात नाही, कारण पुरुषांना ती गरज नसते आणि पुरुषांना गरज नाही, म्हणजे ती आपल्यालाही नाही हे बाळकडू स्त्रीला मिळते. यालाच समानतेचा विपर्यास म्हणतात.

स्त्रीने पुरुषाप्रमाणे आर्थिक स्वावलंबी होणे हे महत्त्वाचे आहेच. पण तरी तिचे आर्थिक स्वावलंबन हे तिच्या जीवनशैलीनुसार असायला हवे, हे कोणी लक्षात घेत नाही. त्यामुळे पुरुषी कायदे-नियमांनी घडलेली 'नोकरी-व्यवस्था' हा तिच्यासाठीचा फास बनलेला आहे. या फासात निव्वळ स्त्रीच नाही, तर मानवी संततीसुद्धा घुसमटत आहे. स्त्रीवर नोकरीचे 'पुरुषी-तास' पुरुष-बरोबरीने बजावल्यामुळे मुलांकडे लक्ष देण्यास घरी कोणी नाही अशी स्थिती आज आपण पाहतो आहोत. मुले त्यामुळे घरात, शाळेतही असुरक्षित झालेली आहेत. आईच्या प्रेमास, सान्निध्यास ती पारखी झालेली आहेत. त्यांना बालपणात एकाकी राहवे लागल्यामुळे ती व्हिडीओ गेमच्या आहारी गेलेली आहेत,शिवाय तरुणपणीचे त्यांचे चिंताजनक प्रश्न या सदोष बालपणातून निर्माण झालेले आहेत. मातृप्रेम, मातृ-सान्निध्य ही मनुष्यवंश सबलतेने जगण्यासाठीची निसर्गाची मूलभूत तरतूद असताना मातृस्थानाची ही सौहार्दपूर्ण घडी सध्याच्या या कायदे-नियमाद्वारे आपण भरकटवलेली आहे.

आता 'नैसर्गिक कायदे' स्त्री-पुरुष जीवनात काय बदल घडवतील, ते पाहू.

स्त्रीची नोकरी म्हणजे तिचा स्व-पोषणाचा नैसर्गिक अधिकार! विवाहामुळे मातृ-संस्कृती लयास गेली. त्यामुळे एकाकी स्त्रीवर लादले गेलेले गृह-व्यवस्थापन आणि तिचा नोकरीचा म्हणजेच भरण-पोषणाचा तिचा स्वयं- अधिकार याची

सांगड घालण्यासाठी तिला नोकरीमध्ये पूर्ण वेतनावर पाच तास काम देऊन पुढील तीन तास घरासाठी आणि मुलांना आवश्यक ते सान्निध्य देण्यासाठी तिच्याकरता मोकळे ठेवले पाहिजेत. किंवा सरसकटपणे स्त्री-पुरुषांना फक्त सहा तासांचीच ड्युटी असावी, अशी व्यवस्था आपण स्वीकारली पाहिजे. एरवी मुले ही राष्ट्राची संपत्ती असे आपण म्हणतो. मग त्या संपत्तीचे संवर्धन करणारी माता असो वा पिता, त्यांना ही सवलत देण्याचा विचार झाला पाहिजे. म्हणजेच 'आठ तासाची नोकरी' ही संकल्पना बदलता येणे आवश्यक आहे. असे झाले तर मुलांबाबत पालकांना असणारी चिंता, घरात एकटे राहण्यातून मुलांना येणारे एकटेपण, मग त्यातून त्यांची सुटका म्हणून त्यांना विविध क्लासमध्ये अडकवणे व आणणे, अशी चालणारी पालकांची धावपळ आणि त्यावर होणारा अकारण खर्च, यातूनसुद्धा अनेक माता-पित्यांची मुक्तता होईल. शिवाय एकंदर आज पालकांच्या ताणतणावाचा मुद्दा आणि त्यातून त्यांना लवकरच्या वयात जडणाऱ्या व्याधी, किंवा त्यांचे अपमृत्यू, त्याचबरोबर कुमारवयीन मुलांच्या हत्या, आत्महत्यांचे होणारे प्रयत्न हे सर्व पाहता, पालक आणि अपत्ये यांचा परस्पर सहवास आणि संवाद किती आवश्यक झालेला आहे, हे आपल्याला कळून चुकलेले आहे. म्हणूनच शेवटी स्त्रीला नैसर्गिक न्याय मिळवून द्यायचा, एवढ्यापुरतीच हा प्रश्न मर्यादित राहिलेला नाही, तर पालकांच्या तसेच मुलांच्या आणि समाजाच्या अनेक प्रश्नांपर्यंत त्याचे हात पोहोचलेले आहेत. हे इथे समजून घ्यायला हवे आहे.

आता विवाहाचे प्रचलित कायदे पाहा. स्त्री-पुरुषांना एकत्र ठेवण्याची 'विवाह' ही व्यवस्था नैसर्गिक नाही, हे आपण जाणतो. त्यामुळे अशा या व्यवस्थेत निसर्ग-नियमांना बाधा येऊ नये म्हणून कुणावर अन्याय झाल्यास, न्याय देणारे कायदे हे नैसर्गिकच असायला हवेत. एखादवेळेस विपरीत परिस्थितीनुसार हा नैसर्गिक कायदाच अन्याय करणारा ठरू शकतो, मग त्या वेळेस त्या स्त्रीला किंवा पुरुषाला कोर्टात जाऊन बाजू मांडण्याची व कोर्टाला तसे पटवून देऊन न्याय मिळवण्याची मुभा राहिली पाहिजे. पण मुळात कायदा हा नैसर्गिकच असायला हवा. म्हणजे उदा. स्त्री पतीपासून वेगळी झाल्यास मुलांचा ताबा हा 'माता-मूल' या नैसर्गिक नाते-नियमानुसार मातेकडेच आपोआप गेला पाहिजे. त्याकरता कोर्ट-कचेऱ्या करण्याची गरज कुणा स्त्रीला असू नये. पण पुरुषाला हा अन्याय वाटत असेल किंवा स्त्रीला मूल सांभाळण्यात काही अडचणी असतील, तर या नैसर्गिक

कायद्याविरोधात दोघांपैकी कोणीही कोर्टात जावे आणि तसा कोर्टाचा हुकूम घ्यावा. काही कुटुंबात स्त्रीला घराबाहेर काढताना तिला शिक्षा म्हणून तिची तान्ही मुले तिच्यापासून काढून घेण्याचा अन्याय होत असतो, तो हा 'नैसर्गिक कायदा' आणलेला नाही म्हणूनच. त्या मातेला, आपल्या अपत्याचा ताबा मिळवण्यासाठी पोलीस-कोर्ट करायला लावणे, हे अत्यंत निसर्गविरोधी फतवे आहेत.

स्त्री कमावती का असेना, तिला विवाह स्वीकारताना आपले विवाहपूर्व भक्कम आधार तोडून स्वतःच्या जीवनाला वेगळे वळण द्यावे लागते. तिला कधी शिक्षण सोडावे लागते, कधी नोकरी सोडावी लागते. शहरसुद्धा सोडण्याची वेळ येते, तेव्हा तिच्या सपोर्ट सिस्टीम तुटतात. आपले मूळ मातुलगृह तिला परके करावे लागते. शिवाय पतीच्या कुळाला वारस देण्याची जबाबदारी तिच्यावर टाकलेली असते. एकूणच तिच्या जीवनाचा मार्ग जो बदलतो, त्याची भरपाई म्हणजे ते लग्न मोडल्यास स्त्रीला मिळणारी पोटगी, असा त्याचा अर्थ आपल्याला घेता आला पाहिजे. अगदी स्त्री कमावती असली तरी! याउलट पती-पुरुषाला शिक्षण, नोकरी कशाचाच त्याग विवाहामुळे करावा लागत नाही. विवाहामुळे त्याला मदतीसाठी, सेवेसाठी जास्तीचे एक माणूस मिळते. तेव्हा मग एकप्रकारे 'पोटगी' ही स्त्रीचे मुलभूत अधिकार काढून घेतल्याची किमान परतफेड आहे. ते काही पुरुषांचे उपकार नाहीत. त्याचबरोबर स्त्रीप्रमाणे 'पोटगी' हा क्वचित एखादा अपवाद वगळल्यास पुरुषांचा नैसर्गिक हक्क कधी असू शकत नाही. पुरुष स्वतःला वारस मिळावा म्हणून लग्न करतो आणि घटस्फोटानंतर त्याच वारस-मुलांचा खर्च म्हणा किंवा वारस देण्यासाठी आपले जीवन विस्कळीत करून गृह-प्रवेश केलेल्या पत्नीचा खर्च तो स्वतः समजून देत नसेल, तर ही विवाहप्रथेची चेष्टाच म्हटली पाहिजे.

अर्थात, पोटगी स्त्रीला द्यायची की नाही, हा प्रश्नच असता कामा नये. ती द्यायलाच पाहिजे हे एकदा मान्य झाले, की ही पोटगी किती द्यावी, त्याबाबत एक टक्केवारी कायद्याने निश्चित केले गेले पाहिजे. घटस्फोट झाला की त्याच टक्केवारीने प्रत्येक स्त्रीला पतीकडून पोटगी मिळाली पाहिजे. म्हणजे, पतीचे घर कायमचे सोडल्यावर स्त्रीला लगेच पोटगी सुरू झाली पाहिजे. कायदाच तसा हवा. म्हणजे संबंधित माता-अपत्यांची पैशाविना ससेहोलपट होणार नाही. आता या कायद्याने पुरुषावर अन्याय होतो आहे किंवा स्त्रीला ती रक्कम पुरेशी नाही, असे जे काही असेल, त्याकरता स्त्री वा पुरुष कोणीही कोर्टात जाऊ शकेल. म्हणजेच आजच्या

कायद्यामुळे फक्त स्त्रिया आणि स्त्रियांवरच कोर्टात हेलपाटे घालण्याची जी वेळ येत आहे, त्यामध्ये विभागणी होईल. पुरुषालाही काही वेळेस त्याच्यावर झालेल्या अन्यायाविरोधात कोर्टात जावे लागेल. अपेक्षा आणि आशा यासह स्वप्ने बाळगून केलेला विवाह तुटला, की स्त्रीनेच त्यातून न्याय मिळवण्यासाठी, किंवा पोटगी मिळवण्यासाठी पुढील अनेक वर्षे खर्ची घालायची आणि पुरुषाने तिला पोटगी मिळू न देण्यासाठी तिच्या मार्गात अनंत खोट्या अडचणी उभ्या करून तिच्या उरलेल्या जीवनाचा खेळखंडोबा करायचा, हा न्याय नाही, तर विवाह केल्याबद्दल स्त्रीला पुरुषप्रधान व्यवस्थेने दिलेली ती उफराटी शिक्षा आहे, असे म्हणावे लागेल. आणि ही शिक्षा वर्षानुवर्षे स्त्रीला होत राहिलेली आहे, कारण प्रचलित कायदेच मुळात नैसर्गिक न्याय देणारे नाहीत. किंबहुना आपल्याला वारस मिळावा, म्हणून स्त्रीच्या चारित्र्याची चर्चा तिच्यामागे लावून तिला लग्नाशिवाय पर्यायच मिळू द्यायचा नाही, आणि नंतर पतीला वारस मिळाला की केव्हाही तलाक म्हणून किंवा न म्हणून तिला घराबाहेर काढायची, यावरून लग्न, निवारा, घटस्फोट, पोटगी, मुलांचा ताबा या सर्व तरतुदी पुरुष-बाजूने किती मजबूत आहेत, हे लक्षात येते. एकंदरीत माणसाचे जीवन सुकर आणि बालक-जन्म निर्धास्त करण्यासाठीचे नियम जे निसर्गाने केलेले आहेत, त्याची मानवाने किती मोडतोड केली आहे, ते इथे समजते.

थोडक्यात, निसर्गाने जे 'माता-मूल' नाते पुढील पिढी-संवर्धनासाठी निर्माण केलेले आहे, ते केंद्रस्थानी घेऊन जर समाजरचनेची पुनश्च आखणी केली गेली, तर बाकी बिघडलेल्या आणि नैतिकतेत घसरलेल्या गोष्टी आपोआपच सावरून जागेवर येणार आहेत. 'नैसर्गिक अधिकार जपणारे हे नैसर्गिक कायदे' स्त्री-पुरुषांना त्यांचे स्वतःचे जीवन बहाल करणारे, त्यांना खुशहाल ठेवणारे, न्यायात समानता देणारे व मानवी जीवनात पुनश्च नैतिकता प्रस्थापित करणारे आहेत. मानवाने आपल्या स्वतःच्या कल्पनेतून स्त्रीला 'पुरुषामधून मोजणारे' कायदे आणले, जे निसर्गचक्रामध्ये तसेच स्त्री-पुरुष या दोन स्वतंत्र संस्थांच्या नियमात हस्तक्षेप करणारे ठरले. शेवटी, माणूस हे निसर्गाचेच अपत्य आहे. त्यामुळे निसर्गाचे नियम मोडणाऱ्या प्राण्यासाठी असणाऱ्या 'विनाशाच्या' शिक्षेला माणूसप्राणी काही अपवाद होऊ शकत नाही.

अणुबॉम्बच्या बटणावर त्यामुळेच बोट ठेवण्याची वेळ आलेली आहे. 'त्यांनी एक मारला, आम्ही त्यांचे दहा मारले' अशा हिंसात्मक उपायांनी आज चहूबाजूंनी

चिंतेने ग्रासलेला मानवीसमाज आता सहज मुक्त होऊ शकत नाही. तर काही हजार वर्षांपूर्वी जे बिघडवले गेले आहे, तिथून पुनश्च मांडणीला सुरुवात करता येईल का, याचा विचार सुरू व्हायला हवा. त्याकरता अशा कायद्यांसाठी पुन्हा एकदा 'स्त्री-पुरुष समान न्याया'ची चळवळ लावून धरावी लागेल, आणि त्याकरता 'स्त्री-संस्थेला पुरुष-संस्थेच्या नियमातून मुक्त करणे,' याचा यापुढे गंभीरपणे विचार करावा लागेल.

◆◆◆

ड्रेसकोडचे कोडे!

आपल्या देशात घडणाऱ्या बलात्काराच्या घटना एका मागोमाग एक उजेडात आल्या, की पहिले बचावात्मक कारण असे सांगितले जाते, की मुली कमी कपड्यात वावरतात, म्हणूनच या घटना उद्भवतात आणि दुसरा पवित्रा असतो, 'अशा फॅशनचे मूळ पाश्चात्त्य संस्कृतीत आहे'. त्यातून पुढे तातडीने 'ड्रेसकोड'ची एक भूमिका नेहमीच काहींच्या 'अंगात' येते. इथून तिथून कसंही आणि कोणताही अतार्किक युक्तिवाद करून स्त्रियांना कडीकुलुपात बंद ठेवण्यासाठी हे ड्रेसकोडचे 'सवंग कोडे' काश्मीरपासून कन्याकुमारीपर्यंत वापरले जाते.

स्त्रियांबाबत घडणाऱ्या लैंगिक गुन्ह्यासंबंधी वरील प्रकारे जे बचावाचे दांभिक मुद्दे मांडले जातात, ते मुद्दे तरुण-तरुणींनी प्रामाणिकपणे तर्कसंगत (logical) प्रतिवादाने तपासले पाहिजेत. कारण पाश्चात्त्य संस्कृती मूळचीच कमी कपड्यातील संस्कृती आहे, ही आपली कल्पना खूप चुकीची आहे. व्हिक्टोरियन काळात म्हणजेच १९व्या शतकाच्या अखेरीपर्यंत, युरोप-अमेरिकेतल्या स्त्रिया खांद्यापासून पायापर्यंत भरपूर चुणीदार घेर असलेला पायघोळ असा अखंड झगा वापरत असत. आतील पेटीकोट धरून २० यार्ड कापड आणि एकूण १२ पौंड वजन शरीरावर घेऊन त्यांना वावरावे लागे. विजेचा दिवा नसण्याच्या त्या काळात, हातात मेणबत्ती घेऊन, बरोबरच्या लहान मुलासह जिन्याची चढ-उतर करणे हे युरोपियन

स्त्रियांना फार अवघड होत होते. त्या काळातील द *लिली* मासिकाची अमेरिकेतील संपादिका आमेलिया ब्लुमर हिने या पोशाखाविरोधात आवाज उठवला. पायघोळ झग्याऐवजी, पायघोळ पटलून आणि वर सैलसर कमिस असा दोन भागांतील पेहेराव तिने आपल्या मासिकातून तेथील महिलांना सुचवला. पण तेवढा बदलही अमेरिकन पुरुषांना मान्य नव्हता. असा पोशाख घालणाऱ्या स्त्रियांवर रस्त्याने जाता-येता पुरुष अंड्यांचा व दगडांचा मारा करत असत. अनेकदा पोलिसांना हस्तक्षेप करावा लागे. शेवटी पुरुषांचा हा त्रास वाढू लागला आणि स्त्रियांचे दुसरे महत्त्वाचे प्रश्न दुर्लक्षित होऊ लागले, म्हणून स्त्रीवादी चळवळीने ही पोशाख-चळवळ काही काळ स्थगित केली. पुढे १८८०मध्ये जेव्हा अमेरिकेत सायकली आल्या, तेव्हा त्यावर बसणे सुलभ व्हावे म्हणून, हा पेहराव वापरण्यास अमेरिकन महिलांनी पुन्हा सुरुवात केली. असा हा अमेरिकेचा स्त्री-पेहरावाचा इतिहास आपल्याला काय सांगतो? तर पाश्चात्त्य संस्कृतीत मूलतः अर्ध-नग्नता मान्य आहे, हा आपला समज खोटा आहे. याउलट भारतीय संस्कृतीतल्या पौराणिक स्त्रिया पाहिल्या तर, कंबरेपासून पायापर्यंत पायघोळ वस्त्र आणि वर फक्त चोळी व ती झाकणारे झिरझिरीत वस्त्र अशा पेहेरावातच ती चित्रात, चित्रपटात, साहित्यवर्णनात दाखवली जाते, म्हणजे प्राचीन भारतीय स्त्री ही नखशिखांत कपड्यात असते, हासुद्धा आपला समज चुकीचा आहे. भारतीय संस्कृतीत जे चांगले आहे, त्याचे जरूर कौतुक व्हावे नि अभिमान बाळगला जावा; पण ऊठसूट पाश्चात्त्य संस्कृतीच्या नावाने बोटे मोडणाऱ्यांनी हे लक्षात घेतले पाहिजे की, स्त्रियांवर बलात्कार तिथेही होत असले तरी, बसस्टॉपवरून पळवून बलात्कार, शाळा-कॉलेजच्या आवारात बलात्कार, शेतात बलात्कार, कार किंवा बसमध्ये बलात्कार, पोलीस चौकीत बलात्कार, सामूहिक बलात्कार, शक्य त्या सर्व परिस्थितीतील आणि सर्व वयातील स्त्रियांवर बलात्कार, इतक्या मोठ्या संख्येने आणि प्रकाराने पाश्चात्त्य देशात, तेथील स्त्रिया आज कमी कपड्यात असूनही होत नाहीत, याचा इथे विचार व्हायला पाहिजे. त्याशिवाय जिथे विवाह प्रथा युरोपियन राष्ट्रांच्या तुलनेत मजबूत असलेली दिसते, त्या आपल्या भारताचा 'एड्स'मध्ये जागतिक क्रमांक बराच वर आहे, हेसुद्धा विचारात टाकणारे आहे.

दुसरा अत्यंत महत्त्वाचा मुद्दा म्हणजे, आपल्याकडे मुलीने दिलेला नकार सहन होत नाही म्हणून तिची हत्या, तिच्यावर होणारी ॲसिडफेक असे प्रकार

पाश्चिमात्य देशात अजिबातच नाहीत. मग या त्यांच्या संस्कृती-गुणाबद्दल मात्र कोणीच बोलत नाहीत. युरोप-अमेरिकेत प्रियकर-प्रेयसी नेहमीच बदलत असतात. यामुळे असे म्हणावे लागते की, भारतात स्त्रियांच्या बाबत जेवढे गुन्हे घडतात, त्याची जबाबदारी दुसऱ्या देशाच्या संस्कृतीवर ढकलणे, म्हणजे आपलीच फसवणूक करणे आहे. त्यापेक्षा आपल्या संस्कृतीचे परखड परीक्षण करून, आपल्यात असणारे दोष मान्य करण्याची भूमिका जर ठेवली, तर सत्य लवकर बाहेर येईल आणि हे निंद्य प्रकार रोखण्याच्या दिशेने पाऊल उचलता येईल.

स्त्रियांवरील गुन्ह्याबाबत स्त्रियांनाच जबाबदार धरण्याचा एक हेतू, ड्रेसकोडद्वारे आपल्या देशात साधला जातो. अशा या खोडसाळ प्रवृत्तीचे मूळ कशात आहे, ते पाहू. आजही राजकीय, आर्थिक, कौटुंबिक, धार्मिक आणि प्रसारमाध्यमांवर पुरुषांची सत्ता आहे. या सत्तेतून पुरुष-विचारांचा मोठा प्रभाव समाजात निर्माण होत असतो. सत्तेवरील व्यक्तीला आपली सत्तेवरची पकड सोडायची नसते. त्यामुळे त्यांच्या हातून झालेल्या चुकांचे खापर दुसऱ्यावर फोडून ते स्वतःला वाचवत असतात. जसे, राजकारणात विरोधी पक्षावर, तर धर्मात दुसऱ्या धर्मावर, तसेच कौटुंबिक व सामाजिक प्रश्नामध्ये स्त्रियांना जबाबदार धरणे हे पुरुषांना सोयीचे असते. त्यातही भारतीय स्त्रियांच्या माथी दोष मारण्याचे काम फारच सोपे असते. कारण पुरुषांनी केलेल्या आरोपावर त्या प्रतिप्रश्न विचारत नाहीत किंवा प्रतिवादही करत नाहीत. जाऊ देत, आपण सुखरूप आहोत ना, जे चाललंय त्याचा आपल्याशी काय संबंध?, म्हणजे आपल्या पायाकडे जळेपर्यंत वाट पाहायची अशी या महिलांची वृत्ती! उदा. रामायणातील युद्ध हे सीतेमुळे घडले असे आजवर पुरुष प्रवक्ते, प्रवचनकार, कीर्तनकार, पुरुष-लेखक ठासून मांडत राहिले, पण या उलट रामायण-युद्ध हे रामाने शूर्पणखा या रावणाच्या बहिणीस विद्रूप केल्यामुळे झाले, असा प्रतिवाद भारतीय स्त्रियांनी कधी केलाच नाही. म्हणून भारतात घडणाऱ्या कोणत्याही गुन्ह्याबाबत स्त्रियांना आरोपी ठरवण्याचे 'पवित्र कार्य', रामायण-महाभारत, पुराणे, पंचतंत्र, उपनिषदे, मनुस्मृती वगैरे सर्व प्राचीन वाङ्‌‌मयाद्वारे केलेले आढळते. स्त्रियांवर सर्व सामाजिक, कौटुंबिक गुन्ह्यांचा दोष ढकलून, त्यांना शिक्षा किंवा शाप देणारे पुरुष दाखवलेले आहेत. पुरुषांमुळे त्या पावन झालेल्या दाखवल्या आहेत. (जसे रामाने पाय लावून अहल्येला पावन केले.) पुरुषांनी दिलेल्या 'वरा'मुळे त्यांची संकटातून सुटका झालेली दाखवली

आहे. ही परिस्थिती, शतकानुशतके पुरुषांनी सर्व सत्ता आपल्या हाती, कायम ठेवल्यामुळे टिकली आणि त्यामुळे स्त्रियांची स्वतःची विचारशक्ती नष्ट झाली. पुरुष जे म्हणतात तेच बरोबर असे मानण्याची सवय, हा त्यांचा जेनेटिकल दोष म्हणून जणू पक्का झाला. व्यवस्थेला प्रश्न विचारण्याची स्वयंप्रज्ञा आणि हिंमत त्यांच्यात कधी निर्माण झाली नाही. त्या स्वतःला आणि स्त्री-समाजाला दोष द्यायला आणि स्त्रियांनाच विरोध करायला शिकल्या. शिक्षणामुळे आज ही परिस्थिती कमी झालेली असली, तरी पूर्णतः गेलेली नाही. तसेच पुरुषाला चुकीचे ठरवण्यापेक्षा, स्त्रीला चुकीचे ठरवणे हे भारतीय स्त्रीला जास्त सुरक्षित ठेवणारे असते. कारण कुटुंबात त्यांना वडील, भाऊ, आणि पती या पुरुष-सत्तांशी सामना करायचा असतो. अर्थात, 'स्त्रियांना ड्रेसकोड पाहिजे' असे पुरुषांप्रमाणे म्हणणाऱ्या स्त्रिया आपल्या समाजात संख्येने लक्षणीय आहेत.

वास्तविक नग्नता नैतिक की अनैतिक? या प्रश्नाचे उत्तर 'आपण कपडे कोणत्या हेतूने अंगावर चढवले आहेत?' या प्रश्नाच्या उत्तरात आहे. कारण निसर्गतः माणूस नग्नच आहे. थंडी-वाऱ्यापासून अधिकचा बचाव, म्हणून प्रथमतः पर्ण-पोशाख (वल्कले), कातड्यांचे पेहराव आले. नंतर कपाशीचा शोध लागला आणि कपडे अस्तित्वात आले. तरी थंडी-वारे यापुरता या कपड्यांचा हेतू राहिल्यामुळे जगात आदिम अवस्थेत राहणाऱ्या जमातीत स्त्री-पुरुष नग्न वा अर्धनग्नावस्थेत आजही दिसतात आणि आश्चर्य म्हणजे या जमातीत बलात्कारासारखे गुन्हे अस्तित्वातच नाहीत, असे *ए ट्राईब इन ट्रान्झिशन* या पुस्तकात लेखक एच.एल. देवराय 'जेन्शिया' या मातृसत्ताक ट्राईब बद्दल लिहितात.(पृष्ठ ४८) याचा अर्थ स्पष्टच आहे, की कपडे अंगावर कमी असण्याचा आणि लैंगिक गुन्ह्यांचा काहीही संबंध नाही. विशेषतः जोपर्यंत स्त्री-पुरुष शरीरसंबंध मुक्त होते, तोपर्यंत अशा ड्रेसकोडची गरज वाटलेली नाही. पण ज्या वेळेपासून विवाह प्रथा दाखल झाली, त्या काळापासून स्त्री-पुरुष संबंधांचे खाजगीकरण झाले आणि स्त्री-शरीरावर पतीशिवाय अन्य पुरुषांची नजर पडू नये, असे समाज-मानस तयार होऊ लागले. वरवर पाहता समाजाची ही भूमिका चुकीची वाटली नाही, कारण आपल्याला निसर्गाचा विसर पडला. स्त्री-पुरुषांचे मुक्त संबंध ही निसर्गाची नैतिक व्यवस्था आहे. त्यानुसार स्त्री-पुरुष आकर्षण भावना आहे आणि एकमेकांना नग्न पाहण्यातून कामभावनेचा निचरा आहे. पण विवाहप्रथेमुळे स्त्रीला कपड्यात अधिकाधिक झाकून ठेवण्याची

रीत मधल्या कालखंडात निर्माण झाली. तेच संस्कार, तीच संस्कृती आणि तीच तेवढी नैतिकता मानण्यात येऊ लागली. पण नैसर्गिक कामभावनेचा निचरा कसा व्हायचा? म्हणून मग स्त्रीची नग्नता ही चित्रातून, शिल्पातून, साहित्यवर्णनातून आणली जाऊन त्यावर पुरुषाची काम-ऊर्जा भागवण्याचे प्रयत्न अनेक शतके चालू होते. आणि दुसरीकडे अंगभर कपडे घालण्याचे संस्कार मुलींवर कुटुंबातून चालू होते. पुढे फोटोग्राफी, चित्रपट या माध्यमातून नग्नता अधिक स्पष्ट व जवळ येत गेली, त्यामुळे कुटुंबसंस्था आणि चित्रपटसंस्था यांच्याकडून परस्परविरोधी होणाऱ्या संस्कारांमध्ये तरुण पिढी सापडून त्यांच्यातील कामभावनेची स्थिती अत्यंत द्विधा झाली. हाच तो गुन्हेगारी सुरू होण्याचा क्षण होता. अंगभर कपडे घालण्याचे कुटुंबातील मोठ्या माणसांनी केलेले संस्कार खरे मानायचे, तर हीच मोठी माणसे चित्रपटात अशी अर्धनग्नता / नग्नता कशी चालवून घेतात, या पडलेल्या प्रश्नातून आजवरच्या संस्कृतीची, नैतिकतेमागील दांभिकता आपोआप उघड झाली. त्यात मोबाईल, इंटरनेट यामुळे नग्नता अगदी समोर आली. त्यात दशकातून वाढत गेलेले विवाहाचे वय आणि विवाहपूर्व संबंधांना अनैतिक ठरवून, तसे संबंध आलेच तर तरुण मंडळीची बदनामी करण्याचा समाजाचा चाललेला प्रयत्न यामुळे चोरून संबंध करणे, स्त्रीच्या इच्छेविरोधात (बलात्काराने) कामभावना शमवण्याचा प्रयत्न करणे, शरीरसंबंधांचे फोटो वा व्हिडीओ तयार करून स्त्रीला बदनामीच्या भीतीखाली ठेवत पुरुषांनी विवाहाशिवायच्या आपल्या कामशमनाची सोय करून ठेवणे, असे गुन्हे स्वाभाविकपणे घडून येऊ लागले. या सर्वामागे, मानवी संस्कृतीची लैंगिकतेबद्दलच्या बंधनांची जी चुकीची वाटचाल आहे, त्याकडे दुर्लक्ष करून स्त्रीला तिच्या कपड्यांवरून दोष देत राहणे, हे भारतीय संस्कृतीच्या परंपरेला जरी धरून असले, तरी ते व्यावहारिक नाही आणि विज्ञानमूलक तर अजिबात नाही, हे आपण भारतीय जेव्हा लवकरात लवकर समजून घेऊ, त्याच वेळेस ड्रेसकोडची अशी चुकीची कोडी आपण एकमेकांना घालत बसणार नाही.

◆◆◆

उत्क्रांत वस्त्र-व्यवस्थेतील 'स्त्री-पुरुष'!

मानवी जीवनात, 'वस्त्र-वापर आणि लैंगिकता' यांचा काहीच परस्पर संबंध असण्याचे कारण नाही. याचे कारण, माणूस जन्माला येतो, तोच 'नग्न' स्वरूपात! जेव्हा नग्नता ही 'लहान मूल' रूपातून पाहिली जाते, तेव्हा मोठे होताना ती तशीच ठेवली गेली, तर तशी पाहयला लागण्यात काही वावगे वाटणार नाही. याचे उदाहरण, दाट जंगलात राहणाऱ्या आदिवासी लोकांचे, आपल्याला माहीत आहेच. पण हे लोक मागास आहेत म्हणून नाही, तर ब्रिटनमध्ये इंग्लिश कौंटी हेर्टफोर्डशायर या गावात १२ एकर जमीन घेऊन तिथे अद्ययावत गाव वसविलेले आहे आणि गेले ८५ वर्षे तिथले ब्रिटिश लोक नग्नावस्थेत राहतात. हे गाव बघायला परदेशातून लोक येतात. इथे राहू इच्छिणाऱ्या व्यक्तीला नग्नावस्थेत राहणे तसे सक्तीचे आहे. नाहीतर कायम वास्तव्यासाठी जागा मिळत नाही, असा त्या गावाचा नियम आहे. त्या लोकांचेही हेच म्हणणे आहे, की सगळेच तशा अवस्थेत असल्यास सर्वजण त्या नग्नतेमध्ये स्वतःला 'कम्फर्टेबल फील' करत असतात. त्यांना एकमेकांना नग्नावस्थेत पाहायला लाजिरवाणे अजिबात वाटत नाही, पण कोणी कपडे घालून त्यांच्यासमोर आल्यास, त्यांना संकोच वाटतो.

तरीही, फार प्राचीन काळापासून प्रत्यक्ष लिंग, मग ते पुरुषाचे असो वा स्त्रीचे, झाकण्यासाठी झाडांच्या मोठ्या पानांचा-वल्कलांचा, पक्ष्यांच्या मोठमोठ्या

पिसांचा, कातड्याचा वापर केला जात असे, कारण कपाशीचा शोध लागलेला नव्हता. मात्र लिंग झाकण्याचे महत्त्वाचे कारण हे एकमेकांची वाटणारी लज्जा नसून, त्या लिंगाची सुरक्षितता जपणे हे होते. उघड्यावर झोपणाऱ्या मानवास, आपल्या लिंगास कोणताही संसर्ग वा कीटकदंश होऊ नये, हे तर सांभाळावे लागतच होते. अर्थात 'लज्जारक्षण' हा शरीर झाकण्याचा उद्देश, प्राचीन काळात निसर्ग अवस्थेत राहणाऱ्या स्त्री-पुरुषांचा कधी असेल असे वाटत नाही. मग प्रश्न उरतो, झाडा-पानांच्या वस्त्रापासून आजच्या तलम वस्त्रापर्यंत, कल्पनेची व कलाकुसरीची उत्क्रांती होताना वस्त्राबाबत स्त्री व पुरुषाची नैतिक-फूटपट्टी केव्हापासून बदलली आणि ती आजतागायत का टिकून आहे?

मानवी जीवनात होत राहणारे बदल, हे नेहमीच तांत्रिक शोधातून होत जाणारे बदल असतात. तांत्रिक शोधाची कल्पना भौगोलिक किंवा भोवतालच्या स्थितीनुसार, गरजेनुसार व अनुभवानुसार होणाऱ्या बौद्धिक उत्क्रांतीतून मानवाला सुचत असते. जसे, लाकडी ओंडक्यावर लादून घसरत सामान नेणाऱ्या प्राचीन मानवास चाकाची कल्पना सुचली आणि त्यातून पुढे चाकाच्या गाडीची कल्पना प्रत्यक्षात आली. प्राचीन काळी झोपताना पाळीव कुत्रे जवळ घेऊन माणूस थंडी शमवत होता. त्यामुळे थंडी किती पडली, त्याचे मोजमाप सांगताना, 'रात्री तीन कुत्रे थंडी होती' असे वर्णन करण्याची पद्धत मानवात होती. थंडीनुसार कुत्र्यांची संख्या बदलत असे. म्हणजे प्रथमार्धात माणसाला अनुभवातून हे समजले, की प्राण्यांमध्ये त्यांच्या केसाळपणामुळे उष्णता जास्त असते. मग पाळीव मेंढी मृत झाली किंवा खाण्यासाठी मारली गेली की तिचे कातडे पांघरून गुहेबाहेर पडणे हा नित्यक्रम होता होता. मग हाडाच्या सुईचा शोध लावून लोकरीच्या घोंगडीपर्यंत माणूस पोहोचला. पाळीव पशूंच्या कातड्याचा उपयोगसुद्धा थंडी-वाऱ्याच्या बचावासाठी होऊ लागला. स्वतःचे संरक्षण, हा प्रत्येक प्राणिमात्राला निसर्गाने दिलेला अधिकार आहे. मानवाच्या प्रथमावस्थेत भुकेपासून, थंडी-वाऱ्यापासून आणि हिंस्र श्वापदांपासून संरक्षण, हा नेहमीच कळीचा मुद्दा राहिला. निसर्गात असणारी खाद्यतरतूद आणि हवामान याप्रमाणे विविध पशु-पक्षी निर्माण होतात, हे आपण जाणतो. वाळवंटात उंट, तर बर्फाळ प्रदेशात केसाळ अस्वले किंवा याक प्राणी, ही त्याची अगदी ठळक उदाहरणे. अगदी जलचर प्राणी, मासेसुद्धा पाण्याच्या तापमानानुसार निर्माण होत असतात, तसेच वनस्पतीसुद्धा हवामानाप्रमाणे उगवतात. या अशा हवामानाप्रमाणे

निर्माण झालेल्या पशु-पक्ष्यांत आणि वनस्पतींत त्यांचे हवामानापासून संरक्षण करणाऱ्या तरतुदी अंगभूत असतात. मांजरे, कुत्रे, गायी, डुकरे वगैरे प्राण्यांत ते राहत असलेल्या भौगोलिक स्थितीनुसार अंगावर केस असतात. पक्ष्यांना अंग झाकण्यासाठी पंख व पिसे असतात. तसेच हवामानाप्रमाणे स्थलांतर करण्याची योजना त्यांच्या मेंदूमध्ये प्रोग्राम्ड असते.

मग राहता राहिला मानव. त्याला ना पंख, ना पिसे, ना अंगावर केस उरलेले, तेव्हा त्याचा बचाव हा त्याच्या बुद्धीप्रमाणे होणार हे ठरलेलेच आहे. निसर्गाने त्याच्या हातात दिलेला तो एकमेव 'उपाय' आहे. कपाशीचे झाड 'समजे'पर्यंत माणसाचे सतत बुद्धिनिर्भर प्रयत्न चालू राहिले. कापूस हाती आला आणि त्याचा प्रथम पेळू, मग त्याच पेळूचे टोक धरून घर्षणाने हातावर केलेली वात, कापसापेक्षा वळलेल्या वातीमध्ये असणारी मजबुती लक्षात येऊन, पुढे मग लांब धागा तयार करण्याचे सुचलेले तंत्र, त्यातून पुढे धागा-धागा विणून तयार झालेले कापड, आणि यंत्र-तंत्राद्वारे त्यामध्ये आलेला तलमपणा, अशा विविधरीतीने आपण आज वापरत असलेल्या वस्त्राची उत्क्रांती होत गेली.

कपड्यांनी शरीर झाकण्याच्या पद्धती जगभरात प्रत्येक राष्ट्राच्या हवामानाप्रमाणे बदलत गेल्या. त्यामधून वेगवेगळ्या राष्ट्रांची 'पेहराव-संस्कृती' कधी बनून गेली, ते समजले नाही. भारतात सर्व प्रकारचे हवामान असल्यामुळे प्रत्येक राज्याचा त्यानुसार ठरलेला पोशाख ही त्या राज्याची ओळख झाली. 'वस्त्र-पेहराव' अशा रीतीने एकदा संस्कृतीमध्ये दाखल झाल्यावर आणि प्रत्येक संस्कृतीचे ते लक्षण झाल्यावर, मग त्यातून अभिमान, अहंकाराच्या, अपमान-सन्मानाच्या समस्या उभ्या होत गेल्या. त्याआधी वस्त्राकडे अशा दृष्टीतून पाहिले जात नसे. कमी कपडे, जास्त कपडे किंवा पायघोळ कपडे, डोके व कान झाकणारे कपडे हे हवामानाप्रमाणे किंवा मानवाला कोणत्या प्रकारचे काम करावे लागते यावरच फक्त अवलंबून असायचे. मग कमी कपड्याचा वापर किंवा अंगभर कपड्यांचा वापर या दोन्ही कल्पना स्त्रीच्या विरोधात का वापरल्या गेल्या असाव्यात, याचा विचार इथून सुरू होतो.

प्रत्येक सजीवाची काहीना काही संस्कृती असते. ती त्याच्या जगण्याशी संबंधित असते, तसेच तो जीवनसंघर्षात टिकून राहावा म्हणूनही असते. मात्र, पशु-पक्ष्यांची संस्कृती ही त्यांचे खाद्य, प्रजोत्पादन आणि संरक्षणाचे पवित्रे किंवा डावपेच या

एवढ्याच विषयाशी मर्यादित असते. परंतु मानवामध्ये, संस्कृती ही भाषा, कला, साहित्य, इतिहास, धर्मकल्पना, वस्त्राभूषणे, खाद्यजीवन, तंत्रज्ञान, तत्त्वज्ञान, श्रद्धा, वर्तन आणि विचारमूल्ये वगैरे अनेक विषयांनी घडलेली असते. बुद्धीवरच मानवाचे जगणे अवलंबून असल्याने, हे सर्व विषय माणसाला जगवतात, जगायला शिकवतात आणि जगणे सुलभ करतात. संस्कृती माणसाच्या जगण्याचा आधार असल्यामुळे संस्कृतीत येत जाणारे बदल हळुवारपणे आले तर ठीक, नाहीतर ते वेगाने आल्यास माणसामध्ये एक साशंकता, असुरक्षिततेची भय-भावना निर्माण करतात, हे लक्षात घेतले पाहिजे. भाषा,पेहराव आणि खाद्य हे संस्कृतीचे मूळ आणि प्राचीन असे संवेदनशील आणि जिव्हाळ्याचे विषय आहेत.

संस्कृती म्हटली, की स्त्रीचा तिच्याशी जवळिकीचा संबंध येतो. स्त्री ही नेहमीच मानवाच्या या संस्कृतीच्या मध्यवर्ती स्थानावर राहिलेली आहे आणि आजही ती त्याच स्थानावर आहे. कारण मानवी वंश जन्माला घातल्यावर त्यास जगवणे, जगायला शिकवणे आणि त्याचे जगणे सुलभ करणे याची सुरुवात तर प्रत्येक स्त्रीपासून, माता म्हणून झालेली असते. संस्कृतीला तेच अभिप्रेत आहे. मानवाचे महत्त्वाचे संपर्क साधन आणि संस्कृतीचे संपर्क-द्वार असलेल्या 'भाषे'ची, स्त्री ही जननी मानली जाते. म्हणून मानवी भाषेला 'मातृ-भाषा' म्हटले जाते. जंगली युगात दऱ्या-खोऱ्यांतून आपले अपत्य घेऊन पळणारी स्त्री, अग्नी घेऊन जेव्हा गुहेचा आसरा शोधते, तेव्हा 'रानटी' युगाला प्रारंभ होतो. पुढे गुहेत स्थिर राहून ती शेती, पशुपालन, मातीची भांडी, शाकारलेली घरे घडवते, तेव्हा 'संस्कृती' युगाची सुरुवात होते. युग बदलण्याची फार मोठी ताकत स्त्रीकडे असते. कारण मानवी–जगण्याला (survival) स्त्री आधार देत असते. काळाप्रमाणे स्वतः बदलत राहून स्त्री आपल्या कुटुंबामध्ये बदल घडवते.

जोपर्यंत, स्त्री ही टोळी-प्रमुख, गण-प्रमुख होती, तोपर्यंत संस्कृती ही प्रकृती होती, ती 'स्वाभाविक अभिव्यक्ती' होती. स्त्रीकडून संस्कृतीतील बदल हे हळुवारपणे, तत्कालीन गण-पद्धतीला मानवतील तसे होत होते. प्रगतीचा वेग त्यामुळे संथ होता. पण त्यामुळे संस्कृतीमध्ये विकृतीचा प्रवेश झालेला नव्हता. मात्र, पुढील काळात शेतीमध्ये आलेल्या तांत्रिक बदलामुळे, म्हणजेच नांगरतंत्रामुळे, स्त्रीऐवजी पुरुष हा जेव्हा 'प्रमुख' म्हणून कुळात प्रस्थापित झाला, तेव्हा या संस्कृती-प्रमुख स्त्रीची व तिच्या मुलांची मालकी विवाहाद्वारे त्याच्याकडे

आली आणि युगप्रवर्तक स्त्रीचे अस्तित्व धोक्यात आले. पुढे पुरुषप्रधान संस्कृतीत तांत्रिक शोधामध्ये काळाप्रमाणे वेग येत गेला. तसे वस्त्रातील विविधता, त्यांच्या वेगवेगळ्या रचना (फॅशन) यासुद्धा वेगवान होत गेल्या. स्त्री-प्रमुख-काळातील असणाऱ्या पोशाख रचनेच्या तुलनेत, अगदी वेगळे, टोकाचे बदल स्त्री-पोशाखात येत राहिले आणि स्त्री ही संस्कृतीच्या मध्यवर्ती स्थानावर आणि आदर्श भूमिकेत असल्यामुळे, तिच्या पोशाखात नेहमीपेक्षा वेगळे बदल दिसल्यास, 'संस्कृती बुडाली' असे समाजाला वाटत राहिले.

त्यानंतर जो पुरुषप्रधान अंमल सर्वत्र जगभर सुरू झाला, त्यातून पुरुष-बुद्धीला अनुसरून संस्कृतीमध्ये बदल येत गेले. अपत्य जन्माला घालण्याचे काम पुरुषाकडे नसल्याने हातात राहणारा रिकामा वेळ त्याने हे बदल वेगाने आणण्यामध्ये वापरला. त्यातला महत्त्वाचा बदल म्हणजे, पुरुषाने कुटुंबात, समाजात, धर्मात स्त्रीऐवजी स्वतःचे श्रेष्ठपद निर्माण करण्याचा प्रयत्न सुरू केला. म्हणून मग स्वतःकडे श्रेष्ठत्व ओढून घेण्याच्या स्पर्धेत, स्त्रीला संस्कृतीच्या मध्यवर्ती स्थानावरून खाली खेचण्याचा प्रयास, तेव्हापासून पुरुषसत्तेकडून जो सुरू झाला, तो आजतागायत चालूच आहे.

संस्कृतीची विविध सन्माननीय साधने, म्हणजे भाषा, नृत्य-संगीतासारख्या कला, तसेच धर्म, तंत्रज्ञान यांच्या साहाय्याने, स्त्रीचे अवमूल्यन सुरू झाले. त्यानुसार भाषेमध्ये ज्याप्रमाणे, स्त्री-वाचक शिव्यांचा शिरकाव झाला, तसेच संगीत, नृत्य, धार्मिक रीती, रूढी, अगदी शरीरसंबंधसुद्धा, यांचे प्रसंगोपात विकृत रूप समोर आणले गेले. म्हणूनच तर विवाहामुळे पुरुष वारसाकरिता कुटुंब-खानदानीत बंद केलेली स्त्री, मुजरा, डान्सबार, तमाशा नृत्ये याद्वारे स्त्री-शरीर पाहण्याची सार्वजनिक सोय पुरुषांनी आपल्या सत्तेतून निर्माण केली. आणि पुरुषाच्या आक्रमक भावनेला हिंसेद्वारे स्त्रीविरोधात वापरले गेल्यामुळे स्त्रीचे संस्कृतीतील उच्च स्थान हास्यास्पद होण्यास सुरुवात झाली. पुरुषाने आपल्या स्वतःच्या अंगभूत अत्युत्तम गुणांनी संस्कृतीतील उच्च स्थान मिळवावे, हा विचारच त्यानंतर शिल्लक राहिला नाही.

विविध सत्तांवर आलेल्या पुरुषांना नव्याने आलेल्या 'विवाहप्रथे'चा शस्त्र म्हणून वापर करता आला. विवाहप्रथेनंतर पुरुष ठरवेल त्याप्रमाणे कमी कपडे किंवा नखशिखांत पेहराव, या सर्वांचा उपयोग स्त्री-विरोधात सुरू केला गेला

आणि आजही होत आहे. कारण विवाहामुळे स्त्री-शरीर हे जणू फक्त तिच्या पती-पुरुषानेच पाहण्याची खासगी मालमत्ता झाली. विवाहित स्त्रीचे वस्त्र खेचून तिच्या नवऱ्याची मानहानी करण्याचे राजकारण आपल्याकडे महाभारतापासून चालत आलेले आहे. तर दुसरीकडे, ती स्त्री इतकी 'शुद्ध' आहे, की कोणत्याही पुरुषाची व तिची दृष्टी-भेटही झालेली नाही, हे सिद्ध करण्यासाठी स्त्रीच्या नातलग-पुरुषांनी तिला घुंगट देऊन, बुरखा लादून नखशिखांत वस्त्रामध्ये बंदिस्त करण्याचा प्रयत्न केला.म्हणजेच स्त्रियांविरोधात कपड्यांचा उपयोग, तिला 'झाकून' वा तिला 'उघडे' पाडून, असा दोन्ही बाजूंनी स्त्रीला विवाहाद्वारे पुरुषाची खासगी मालमत्ता ठरविणाऱ्या या उत्क्रांत व्यवस्थेत कसा आजतागायत चाललेला आहे, ते समजते. स्त्री-चारित्र्याच्या वेगवेगळ्या देशातील मापदंडानुसार, वस्त्र-संस्कृतीचा 'वापर' केला जातो, हे सत्य इथे लक्षात घ्यायला हवे.

एकीकडे, पत्नी ही खासगी मालमत्ता म्हणून तिला अंगभर कपड्यांत गुंडाळून ठेवण्याचा पती-पुरुषाचा प्रयत्न, तर दुसरीकडे विवाहामुळे जे मुक्त शरीरसंबंध बंद पडले, त्याचे शमन म्हणून दुसऱ्या स्त्रीचे किमान शरीर तरी दिसावे, या हेतूने तिचे वस्त्र ओघळलेले पाहण्याची पुरुषाची धडपड, अशा विचित्र स्थितीत, 'स्त्री-पुरुष मैत्रसंबंधा'ची विकृत प्रतिष्ठापना, आपला वारस समजण्याच्या आग्रहातून पुरुषांनी केली. त्यावरून पुढे काव्य-साहित्यातून स्त्रीच्या शरीराची वर्णने, शिल्पातून तिला वस्त्राविना प्रदर्शित करणे, त्यातून फाटा फुटून स्त्रीच्या चारित्र्यविषयक माजलेल्या कल्पना, तिच्या योनिशुचितेचा ऊहापोह, त्याकरता कौमार्यभंगाची चाचणी आणि हे सगळे कमी म्हणून संस्कृतीला देवा-धर्माचा आधार देऊन, ती भारतासारख्या देशात देवदासीच्या कल्पनेपर्यंत नेऊन, अन्यायकारक पद्धतीने स्त्रीचा उपभोग घेण्यापर्यंत मजल जाते. नवनव्या तंत्रज्ञानालासुद्धा या स्त्री-विटंबनेशी जोडून घेण्यात आले. चित्रपट तंत्र आले, तेव्हा स्त्रीवरील शारीरिक अत्याचाराचे प्रदर्शन, फोन तंत्र आल्यावर फोनवरून अश्लील संभाषण आणि स्त्रियांना तसे मेसेज, कॅमेरा तंत्राने तिचे नकळत काढलेले फोटो आणि व्हिडिओ, इंटरनेटचा उपयोगही स्त्रीची होईल तितकी बदनामी व आर्थिक किंवा लग्नाचे वचन देऊन तिची फसवणूक, पॉर्नफिल्म मधून दाखवले जाणारे स्त्रीवर पुरुषाकडून होणारे अत्याचार आणि जबरदस्ती, अशा प्रकारे आधुनिक तंत्रज्ञानाच्या पडद्याचा दुरुपयोग नेहमी 'स्त्री' या मानवाविरोधातच कायम होत राहिलेला आपण पाहतो. त्यामागे पुरुषच

हे वाटेल ते प्रकार करू शकतो म्हणून तो स्त्रीपेक्षा श्रेष्ठ आहे, अशा प्रकारे पुरुषाचा संस्कृतीच्या मध्यवर्ती स्थानावर येण्याचा आटापिटा दिसतो.

गेली हजारो वर्षे संस्कृतीच्या उच्चस्थानावर असणारी, संस्कृतीला सावरणारी, पुढे नेणारी युगप्रवर्तक स्त्री होती. तिचे ते स्थान मिळवणे ही पुरुषासाठी सोपी गोष्ट नव्हती आणि आजही नाही. त्याकरता स्त्रीप्रमाणे 'ममत्वाचा ठाव' हृदयाच्या तळाशी असायला लागतो. ते साध्य व्हायला पुरुषाला पितृत्वाची उमेदवारी अजून काही हजार वर्षे तरी करावी लागेल. मागे पडलेली तीन हजार वर्षे पुरेशी नाहीत. पण पुरुषाला तर हे झटपट, शॉर्ट-कट मेथडने व्हायला हवे आहे आणि ते होणे हे फक्त स्त्रीची अवहेलना, अपमान, मानहानी, शरीर-बळाची भीती दाखवून तिची केलेली मुस्कटदाबी वगैरे सवंग प्रयत्नांनीच शक्य होऊ शकते. मग 'स्त्रीचे वस्त्र' हे तर तिची बदनामी, अवहेलना करण्याचे फारच सोयीचे व सहज हाताळता येणारे साधन म्हणायला पाहिजे.

याबाबत पुरुष (अपवाद वगळता) म्हणजे 'गिर गये फिर भी टांग उप्पर' या म्हणीप्रमाणे वागणारा दिसतो. एक उदाहरण देता येईल. दोन गट होते. एक मुलांचा आणि दुसरा मुलींचा. त्यापैकी मुलांच्या गटातून एकजण म्हणाला, आम्ही शर्ट वगैरे काढून रस्त्यावरून फिरू शकतो, तुम्हा मुलींना असे फिरता येईल का? क्षणभर गप्प राहून एक मुलगी म्हणाली, पण आम्ही मुलांचे कपडे, शर्ट-पँट घालून रस्त्यावरून फिरू शकतो. तुम्ही स्त्रीची साडी-ब्लाऊज घालून रस्त्यावर येऊ शकाल का? समर्पक उत्तर मिळाले, ही गोष्ट वेगळी. पण मुलांनी इथे वस्त्राविषयी भाषिक प्रयत्नातून पुरुष उघड्या अंगाने फिरतो, आणि स्त्रीला ते जमणार नाही म्हणून पुरुष केवढा श्रेष्ठ व योग्यता असलेला, हे दाखवण्याचा केलेला प्रयत्न, म्हणजे त्यांच्या विचारात योग्यता सोडाच, सवंगता किती ठासून भरलेली आहे याचेच दर्शन घडते. याउलट मुलींना कधी, 'आम्ही शर्ट-पँट घालून फिरतो, तुम्ही साडी पेहरावात रस्त्यावर फिरून दाखवा', असे मुलांना हिणवावे अशी का इच्छा होत नाही, कारण तिचे स्थानच फार वरचे आहे. त्यामुळे तिला स्वतःला सिद्ध करण्यासाठी इतकी हलकी कारणे शोधावी लागत नाहीत. असाच आणखी एक प्रसंग थोडे विषयांतर करून सांगावासा वाटतो. एका हॉस्टेलमध्ये मुलांच्या सिनिअर रेक्टरने मुला-मुलींना वादविवादासाठी विषय दिला, 'स्त्री ही प्रेमाचे प्रतीक नसून भांडणाचे मूळ आहे'. मुलींनी या विषयाला विरोध केला. त्यांच्या महिला-

रेक्टरकडे त्या तक्रार घेऊन आल्यावर त्या रेक्टर-स्त्रीने दुसरा विषय दिला, 'पुरुष हे पराक्रमाचे प्रतीक नसून अत्याचाराचे मूळ आहे'. त्या स्त्रीच्या चातुर्यामुळे शेवटी दोन्ही विषय रद्द झाले. म्हणजे कोणताही विषय काढून स्त्रीला कमी ठरवण्याचा आटापिटा कसा नि कुठे कुठे अगदी चातुर्याने केला जातो त्याचा हा नमुना. असे हे स्वतःचे श्रेष्ठत्व सिद्ध होण्यासाठीचे शॉर्ट-कट उपाय वापरणाऱ्या पुरुषांना एका स्त्रीने जन्म देताना आणि वाढवताना शॉर्ट-कट उपाय वापरलेले नसतात, हे त्यांनी लक्षात घ्यावे.

पुन्हा आपल्या विषयाकडे वळू. वस्त्र म्हणजे थंडी-वारा-पाऊस या हवामानापासून रक्षण करण्यासाठी शरीरास लपेटून ठेवण्यास मानवाला गरजेचे वाटणारे एक साधन. जे अगदी ओबडधोबडपणे माणूस वापरत होता. आजची कलात्मक सौंदर्यदृष्टी या पानांच्या, वल्कलांच्या, कातड्याच्या वस्त्रात वापरण्यास फारसा वाव नव्हता. एकमेकांना नग्न रूपात पाहता येणारी मनाची ती नैसर्गिक सरलता, प्राचीन काळातील मानवामध्ये होती. मग स्त्रीला डोक्यापासून नखशिखांत वस्त्रात गुंडाळून ठेवणारी आणि ते वस्त्र सरकले की स्त्रीने स्वतः लज्जित व्हावे किंवा तिला लज्जित केले जावे, ही मानसिकता एकीकडे; तर दुसरीकडे, पुरुषांनी सार्वजनिकरीत्या शर्ट काढावेत किंवा नंगे साधू म्हणून अभिमानाने आपली धार्मिक 'पवित्रता' दाखवत सार्वजनिक ठिकाणी फिरावे, आणि त्यायोगे दुसऱ्याला लज्जित करावे, अशी दुसऱ्या टोकाची मानसिकता मानवी संस्कृतीत कोणत्या परिस्थितीत तंत्रज्ञानाच्या वापरातून आणि मानसिकतेतून घडत गेली, ते आपण येथे पाहिले. मातृ-संस्कृतीचा भक्कम पाया असणाऱ्या भारतासारख्या देशात, स्त्री-अवमूल्यनासाठी तर अधिक कठोर उपाय योजले गेले. मग यामध्ये पुरुष-वर्गाने मानवी संस्कृतीच्या केंद्रस्थानी येण्याच्या प्रयत्नात त्याचे निर्मळ योगदान काय आहे बरे?

मानवी संस्कृतीच्या केंद्रस्थानी नैसर्गिकपणे असणाऱ्या स्त्रीला हटवून, त्या जागी पुरुषाची प्रतिष्ठापना करायची असेल, तर स्त्रियांची हरकत असण्याचे काहीच कारण नाही. परंतु, ही गोष्ट पुरुषाच्या चांगल्या वर्तनातून घडून यायला पाहिजे. पुरुषाचे स्वतःचे वर्तन सर्वदूर उल्लेखनीय असायला पाहिजे. स्त्रीला प्रतिस्पर्धी ठरवून, मग त्याकरता 'चढाओढ' या शब्दाप्रमाणे, दुसऱ्याला खाली ओढून, आपणच प्रगतिपथावर असलेले दाखवणे, त्याकरता बरोबरीच्या स्त्रीच्या

जगण्यामध्ये अनेक अडचणी निर्माण करणे, पुरुषाला वारस मिळावा या हेतूने विवाहबंधनात तिला जखडून वर पुन्हा 'तू काय चूल आणि मूल करणारी' म्हणून तिला हिणवणे, किंवा तो वारस मिळण्यासाठी ज्या मासिक-पाळीची नैसर्गिक गरज मानवाला असते त्याबाबत अपमानित करून, अपवित्र ठरवून तिला मंदिरप्रवेश बंद करणे, ही या 'पुरुष-रोगा'ची प्राथमिक लक्षणे आहेत. शेवटी हीच लक्षणे स्त्रीच्या वस्त्रापर्यंत पुरुषाला खाली उतरवतात, हे अखेर या वस्त्राच्या उत्क्रांतीमागील मानसिक उत्क्रांतीचे फलित समजावे का?

म्हणजे एकूण पुरुषाच्या सुखाच्या, अहंकाराच्या व सूड उगवण्याच्या कल्पना या स्त्रीच्या वस्त्र-विटंबनेतून अनुभवाव्यात, असा एक पायंडाच पुरुष-संस्कृतीने पाडलेला आहे. मग यातून तिची मानहानी झाली, की जणू स्त्री संस्कृतीच्या मध्यवर्ती स्थानावरून हटवली गेली आणि पुरुष तिथे प्रस्थापित झालेला आहे, अशा भ्रमात मानवी-जीवन सध्या कालक्रमणा करत आहे. अशा पतनावस्थेत असणाऱ्या संस्कृतीला जर कुणी उच्चसंस्कृती म्हणत असेल, तर मग अशा संस्कृतीच्या केंद्रवर्ती पुरुषच आहे, असे म्हणायला स्त्रियांची काही हरकत नाही. कारण इतक्या विकृत संस्कृतीचे व्यवस्थापन स्त्रीहाती असू शकत नाही.

याचा अर्थ, कोण्या एके प्राचीन काळी, स्त्री-पुरुष शुद्ध मनाने, नग्न रूपात एकमेकांकडे पाहत होते, आणि विवाहप्रथा नसल्याने स्त्रीवर कुठल्याही पुरुषाचा मालकीहक्क प्रस्थापित झालेला नव्हता. ते विवाहपूर्व स्त्री-पुरुष नाते या उत्क्रांत वस्त्रव्यवस्थेच्या उपयोगाने अधिक सुंदर करण्याऐवजी, कुटुंबापासून विविध क्षेत्रातील पुरुषी सत्तांनी ते उद्ध्वस्त करून ठेवले. स्त्री-पुरुषांच्या चैतन्यमय जीवनाऐवजी त्यायोगे मानवाच्या हाती राहिले, ते नैराश्यग्रस्त जीवन.

थोडक्यात उत्क्रांत वस्त्र-व्यवस्थेतील मानवी समाजाने वस्त्र-पेहरावाला उच्च स्थानावर नेले, पण मानवी संस्कृतीने स्वतः मात्र अधःपतनाचा तळ गाठला, असे सखेद नोंदवावे लागते.

◆◆◆

पुरुषाच्या ‘सबलीकरणा’चा विचार हवा!

सबलीकरण या शब्दाबरोबर जोडी साधणारा शब्द ‘महिलांचे’ हा आहे हे आपण जाणतोच. कारण, ‘पुरुष सबल आहेतच आणि महिला अबलाच आहेत’, हे आपण पिढ्यान्‌पिढ्या आपल्या मनात बिंबवलेले आहे. सबलीकरणाची व्याख्याच आपण पुरुषवर्गाला डोळ्यांसमोर ठेवून केलेली आहे. ८ मार्च या महिला दिनी तर महिला सबलीकरणाच्या उपायांची, महिलांचा सत्कार करण्याची, पुरस्कार किंवा सवलती देण्याची सर्व पुरुष-क्षेत्रात इतकी चढाओढ लागलेली असते, की कुणालाही गहिवरून यावे. अर्थात मग पुरुषांना सबल करण्याची गरज आहे, हा विचार तरी आपल्या मनाला शिवणार कसा? आणि वर पुन्हा महिलादिनाच्या दुसऱ्या दिवसापासून स्त्रियांना कमी लेखायलाही आपण कमी करत नाही.

गेली काही हजार वर्षे विविध युक्त्या वापरून, कपट-कारस्थाने व फसवणूक करून चलाखीने पुरुषामागे ठेवल्या गेलेल्या स्त्रिया, एका वार्षिक महिलादिनामुळे सबल होतील, ही या सहस्रकातील स्त्रियांची दुसरी मोठी फसवणूक आहे. आजपर्यंत देवा-धर्माच्या उपासनेचे मार्ग दाखवून, या उपवासाने मूल होईल, त्या व्रताने मुलगा होईल, वडाला फेऱ्या मारल्या की हाच पती मिळेल वगैरे थोतांडाद्वारे स्त्री-समाजाला धर्माधीन व मूर्ख बनवले गेले. अगदी उच्चशिक्षित स्त्रियासुद्धा या अंधश्रद्धेच्या तावडीतून सुटल्या नाहीत. मग एखाद्या सणाप्रमाणे वर्षातून एकदाच

येणाऱ्या या महिलादिनाला, स्त्री-जीवनाचा समग्र विचार आणि त्या त्या वर्षीच्या स्त्री-परिस्थितीचे कठोर परीक्षण असे प्रयत्न करण्याऐवजी, नवी साडी वा ड्रेसची घडी मोडणे, एकमेकींना 'हॅपी दसरा' म्हणावे इतक्या सहजतेने शुभेच्छा देणे, अशा प्रकारे स्त्रियांनी त्याला एक 'श्रावणातील सण' बनवल्याचे लक्षात येते. गेल्या सुमारे तीन हजार वर्षांत, कौटुंबिक, सामाजिक जाचक अशा स्थिती व संस्कारांमुळे जी वैचारिक आणि बौद्धिक बधिरता स्त्री-मेंदूला आलेली आहे, त्याचे परिणाम अजूनही आटोक्यात आलेले दिसत नाहीत. सुरुवातीपासून बहुसंख्य स्त्रियांच्या हातात खर्चाला पैसे नसल्यामुळे, सणाचे निमित्त करून चार गोष्टी त्या दिवशी पदरात पाडून घ्यायच्या, या स्त्रियांना लागलेल्या पारंपरिक सवयीमुळे आणि त्याच दिवशी महिलांना काहीतरी दिल्यासारखे दाखवून आपण त्यांची वर्षभर केलेली मानहानी न केल्यासारखी दाखवण्याच्या पुरुषांच्या कावेबाजीमुळे, स्त्रियांचा सर्वंकष न्यायाचा लढा मूळ धरत नाही आणि म्हणून मग वर्षानुवर्षे कितीही महिलादिन पार पाडले, तरी महिलांचे प्रश्न, त्यांचा अपमान व अत्याचार तिथेच राहिलेले दिसतात.

याकरता एक उपाय म्हणून महिलांऐवजी पुरुषाच्या 'सबलीकरणा'चा विचार केल्यास परिस्थितीत काही फरक पडू शकतो का, ते इथे पाहावे असे वाटते. त्याकरता, सबलीकरण म्हणजे काय, हे मुळात आधी समजून घ्यायला लागेल. कोणत्याही प्राण्याच्या जीवनसंघर्षात त्याने 'तग धरून' (सर्व्हाइव्ह) राहण्यासाठी जे पवित्रे आणि जे गुणधर्म त्याला आत्मसात करावे लागतात, ते 'आत्मसातीकरण' म्हणजे सबलीकरण असते. जिवंत राहण्यासाठी वेगवेगळी कुवत-धारणा, हे प्रत्येक प्राणिमात्राचे वैशिष्ट्य आहे. निसर्गाची ती देन आहे. कारण तरच प्राणिसृष्टी जगणार आहे. प्राणिमात्रांमध्ये त्यांचा उत्क्रांतीचा टप्पा, त्या टप्प्यावर झालेला त्यांच्या मेंदूचा विकास, त्यांचे जगण्याचे भोवतालिक वातावरण व त्यातील बदल; तसेच ते जलचर आहेत, भूचर आहेत की वायुचर याप्रमाणे त्यांची 'तग' धरून राहण्याची कौशल्ये व क्षमता वेगवेगळी असली, तरी सिद्धांत एकच असतो, नि तो म्हणजे 'कसेही करून जीवनसंघर्षात जिवंत राहणे'. आता या सिद्धांतानुसार, स्त्री-वर्गाला सबल करायचा चाललेला प्रयत्न, नक्की कोणाबरोबर मुकाबला करण्यासाठी चाललाय? निसर्गाने 'सबल जगण्यासाठी' सर्व प्रकारच्या क्षमता मनुष्यप्राणी म्हणून पुरुषाप्रमाणेच स्त्रीला दिलेल्या असूनही, आज स्त्रीने 'तग' धरणे, हा आपल्या समोरील महत्त्वाचा संकटग्रस्त प्रश्न कसा होऊ शकतो?

एकूण कळपावस्था, टोळीवस्था, कुटुंबावस्था अशा उत्क्रांतीतून मानवाच्या 'तग धरण्याच्या' संकल्पना व प्रयत्न बदलत गेलेले आहेत. प्राण्यांप्रमाणे ते फक्त निसर्ग-प्रेरणेनुसार न राहता, मानवामध्ये ते प्रयत्न बुद्धीप्रामाण्यवादी जास्त झालेले दिसतात. स्त्रीला आपल्या प्रसूतीसाठी आणि संतती-संगोपनासाठी स्थैर्याची गरज सर्वप्रथम जाणवली आणि ती अग्नीला घेऊन गुहेत स्थिरावली. इथे स्त्रीने बुद्धीचा वापर आपल्या अपत्यांसहचे कुटुंब 'तग धरून' राहण्यासाठी केलेला दिसतो. इथून जंगलीयुगाचा अस्त होऊन रानटी युगाला सुरुवात होते, आणि मातृ-प्रमुख टोळी-व्यवस्थेचा कालखंड चालू होतो, असे मानले जाते. रानटीयुगातील अग्नीबरोबरच्या स्थैर्यामुळे अपत्य-सहवासाचे स्त्रीला जे सान्निध्य मिळाले, यामुळे स्त्रीमध्ये कुटुंबवत्सलता आली आणि मातृ-टोळीचा कुटुंब-रचनेकडे प्रवास चालू झाला. पुढील अनेक शतकांच्या या अपत्य-जवळिकीतून स्त्रीची जंगली हिंसकता कमी होत जाऊन तिच्यामध्ये वात्सल्य, प्रेम, ममत्व, संवेदना, सौजन्य या गुणांचा परिपोष झाला, जो उदयास येणाऱ्या तत्कालीन नव-कुटुंबास टिकवून ठेवण्यासाठी उपयुक्त होता. अशा रीतीने, बदलत्या परिस्थितीनुसार, स्त्री-जातीचे नव्याने नैसर्गिक सबलीकरण घडून आले.

पण पुरुष मात्र जंगलात भटक्या अवस्थेतच राहिला. आपल्यापासून मूल होते, हे ज्ञान नसल्यामुळे मुला-बाळांसह राहणे, हे पुरुषाला जंगली व रानटी युग धरून, अनेक सहस्रके संस्कृती युगाच्या उदयापर्यंत माहीत नव्हते. सस्तन पशू-नराप्रमाणेच पुरुषाची कुटुंबाशी व अपत्यांशी कोणतीही बांधिलकी नव्हती. सुप्रसिद्ध सेक्सथेरपिस्ट थेरेसा क्रेन्शाव त्यांच्या, 'द अलकेमी ऑफ लव्ह ॲण्ड लस्ट' (The Alchemy of Love and Lust)या पुस्तकात म्हणतात, 'जे हार्मोन स्त्रीच्या गर्भाशयात पुरुषाला घडवण्याचे काम करते, त्या 'टेस्टोस्टेरॉन' हार्मोनचे, परस्पर स्पर्धा, ईर्षा, सूडबुद्धी, धाडस, आक्रमकता वगैरे परिणाम सस्तन नराप्रमाणे पुरुषातही उतरतात.' जंगली युगात भटक्या अवस्थेत जगताना, या नैसर्गिक आक्रमक वृत्तीचा वापर पुरुषाला संघर्षात स्वतःला जगवण्यासाठी उपयुक्त होता. हल्लेखोरांना परतवण्यासाठी डावपेच करावे लागत होते. जंगलातील सत्ता स्पर्धेने टिकवावी लागत होती. त्याकरता जंगली पुरुषासमोर किंवा टोळीसमोर त्याला 'तग' धरून जगणे महत्त्वाचे होते. म्हणून पुरुषाची आक्रमकता, हिंसकतेसारखी वृत्ती-वैशिष्ट्ये म्हणजे त्याचे जंगली स्थितीतील स्वाभाविक असे 'नैसर्गिक

सबलीकरण' म्हणावे लागेल. थोडक्यात, पुरुष व स्त्रिया, रानटीयुग ते संस्कृतीयुग धरून काही शतके, अनुक्रमे टोळीजीवन आणि कुटुंबजीवन अशा दोन वेगवेगळ्या अवस्थेतील समूहजीवनात जगत होते, ही वस्तुस्थिती होती.

पुढे संस्कृतीयुगाने विवाहाद्वारे पुरुषाचे हे रानटी जीवन संपवले. तेव्हा त्याच्या हिंस्त्र-रूपातील 'जंगली सबलीकरणाचा' वापर, साहजिक त्याचा उपयोग नसल्याने, कमी होत गेला. ज्या वेळेस, कौटुंबिक सहजीवनात कुटुंब-प्रमुखाला कुटुंब-समूहाच्या जबाबदाऱ्या समजाव्या लागतात, तेव्हा सूडबुद्धी, आक्रमकता, दु:साहस असे जंगली सबलीकरणाचे पर्याय, कुटुंबाने तग धरण्यासाठी निरुपयोगी किंबहुना घातकच ठरतात. अर्थात, कुटुंबजीवनास सुरक्षित ठेवणारे व संघर्षामध्ये टिकवणारे असे ममता, समता, संयम, संवेदना, सारासार विचार, सहकार्य, त्याग हे गुण पुरुषांमध्ये त्याच्या धाडसी वृत्ती-वैशिष्ट्याबरोबर रुजवले जाणे आणि त्यांची जोपासना होणे, हे पुरुषाचे अपेक्षित सबलीकरण आवश्यक होऊन राहिले. आश्चर्य म्हणजे, पुरुषाला त्याच्या मूळ आक्रमक गुणधर्मापासून परावृत्त करण्याचा प्रयत्न, जो काही थोड्या आदिम जमातीत केला गेला, त्यापैकी, संशोधक मालीनोव्हास्की त्यांच्या 'द सेक्शुअल लाइफ ऑफ सॅव्हेजेस' या पुस्तकात एका जमातीचे संशोधन नोंदवतात. आदिम अवस्थेत राहणाऱ्या टोब्राइंड या आफ्रिकन जमातीमध्ये दीर्घकाळ एकत्र निष्ठेने राहणाऱ्या स्त्री-पुरुषांमधील स्त्री गर्भवती झाल्यावर, जर त्या दोघांची इच्छा असेल, तर होणाऱ्या त्या अपत्याचे पालकत्व त्या पुरुषाला काही अटी पूर्ण केल्यावर बहाल केले जाते. त्यातील मुख्य अट म्हणजे त्या पुरुषाने पुढील सहा महिने हिंसा न करता राहून दाखवायचे. घराबाहेर जायचे नाही, शिकार करायची नाही, लाकूड किंवा झाड, गवत काही कापायचे नाही. त्याची स्त्री बाळंत होईपर्यंत शक्यतो त्याने झोपून राहायचे. स्वत:वर इतके नियंत्रण ठेवू शकणारा पुरुष हा 'पिता' या पदाला पात्र ठरविण्याची ही पद्धत होती. त्या काळच्या हिंसक-पुरुषाला नेमस्त बनवण्याचे हे तत्कालीन जमातींचे प्रामाणिक प्रयत्न दिसतात. पुरुषाप्रति या जमातीने केलेला हा प्रयत्न 'विवाहप्रथा' रूढ होण्यापूर्वीचा आहे. या उदाहरणातून एक स्पष्ट होते, की पुरुषाचा, कुटुंबातील एक घटक म्हणून समावेश करण्यापूर्वी तो नर-स्वभावानुसार मूलतः हिंसा-प्रवृत्त असल्याने त्याला 'माता-मूल' कुटुंबात थेट प्रवेश देणे धोक्याचे आहे, हे नंतरच्या विवाहाच्या आगमन-काळातील बुद्धी-विकासाच्या संस्कृतीयुगात सर्व मनुष्य-जमातींना वास्तविक

समजायला हवे होते, जे आपण कधी समजून घेतलेले दिसत नाही.

विवाहप्रथा येण्यापूर्वीचा जंगली अवस्था ते रानटी अवस्था या दोन युगांचा कालखंड हा सुमारे लाखभर वर्षांचा असल्याचे संशोधकांचे म्हणणे आहे. त्या काळात शतकानुशतके जंगली अवस्थेत 'तग' (सर्व्हाइव्ह) धरून राहण्यासाठी पुरुषाने आक्रमक वर्तन शैलीचा अवलंब केला, जे त्याच्या खडतर व असुरक्षित जीवनाला धरून योग्यच म्हणावे लागते. परंतु बाहेरच्या जगात, मुक्त फिरताना आक्रमकतेचा, सत्तेचा अहंकार शमवण्याचा जो एक मुक्त वाव पुरुषाला त्या काळात होता, त्या मोकळेपणावर विवाहाच्या स्वीकारानंतरच्या कालखंडामध्ये अचानक बंधने आली. बंधने किंवा स्वातंत्र्य हे माणसाला लगेच घेता येत नाही. त्याप्रमाणे विवाह-बंधन समाजात लगेच सरसकट स्वीकारले गेलेले नव्हते. तरी, संस्कृतीयुगात ज्या ज्या जमातींकडून ते क्रमशः स्वीकारले गेले, त्या जमातीमध्ये मवाळ वर्तनाची कोणतीच तालीम (टोब्राइंड जमातीप्रमाणे) पुरुषाला जर दिली गेलेली नसेल, तर पुरुषामध्ये पिढ्यान्‌पिढ्या रुळलेल्या आक्रमक जीवनशैलीमध्ये, अशा तालीम-संस्काराविना लगेच बदलाव अशक्य होता. त्यात टोळी म्हणजे पुरुषांचा एक समूह, ज्यामध्ये बाहेरून पळवून आणलेल्या स्त्रियांचा समावेश असतो. टोळी-जीवनात एक प्रमुख पुरुष आणि बाकी सर्व स्त्री-पुरुष दुय्यम सदस्य, अशी व्यवस्था असते. याबाबत फेड्रिक एंगल्स आपल्या, 'ओरिजिन ऑफ फॅमिली ॲण्ड प्रायव्हेट प्रॉपर्टी' या पुस्तकात लिहितो, 'फॅमिली' हा शब्द जुन्या 'फॅमिलीया' या रोमन शब्दावरून आलेला आहे आणि त्याचा अर्थ आहे, the number of slaves belonging to one man.' म्हणजे, टोळीअवस्थेतील पुरुषाच्या विचारातून आलेली 'कुटुंब-कल्पना' (Family concept) ही प्रथमतः पुरुषाला 'मालक' धरूनच कल्पिली गेलेली दिसते. साहाजिक कुटुंबाबद्दलची पुरुषाची मूळ मानसिकता ही स्वकेंद्री आणि टोळीजन्य आहे, हे या एंगल्सच्या या विधानाने जास्त स्पष्ट होते. याउलट जन्मदात्या स्त्रीची कुटुंबकल्पना ही 'अपत्य-केंद्री' आहे. हा स्त्री-पुरुषाच्या मानसिक जडण-घडणीतील फार मोठा फरक आपल्याला लक्षात घ्यावा लागेल.

टोळी कधीच जन्म-परंपरेने चालत नसते, तर ती कोणत्याही ताकदवान, क्रूर अशा पुरुषाच्या वर्चस्वाखाली जगत असते किंवा कोणा पुरुषाच्या बंडामुळे दुभंग होऊन एकाच्या दोन टोळ्या होत असतात. कुटुंबाप्रमाणे पिता, मुले, नातवंडे अशा

जन्म-परंपरेच्या साखळीचा त्यात अभाव असतो. कुटुंब हे नातेसंबंधावर उभे असते, तर 'टोळी' फक्त स्वबचावाच्या व सत्तेच्या भावनेने प्रेरित असते. त्यामुळे अर्थात कुटुंबाला जीवन-संघर्षात टिकवून ठेवणाऱ्या ममत्व, प्रेम, विश्वास, संवेदना अशा मूल्यांची परंपरा टोळीमध्ये असू शकत नाही. टोळी तशा मूल्यांवर तग धरत नसते. मात्र मातृ-परंपरागत टोळीला धरून जगणाऱ्या समकालीन स्त्रीला तिची अपत्याला जन्म देण्याची क्षमता, तिला त्या कुटुंबकल्पनेशी तत्काळ जोडते. अपत्य-जन्म आहे तिथे स्त्री आहेच. त्यामुळे तिथे कुटुंबही आहे. तात्पुरते का असेना, प्राणीमातेमध्येही हे कुटुंब दिसून येते, ज्यामध्ये पिल्लांना धोका ठरणाऱ्या नराला ती प्रवेशसुद्धा देत नाही. कुटुंब-धारणेची स्त्रीची शारीरिक, मानसिक, भावनिक जडणघडण, ही पुरुषतुलनेत तशी फार प्राचीन आहे, हे यावरून लक्षात यावे. पुरुषाचे पितृत्व निसर्गतः अज्ञात असल्याने, त्याच्यामध्ये या कुटुंब-भावनेचा नैसर्गिक अभाव आहे. अर्थात मग कुटुंब-पोषक गुण आत्मसात करण्यात स्त्रीच्या तुलनेत पुरुष हा पिछाडीवर असणार आहे. हे समजून घेऊन, जे आपण आजवर मनावर घेतले नाही, अशा सबलीकरण-मूल्यांचा पुरुषावरील संस्कारासाठी विचार करावा लागेल. तसेच गेली अनेक शतके अपत्याचे पितृत्व अज्ञात असतानाही ज्या स्त्रीमुळे कुटुंबव्यवस्था प्राचीन काळात तग धरून राहिली, त्या स्त्रीविरोधात हिंसा होणे, बलात्कार होणे, तिला कुटुंब सोडावे लागणे अशा आज घडणाऱ्या घटना म्हणजे तर 'कुटुंब-सबल' असणाऱ्या स्त्रीला, पुरुषाकडून 'टोळी-संस्काराचे' परिणाम भोगायला लावणे आहे.

यामागील कारणे पाहताना, नैसर्गिक मुक्त-शरीरसंबंधाऐवजी विवाहातून आलेल्या नियंत्रित शरीरसंबंधपद्धतीमुळे पुरुषांवर आणि समाजावर जे परिणाम झालेले आहेत, तेसुद्धा तपासावे लागतील. कुटुंबव्यवस्थेत सामावून घेतले जाताना, पुरुषाच्या नैसर्गिक आक्रमक मूल्यांचा वापर कमी कमी होत गेला. त्यातून पुरुषामधील ऊर्जेचा प्रश्न तीव्र झाला आणि त्याचबरोबरीने 'अनेक स्त्री-संबंधाचे व स्त्री-मैत्राचे' टोळीजीवनात असणारे त्याचे सवयीचे नैसर्गिक अधिकार विवाहाकडून हिरावले गेले. त्यातून पुरुषाचे नवे वेगळेच प्रश्न उदयास आले. नव्या वैवाहिक संबंधाचा हा बदल स्वीकारताना त्यातून निर्माण झालेल्या पुरुषाच्या शारीरिक अडचणीचे व मानसिक अस्वस्थतेचे दुष्परिणाम कधी अभ्यासले गेले नाहीत. त्या स्थितीत पुरुषाला येणारे नैराश्य व रितेपण, 'कुटुंबानुकुल सशक्त

सबलीकरणाने' भरून काढण्याचाही विचार सातत्याने कधी झाला नाही. मग अखेर त्या रितेपणावर मात करताना विवाहाच्या स्वीकारातून पुरुषाने गमावलेली जंगली-काळातील सर्वंकष बेबंद-सत्तेची भरपाई करण्याची संधी, त्याच विवाहातून त्याला प्राप्त झालेल्या कौटुंबिक, सामाजिक, आर्थिक, धार्मिक, राजकीय वगैरे विषयातील प्रमुख स्थानातून, त्याच विवाहाद्वारे कब्जात आलेल्या स्त्रीच्या विरोधात वापरण्यासाठी, पुरुषाकडे अनायासे चालून आली. आणि इथेच पुरुषप्रधान व्यवस्थेचा जन्म झाला. मग अशा पुरुषकेंद्री सत्तेवरचे पुरुष, मानवाला जीवन-संघर्षात टिकवून धरणारी 'कुटुंबमूल्ये' मजबूत करण्यासाठी, स्वतःला त्याबाबत 'अबल' (असमर्थ) मानून स्वतःच्या सबलीकरणाचा विचार करतील आणि तोसुद्धा ममता, संयम, संवेदना, सौजन्य अशा गुणांचा स्वीकार करून, हे तर अशक्यच होऊन बसले. मानवाच्या 'कुटुंब-सर्व्हायव्हल'च्या या महत्त्वाच्या क्षमता, ज्यामध्ये स्त्रिया अनेक शतके संपन्न होत्या, त्यांच्यावर 'बायकी' असा शिक्का मारून त्यांची हेटाळणी सुरू झाली आणि पुरुषाचे प्राचीन अवस्थेतील आक्रमकतेसारखे गुणधर्म म्हणजेच खरी 'मर्दानगी',असे समज प्रस्थापित करून ते टिकवले गेले.

मग त्यातून पुरुष करत असलेल्या स्त्रीवरील अन्यायाविरोधात स्त्री व अपत्ये धरून कुटुंबाचे संरक्षण आता व्हावे तरी कसे? हा प्रश्न अपरिहार्यपणे मानवी समाजासमोर आज उभा राहिलेला दिसतो. स्त्रीनेही सशस्त्र होऊन पुरुषाप्रमाणे आक्रमकता, डावपेच, असहिष्णुता अंगी बाणवावी म्हणजे ती अत्याचारी पुरुषाचा सामना करील, असा स्त्रीच्या सबलीकरणाचा पुरुषी-दृष्टिकोन पुरुषप्रधान समाजात तयार होत गेला. तिला लाठी-काठी, कराटे शिकवले जाऊ लागले. तिला पोलिसात, सैन्यात भरती करून ती पुरुषापेक्षा कमी नसल्याचे समाधान देण्यात येऊ लागले. पण प्राचीन काळापासून स्त्री इतकी सक्षम तर आहेच. ऐतिहासिक काळातील स्त्रियादेखील युद्धात कार्यरत, आघाडीवर होत्या. त्यामुळे हे काही तिचे अपेक्षित सबलीकरण होऊ शकत नाही. शिवाय स्त्रीचा सशस्त्र दलातील अलीकडील समावेश, हा स्त्रीवरचा आज चाललेला अत्याचार थांबवू शकलेला नाही, हे ठळकपणे जाणवते. मातृ-कुटुंब समूहात स्त्री जितकी धाडसी, युद्धाचे नेतृत्व करणारी, सामाजिक संचार व व्यापार करणारी होती, तितकी ती विवाहाद्वारे, पती-कुटुंबात अचानक उदयास आलेल्या पुरुषी-दडपशाहीमुळे, मागे ढकलली

गेली. पुढील अनेक शतके स्त्री-पिढ्या अशा पिछेहाटीत जन्मल्या नि संकोचलेल्या संस्कारात वाढल्या. त्यातून स्त्री-पुरुष विषमता उभरून आली आणि स्त्रीचा प्रश्न अजूनच अवघड होऊन बसला. याचा अर्थ सुरुवातीपासून 'स्त्री व तिच्या कुटुंबाने तग' धरण्यासाठी तिच्या 'सशस्त्र सबलीकरणाचा' प्रयत्न हा चुकीच्या दिशेने चाललेला प्रयत्न आहे. निव्वळ शस्त्राने सबल होणे यापेक्षा स्त्री-पुरुष दोघांच्याही जगण्याच्या कल्पनेत सबलता असणे अधिक महत्त्वाचे आहे. त्याकरता 'कुटुंबाने तग' धरण्याचे पर्याय शोधायची गरज असून, सबलीकरणाची कल्पना स्त्रीच्या बरोबरीने पुरुषासाठीही गरजेची आहे, तरच कुटुंब तग धरेल आणि मग स्त्री-पुरुष व त्यांची अपत्ये यांचे रक्षण होईल, हे समजायला हवे! स्त्री जशी मातृकुळात स्वतंत्र म्हणून सन्मानित होती, तशी ती या पुरुषप्रधान व्यवस्थेत प्रथमपासूनच पुरुषाच्या बरोबरीने सन्मानित झाली असती, तर आज दिसणारी मानवी प्रगती, विनाशाच्या दिशेने जाण्यापासून वाचली असती.

म्हणजेच कुटुंबातील आणि त्यातून समाजातील पुरुषाची असमतोल व अनियंत्रित, अहंकारी सत्ता आणि त्यातून उद्भवलेली त्याची दडपशाही व हिंसा हे सर्व कसे रोखावे, हा प्रश्न स्त्रीच्या सबलीकरणापेक्षा महत्त्वाचा झालेला आहे. स्त्रीने लाठी-काठी चालवण्याचा हा प्रश्न नाहीये. अनेक वर्षे बिंबविले गेले आहे, की शारीरिक सामर्थ्याने आणि मारामारीने प्रश्न सोडवण्यातच 'सबलीकरण' आहे, तर तसे नसून प्रश्न हळुवारपणे समजून घेऊन तो कौशल्याने सोडवता येण्यामध्येही ते सामर्थ्य आहे. स्त्रीने या सामर्थ्याच्या जोरावरच अनेक शतके, पितृत्वाशिवाय कुटुंब-व्यवस्था सांभाळलेली आहे. आजही पतीविना अनेक घरात ती कुटुंब सांभाळते आहे. मानसिक सबलीकरणातून निर्माण झालेल्या आत्मविश्वासाची ती ताकद आहे. पुरुषाच्या साहसी व आक्रमक वृत्तीला अशा मानसिक सबलीकरणाची जोड मिळाल्यास, पुरुषाची आक्रमकता संकटात कुणाचे रक्षण करण्यासाठी वापरली जाण्याची शक्यता वाढते. स्त्रीचे सबलीकरण म्हणजे जसे प्राचीन मातृ-कुटुंबातील स्त्रीप्रमाणे धैर्य, आत्मविश्वास, निर्णयक्षमता, कणखरता या गुणांचा तिच्यात परिपोष होणे आवश्यक आहे, तसेच पुरुषाची आक्रमकता ही सकारात्मक करता येणे, हे पुरुषाचे सबलीकरण आहे.

पुरुषाचे होणारे हे सबलीकरण सोपे किंवा चटकन परिणाम दाखवणारे असेल असे नाही, पण तरी ते अशक्य नाही, हे महत्त्वाचे. आपण पाहिले की पुरुष

जंगली व रानटी अवस्थेत असताना, तो कोणत्याही निवाऱ्याशी, किंवा स्थिर ठिकाणाशी बांधील नव्हता. बाहेरचे भटके जीवन त्याला धाडसी व थरारक वाटत असल्याने, तेच त्याला प्रिय होते. आजही पुरुषाचे घराबाहेर उशिरापर्यंत रेंगाळणे किंवा काही दुःसाहस (स्टंटबाजी) करणे, तसेच माफिया टोळ्या, ड्रग्ज टोळ्या, तस्करी टोळ्या, अतिरेकी-टोळ्या, धार्मिक टोळ्या, गुंड टोळ्या वगैरे टोळ्यांमध्ये स्त्रीतुलनेत पुरुषाचा जास्त असणारा सहभाग किंवा त्याचे त्याला असणारे आकर्षण, हे त्याच्या प्राचीन मनमानी टोळी-जीवनाची साक्ष देणारे आहे. मात्र, दोन टोळ्यांत सूडभावनेतून होणारे संघर्ष व हिंसा या घटना, दोन कुटुंबांत घडण्यास वाव न राहिल्यामुळे पुरुषाची सुरक्षितता व निवांतता वाढली. त्यानुसार त्याच्या हार्मोन्सचे चढ-उतार बदलले. उदा. प्रेम व ममत्वाचे 'ऑक्सिटोसिन' हे हार्मोन पुरुषामध्ये स्त्रीपेक्षा कमी असते, असे संशोधन आहे. मात्र त्याबाबत आज संशोधक म्हणतात, की अपत्यांसह कुटुंबात राहणाऱ्या पुरुषामध्ये या ममत्व-हर्मोनची पातळी एकट्या राहणाऱ्या पुरुषापेक्षा जास्त असते. म्हणजे स्त्रिया किंवा पुरुषांमध्ये त्यांच्या बदललेल्या परिस्थितीनुसार त्यांच्यातील हार्मोन्सच्या पातळ्या बदलतात हे इथे लक्षात यावे. त्यानुसार आजचे पिता-पुरुष हे प्रत्येक पुढील पिढीतून कुटुंब-समूहाशी सुसंगत बदल दाखवत आहेत. स्त्री-सहवासातून त्यांना नातेसंबंध उमजलेले आहेत. स्वतःची अपत्ये त्यांना स्त्रीइतकीच प्रिय असतात. ते भावनेने त्यामध्ये गुंतलेले असतात. त्यांच्यासाठी आनंदाने श्रम करतात. मुलीचे सासरी जाणे त्यांना हळवे बनवते, अपत्याच्या मृत्यूवर ते शोक करतात. याचा अर्थ पुरुषामधील कुटुंब-आत्मीयतेचा नैसर्गिक-अभाव, जो लेखाच्या सुरुवातीला उल्लेखलेला आहे तो, कमीकमी होत चाललेला दिसतो. कुटुंबाच्या प्राचीन स्वकेंद्री कल्पनेतून पुरुषाने 'अपत्यकेंद्री' होण्याचा हा बदल, गेली अनेक वर्षे निव्वळ कौटुंबिक जीवनात पुरुष 'स्थिर' होण्यातून आलेला आहे. जर, अविवाहित पुरुष व कौटुंबिक पुरुष यांच्यातील ऑक्सिटोसिन हार्मोनची पातळी त्यांच्या बदललेल्या परिस्थितीनुसार त्याच पिढीत अशी बदलू शकते, तर मग इतर अन्य हार्मोनमुळे पुरुषामध्ये येणारी आक्रमकता, तसेच स्वकेंद्री मानसिकता ही प्रत्येक पिढीतून कमीतकमी पातळीत आणता येणे, हेसुद्धा पुरुषांवर जाणीवपूर्वक केल्या जाणाऱ्या सबलीकरणाच्या संस्कारातून का साध्य होऊ नये? त्याचे परिणाम दिसायला वेळ लागला, तरी काही हजार वर्षे मूळ धरलेल्या पुरुष-वृत्तीला बदलण्यास एका

पिढीचा वेळ म्हणजे, फार तर पंचवीस वर्षे, म्हणजे कमीच आहे. त्या तुलनेत, 'पुरुषाचे सबलीकरण' ही कल्पना स्वीकारायलाच आपण जास्त वेळ घेत आहोत. हे समजून, अनेक क्षेत्रात वसलेल्या पुरुष-सत्तेला या कल्पनेचा जितका लवकर स्वीकार व प्रसार करता येईल आणि त्यावर चर्चा घडवून आणता येईल, तितके अपेक्षित बदल लवकर घडताना दिसतील.

सध्याची वस्तुस्थिती पाहिल्यास, एकीकडे पुरुषाचा उग्रपणा सौम्य बनवण्याचा समाजाने विचारही करायचा नाही. उलट कुटुंबातील त्याच्या वर्चस्वाला तोंड देण्यासाठी स्त्रीच्या कुटुंब-वत्सल वृत्तीला आक्रमक व बेधडक बनवण्याचे मार्ग तिला सांगायचे. यामुळे पुरुषाचे वर्तन तर बदलत नाहीच, उलट त्याच्या वर्तनाला स्त्रीकडून एकप्रकारे आव्हान दिल्याची परिस्थिती कुटुंबात निर्माण होते. त्यातून कुटुंबे दुभंग होतात. आज, 'कुटुंबव्यवस्था' सुरक्षित असणे, ही आपली प्राणीजातीसाठी असणाऱ्या निसर्गाच्या सर्व्हायव्हल-सिद्धांतानुसार महत्त्वाची गरज झालेली आहे. म्हणून मग 'सहकार्य, सौजन्य, सभ्यता, संवेदना, विश्वास' वगैरे मूल्यांच्या संस्कारांद्वारे मानवाच्या 'सामर्थ्याच्या कल्पना' बदलण्याचा नवा प्रयोग आता प्रत्येक पिढीतून करावा लागेल. त्या अनुषंगाने यापुढे जागतिक महिलादिनी पुरुषाच्या अशा सबलीकरणाचे विविध उपाय, पर्याय आणि विषय जर पुढे येत राहिले आणि त्याच्या परिणामांचा वार्षिक तौलनिक अभ्यास जर महिलादिनी सुरू झाला, तर तो जास्त 'सफल' महिलादिन ठरेल.

◆◆◆

...मग पुरुषांच्या 'मंदिर-प्रवेशाचे' काय ?

शनिशिंगणापूरच्या मंदिरातील शनिदेवाच्या चौथऱ्यावर महिलांनाही प्रवेश मिळावा यासाठी २०१६मध्ये बरेच वादंग उठले होते. अखेरीस गुढी पाडव्याच्या मुहूर्तावर चौथरा महिलांना खुला झाला आणि दीर्घकाळ चाललेल्या संघर्षाची यशस्वी सांगता झाली. 'भूमाता ब्रिगेड'सह अनेक संस्था, संघटना, कार्यकर्ते यांच्या नैतिक लढाई आणि कायद्याच्या रेट्यामुळे शनिशिंगणापूर येथील सुमारे चारशे वर्षांची कथित परंपरा मोडीत निघाली. 'देवळात स्त्रियांचा प्रवेश असावा-नसावा' हा वाद तसा जुनाच आहे. तो चूक की बरोबर हा मुद्दा लढवण्याच्या भानगडीत स्त्रिया पूर्वीपासून कधी पडलेल्या नाहीत. आजही अपवादात्मक काही स्त्रिया सोडल्या, तर बहुसंख्य स्त्रिया याबाबत काही बोलू इच्छित नाहीत, अशी वस्तुस्थिती आहे. यामागे बरीच कारणे असू शकतात. पुरुषांनी काहीही म्हणावे आणि स्त्रियांनी त्यास 'मम' म्हणत राहावे, हे त्यापैकी एक महत्त्वाचे कारण. भारतातील स्त्रियांचा 'स्वतंत्र विचार' कित्येक शतके मारून टाकण्यात आलेला आहे. घरामध्ये पुरुषापुढे तिने बोलायचेच नाही, अशी एक ताकीद पूर्वापार रूढ आहे. त्यामुळे काही अपवाद वगळता बहुसंख्येने स्त्रीचा विचार हा पुरुषाच्या डोक्यातून आलेला विचार असतो. तिचा स्वतःचा तो नसतो. तिचे जगण्याचे प्रश्नच इतके परावलंबी आणि म्हणून मुश्कील करून ठेवले आहेत, की आपला मान-सन्मान ही तर त्यांना नेहमीच

लांबची गोष्ट वाटत राहिलेली आहे. आधी आपल्या जिवंत राहण्याचे, सुरक्षित असण्याचे उपाय आपण पाहू या, देवळातील प्रवेशाचा मुद्दा नंतर सावकाश पाहता येईल, अशा मनाच्या समजुतीत त्या अजूनही आहेत. सतत अपमान आणि मानहानी, अगदी पुरुषांनी गुन्हा केला तरी अपराध आपलाच, अशा खच्ची केलेल्या मानसिकतेत घडलेली ही स्त्री! पुरुषांनीच तिच्या मनात भीती निर्माण करायची आणि तिला संरक्षण देण्यासाठी पुन्हा पुरुषच नेमायचे, (पति हा त्यातलाच एक पुरुष) अशा परिस्थितीत वाढणारी स्त्री, पुरुष म्हणतील ते मान्य करण्याशिवाय करणार तरी काय? आणि याचा फायदा सत्तेवर बसलेल्या पुरुषांनाच पुन्हा पुन्हा मिळत राहिला; स्त्रीमध्ये वरवरचे 'पोशाखी' बदल झाले, मात्र ती मूळ होती तिथेच राहिली.

भारतीय संस्कृतीतील स्त्रीची कहाणी म्हणजे एक दीर्घकालीन 'दुर्दैवाचा फेरा'च म्हणावा लागेल. या संस्कृतीत अतिप्राचीन काळी स्त्री ही सृष्टितत्त्व, मानवाची निर्माती म्हणून तिच्या जननेंद्रियांचे पूजन होत होते. तिचा मासिक स्राव हा 'जननक्षम' म्हणून पवित्र मानला जात होता. आज भारतात त्रावणकोर येथे होणाऱ्या 'त्रिपुरवत्तू' या मातृदेवतेच्या उत्सवात देवीच्या मासिक पाळीच्या वस्त्राचे दर्शन घेण्यास झुंबड उडते. त्या वस्त्राच्या स्पर्शासाठी भाविक धडपडतात. तामिळनाडूमध्ये असाच उत्सव आहे, आणि ईशान्य भारतातही कामाख्यादेवीच्या स्त्रीत्वाचा आदर दर्शवण्याचे सोहळे आहेत. हे सर्व प्राचीन भारतातील स्त्रीमाहात्म्याचे पुरावे आहेत. असा स्त्री-आदर करणाऱ्यांत पुरुषांची संख्याही मोठी आहे. ज्या मातृदेवता अविवाहित माता होत्या, त्यांची मंदिरेही भारतात जागोजागी आहेत. मग भारतात हे स्त्रीविरोधी वातावरण निर्माण कसे काय झाले, आणि केव्हापासून?

सुमारे दहा हजार वर्षांपासून बाहेरून जे आक्रमक भारतात घुसू लागले, ते आपल्याबरोबर पुरुष-श्रेष्ठता वाद घेऊन आले. त्यांना या भारतीय संस्कृतीतील स्त्री-प्रधान कुटुंबव्यवस्था आणि रीतिरिवाजातून ओसंडणारा स्त्रीचा आदर-सन्मान मान्य होण्यासारखा नव्हता. मातृसंस्कृतीतील मुक्त शरीरसंबंध आणि अविवाहित मातामहांची त्यांच्या उत्पादनासह मोठी कूळ रचना, मातांच्या नावावरून त्यांच्या कुळांना (दितीचे कुळ दैत्य, दनुचे कुळ दानव वगैरे) असणारे संबोधन याला जेत्या आक्रमकांचा आणि पुरुषप्रधान राज्यकर्त्यांचा विरोध होत राहिला. या मातृसंस्कृतीच्या पाडावासाठी, देव-दानव आणि रामायण-महाभारतासारखे

मोठमोठे संघर्ष भारतात झाले, ज्याद्वारे ही मूळ अनार्य-मातृकूळ समाजव्यवस्था नष्ट करण्याचा प्रयत्न झाला. ही व्यवस्था पुरुषांहाती आणण्यासाठी आणि त्याकरता पुरुषांचा प्रभाव निर्माण करण्यासाठी म्हणून प्रत्यक्षात हल्ले करून स्त्री-कुळे नष्ट करणे, मातृकुळांच्या उत्पन्नांवर बहिष्कार टाकणे, मातृमंदिरे गावाबाहेर करणे (जी आजही असलेली दिसतात.) स्त्रियांचे स्वातंत्र्य आणि व्यापारासाठी त्यांचा असणारा सामाजिक मुक्त संचार याला विरोध म्हणून बलात्कारसारखे प्रकार करून, त्यांचा बंदोबस्त करणे आणि त्यांच्या मोकळ्या वावरण्यातील आत्मविश्वास घालवणे, अशा उपाययोजना आक्रमकांकडून पुढील अनेक शतके केल्या गेल्या. परंतु माता म्हणून मानवीवंश निर्माण करण्याचे स्त्रीचे योगदान पिता-पुरुषापेक्षा अधिक स्पष्ट असल्याने, तत्कालीन भारतीय समाजाच्या मनात मातृभावनेविषयीच्या आदराला धक्का लावणे आक्रमकांना शक्य झाले नसावे. त्यामुळे स्त्रीविषयी तिरस्काराची, घृणेची भावना निर्माण करून अपेक्षित परिणाम साधण्याचा प्रयत्न म्हणजे, ती ज्या शरीरधर्मामुळे माता बनते, त्यालाच अपवित्र, अमंगल ठरवणे. इथे ती सुरुवात असावी, असे वाटते. ज्या मातृत्वामुळे तिला आदर होता, त्या मातृत्व क्षमतेचा अपमान, उपहास अशा रीतीने साधला गेलेला दिसतो. नाहीतर योनिशिल्पाची पूजा केल्या जाणाऱ्या आणि तिच्या मासिक स्रावाला महत्त्व देणाऱ्या भारतीय संस्कृतीत इतका उफराटा, टोकाचा बदल येण्याचा दुसरा कोणताही अर्थ लागत नाही.

अशा रीतीने स्त्री-माहात्म्य कमी करत आणि स्त्रीचे चारितार्थाचे मार्ग हिरावत नेत भारतीय स्त्रीवर लाचारीची आणि अगतिकतेची परिस्थिती लादली गेली. नांगर तंत्राच्या शोधामुळे, पुरुष जमीन कसणारा म्हणून कुळाचा पोशिंदा झाल्यावर, कर्ता, छळकर्ता किंवा रक्षणकर्ता पुरुषच झाल्यामुळे, पुरुष म्हणतील ते आणि देतील ते स्थान स्त्रीला मान्य करण्याशिवाय दुसरा पर्याय राहिला नाही. चुकीच्या समजुती पसरवण्याच्या पुरुषांच्या प्रयत्नांना ठामपणे विरोध करून आपले स्वतंत्र मत मांडत राहणे, हे स्त्रीच्या अस्तित्वाला धोक्याचे झाले. आज मंदिर प्रवेशाबाबतचा अपमान आणि अन्याय इतक्या मोठ्या संख्येने स्त्रिया का सोसत आहेत, त्याचे कारण हे भूतकाळातील इतिहासात आणि आजही न बदललेल्या या वास्तवात आहे. स्त्रियांना मंदिरात प्रवेश नेहमीच नसावा किंवा 'त्या' चार दिवसांत नसावा, या दोन्हीमागे कारण एकच आहे आणि ते म्हणजे, तिला मातृत्व देणाऱ्या तिच्या शरीरधर्माचा उपहास आणि तिरस्कार! यामागे आपल्याच धर्माचे

नेते, समर्थक, प्रवक्ते पुरुष, स्त्रीविरोधात भूमिका घेऊन ठाम उभे आहेत, आणि जे पुरुष बाजूने काही अंशी स्त्रीच्या बाजूने आहेत, ते याबाबत 'ब्र' काढत नाहीत. हासुद्धा एक मातृसंस्कृती-विरोधातला प्राचीन संघर्षाचा पुरावाच ठरतो. या धार्मिक पुरुष नेत्यांच्या खांद्याला खांदा लावून स्त्रियांना अपवित्र ठरवणाऱ्या समजुतींचे समर्थन करण्यामध्ये काही स्त्रियासुद्धा आहेत, हे इथे आवर्जून सांगावे लागेल. स्वतःच्याच शरीरधर्माचा तिरस्कार आणि तो धर्म अपवित्र वाटणाऱ्या या स्त्रिया म्हणजे, कित्येक शतके पुरुष सत्ताधीशांनी स्त्रियांचे वैचारिक वशीकरण किती यशस्वीपणे केलेले आहे, याचा जिवंत पुरावा म्हणावा लागतो.

गंमत अशी आहे, की स्त्रियांना प्रवेश का द्यायचा नाही, त्याबद्दल आजच्या या धर्मप्रवक्त्या स्त्री-पुरुषांना ना त्यामागील तर्कशुद्ध कारण सांगता येत, ना त्यामागील इतिहास त्यांना माहीत! अर्थात स्वतःचा बचाव करावा, त्याप्रमाणे त्यांची भूमिका पुढे येते. टीव्ही चॅनलवरून बोलताना हे धर्मप्रवक्ते म्हणतात, 'देवळात जाताना आंघोळ करून स्वच्छ होऊन, शुचिर्भूत होऊन जावे, असे ज्याप्रमाणे आपण मानतो, त्याप्रमाणे हे आहे.' पण आज आपल्या देशात अनेक ठिकाणी दर चार दिवसांनी पाणी लोकांना मिळते, मग सर्व लोकांनी देवळात येताना स्नान करून येणे शक्य असेल का? दक्षिण भारतातील एका मंदिराशी संबंधित पुजाऱ्याने तर स्त्रियांची मासिक पाळी समजण्यासाठी स्कॅनर बसवावेत, अशा एका नव्या विज्ञानाची भरारीसुद्धा घेतली. खरेच आपण स्वच्छता, शुचिर्भूतता याबाबत इतके प्रामाणिक असू, तर स्नानाबाबत सर्वच स्त्री-पुरुषांसाठी स्कॅनर लावावा, असे आपण म्हणणार आहोत का? खरे तर, स्त्रीची मासिक पाळी हा 'मूल जन्माला घालू शकण्याचा' एक महत्त्वाचा शारीरिक पुरावा आहे, जे मूल खुद्द पुरुषाला त्याचे आणि त्याच्या कुळाचे नाव चालवण्यासाठी फार प्रिय आहे. आणि हिंदू-लोकसंख्या वाढवण्यासाठी 'दहा मुले जन्माला घाला' म्हणणारे हेच धर्मनेते आहेत. किंबहुना मासिक पाळी न येणे हा स्त्रियांचा शारीरिक दोष समजून पुरुष अशा स्त्रीशी विवाह करणे नाकारतात, इतकी समाज-संवर्धनाच्या दृष्टीने महत्त्वाची असणारी ही मासिक पाळी, लगेच दुसरीकडे अपवित्र, अशुद्ध आहे असे मानून स्त्रीला दूर लोटण्याची दुटप्पी भूमिका आपण सहजपणे कशी घेतो? हे कमीच झाले, म्हणून की काय, स्त्रीच्या मासिक पाळीची तुलना मल-मूत्र विसर्जनाशी करण्यापर्यंत या धर्मनेत्यांची मजल गेली. असे असेल, तर मग मलमूत्र-विसर्जनाबाबतसुद्धा सर्वच

स्त्री-पुरुषांची स्कॅनर लावून तपासणी करावी लागेल.

'ज्या स्त्री-पुरुषांना स्त्रीची मासिक पाळी अशुद्ध, अपवित्र वाटते, त्यांना देवतेच्या मंदिराची पायरी चढण्यास, स्त्रियांनी अटकाव केला पाहिजे. कारण देवतासुद्धा पाळी येणारी स्त्री आहे,' असे एक धाडसी विधान स्त्रियांच्या गटामधून कानावर पडले. पण स्त्रिया आपली अशी तर्कशुद्ध विधाने पणाला लावायला कधीच उत्सुक नसतात आणि म्हणून अशा विकृत लोकांचे फावते. देशात अनेक मातृमंदिरे आहेत. ज्या स्त्रिया आणि पुरुष दोघांना स्त्रीची मासिक पाळी हा तिरस्करणीय शरीरधर्म वाटतो, त्या स्त्री-पुरुषांनी पाळी येणाऱ्या या मातांच्या मंदिरात मग ती कोल्हापूरची अंबाबाई असेल, तुळजाभवानी, दुर्गामाता असेल, तिथे पाऊल ठेवू नये, अशी तर्कशुद्ध भूमिका स्त्रियांनी एकजुटीने घेतल्यास, स्त्रियांची ही अवहेलना थांबेल.

वास्तविक, 'मासिक पाळी' हा स्त्रियांना स्वतःचा खासगी वाटणारा विषय आहे. तिच्या या शरीरधर्माचा तिच्या तिरस्कारासाठी आयुध म्हणून केला जाणारा उपयोग तिला वेदनादायक असतो, आणि तो विषय असा निःसंकोचपणे सार्वजनिकरीत्या सर्व माध्यमांतून चर्चिला जावा, हे त्यांना अपमानकारक वाटत असते. पण त्यांचा, मान-अपमान पाहतो कोण? स्त्रीला हिणवण्याचा विकृत आनंद घेणारी ही प्रवृत्ती आहे. बालकाला जन्म देऊन, युद्धात होणाऱ्या मानवी संख्येची हानी भरून देणारी अशी बालिका, म्हणून मुलींच्या मासिक पाळीपासून ते त्यांचे गर्भारपण आणि बाळंतपणाचे होणारे भारतीय संस्कृतीतील सोहळे, याद्वारे स्त्री-जीवनाचा सन्मान आजही होत असतो, तर दुसरीकडे, पुरुषाला प्रत्यक्ष मूल जन्माला घालता येत नाही आणि त्याकरता त्याला स्त्रीवर अवलंबून राहावे लागते. ही कमतरता हा पुरुषास स्वतःचा कमीपणा वाटत राहिल्याने, तो भरून काढण्याचा मार्ग म्हणजे स्त्रीचाच तिच्या शरीरधर्मावरून तिरस्कार करणे, असाही एक संभव मानसशास्त्रानुसार यामागे आहे. म्हणजेच अशा-तशा प्रयत्नाने हे थांबणारे नाही. एकदा का एखाद्या सामाजिक समस्येचे मूळ हे असे कोणाच्यातरी मानसिकतेमध्ये शिरले, की त्याच्या सुटकेसाठी विज्ञानाचा आधार आपल्याला घ्यावा लागेल, जो अंतिम असेल.

विज्ञानाबद्दलचे अज्ञान हे समाजात हरतऱ्हेच्या विकृती निर्माण करणारे असते. विज्ञानदृष्टीने मासिक पाळीकडे पाहिल्यास, स्त्रीची मासिक पाळी म्हणजे तिचे

फलित न झालेले बीज शरीराने दर महिन्यास बाहेर टाकणे, असा त्याचा सोपा शास्त्रीय अर्थ आहे. शरीरास जे उपयुक्त नाही किंवा अतिरिक्त आहे, ते शरीरात ठेवले जात नाही. त्यामुळे स्त्रीचे हे असफल बीज दर महिन्याला तिच्या शरीराबाहेर टाकण्याची ही नैसर्गिक तरतूद आहे. परंतु, पुरुषाचेही अतिरिक्त आणि फलित न झालेले बीज त्याच्या शरीरात असते आणि ते पुरुषबीज निसर्गतः वीर्याद्वारे पुरुष-शरीराबाहेर टाकले जात असते. पुरुषाचे हे बीजस्खलन स्त्रीप्रमाणे महिन्यातून एकदा नाही, तर बारा महिने-चोवीस तास केव्हाही होत असते. जर स्त्रीच्या बीजस्खलनाला अपवित्र, अमंगल मानून महिन्यातून चार दिवस तिला मंदिरप्रवेशास बंदी आणायची असेल, तर मग त्याच विचाराने पुरुषाला मंदिर प्रवेशास कायम बारा महिने बंदी घालावी की काय? म्हणजे मग 'पुरुषाच्या मंदिरप्रवेशाचे काय करता बोला,' असा प्रश्न स्त्रियांनीसुद्धा संकोच न करता ठामपणे पुढे आणल्यास, गेले कित्येक शतके मागे लागलेल्या या शनिपीडेतून त्यांची कायमची मुक्तता होईल, असा भरवसा वाटतो.

◆◆◆

कामशमनाचे स्वायत्त मार्ग!

स्त्री व पुरुष हे वेगळे असतात ते त्यांच्या एकतर भिन्न शरीररचनेमुळे, प्रजोत्पादनातील त्यांच्या वेगळ्या सहभागामुळे, त्यानुसार घडलेल्या त्यांच्या मानसिकतेमुळे! संततीसाठीची त्यांची बीजनिर्मिती व बीज-उत्सर्जनाच्या भिन्न पद्धती, आणि त्याप्रमाणे ती कार्ये तडीस नेण्यासाठी, स्त्री-पुरुषांचे असणारे वेगळे हार्मोन्स आणि त्या दोघांमधील त्या हार्मोन्सच्या कमी-अधिक पातळ्या, हे सर्व स्त्री-पुरुषांच्या वेगळेपणाचे सूत्रसंचालन करणारे घटक आहेत.

''हार्मोन्स तुमच्या जगावरच राज्य करतात. ते तुमची वाढ ठरवतात, वजन ठरवतात. तुमचे चयापचय, प्रजनन क्षमता, शरीरातील पाण्याचे प्रमाण ठरवतात. ते तारुण्य आणि प्रौढावस्था याची सुरुवात करतात आणि ते नियंत्रित करतात. वार्धक्याची गती ठरविण्यात त्यांचा हात असतो. तुम्ही कोणाच्या प्रेमात पडायचं किंवा कुणाबरोबर संबंध ठेवायचे, नाही ठेवायचे किंवा अशा संबंधातून आनंद मिळणे न मिळणे हे सर्व हार्मोन्स ठरवतात.'' असे विव्हियन पेरी ही संशोधिका आपल्या 'द ट्रूथ अबाऊट हार्मोन्स' या पुस्तकात लिहिते.

एक हार्मोन्सचे साम्य वगळल्यास लैंगिक शमनाच्या बाबतीत माणूस इतर प्राण्यांपेक्षा वेगळाच आहे. कारण मानवामध्ये लैंगिक शमनासाठी नैसर्गिक हंगाम (सीझन) नाही. वर्षभर आणि अनेक वर्षे स्त्री-पुरुष समागम करू शकतात आणि

त्यांना संतती होऊ शकते. एकूण प्राण्यांच्या तुलनेत, माणसावर निसर्गाचे नियंत्रण कमी आहे. कारण त्याच्यातडून बुद्धीचा वापर अपेक्षित आहे. संयम हा त्याच बुद्धीचा एक पैलू आहे. हा संयम जणू राखता यावा म्हणून मानवाने 'विवाहप्रथा' आणली असे सांगितले जाते, पण तरी ती निसर्गातून आलेली नसल्यामुळे विवाहाशिवाय स्त्री-पुरुष-कामसंबंध मुक्त असणे, हीच खरे तर स्वाभाविक स्थिती ठरते आणि म्हणूनच हे 'मुक्त शरीरसंबंध', संयम आणि त्याबरोबर संतती नियमन या तिघांची सांगड घालण्याचा विचार मानवी जीवनात खूप महत्त्वाचा आहे.

विवाहामुळे संयम राहतो, हा भ्रम आहे. कारण विवाहांतर्गत पत्नीवर पतीकडून बळजबरी होत नाही, असे शंभर टक्के म्हणता येत नाही. कारण, पुरुषाची कामवासना तृप्त होणे, यामागे त्या वासनेचे शमन एवढाच उद्देश नेहमी नसतो, तर त्यापेक्षाही पुरुष-शरीरात तयार झालेले पुंबीज फलनासाठी उपयोगी राहत नाही, त्या वेळेस ते शरीराबाहेर पडणे, हासुद्धा महत्त्वाचा उद्देश पुरुषाच्या कामशमनामागे आहे. आता हे बीज पुरुष-शरीराच्या बाहेर पडणार म्हणजेच त्याचे वीर्य बाहेर पडणार. मग त्यासाठी त्याच्या लिंगाचे इरेक्शन होणे, मग त्या लिंगाचे इजॅक्युलेशन होऊन ते पूर्ववत होण्यासाठी त्याला संभोग किंवा हस्तमैथुन अशा स्वरूपाची कृती करावी लागणे, याला दुसरा पर्याय नाही.

जेव्हा विवाह प्रथा नव्हती आणि स्त्री-पुरुष संबंध मुक्त होते, तेव्हा जी कोणी स्त्री पुरुषाच्या सान्निध्यात येत असे, तिच्याशी पुरुष रत होऊ शकत होता. विवाहपद्धत नसल्यामुळे कुणा पुरुषाला वारस देणे हे त्या काळात स्त्रीवर बंधनकारक नव्हते. शिवाय गर्भ राहिलाच तर तो पाडण्याच्या अनेक औषधी वनस्पती तिला उपलब्ध होत्या. गर्भ तिने ठेवला तरी तिच्या मातृकुलात ते मूल 'तिचे' म्हणून सांभाळले जात होते. याचा अर्थ पुरुषाशी सहज संबंध होण्याने प्राचीन स्त्रीला कोणतीच समस्या नव्हती, जी आज विवाहकाळात आहे. स्त्री-वर्गाच्या या स्वाभाविक उपलब्धतेमुळे बलात्काराचे प्रमाण विवाहपूर्व काळात अत्यल्प असेल, हे स्पष्टच आहे. आजच्या सारखे स्त्रीला एकाकी गाठून बलात्कार करण्याची पुरुषाला त्या काळी गरज नसेल.

आज मात्र विवाहाशिवाय होणारे स्त्रीचे मूल हे अनैतिक ठरवलेले असल्यामुळे आणि विवाहामुळे मातृसंस्कृती लयास गेल्याने पर-स्त्री-पुरुष संबंध सहज संमतीने होणे ही रीत राहिलेली नाही. अनेकदा पुरुषालासुद्धा असे विवाहबाह्य संबंध

त्रासदायक ठरतात. काही पुरुषांना तसे करणे आवडतही नाही. मग कामशमन पूर्ण करण्यास आपल्याच पत्नीवर जबरदस्ती करण्याची वेळ पुरुषावर येते, 'His needs, Her needs' या पुस्तकात सायकॉलॉजिस्ट डॉ. विल्यम हार्ली म्हणतात, 'अनेक पुरुषांनी असे मत व्यक्त केले, की खरेच आम्हाला इतकी स्ट्राँग सेक्स ड्राइव्ह दिली नसती, तर किती चांगले झाले असते. एका ३२ वर्षांच्या अधिकाऱ्याने सांगितले, मी माझ्या पत्नीकडे सेक्ससाठी अक्षरशः याचना करतो किंवा मग तिच्यावर रेप करतो. हा मला मूर्खपणाच वाटतो. पण मी याबाबत काहीच करू शकत नाही. मला त्याची फार गरज असते.' म्हणजे अखेर विवाहसंबंधातसुद्धा बलात्कार होतात. विवाहाचा परिणाम म्हणून जसा वेश्याव्यवसाय समाजात अनेक सहस्त्रके ठाण मांडून आहे, जो विवाहबंधनातील पुरुषाच्या कोंडलेल्या कामशमनास वाट करून देतो, तसाच हा पत्नीवरचा बलात्कार एकप्रकारे विवाहाचा परिणाम म्हणावा लागेल. कारण विवाहामुळे पुरुषाच्या बीजास शरीरमुक्त करणाऱ्या निसर्ग यंत्रणेची कोंडी होत असते.

खरे तर, निसर्गाने मानवाला 'मुक्त संबंधां'चे जणू वरदान दिलेले आहे, आणि तसे शरीरसंबंध मानवाच्या बुद्धी पातळीवरून दोन-तीन प्रकाराने ठेवता येतात.

- विवाह अजिबात न करता अनेकांबरोबर अशा संबंधांचा स्वैर आनंद घेणे.
- विवाह करण्यापूर्वी मुक्त शरीरसंबंध असणे आणि नंतर निष्ठेच्या विवाहाचा स्वीकार करणे.
- विवाह झाल्यावर अन्य कुणाशी जोडीदाराच्या संमतीने संबंध ठेवणे.

आता वरील प्रकार अमलात आणण्यास अशक्य आहेत, असे काही नाही; परंतु, काही राष्ट्रांत असे संबंध होऊ शकतात म्हणून आपल्या देशातही ते का होऊ नयेत, हा प्रश्न मात्र इथे चुकीचा ठरतो. कारण हा व्यवहार व्यक्तिगत जरी वाटत असला, तरी प्रत्येक समाजातील परिस्थिती वेगळी, संस्कृती वेगळी असते. शिवाय धर्माचा पगडा प्रत्येक राष्ट्रात कमी-अधिक असतो. विवाहाला पवित्र मानण्याची भूमिका प्रत्येक धर्माने घेतलेली असते. कारण, विवाह हा पुरुषाच्या फायद्याचा करून ठेवलेला आहे आणि त्यामुळे पुरुषांनी पुरुषांसाठी लिहिलेल्या धर्मात विवाह स्तुत्य आणि सक्तीचा असणार यात शंका नाही. त्यात भारतासारख्या देशात समाजव्यवस्था फारच गुंतागुंतीची आहे. जातिव्यवस्थेमुळे लैंगिक मुक्त संबंध आधीच अडचणीचे करून ठेवलेले आहेत. जात, संप्रदाय, पंथ, प्रादेशिकता,

धर्म, असंख्य भाषा यांमुळे भारतात संस्कृती सतत बदलत राहते. संस्कृतीप्रमाणे संस्कार बदलतात, संस्काराप्रमाणे विचार बदलतात. त्यात शैक्षणिक व आर्थिक विषमतासुद्धा या देशात पराकोटीची आहे. शिवाय स्त्री-पुरुष विषम विचार-व्यवहार आहेतच. त्यामुळे जे पुरुषांसाठी 'साहजिक' आहे, तो स्त्रियांसाठी या देशात गुन्हा आहे.

अशा स्थितीत, मुक्त संबंधाचा पहिल्या प्रकाराचा विचार जर केला, तर भारतात पुरुषाला लग्न न करता अनेक स्त्रियांशी शारीरिक संबंध ठेवणे हे जितके सोपे आहे, तितके स्त्रीला ते खूप महागात पडणारे आहे. शिवाय असे मुक्त स्वातंत्र्य घेतो आहे, म्हणून तो पुरुष विचाराने प्रगत व चारित्र्याने सुसंस्कृत असतो असे नाही. तो स्त्रीला भोगवस्तू मानणारा असण्याची शक्यता भारतात तरी जास्त आहे, त्यामुळे संबंध ठेवणाऱ्या स्त्रीला धोका निर्माण होऊ शकतो. तिला तो पुरुष आणि त्याच्या सुख मिळविण्याच्या कल्पना जर पटल्या नाहीत आणि त्या पुरुषाला सोडून जाण्याचे तिने ठरविले, तर युरोप-अमेरिकेत ते स्त्रीचे 'स्वातंत्र्य' म्हणून सन्मानिले जाते, पण भारतात मात्र तिची हत्या होऊ शकते, अशा घटना आपण ऐकतो. त्याचबरोबर 'असे मुक्त स्वातंत्र्य घेणे योग्य आहे का?' याबाबत आपल्या समाजात जातीनिहाय मतभिन्नता आहे. कोण किती पैसे मिळवतो, यावरही या कल्पना ठरतात. आर्थिक सुबत्तेत असणारे स्त्री-पुरुष त्यातल्या त्यात अशा मुक्त कल्पना प्रत्यक्षात आणू शकतात. याचा अर्थ, असे स्वातंत्र्य आपल्या देशात सरसकटपणे मान्य होत नाही, असा होतो. असे स्वातंत्र्य घेणारा पुरुष वाटल्यास पुढे लग्न करू शकतो, पण तेच स्वातंत्र्य घेणाऱ्या स्त्रीला सहजी कोणी पत्नी म्हणून स्वीकारत नाही. पुरुषाला लैंगिक स्वातंत्र्य मिळवायचे असेल, तर ते त्याच्या बरोबरीने स्त्रीसाठीदेखील तितकेच मान्य असायला हवे; त्याशिवाय पुरुषाला ते एकतर्फी साध्य करता येणार नाही, हे खुद्द पुरुषालाही आज समजत नाही. हे सत्य लक्षात घेता, हा स्वैर स्वातंत्र्याचा प्रयत्न भारतात फार मर्यादित स्वरूपात अखेर टिकून राहतो.

दुसरा प्रकार म्हणजे विवाहापूर्वी काही काळ मुक्त संबंध आणि नंतर निष्ठेचा विवाह. याला 'लिव्ह- इन' असे सध्याचे नाव आहे. हा प्रकार सिनेसृष्टीतून आपल्याकडे आणि त्यातही उच्चभ्रू वर्गात रूढ झालेला आहे. सिनेमात स्त्रीची प्रतिमा, काही अल्प अपवाद वगळता, भोगवस्तू अशीच दाखवली जाते. तरी

त्यामध्ये काम करणारे नट-नट्या या तसे मानत नाहीत, हे विशेष आहे. त्यामुळे आपण बातम्या ऐकतो, की अमुक 'याच्या'बरोबर ती डेटिंग करते. मग त्यांचे बिनसले आणि ती दुसऱ्या कोणाबरोबर तरी 'लिव्ह- इन'मध्ये आहे. हे स्वातंत्र्य सिनेमात काम करणाऱ्यांना मुक्तपणे मिळत असते. तिथे एकमेकांना गृहीत धरले जात नाही किंवा पुरुषाची जबरदस्ती फारशी दिसत नाही. मात्र नैराश्यात आत्महत्या करणाऱ्या अभिनेत्रींचे प्रमाण तिथे जाणवते. स्त्रीची आत्महत्या ही स्त्री-हत्येची दुसरी बाजू म्हणायला हरकत नाही. म्हणजे एकंदरीतच, उच्चभ्रू समाज का असेना, कामशमनाचे स्वायत्त मार्ग जाणून व समजून घेता येणे, हे अजून आपल्या देशात बाल्यावस्थेतच आहे.

सिनेसृष्टी वगळता उच्च समजल्या जाणाऱ्या सामान्यवर्गात 'लिव्ह- इन' हे एक कुतूहलमिश्रित धाडस आहे. 'लिव्ह- इन यशस्वी होणे' म्हणजे काय समजायचे? लिव्ह- इन कायम चालू राहणे की त्याचे विवाहात रूपांतर होणे, यावर मतभेद आहेत. याचे कारण अनेकजण 'लिव्ह- इन'कडे शरीरसंबंधाचा अनुभव म्हणून पाहतात. विवाहाशिवाय हा अनुभव मिळतो म्हणून त्यास लैंगिक स्वातंत्र्य म्हणायचे इतकेच. लिव्ह- इन नाही टिकले तर पुढे काय? याचा विचार मुला-मुलींना आधीच करून ठेवायला लागतो! कारण मग लग्नाला सामोरे जाताना आपल्या जीवनसाथीला खरे सांगावे लागते. जीवनसाथीने हे समजून घेणे किंवा नामंजूर करणे हे तो किंवा ती 'लिव्ह- इन'सारखे संबंध जरुरीचे समजतो/ते का? किंवा तो किंवा ती त्या अनुभवातून गेलेली आहेत का, यावर अवलंबून असते. समाजातील मुलगे आणि मुली फार मोठ्या प्रमाणावर 'लिव्ह- इन'मध्ये राहू लागलेली आहेत, अशी जर स्थिती आली तर हा स्वीकार होण्याची शक्यता वाढते. सध्या तरी तशी परिस्थिती भारतात नाही. आपला जातीबंद समाज हा त्यातला प्रमुख अडथळा आहे. जातीबाहेर प्रेम वा लग्न करणाऱ्यांचे 'ऑनर किलिंग' झालेले आपण ऐकतो. मग 'लिव्ह- इन' हे तर या समाजाच्या दृष्टीने आणखीनच अनैतिक ठरते. म्हणून सर्वसामान्य समाजात 'लिव्ह- इन' हे भारतात स्वीकारार्ह दिसत नाही.

आता तिसरा मार्ग म्हणजे विवाह केल्यानंतर जोडीदाराच्या संमतीने विवाहबाह्य संबंध ठेवणे. मी इथे जोडीदाराच्या संमतीने असे म्हणते आहे, पण प्रत्यक्षात काहीजण जोडीदारास कळू न देता असे संबंध ठेवत असतात. अर्थात त्यास 'व्यभिचार' असे म्हटले जाते. मुळात जोडीदार स्वतःहून अशी परवानगी

कशाला देईल? शारीरिक कमतरता असणारा जोडीदारसुद्धा अशा संबंधास परवानगी देणार नाही. एकतर 'विवाह' याची व्याख्याच मुळी 'निष्ठेचे संबंध' या कल्पनेतून आलेली आहे. मग शरीरसंबंधासारखे फार महत्त्वाचे 'पति-पत्नी संबंध' जर एकरूपतेचे, निष्ठेचे नसतील, तर त्याला 'विवाह' न म्हणता 'सामूहिक संबंध' असे काही तरी दुसरे नाव द्यावे लागेल. उद्या एखाद्या पुरुषाने लग्नानंतर मी माझ्या मुलांची जबाबदारी घेणार नाही, असे म्हटले तर? विवाह संकल्पनेत अशा गोष्टी टिकत नाहीत. कारण विवाह ही कल्पना कृत्रिमपणे उभी केलेली आहे. तिच्या मागे कोणतीही नैसर्गिक प्रेरणा नाही, कोणतेही शरीरशास्त्र वा हार्मोन नाही. निष्ठेचे शरीरसंबंध, पति-पत्नी कर्तव्ये, पुरुषाला पित्याचे स्थान व अधिकार या टेकू-नियमांनी विवाहसंस्था कशी-बशी उभी केलेली आहे.

त्याशिवाय विवाहानंतरच्या अशा संबंधात काही वेळेस परिस्थितिजन्य अडथळेसुद्धा असतात. मी असे उदाहरण पाहिले, की कॉलेजपासून मुला-मुलींचा ग्रुप होता, ज्यामध्ये अशा भन्नाट कल्पना मांडल्या जायच्या. पुढे दोन मित्रांनी त्याच ग्रुपमधील दोन मैत्रिणींशी लग्न केले, तेव्हा आपण अशा प्रकारे चौघांमध्ये संबंध ठेवायचे हे ठरवले गेले. पण लग्न झाल्यावर त्याची अंमलबजावणी होईना. कारण एकतर वर्षभर नवे जोडपे, हनिमून, शॉपिंग, सणवार यात गुंतलेले राहिले. तोपर्यंत पहिल्या बाळाची चाहूल लागली आणि नंतर तर एक मैत्रीण आई म्हणून अडकून पडली. ती त्या मातृत्वातून बाहेर पडेपर्यंत पुढील दोन वर्षांत दुसरीला मातृत्व आले. अशी चार-पाच वर्षे निघून गेली. निव्वळ भेटण्यापलीकडे काहीच घडत नव्हते आणि मग तो विचारही तितका तीव्र राहिला नाही. किंबहुना त्या दोन जोडप्यांना तो अडचणीचा वाटू लागला. या झाल्या परिस्थिती जन्य अडचणी.

अशा परिस्थितीवरही कुणी मात करायचे ठरवले, तरी पुढे आड येतात त्या मानसशास्त्रीय अडचणी! प्रत्येक पुरुषाला अशा संबंधांमुळे 'मित्रापासून आपल्या पत्नीला गर्भ तर राहणार नाही ना' ही भीती असतेच. लग्नामुळे जी एक मालकीहक्काची भावना स्त्री-पुरुषांमध्ये येते, त्यातून आपला पती त्या मैत्रिणीसंबंधी किती आपुलकीने बोलतोय किंवा पत्नी त्या मित्राबद्दल किती खुशीत येऊन बोलते, याकडे कळत-नकळत दोघांचे परस्परांवर लक्ष असणारच आहे आणि तिथून मग संशयाची ठिणगी पडते आणि चांगला चाललेला संसार मग किती होरपळेल, हे सांगता येणार नाही. मित्र-मैत्रिणी पण एकमेकांचे शत्रू बनून जातात.

युरोपसारख्या खंडात, जिथे विवाहपूर्व शरीरसंबंधाची कल्पना रुजून जवळपास शतक होत आले आहे, तिथेसुद्धा विवाहानंतर जोडीदाराच्या संमतीने विवाहबाह्य शरीरसंबंध रुजू शकलेले नाहीत, तर भारतात काय कथा असेल. किंबहुना, तिकडे असे ज्या ग्रुपमध्ये मुक्त संबंध असतात, तिथे ते स्वतःला 'unmarried to each-other' असे संबोधतात. म्हणजेच त्याला 'विवाह' कोणी म्हणत नाही. त्यामुळे शरीरसंबंधाच्या या प्रकाराला स्वायत्त तर म्हणता येत नाहीच, कारण त्यामध्ये पार्टनर दुखावू शकतो, पण तो प्रकार व्यवहार्यसुद्धा वाटत नाही.

तेव्हा मग प्रश्न पडतो, की निसर्गाने जी मुक्त संबंधाची मोकळीक स्त्री-पुरुषांना दिलेली आहे, ते मुक्त संबंध बासनात बांधून ठेवणेच चांगले आणि परंपरेने 'लग्न एके लग्न' हेच बरोबर आहे का? पण हे म्हणजे निसर्गाचा मुक्त संबंधाचा नियम झुगारणे झाले. फिरणाऱ्या निसर्गचक्राला भेदण्याचा हा प्रयत्न गुन्हेगारीच्या रूपात माणसाच्या अंगाशी आलेला आहे, हे आज आपण अनुभवित आहोत. लेखाच्या सुरुवातीला आपण 'हार्मोन' नामक रसायने (केमिकल्स) आपल्यावर कसकसे परिणाम करतात, हे थोडक्यात पाहिले. त्याबाबत थोडे तपशिलात जाऊन पाहिल्यास असे दिसते, की स्त्री-पुरुषाची शारीरिक ठेवण (anatomy) आणि त्यांच्या शारीरिक क्रिया व प्रतिसाद (physiology) याबाबत सर्वसाधारण माणसास काहीच माहिती नसल्याने प्रेम व आकर्षण हे एकच आहेत, असे गृहीत धरून बहुसंख्येने शरीरसंबंधाचे व्यवहार होत असतात आणि त्यातून विपरीत अडचणी निर्माण होतात.

अमेरिकन बायोलॉजिकल अँथ्रॉपॉलॉजिस्ट डॉ.हेलेन फिशर आणि न्यूरो-सायंटिस्ट डॉ. ल्युसी ब्राऊन यांच्या संशोधनानुसार, प्रेमभावना आणि कामभावना या माणसाच्या मेंदूच्या वेगवेगळ्या भागात प्रोसेस होत असतात. कामभावनेतून आकर्षण निर्माण होण्याची प्रोसेस मेंदूच्या डाव्या भागात चालते, तर प्रेमापोटी निर्माण होणारा जिव्हाळा, काळजी, दीर्घकालीन ओढ हे मेंदूच्या पुढील भागात तळाशी प्रोसेस होत असते. ही ॲनॉटॉमी कुणाला कधीच शिकवली जात नाही. आकर्षणातून स्त्री-पुरुष हे शरीरसंबंधाकडे वळतात. आकर्षणापासून ते कामपूर्ती घडून येईपर्यंतची कवायत हार्मोन्सकडून करवून घेतली जाते. मेंदू हे हार्मोन्स रक्तात उतरवीत असतो. इथे प्रेमभावनेचा काहीही संबंध नसतो. दोघांमधील आकर्षण याकरता पुरेसे असते, पण आकर्षणाला प्रेम समजण्याच्या गफलतीमुळे

पुढे समस्या उभ्या राहतात.

प्रथम दर्शनी स्त्री-पुरुषांनी एकमेकांना पाहिल्यावर 'टेस्टोस्टेरॉन' या हार्मोनची मात्रा मेंदूकडून वाढविली जाते. 'टेस्टोस्टेरॉन' चढल्यामुळे कामपूर्तीची भावना तीव्र होते. कामपूर्तीचा आनंद घेण्यासाठी 'डोपामाइन' हार्मोन आतुरलेले असते. 'ऑक्सिटोसिन' हार्मोन त्या दोघांत जवळीक साधण्याचा कसोशीने प्रयत्न करीत असते. तर याबाबत स्त्री-पुरुषांमध्ये सारासार भान राहू नये म्हणून ते भान देणारे 'सेराटोनीन' हार्मोन मेंदू खाली उतरवतो. हार्मोन्सकडून अशी तयारी पूर्ण झाल्यानंतर 'हायपोथॅलॅमस' या मेंदूच्या भागाला संदेश जातो आणि तो त्या दोघांची तहान-भूक रोखून धरतो. मग 'अमिग्डल' या मेंदूच्या आणखी एका केंद्राद्वारे समागम घडवून आणला जातो आणि त्यानंतर स्त्री-पुरुषाची कामभावना शांत होते. याचा अर्थ कामभावना उद्भवणे आणि शमणे या पूर्णतः शारीरिक घडामोडी असून, संपूर्ण मज्जासंस्था त्याकरता कामाला लावलेली असते. अर्थात अशी भावना निर्माण होणे ही कुणाच्या हातातली किंवा ऐच्छिक बाब नसते. त्यातही दुसरी महत्त्वाची गोष्ट म्हणजे, स्त्री व पुरुषाने एकमेकांकडे पाहिले, की त्याचा संदेश मिळणारी मेंदूमधील केंद्रे दोघांमध्ये वेगवेगळ्या ठिकाणी असतात आणि त्यामागील उद्देशही वेगळे असतात. पुरुषाच्या ज्या केंद्राकडे पाहिलेल्या स्त्रीबाबत संदेश जातो, त्यातून तो जास्त व त्वरित 'काम'प्रवृत्त होतो आणि स्त्रीच्या ज्या केंद्राकडे पाहिलेल्या पुरुषाची प्रतिमा पोहोचते, त्या मेंदूच्या केंद्रात त्या पुरुषाची वर्तन, त्याचे स्टेटस यावर विचार तातडीने होत असतो, तो पूर्ण झाल्याशिवाय मेंदू पुढील सिग्नल स्त्री-हार्मोन्सना देत नाही. अर्थात पुरुषाला शरीरसंबंधासाठी जितकी घाई असते, तितकी स्त्रीला असू शकत नाही. या आपल्या शरीरक्रियांविषयीच्या अगदी 'बेसिक' गोष्टी आहेत, ज्या आपल्याला लैंगिक शिक्षणातून शिकवल्या गेल्या पाहिजेत.

'कामपूर्ती'चे म्हणून ओळखले जाणारे टेस्टोस्टेरॉन हे हार्मोन माणसाला एकूणच जगण्याची ऊर्जा देणारे हार्मोन आहे. कणखरता, आत्मविश्वास, उतावीळपणा, बेधडकपणा, स्पर्धावृत्ती, सत्ताकांक्षा, महत्त्वाकांक्षा, बेपर्वाई, धाडस आणि साहस, सूड-प्रवृत्ती वगैरे अनेक प्रकारच्या वर्तनवृत्तीचे पॅकेज स्त्री-पुरुषांना हे हार्मोन बहाल करीत असते. त्यापैकी प्रत्येक वृत्तीच्या ऊर्जेला आपण विविध वर्तनातून वाट देत असतो. उदा. प्रावीण्य मिळवण्याच्या धडपडीतून स्पर्धावृत्तीला वाव मिळतो, ध्येय गाठून महत्त्वाकांक्षेची पूर्तता होत असते, कठीण प्रसंगात कणखर निर्णयाने

धाडस वा साहस प्रकट होते. शारीरिक कसरती, कवायती, मैदानी खेळ, कुस्त्या यामधून आक्रमकता बाहेर निघून जाते. पण टेस्टोस्टेरॉन ज्या प्रमुख कामवृत्तीमुळे ओळखले जाते, तीच तेवढी वृत्ती दडपण्याचा आपण आटोकाट प्रयत्न करतो. आणि ते दडपण्याचे सर्वमान्य सभ्यतेचा बुरखा पांघरलेले साधन म्हणजेच 'विवाह' होय. आपल्या संस्कृतीमध्ये विवाहपूर्व शरीरसंबंधांना समाजाकडून नापसंती आहे. त्यामुळे कामशमनाचे जे स्वायत्त मार्ग वर आपण पाहिले, त्या मार्गांचा वयात आल्यापासून म्हणजे वय वर्षे पंधरा ते पंचवीस-तीस वर्षांपर्यंत मुला-मुलींना काहीच उपयोग नसतो.

अजून थोडे खोलात गेल्यास आणि पुरुषाची कामेच्छा तीव्र असण्यामागील कारणांचा अजून थोडा शोध घेतल्यास असे लक्षात येते, की स्त्रीमधील स्त्री-बीज आणि पुरुषामधील शुक्राणू यांच्या संयोगाने जर गर्भधारणा नाही झाली, तर ती बीजे शरीरात ठेवली जात नाहीत. ती शरीराबाहेर टाकली जातात. स्त्रीमध्ये तिचे बीज मासिक पाळीद्वारे बाहेर टाकले जाते, तर पुरुषामध्ये ते वीर्यस्खलनाद्वारे बाहेर पडत असते. ही पुरुषाची नैसर्गिक शारीरिक गरज आहे. आणि त्यानुसार पुरुषाचा मनोव्यापार निश्चित होत असतो. म्हणून मानसिक-शारीरिक गरज या अर्थाने पुरुषाने काम-उत्तेजित होणे अनिवार्य असेल, तर मग त्या काम-उत्तेजनेसाठी विविध मार्ग पुरुष अवलंबून पाहणार हे ओघाने आलेच. हे मार्ग प्रत्येक पुरुषागणिक वेगवेगळे असू शकतात. म्हणजे कुणाला निव्वळ सुंदर स्त्रीकडे पाहून उत्तेजित व्हायला होते, कुणाला स्त्रीच्या आवाजामुळे उत्तेजित व्हायला होते, कुणाला स्त्रीचे कपडे पाहण्याचा नाद असतो, कुणाला तिचे फोटो, कुणाला स्त्रीचे शरीरवर्णन, तर कुणाला तिच्या जवळिकीचे सीन-बेडसीन्स, कुणाला कामुक आवाजातील गाणी, तर कुणाला स्त्रीबरोबर कामुक हावभावाचे करावेसे वाटणारे नृत्य, कुणी पुरुष वेश्यांकडे जाऊन, कुणी डान्सबारला किंवा पब्समध्ये जाऊन तर कुणी तमाशाला जाऊन, अगदी स्त्रियांना अश्लील मेसेज लिहून, स्त्री-शरीराची चित्रे, वर्णने, शिल्पे घडवून किंवा निरखून, पॉर्न फिल्म पाहून, अशा अनेक प्रकारांनी पुरुष आपली कामभावना उत्तेजित करू पाहतात. पुरुषाच्या कोणत्याही वयात अशा रीतीने स्त्रीचे व्यक्तिमत्त्व त्याला उत्तेजित करते. स्त्री सान्निध्य न मिळाल्यास बरेचजण त्याकरता हस्तमैथुनाचादेखील आधार घेतात. कारण पुरुषाचे बीज शरीराबाहेर पडणे ही क्रिया त्याच्या कामशमनातून होणार असते, जे शमन पुरुष हस्तमैथुनाद्वारे

करू पाहतो व करू शकतो. त्याला कोणीच 'पुरुष' अपवाद असत नाही. तसेच हे वीर्य बाहेर न पडल्यास पुरुष अस्वस्थ आणि ताणाखाली राहतो. अखेरीस त्याला झोपेत स्वप्नावस्था आणून त्याचे बीज (वीर्य) बाहेर टाकण्याचे काम त्याच्या मेंदूकडून पार पाडले जाते, तेव्हासुद्धा स्त्रीविषयक जवळीक होणारी स्वप्ने त्याला पडतात. यावरून पुरुषाच्या या लैंगिक गरजेमध्ये मज्जासंस्थेचा असलेला कार्यभाग आपल्याला समजतो.

याउलट, स्त्री-बीज बाहेर टाकण्याची प्रक्रिया ही शरीरांतर्गत असते. ते बाहेर पडण्यासाठी हार्मोन्सच्या चढ-उताराखेरीज स्त्रीला काम-उत्तेजना येण्याची गरज नसते. अर्थात त्यामुळे पुरुष स्त्रीचे लक्ष वेधून घेण्यासाठी जे वरील मार्ग वापरतो, ते तसे स्त्रीला पुरुषासाठी वापरण्याची गरज नसते, तो तिचा शरीरधर्म नसतो. अर्थात स्त्रिया सभ्य व शालीन आणि पुरुष असभ्य असे जे दोन भाग आपण करून ठेवले आहेत, त्याबाबतच मग प्रश्न उभे राहतात. विशेषतः पुरुष जे काम-उत्तेजनाचे वरील उपाय अमलात आणतो, तेच अश्लील समजले जातात. विवाहाद्वारे होणाऱ्या सक्तीच्या संयमाचे हे परिणाम म्हणावे लागतात. स्त्री आणि पुरुषामधील बीज-उत्सर्जनातील हा मोठा फरक जाणून घेणे, हे पुरुषाला समजून घेण्यासाठी अत्यंत महत्त्वाचे आहे. पुरुषाला स्त्रीदर्शन इतके महत्त्वाचे का वाटते, स्त्रीकडे त्याचा ओढा का राहतो, तिचे सान्निध्य किंवा स्पर्श का हवासा वाटतो, साहित्यातून स्त्री-शरीराची वर्णने करण्यात आणि वाचण्यात तो का रमतो, रस्त्यावर होणाऱ्या स्त्रीच्या कामुक नृत्यांना तो प्रचंड गर्दी का करतो, तो सेक्सविषयक सिनेमांची वाढीव किमतीने तिकीट खरेदी का करतो, याबाबत कोणताच विचार आपल्याला कधी न पडल्याने पुरुषाला असणाऱ्या काम-उत्तेजनेच्या गरजेकडे अनेक शतके दुर्लक्ष झालेले आहे. आज बहुसंख्य पुरुषांनासुद्धा आपल्या या शारीरिक यंत्रणेची माहिती नाही. आता तर हे प्रश्नही कोणाला पडत नाहीत.

पुंबीज शरीराबाहेर पडण्याची पुरुषाची नैसर्गिक गरज कधी समजून घेतली जात नाही. त्याच्या या कामशमनाच्या प्रयत्नांचा सर्वसाधारणपणे उपहास केला गेलेला आहे. तर त्याचे हस्तमैथुन हा त्याचा आजार समजला गेला आहे. यातून होत राहिलेल्या लैंगिक कोंडीमुळे, पुरुष आपल्या कामशमनासाठी स्त्रीला लैंगिक सूचकतेचे, विनयभंगाचे नवेनवे चोरटे संकेत देऊ पाहतो. आपल्या या वर्तनामागे निसर्गाचा कार्यभाग काय, हे पुरुषालाही कधी न सांगितले गेल्यामुळे तो त्यास

आपले पुरुषत्व किंवा पुरुषार्थ मानू लागतो आणि त्यामुळे स्त्रीला उपद्रव होईल या पद्धतीने असे वर्तन करणाऱ्या अशा पुरुषांची संख्या या 'पुरुषार्थ' कल्पनेतून वाढत जाते. त्यातून काही पुरुष विकृत मार्गाचा अवलंब करतात. जो अखेर गंभीर गुन्हा ठरतो. अशा पुरुषांना याबाबत फाशीसारख्या कडक शिक्षा ठोठावून समाजातील या गुन्ह्याबाबत काहीही फरक पडत नाही, असे आपण अनुभवतो. कारण पुरुषजातीच्या अडचणीवरील तो उपाय नसतो. त्याची अडचण न समजून घेता त्याला ठोठावलेली ती शिक्षा असते.

थोडक्यात, पुरुषाकडून त्याचे पुरुष-बीज बाहेर टाकण्याच्या त्याच्या नैसर्गिक कृतीला अडथळा कसा होणार नाही, याचा अभ्यास झाला पाहिजे. मुला-मुलींचे लैंगिक शिक्षण ही तर आवश्यक गरज आहेच, पण समाजात मुलगे/पुरुषांसाठी 'सेक्स-क्लिनिक्स' उघडली गेली पाहिजेत. अलीकडील काळात, मुलगी वयात येताना तिला काही गोष्टी सांगितल्या व समजावल्या जातात. मुलींना असे शिक्षण ही आज समाजमान्य झालेली गोष्ट आहे. हा एक चांगला बदल आहे. मग मुलगे वयात येताना त्याच्या शरीर बदलामागील कार्यकारणभाव काय आणि त्या बदलांना कसे सामोरे गेले पाहिजे, त्यांच्याशी कसे जुळवून घेतले पाहिजे, याबाबत त्यांना मार्गदर्शन करणारी व्यवस्था निर्माण व्हायला नको काय? आपल्या मुलांनी इकडे-तिकडे विचारून, हाताला येईल ते वाचून, स्वतःला लैंगिक साक्षर करणे, हे वास्तव आपण किती दिवस चालवून घेणार आहोत? त्यामधून मुली व स्त्रिया आणि लहान मुलगेही बळी पडण्याचे गुन्हे घडत राहतात. कामभावनेचा निचरा कसा करता येईल आणि त्याकरता असणारे हस्तमैथुनाचे महत्त्व आणि त्यावरील आवश्यक संयम या बाबी अशा क्लिनिकमध्ये स्पष्ट व्हायला हव्यात. पालकांनी अशा क्लिनिक्सची ओळख मुलांना करून दिली पाहिजे आणि त्या ठिकाणी मुलांना/ तरुणांना मोकळे वाटेल, असे वातावरणही राखता आले पाहिजे. म्हणजेच, निव्वळ कामशमनाचे स्वायत्त मार्ग आपल्याला माहीत असून वा मान्य असून भागणार नाही, तर त्याआधी आपल्याला स्त्रियांबरोबर पुरुषांच्या प्रश्नांनाही भिडावे लागेल.

◆◆◆

डान्सबार - एक ‘कटाक्ष’!

नृत्य ही काही अलीकडे शोध लागलेली कला नाही. नृत्य, तालवाद्य तसेच चित्रकला आणि मूर्तिकला या चार अत्यंत मूलभूत अशा प्राचीन कला, मानवी भाषांचा उदय होण्याच्या बऱ्याच आधीच्या काळात निर्माण झालेल्या आहेत. या कलांसाठी भाषा कळण्याची, बोलता येण्याची गरज नव्हती. कळपावस्थेतून स्थिर होताना, प्रसंगोपात अग्नीला मोकळ्या जागेत पेटवून, त्याभोवताली जमून ‘माणूस’ पहिल्याप्रथम समूहजीवनाला सामोरा गेला. हळूहळू एकमेकांना ओळखू येण्याच्या स्थितीतून तो टोळी अवस्थेत आला आणि पुढे आपापले जगण्याचे, खाण्याचे रीतिरिवाज ठरवून या टोळ्यांनी जमात-व्यवस्थेत प्रवेश केला. त्यातून मग पुढे त्याची संस्कृती युगाकडे वाटचाल सुरू झाली. अशा रीतीने नृत्य आणि वादनकला कळपातून टोळी अवस्थेत रूपांतर होण्याच्या काळाइतक्या मागे जातात, हे लक्षात घेतले पाहिजे. जंगलात भटकंती करून, शिकार करून, दिवसभराच्या कष्टाला विश्राम देण्यासाठी अग्नीभोवती गोलाकार जमून स्त्री-पुरुषांनी नृत्य-वादन करणे, हे तेव्हापासूनचे आहे. त्याला मानवाचा नैसर्गिक श्रमपरिहार म्हणणे वावगे ठरू नये. या नृत्यात स्त्री-पुरुषांनी सहजपणे एकत्र हातात हात घेऊन, एकमेकांना कवेत घेऊन नृत्य करणे, हे तेव्हा होते आणि आजही आदिवासी जमातीत ते टिकून आहे.

विवाहप्रथा स्वीकारूनही आदिवासी जमातीत विवाहितांचे ‘स्त्री-पुरुष एकत्रित

नृत्य' अजूनही मोकळेपणाने टिकून आहे. पण ते तितकेसे आपल्या संस्कृतिप्रधान समाजात टिकू शकलेले नाही. हा फरक कशामुळे पडला? आजचा डान्सबार ही जी अदाकारी आहे, ती एकप्रकारे तमाशा, मुजरा या नृत्य पद्धतीच्या कुळात जन्मलेली आधुनिक स्त्री-अदाकारी आहे. स्त्रीच्या अशा अदाकारीच्या मागे लागण्याएवढी पुरुषाच्या मानसिकतेची अपरिहार्यता काय आणि स्त्रियांनी हे अपमानास्पद जीवन पत्करण्यामागील त्यांची अपरिहार्यता काय? या नृत्यप्रकाराकडे, समजा उद्यापासून एकही पुरुष फिरकलाच नाही, तर हे डान्सबार चालू शकतील का? म्हणजे पुरुष अशा नृत्यांचे पारंपरिक पोशिंदा का होत आहेत आणि अशी कोणती त्यांची कामऊर्जेची गरज विवाहप्रथा असूनही अपुरी आहे, हे प्रथम तपासावे लागेल.

उत्क्रांतीचा इतिहास पाहिला तर असे दिसते, की प्राण्यामध्ये असणारा प्रजोत्पादनाचा विशिष्ट कालावधी, उत्क्रांतीच्या एका टप्प्यावर मनुष्य जीवनातून नष्ट झालेला आहे. प्राणिसंख्या मर्यादित ठेवण्याची 'हिट पिरीयड' ही जी मूळ नैसर्गिक यंत्रणा आहे, ती माणसामध्ये अस्तित्वातच नाही. तेव्हा माणसाने आपली जनसंख्या मर्यादित ठेवणे, ही निसर्गाने जणू त्याच्यावर सोपवलेली जबाबदारी आहे. त्याकरता विचार, संशोधन आणि कल्पनाशक्ती याचा उपयोग करू शकणारी बुद्धिमत्ता निसर्गाने मानवाला बहाल केलेली आहे. मिलनाचा विशिष्ट काळ नष्ट झाल्याने स्त्री-पुरुषामध्ये कामभावनेचे वास्तव्य कायमस्वरूपी झाले आणि मिलन काळातील 'एकाहून अधिक स्त्रियांमध्ये स्वारस्य' (access to more females) हे निसर्गातील 'नरतत्त्व'सुद्धा पुरुषांमध्ये कायम झाले. म्हणजे एका बाजूला बारा महिने असणारे स्त्री-पुरुष आकर्षण आणि दुसरीकडे पुरुषामध्ये स्त्रीबाबत नर-तत्त्व शिल्लक असणे, या दोन्ही गोष्टी एकाच वेळेस माणसाला यशस्वीपणे हाताळायच्या आहेत, हे लक्षात घ्यायला हवे. हे नियंत्रण माणसाला सुलभ व्हावे, याकरता दोन अनोखे अधिकार जणू निसर्गाने माणसाला दिलेले आहेत, जे अन्य प्राणिमात्रांत नाहीत. त्यापैकी एक म्हणजे स्त्री-पुरुषांना एकमेकांत स्वाभाविकपणे आणि कोणत्याही बंधनाशिवाय मिसळता येण्याची 'समज व बुद्धी' निसर्गाने माणसाला बहाल केलेली आहे, जिचा उपयोग स्त्री-पुरुषांमधील शरीरआकर्षणाचा प्रभाव ताब्यात ठेवण्यासाठी माणसाला करून घेता येतो आणि दुसरा अधिकार स्त्री-शरीरात बदल होऊन येतो, म्हणजे वयाच्या पंचेचाळीस वर्षांनंतर स्त्री रजोनिवृत्त होऊन, मनुष्य-प्रजोत्पादन थांबते. मनुष्य

संख्या मर्यादित होण्यासाठी निसर्ग अशा प्रकारे हातभार लावतो. मात्र हा निसर्गाचा अधिकार आहे. पण पहिला अधिकार, जो स्त्री-पुरुषांनी बुद्धीच्या वापराने सहजपणे एकमेकांमध्ये मिसळण्याचा आहे, तो माणूस अमलात किती आणतो आणि बंधनात किती टाकतो, यावर स्त्री-पुरुषांचा एकमेकांविषयीचा दृष्टिकोन घडतो. आणि त्यावर मग त्यांच्यातील नाते, प्रेम, मैत्र, आकर्षण आणि शरीरसंबंध याचा डोलारा उभा राहतो.

अतिप्राचीन काळापासून ते इ.स.पूर्व दोन-तीन हजार वर्षांपूर्वीपर्यंत, म्हणजे विवाहप्रथा नसण्याच्या कालखंडात, माणसामध्ये मुक्त शरीरसंबंध तर होतेच, पण त्याबरोबरीने आणि त्याशिवाय त्यांचे सहज मिसळणेसुद्धा मुक्त होते. त्यामुळे पुरुषांना अनेक स्त्रियांचा सहवास मिळत होता, जो 'एकाहून अनेक स्त्रियांचे सान्निध्य' या त्यांच्या मूळ गरजेला शमवणारा होता. एकमेकांच्या अडचणीत, परस्पर साहाय्यामुळे त्यांची भावनिकता समृद्ध होत होती. चरितार्थासाठी दोघांनी एकत्रित येऊन भांडीकाम, वस्त्रे, अलंकार, चित्रे-मूर्तिकाम अशी कला-कौशल्ये घडवणे, जंगल संपत्ती मिळवण्यासाठी एकमेकांच्या हातात हात घालून भ्रमंती करणे, व्यापाराला एकत्र जाणे, श्रमपरिहारासाठी एकत्रित नृत्य-गायन-वादनाचा आनंद घेणे, यामधून पुरुषांना स्त्री-सहवासाचा प्रत्यय बौद्धिक, भावनिक व कलेच्या अंगाने घेता येत होता. त्यामुळे त्यांच्यामध्ये कायमस्वरूपी वास करणारी कामऊर्जा, प्रक्षुब्ध पातळी न गाठता सामान्य पातळीवर राहण्यास मदत होत राहिली. विवाहप्रथा रूढ होण्यापूर्वी अशा प्रकारचे मुक्त आनंद घेण्याची जीवनशैली स्त्री-पुरुषामध्ये होती. त्या समाजात पुरुषांमधील संघर्ष-युद्धे वगळल्यास सर्वसाधारण रोजच्या जीवनात बलात्कारासारखे लैंगिक गुन्हे नसल्याचे अनेक संशोधक नोंदवतात. त्यापैकी एक संशोधक एच. एल. देवराय आपल्या 'ए ट्राईब इन ट्रान्झिशन' या पुस्तकात मेघालयातील 'जेन्शिया' ट्राईबबद्दल लिहितात, The sex crimes like rape, abduction, seduction etc. are unknown here.

मुळातच संस्कृतिप्रधान समाजात, विवाह हा मालमत्ताधारक पुरुषाचा वारस समजण्यासाठी केला गेलेला प्रयत्न आहे. तो अगदी काटेकोरपणे यशस्वी व्हावा, म्हणून स्त्रियांवर पतिनिष्ठा लादताना आपण स्त्री-पुरुषांमधील हे आवश्यक मैत्र गमावलेले आहे. सुप्रसिद्ध युरोपियन लेखक बर्ट्रांड रसेल आपल्या 'मॅरेज ॲण्ड

मॉरल्स' या पुस्तकात म्हणतात, 'विवाहामुळे स्त्री-पुरुषांमधील नैसर्गिक प्रेमाची वाताहत झाली.' ज्या कालखंडात स्त्री-पुरुष नाते 'पति-पत्नी' रूपात प्रस्थापित झालेले नव्हते, तेव्हा माता-मूल आणि भाऊ-बहीण ही अतिप्राचीन नैसर्गिक नाती वगळल्यास, अन्य सर्व स्त्री-पुरुष हे 'स्त्री-पुरुष' या एवढ्याच एका स्वाभाविक नाते-बंधातून जोडलेले होते. या नाते-बंधातील स्त्री-पुरुषांच्या जिव्हाळ्याला रसेल 'नैसर्गिक प्रेम' म्हणत आहेत, ज्याला आज ओहोटी लागलेली आहे. विवाहाद्वारे चारित्र्याच्या कल्पना माजवून, सार्वजनिक जीवनात स्त्री-पुरुषांची एकमेकांपासून फारकत केली गेली. त्यातूनच मग स्त्री-पुरुषांना एकत्र येण्यासाठी अनेक चोरवाटा नंतर जन्माला आल्या. त्यापैकी तमाशा, मुजरा, डान्सबार या भारतीय चोरवाटा आहेत. रेव्ह पार्टीज किंवा पब्जसारख्या पाश्चात्त्य देशातील सार्वजनिक नृत्यालयात जोडीने येण्याची मुभा असते, तर काही वेळेस जोडी बंधनकारकसुद्धा असते. एकूण ते स्त्री-पुरुषांचे एकत्रित नृत्य असते, हे महत्त्वाचे.

मानवाच्या अंगात असणाऱ्या अनेक कलांपैकी, नृत्यकलेत आणि तेसुद्धा स्त्री-पुरुषांच्या सामूहिक नृत्याविष्कारामध्ये, कामवासना नियंत्रित करण्याचे सामर्थ्य सर्वांत जास्त आहे. कारण यामध्ये स्त्री-पुरुषांनी एकमेकांना कवेत घेऊन नाचताना एकमेकांना होणारा स्पर्श फार महत्त्वाचा आहे. या स्पर्शामधून दोन व्यक्तींच्या भावना, त्यांची सभ्यता, विश्वास, ममत्व, संयम, हेतू, समता अशा अनेक जाणिवांचा अनुभव स्त्री-पुरुषांना प्राप्त होत असतो. स्पर्शातून माणूस जाणण्याची ही कला आहे. त्यामध्ये कामभावनेची एक लहरही शरीराला व्यापत असते. मात्र हाच स्पर्श जर पुन्हा पुन्हा मिळत राहिला, तर या कामलहरीमधील तीव्रता कमी होत जाते. स्त्री-पुरुष जितके जास्त एकमेकांना परिचित होतील, तितकी त्यांची ही कामप्रवृत्ती हळूहळू सामान्य पातळीवर येऊन, अनेकदा ती पहिल्या आवेगाइतकी शिल्लकही राहत नाही. त्यामुळे यामागे 'हमखास' शरीरसंबंधांची असणारी भीती हा भ्रम ठरतो. केव्हा तरी राजीखुशीने स्त्री-पुरुषांचे शरीरसंबंध होण्याच्या घटना घडू शकतात, पण आज चोरटेपणातून घडणाऱ्या शरीरसंबंधाप्रमाणे, प्रक्षुब्ध कामभावनेच्या असहाय पूर्तीखातर कुणा तरुणीचा बळी घेतला गेल्याच्या त्या घटना नसतात. सार्वजनिक समूह-परिचयातून गुन्ह्याच्या धाडसाचे प्रमाण नेहमीच कमी असते, कारण स्त्रीच्या ओळखीचा गैरफायदा घेणाऱ्या वृत्तीला तिथे वाव नसतो.

'हिट पिरीयड' नष्ट झालेल्या मानवी जीवनात स्त्री-पुरुषांची कामभावना संयमात ठेवणारे, त्यांच्यामधील 'स्वाभाविक मोकळेपणा' हे महत्त्वाचे नैसर्गिक तंत्र आहे. ज्या आदिवासींमध्ये त्यांच्या उद्योगात, त्यांच्या जगण्यात, त्यांच्या मन रिझवण्याच्या विविध कलांमध्ये स्त्री-पुरुष नेहमीच एकत्र असतात, तिथे 'डान्सबार'सारख्या खासगीपणाची तेथील पुरुषांना गरज नसते. विवाह हा आज त्यांच्यातही आहे, पण त्याचा अर्थ त्यांनी नीट समजून घेतलेला आहे. विवाह म्हणजे त्यांच्या 'अवैवाहिक मुक्त लैंगिक जीवनाचा शेवट', असा तो अर्थ आहे. पण विवाहित स्त्री-पुरुषांनी एकत्र येऊन काम करण्याच्या, एकमेकांना मदत करण्याच्या किंवा हातात हात घेऊन, कंबरेला विळखा घालून नृत्य-गायन करण्याच्या रिवाजाचा आदिवासींमध्ये लोप झालेला नाही. इथेसुद्धा 'विवाह मोडून मोकळेपणा करा' हा मुद्दा नाही. विवाहप्रथा टिकवूनही आवश्यक असणारा सहज मोकळेपणा मिळण्याइतका विश्वास आपल्या संस्कृतिप्रिय स्त्री-पुरुषांमध्ये का निर्माण करता येऊ नये, मैत्री आणि शरीरसंबंध यांतील वेगळेपणा समजण्याची शिकवण का देता येऊ नये, हा प्रश्न इथे आहे.

भारतात समाजातील स्त्री-पुरुषांनी एकत्र येण्याबाबत विवाहाखेरीज 'जातिव्यवस्था' हा फार मोठा अडथळा असतो. जातीबाहेरचे अपत्य आपल्या परिवारात येऊ नये, याची खबरदारी म्हणून तरुण पिढीच्या सामाजिक एकत्र येण्यावर सक्त पहारे भारतात आहेत. पुरुषाच्या शुद्ध पितृत्वासाठी स्त्रियांना दडपण्याचा प्रयत्न, या जातिव्यवस्थेमुळेच भारतात पेचीदार झाला. त्यातून पुढे भारतीय स्त्रीच्या शिक्षणापासून ते बालविवाहापर्यंत आणि एकूण स्वातंत्र्याभोवती आणि सामाजिक संचाराभोवती फास आवळण्यात आले. यामुळे भारतीय स्त्रियांची परिस्थिती तर शोचनीय झालीच, पण 'अनेक स्त्रियांच्या सहवासातून होणारे नर-तत्त्वाचे नियमन' ही पुरुषांची स्वाभाविक गरजसुद्धा बंदोबस्तात गेली. विवाहाच्या आगमनानंतर आपल्या 'जातिप्रधान' समाजात, स्त्री-पुरुषांचे एकत्रित नृत्य-गायन आणि त्यांचे सार्वजनिक जीवनात सहकार्याने काम करणे, हे जेव्हा मधल्या शतकात पूर्णतः बंद होऊन गेले, तेव्हा दरबारी नृत्य, कोठी-नृत्य, मुजरा, तमाशा नृत्य अशा 'जातिमुक्त' नृत्याचे विविध फाटे भारतीय संस्कृतीला फुटले.

विशेषतः स्त्रीबरोबरीच्या एकत्रित नृत्याच्या बंदीने, भारतीय समाजाने स्त्री-पुरुष मैत्री निभावण्याची आपली सशक्त मानसिकता गमावली. स्त्रियांनी सर्वांसमोर

नाचायचे, अदाकारी करायची, कटाक्ष टाकायचे आणि पुरुषांनी त्यांच्या साथीने न नाचता ते सर्व दुरून पाहायचे. पुरुषांनी स्त्री-दर्शनाने उत्तेजित होऊन फारतर शिट्ट्या मारायच्या, अंगावरचे शेले फेकायचे, पैसे उधळायचे आणि आपली कामऊर्जा प्रतीकात्मकपणे व्यक्त करण्याची अशी धडपड करायची. म्हणजे काय? तर एकूण पुरुषाठायी असणाऱ्या चिरंतन कामभावनेस सभ्यतेने वाट मिळवून द्यायचीच नाही, असा आपण जणू चंग बांधलेला आहे. त्याऐवजी स्त्रीचे मुखदर्शन, तिचे हास्य, तिचे इशारे, तिचे ठुमके, मुरके, तिचे होईल तितके शरीरदर्शन, झालाच तर हस्तस्पर्श, मिळालीच तर शय्यासोबत अशा पद्धतीने स्त्री-पुरुषांमधील सहज नैसर्गिक 'मैत्र' दोघांनीही गमावले आणि ते एकूण त्यांच्या कामवासनेत येऊन सामावले. ज्या वास्तवामध्ये पुरुष कामप्रक्षुब्ध केले जातात, तर स्त्रिया स्वतःच्या परिस्थितीपुढे 'हात टेकलेल्या' दिसतात, अशा स्थितीत निपजलेल्या कलांचे असे अनिष्ट आणि काहीसे विकृत मनोरंजन आपल्या समाजात फोफावून रूढ झाले आहे, ज्यामुळे एकूण गुन्हेगारीही वाढत चाललेली दिसते.

स्त्री-पुरुषांनी नृत्य करताना ते एकमेकांपासून दूर असायला पाहिजेत, याचा पगडा पिढ्यान्‌पिढ्या आपल्यावर एवढा आहे, की न्यायालयानेसुद्धा बारबाला नाचताना त्यांच्या भोवती 'कुंपण' घालण्याचे आदेश दिलेले आहेत. कारण सध्या काही पुरुषांची परिस्थितीच अशी हाताबाहेर गेलेली आहे, की दुर्दैवाने हे 'उपाय' हा आपला 'निरुपाय' म्हणून पुढे येतो, परंतु अशा प्रकारे स्त्री-पुरुष एकत्र येण्याच्या रोखाने कुणाच्या बंदीचे किंवा अडथळ्याचे आदेश आले, की प्रश्न न सुटता ती स्थिती अधिक उतावीळ (panic) होत जाते. तेच आपल्या समाजात नित्य होताना दिसत आहे.

तमाशा फडात रमणाऱ्या पुरुषांचे आजचे वंशज नव्या जीवनशैलीनुसार 'डान्सबार'मध्ये हजेरी लावत आहेत, पण म्हणून त्यामागील पुरुषांची मानसिकता बदलली आहे आणि स्त्रीच्या परिस्थितीत काही चांगल्या अर्थाने फरक पडला आहे, असे अजिबात आढळत नाही. डान्सबारमुळे तरुण बहकतात म्हणून त्यावर बंदी आणण्याची मागणी ज्या वेळेस जनतेकडून होत असते, तेव्हा हा विचारही इथे पुन्हा पुरुषाचाच केला जातो. त्यांच्या बहकण्याचा, व्यसनी होण्याचा, त्यांचे संसार मोडण्याचा तो विचार असतो. बारबालांच्या स्थितीचा विचार तातडीने मनात येत नाही. त्यामुळे स्त्रीच्या पोषणाचा प्रश्न तिथेच राहून तिच्या शोषणाचे

प्रश्न गंभीर होतात. वास्तविक, पुरुष हे डान्सबारमुळे बहकत नसून, बहकलेले पुरुष डान्सबारकडे वळतात आणि त्याचे पोशिंदे होतात, हे लक्षात घेतले पाहिजे. मग हे तरुण पुरुष असे बहकलेले का असतात? आधी आपण पाहिले, की एका बाजूला पुरुषांमध्ये सतत उत्स्फूरणाऱ्या कामभावनेला निर्दोष वाट (outlet) मिळण्यास परंपरेने निर्माण केलेले अडथळे आणि दुसरीकडे स्त्रीच्या चरितार्थाच्या न सोडवल्या गेलेल्या प्रश्नामुळे त्यांचा गैरफायदा घेण्याची पुरुषांकडे चालून आलेली आयती संधी, या स्थितीचा एकत्रित परिणाम म्हणजे, 'पुरुषांनी ताळतंत्र सोडून वागणे' अर्थात 'बहकणे', असा होत असतो. असे पुरुष मग डान्सबारकडे वळतात. तो जबरदस्तीने बंद केल्यास अजून दुसरी चोरटी वाट समाजात उगवेल आणि तिकडे ते वाहवत जातील. जोपर्यंत स्त्री व पुरुषाचे मूळ प्रश्न सुटत नाहीत, तोपर्यंत पुरुष बहकणार आणि तमाशा, डान्सबार किंवा अन्य काही तत्सम प्रकार चालू राहणार आणि समाजाला पडलेला गुन्ह्याचा विळखाही सुटणार नाही, हे लक्षात घेतलेले बरे.

दोन स्त्रिया, दोन पुरुष किंवा स्त्री-पुरुष यांच्यातील विश्वास आणि सौहार्द हे मानवामध्ये मानसिक स्थैर्य, स्वस्थता व आश्वासकता निपजण्यासाठी गरजेचे आहे. ज्या स्पर्शातून ही आश्वासकता मिळत असते, त्या स्पर्शाला विवाहप्रथा मर्यादा घालत असते. सुप्रसिद्ध अमेरिकी बायोलॉजीस्ट आणि सायकॉलॉजीस्ट डॉ. थेरेसा क्रेन्शाव या स्पर्शाबाबत लिहितात, की दोन व्यक्तींचा स्पर्श हा त्यांच्यामध्ये जिव्हाळा, ममत्व, विश्वास आणि संवेदनशीलता निर्माण करणारा असूनसुद्धा आपण ते ध्यानात घेत नाही. आपण एकमेकांना दुःखात किंवा शरीरसंबंधाच्या वेळेसच फक्त जवळ घेतो. एरवीसुद्धा एकमेकांचा हातात हात घेणे, कुरवाळणे, थोपटणे, जवळ घेणे, आलिंगन देणे या क्रियांची आपल्याला गरज असते. या स्पर्शाने मेंदूला संदेश जाऊन ऑक्सिटोसीन हे ममत्वाचे, जिव्हाळा निर्माण करणारे हार्मोन पाझरते. दोन व्यक्तींमधील ताण, द्वेष, सूडभावना कमी होण्यास तोच एक मार्ग असतो. त्या अर्थाने, 'टच' या इंग्रजी शब्दाला अनुसरून डॉ. क्रेन्शाव स्पर्शाचा उल्लेख 'टी-टॉनिक' असा करतात. पशु-पक्ष्यांमध्येही स्पर्शातून एकमेकांना जाणून घेण्याचा, आश्वस्त करण्याचा प्रयत्न असतो. 'ॲनिमल बिहेव्हिअर' या पुस्तकात 'द ड्राइव्ह टू सर्व्हाइव' या प्रकरणात संशोधक पीटर मार्लर म्हणतात, 'एकमेकांच्या हातांच्या प्रेमळ स्पर्शाने, दोन चिंपांझी आपल्यामधील सामाजिक बंध दृढ करतात

आणि कुरापत न काढण्याचा विश्वास देतात. स्पर्शातून, एकमेकांना जवळ घेण्यातून, थोपटण्यातून चिंपांझी स्वतःचे ताण सैल करू पाहतात आणि असे सोशल ग्रुमिंग हे एकमेकांचा सर्वार्थाने अधिक परिचय वाढवून देणारे असते.' हे वास्तव मानवी जीवनाला जोडून पीटर मार्लर पुढे म्हणतात, 'असे ग्रुमिंग क्षुल्लक म्हणून जर आपण दुर्लक्षिले, तर जगताना विविध दडपणातून अचानक ताण उद्भवून हिंसा, हत्या, विध्वंस अशी लाजिरवाणी कृत्ये करणाऱ्या गटांमध्ये मानवी समाज दुभंगत जातो.'

स्त्री-पुरुषांच्या सार्वजनिक समूह-परिचयातून लैंगिक गुन्हे कमी होत जातात हे खरे असले, तरीसुद्धा त्याकरता जबाबदारीचे भान येणे याचे महत्त्व शेवटी उरतेच. कारण निव्वळ मोकळेपणा दिला आणि त्यामागे 'उपयुक्त विचार' दिला नाही, तर त्या मोकळेपणाचा निर्दोष वापर करता येणार नाही. 'टाईमपास'सारख्या चित्रपटातून किशोरवयीन मुलांना मिळालेल्या मोकळेपणाचा चुकीचा वापर समाजात होण्याची शक्यता म्हणूनच वाढलेली दिसते. शिवाय चित्रपट आणि रिॲलिटी शोजमधून 'घरबसल्या' डान्सबारचा भयानक प्रयोग आपल्याकडे चालू असतो. म्हणजे जो निकोप विचार काही सहस्रकांपूर्वी मानव-पूर्वजांमध्ये होता, आणि मधल्या काळात वैवाहिक मूल्यांच्या आक्रमणातून ज्याचा संकोच होऊन गेलेला आहे, तो विचार पुनःश्च प्रस्थापित झाल्याशिवाय स्त्री-पुरुषातील मोकळेपणामध्ये आवश्यक ती सभ्यता येणार नाही. आणि प्रत्यक्षातील व पडद्यावरचे कोणतेच डान्सबार हे निव्वळ कायदे करून बंद होणार नाहीत. म्हणून मग गरज पुढे येते, ती मुला-मुलींना 'लैंगिक शिक्षण' देण्याची! लैंगिक शिक्षण हे एकमेकांमध्ये मिसळण्याचे योग्य ते भान मुला-मुलींना देण्याचे उत्तम माध्यम आहे.

लैंगिक शिक्षण म्हणजे अनेकांचा समज असा असतो, की 'मूल कसे होते' त्याची माहिती! परंतु त्यापूर्वी या शिक्षणामध्ये स्त्री व पुरुष शरीराची शास्त्रीय ओळख, दोघांच्या मेंदूच्या जडण-घडणीतील फरक, तसेच कामभावनेची निर्मिती आणि पूर्ती यामध्ये मेंदू व हार्मोनचे असणारे योगदान इथपासून, ते एकमेकांच्या शरीराची अपरिहार्यता आणि मर्यादा, स्त्री-पुरुषांच्या कामभावनेची कमी-अधिक तीव्रता, त्याबाबतीतल्या स्वातंत्र्य व सभ्यता यांचे महत्त्व, मानवी जीवनाच्या सातत्यासाठी लैंगिक संबंधाची असणारी नैसर्गिक गरज, त्याविषयीच्या संयमाचे फायदे, त्याकरता एकमेकांच्या शरीराचा ठेवावा लागणारा आदर, एकमेकांच्या

सोबतीत असणारी पूरकता आणि परिपूर्णता, मूल झाल्यावर तरुण-तरुणींच्या वाढणाऱ्या जबाबदाऱ्या आणि कर्तव्ये, संतती नियमनाचे महत्त्व अशा अनेक विषयांचा समावेश असणारे हे शिक्षण पहिलीपासून बारावीपर्यंत जेव्हा क्रमाक्रमाने येईल, तेव्हा ते शिक्षण अर्थपूर्णतेने खोल झिरपेल. असे शिक्षण घेणारी पिढी 'स्त्री-पुरुष संबंधाबाबत' ज्या वेळेस जबाबदार व प्रगल्भ होईल, तेव्हा स्त्री-पुरुषांचा एकमेकांकडे पाहण्याचा दृष्टिकोन किती तरी विस्तारित होईल. अनेक अनिष्ट प्रथा, समजुती, अंधश्रद्धा, लैंगिक व आर्थिक शोषण, दुसऱ्याला कमी लेखण्याची किंवा गैरफायदा घेण्याची वृत्ती आणि व्यापक विषमता या सर्वांचे क्रमाक्रमाने निवारण करण्याचे सामर्थ्य या 'सेक्स एज्युकेशन'मध्ये कसे आहे, हे त्या शिक्षणातून लक्षात येत जाईल. नृत्य हे 'स्त्रीने पुरुषाला दुरून रिझविण्याचे, उत्तेजित करण्याचे साधन' या विचाराला मग थारा उरणार नाही. तो दोघांचाही एकत्रित उपयुक्त आनंद आहे, हे समाजाला समजेल. त्याचा पुढचा परिणाम म्हणजे, स्त्री-पुरुषांनी 'मोकळेपणाने एकमेकांत मिसळण्याकडे' संशयाने पाहणाऱ्या समाजाचा अस्त होत जाईल आणि तेव्हा मग आपोआपच 'डान्सबार'चा प्रश्न कायमचा सुटलेला दिसेल.

◆◆◆

आपुले लग्न पाहिले म्यां डोळा!

पुराणात 'तुळशीच्या लग्नाची' एक कथा सांगितली जाते. 'तुळस' हे प्राचीन काळच्या एका मातृगणाचे 'चिन्ह' होते. तुळशीला संस्कृतमध्ये 'वृंदा' असे संबोधन आहे आणि हा मातृगण 'वृंदा' या नावे ओळखला जात होता. या मातृगणाचा रहिवास उत्तरेकडे होता. तो प्रदेश आजही 'वृंदावन' या नावे ओळखला जातो. या वनात राहणारे स्त्री-पुरुष हे ह्या वृंदा-गणाचे सदस्य समजले जात होते. या वृंदा-गणातील एका स्त्रीने वृंदावनात आलेल्या कृष्णाला पाहिले आणि तिला त्याच्याशी विवाह करण्याची इच्छा झाली. कृष्णाने तिला तसे वचन दिले, पण ते कृष्णाच्या युद्धमग्न स्थितीमुळे पूर्णत्वाला गेले नाही. अखेर एक दिवस, कृष्णाने तिला विवाहासाठी येईन असे सांगितले. तिच्या मैत्रिणींनी तिच्या लग्नाची सर्व तयारी व तिचा साजशृंगार केला, पण कृष्ण तिला दिलेल्या वचनाप्रमाणे येऊ शकला नाही. बराच काळ वाट पाहायला लागल्यामुळे निराश झालेल्या वृंदेने अखेर खड्डा खणून स्वतःला जिवंत गाडून घेण्याचे ठरविले. कृष्ण द्वारकेहून निघाला होता. परंतु तो वृंदावनी पोहोचेपर्यंत वृंदा जमिनीत गेली होती. तिचा केशसंभार तेवढा जमिनीवर दिसत होता. वृंदेला वाचवण्यासाठी कृष्णाने धावत येऊन तिचे केस धरले, पण वृंदा जमिनीत गेली ती गेलीच आणि कृष्णाच्या हाती फक्त तिचे तुटलेले काही केस राहिले. त्याच्या हातात त्या

केसांच्या मंजिऱ्या झाल्या. त्या जमिनीवर टाकून कृष्ण म्हणाला, 'या ठिकाणी जे झाड उगवेल, तीच माझी वृंदा असेल आणि आजच्या दिवशी माझे या वृंदाशी लग्न होईल.' कालांतराने तिथे तुळस उगवली. वृंदेने कृष्णाची वाट पाहण्याचा दिवस, 'तुळशीचा लग्नदिवस' म्हणून मानला जातो आणि भारतीय प्रथेप्रमाणे त्या दिवसापासून लग्न मुहूर्त सुरू होतात. अशी ही कथा आहे.

त्या काळामध्ये कृष्ण आणि वृंदा यांचा विवाह होण्यासाठी त्या दोघांच्या काही मोठ्या अपेक्षा नव्हत्या. त्यांनी एकमेकांची निवड केलेली होती, तरी भौगोलिक अंतर हा अडथळा ठरला. आज इंटरनेटमुळे आजचे कृष्ण आणि वृंदा यांमधील अंतर अगदी हाकेवर आल्यासारखे आहे, तरी आधुनिक कृष्ण आणि वृदांच्या समोरील काही अडचणी इतक्या गुंतागुंतीच्या झालेल्या आहेत, की कृष्णाच्या काळातील परिस्थिती बरी म्हणण्याची वेळ यावी.

गेली सुमारे तीन ते चार हजार वर्षे 'विवाह' ही स्त्री-पुरुषाच्या सहजीवनाची रुळलेली समाजमान्य पद्धत आहे, हे आपण जाणतोच. पुण्यातील कर्वेनगर येथील महर्षी कर्वे स्त्री शिक्षण संस्थेच्या कॉलेजमध्ये आयोजित होणाऱ्या विवाह-कौन्सेलर कोर्सच्या स्त्री-पुरुषांसाठी एक व्याख्यान द्यायला दरवर्षी मी जात असे. तिथे प्रत्येक बॅचला विवाहाबद्दल माझा पहिला प्रश्न असायचा, 'विवाह म्हणजे काय?' त्यावर 'विवाह ही एक शरीरसंबंधाची पद्धत आहे', हे उत्तर सोडून सर्व प्रकारची उत्तरे मिळत होती. शरीरसंबंधांखेरीज कोणत्या वेगवेगळ्या दृष्टीतून विवाहाकडे पाहिले जाते, याचा तो अनुभव होता. जोडीदाराची निवड करताना कुणाला कशा पद्धतीने निवड करावीशी वाटेल, हा प्रत्येकाचा स्वतःचा निर्णय असतो. तसे स्वातंत्र्य जरी देऊ केले, तरी आपल्या हयातीत अनेक तरुणांची लग्ने उशिरा घडताना वा लवकर मोडताना पाहून, निदान आपल्या या आयुष्यात आपले लग्न होते आहे का नाही, आणि टिकेल की नाही, या बेचैनीने पस्तिशीचे तरुण आणि तिशीच्या तरुणी यांना ग्रासले असल्याची परिस्थिती सध्या सभोवताली दिसत आहे.

एकेकाळी एक नवा काळ असा आलेला होता, की मुली प्रथमच पदवीपर्यंत शिकायला लागल्या. त्याआधी मुली शिकतच नव्हत्या, तेव्हा कोणतेही शिक्षण झालेला पण कमावता मुलगा सहज मान्य होत असे. पण मुलींनी शिकायला सुरुवात केल्यानंतर मात्र, आमच्या मुलीपेक्षा जास्त किंवा अमुक एक शिक्षण

असलेला नवरा हवा, ही आधीच्या काळापेक्षा वेगळी अट उदयास आली. त्या वेळी नोकरी करणाऱ्या मुलींची संख्या अल्प होती. त्या काळात, म्हणजे १९७०च्या दशकामध्ये २२-२५ वयापर्यंत मुलींची, तर २६ ते ३०पर्यंत मुलांची लग्ने होऊ लागली. म्हणजे आधीच्या काळातील १८ ते २२ वर्षे हे मुलींच्या लग्नाचे वय तिच्या पदवीनंतर पुढे सरकले होते. त्यानुसार मुलांचेही वय पुढे गेले होते. १९८०च्या अगोदर नोकरी करणाऱ्या मुलींची संख्या कमी असल्यामुळे अनेक मुलींना नवऱ्याच्या नोकरीप्रमाणे कुठेही जाता येत होते. पुढे मुलींनी स्वावलंबी असावे, या योग्य कल्पनेतून नोकरी करणाऱ्या मुलींची संख्या गेल्या चाळीस वर्षांत खूप वाढलेली दिसते. याच कालखंडात भारताच्या लोकसंख्येने कोटीचे शतक ओलांडले. वाढलेल्या मनुष्यसंख्येमुळे एकूण जगण्याची स्पर्धा पेटली. शिक्षण सार्वत्रिक झाले. निव्वळ पदवी परीक्षा आणि नंतर मास्टर डिग्रीसुद्धा नोकरी मिळवण्यासाठी अपुऱ्या ठरू लागल्या. त्यात इंटरनेटची भर पडल्यावर जो-तो पदवीनंतर इतर अनेक डिग्र्या मिळवण्याच्या मागे लागला. त्यातून ठळकपणे काय घडले असेल, तर विवाहासाठी चांगल्यात चांगले स्थळ मिळवण्याची नवी स्पर्धा दोन्ही बाजूंनी सुरू झाली. मुलीला स्वयंपाक आला की पुरे, या अपेक्षेचा काळ मागे पडून 'मुलाला स्वयंपाक येतो का' हा काळ सुरू झाला.

गावांतील मुलींचा ओढा शहरातील सासर शोधण्याकडे राहिल्यामुळे गावांतील मुलग्यांचे लग्न कसे व्हावे, हा प्रश्न गावांतील सर्वच जाती-वर्गांसमोर आता कायमचा उभा राहिलेला आहे. गावाकडील मुली शहराकडे जाऊ पाहत आहेत आणि शहराकडील मुलींना गावाकडे जायचे नाही, या दुहेरी पेचामुळे कोकणात आणि अन्य खेडेगावांत कितीतरी मुलगे वाढत्या वयातही लग्न होण्याची वाट पाहत आहेत. शहरातल्या शहरात आणखी काही वेगळ्या अडचणी असतात. जसे, मुंबईत मध्य रेल्वे आणि पश्चिम रेल्वे अशा दोन लाइन्स आहेत. सध्या बहुसंख्य मुली नोकऱ्या करतात. त्यामुळे ज्या रेल्वेने त्यांचे घर गाठणे त्यांना सोयीचे असते, त्या बाजूकडील नोकरी त्यांनी लग्नाआधीच धरलेली असते. त्यात मुलाचे स्थळ दुसऱ्या रेल्वे लाईनच्या जवळचे असेल किंवा एकूण तिच्या नोकरीच्या ठिकाणाहून व पालकांच्या घरापासून लांब असेल, तर तिला ते स्थळ पसंत असूनही स्वीकारणे अवघड असते. याबाबत मुलींशी बोलले असता,

त्यांचे असे म्हणणे असे, एक तर आम्हाला लग्नानंतर घर तर बदलावे लागतेच, ते मान्य. पण सासर ऑफिसपासून लांब आहे म्हणून नोकरीच सोडून देणे, हे आम्हाला शक्य नसते. कारण आमच्या पालकांचेही आमच्यावर मुलांइतकेच श्रम, वेळ, पैसा खर्च झालेला असतो. आम्हीही मुलांइतकेच श्रम करतो, वेळ देतो. मग ती नोकरी कशी सोडणार? नोकरी पुन्हा मिळणेसुद्धा सोपे राहिलेले नाही. शिवाय मुलांनाही हल्ली नोकरी करणारी पत्नी लागते. त्यात लांबच्या सासरचे घर गाठण्यासाठी दोन लोकल बदला किंवा एक लोकल, नंतर बस असा प्रवास करा, हे मुंबईच्या गर्दीत कितीतरी त्रासदायक असते. आम्हाला आमच्या दर महिन्याच्या शारीरिक त्रासाचे, पुढे येणाऱ्या गरोदरपणाचे, बाळंतपणाचेसुद्धा भान ठेवावे लागते. या मुलींना या सर्व परिस्थितीमुळे अनेकदा पसंत असलेले अनुरूप स्थळसुद्धा सोडून द्यावे लागलेले आहे. मुलींची ही बाजू बरोबर असली, तरी त्यामुळे लग्नाचा प्रश्न अधिक कठीण होऊन बसलेला आहे, हे खरे. अर्थात याचे एक कारण प्रचंड वाढलेल्या लोकसंख्येतसुद्धा आहे. दर दहा वर्षांनी शहरातील लोकसंख्यावाढीच्या प्रमाणानुसार प्रवासातील गर्दी, त्यानुसार वाहतूक कोंडी (ट्रॅफिक जॅम), तसेच मनाजोगती नोकरी लगेच न मिळणे, यांमुळे लग्नाचे प्रश्न अधिकाधिक कठीण होत चाललेले दिसतात. पति-पत्नीच्या ऑफिसचा मध्य सांधून कुठे नवा फ्लॅट पाहावा, तर इतर काही अपेक्षांवर पाणी सोडण्याची दोघांनाही तयारी करावे लागते, ती न केल्यास तेही लग्न जुळत नाही.

आज मुला-मुलींच्या दोघांच्याही नोकऱ्या गरजेच्या असतात. मग शक्यतो घरापासून जवळच्या परिघातील जोडीदार शोधलेला बरा अशी वेळ येते. अर्थात जवळच्या परिसरातील जोडीदाराकडून अन्य अपेक्षा पूर्ण होतात असे नाही. त्यामुळे तसाही निवडीस वेळच लागतो. तसेच लग्न जमावे म्हणून समाधानकारक पगाराची नोकरी मुलीने सोडणे, हे तर धोक्याचेच वाटते. काही कारणाने विवाह नाही टिकला, तर त्या मुलीच्या बाजूने कोण उभे राहणार, तिच्या भवितव्याचे काय, हा मोठा प्रश्न आजच्या काळात आहे. त्यामुळे तसा सल्लाही मुलीला द्यायला कोणी धजणार नाही, अशी परिस्थिती आहे. पतीच्या पगाराकडे पाहून मुलीने नोकरी सोडावी असे म्हणायचे, तर त्याआधी त्यांच्यामध्ये विश्वासाचे नाते निर्माण व्हावे लागते. पण ते लग्नाआधी कसे निर्माण व्हावे? लग्न होऊन दोन-तीन वर्षांनी हा विश्वास निर्माण झाला म्हणून अपत्य-संगोपनाच्या

अडचणीमुळे नोकरी सोडणाऱ्या आजही अनेकजणी दिसतात. पण तसे करावे लागल्यास फक्त नवऱ्याच्या पगारात भागू शकेल का, हा प्रश्न मुलींना लग्नाआधीच सोडवायचा असतो. म्हणून अनेकदा मुली त्याकरता स्वतःचा पगार अगदी पन्नास हजार रुपये महिना असला, तरी नवऱ्याचा पगार त्याहून जास्त हवा अशी अट घालतात. पुरुष स्त्रीपेक्षा वेतनात श्रेष्ठ हवा, ही भावना सहसा इथे नसते. परंतु, मुली लग्नाआधीच भविष्यकाळाचा विचार करतात. हा पगाराच्या समीकरणाचा मुद्दाही लग्न लांबण्यास कारणीभूत ठरतो. मुलींच्या अपेक्षेपेक्षा कमी पगार असणाऱ्या मुलांची स्थळे त्यांना सोडून द्यावी लागतात. खरे तर मुलीला मुलाच्या इतर बाबी पसंत पडणाऱ्या असल्यास आपण पुढे नोकरी सोडलीच तर नवऱ्याच्या पगारात भागवू शकणार नाही का, हा विचार मुलींनी करावयास हवा. परिस्थिती नेहमीच बिकट असेल, असे काही ठरलेले नसते. पण अलीकडे मध्यमवर्गीय मुला-मुलींचे पगार सरसकट महिना तीस हजारांच्या वरच असल्यामुळे मुला-मुलींच्या खर्च करण्याच्या सवयी फार 'हाय' झालेल्या असतात. मुलापेक्षा मुलीचा पगार जास्त असेल, तर कधी मुलगा नकार देतो तर कधी मुलगी नकार देते. अर्थात पालकांच्या अपेक्षेनुसार, मुला-मुलींचे उच्च पगार व हुद्दा हे लग्न जुळण्याचे हुकमी एक्के न होताते लग्नातील महत्त्वाचे अडसर सध्या झालेले दिसतात. तसेच दोघे एकाच शहरातील असतील, तर दोघांची नोकरीची ठिकाणे घरापासून किती दूर-जवळ आहेत, याची चिकित्सा करावी लागते. तिथे जमत नसेल तर मग मुलगा निदान स्वयंपाकात मदत करणार का, त्याला पुढे अपत्याच्या संगोपनात मदत करायला आवडेल का, हे मुद्दे मुलीला चाचपून पाहावे लागतात. नोकरीवाली मुलगीच हवी किंवा वेळ आली तर मुलीनेच नोकरी सोडायची, या सर्वच मुद्द्यांचा काथ्याकूट केल्याशिवाय लग्न जमण्याच्या 'रेषेवर' येत नाही.

मुला-मुलींची आर्थिक स्थिती बळकट असणे, या मुद्द्याला सध्या महत्त्व आल्यामुळे रंग, रूप, रुबाब हे इम्प्रेशनचे मुद्दे दुय्यम ठरवण्याची वेळ अनेकदा येते. सध्या शिक्षण व कमावतेपण याबाबत प्रथम विचार करावा लागतो. मग मुलगा-मुलगी गावातील की शहरातील, ही प्राथमिक माहिती मान्य झाली, की मग एकमेकांना पाहण्याचा प्रसंग येतो. मुलीला 'सुंदर' तर मुलाला 'स्मार्ट' हा शब्द वापरला जातो. आपण कितपत स्मार्ट/ सुंदर आहोत, याची कल्पना

प्रत्येकाला हवी आणि तितकीच अपेक्षा जोडीदाराविषयी बाळगली, तर विचारात समतोल राहतो. सुंदर जोडीदार प्रत्येकाला हवा असतो, पण दोघांच्या रूपामध्ये फार फरक असेल, तर पुढे संशय-रामायण सुरू होऊ शकते हेही लक्षात ठेवलेले बरे. जोडीदार अगदीच विजोड असू नये, इतपत आग्रह ठीक आहे.

या अपेक्षा जुळवताना दुसऱ्याशी किंवा दुसऱ्या घरात जुळवून घेण्याचे वय हळूहळू निघून जात असते. तसेच वय वाढता वाढता प्रत्येकाची मते ठाम बनत जातात. स्वभावात लवचीकता शिल्लक राहत नाही. याचीच परिणती आपण घटस्फोटात झालेली पाहतो. हल्ली अनेक पालकांना एकच मुलगी किंवा दोन्ही मुली असतात. अशा वेळेस आपल्या उतारवयातील आई-वडिलांची काळजी मुलीच्या मनात असू शकते. त्यामुळे तिने जर आपल्या नवऱ्यासाठी 'त्याने माझ्या घरी राहावे' अशी अट घातली, तर मुलांना 'घरजावई' होणे हे अपमानास्पद (?) वाटते. मग तिथे पुन्हा लग्न अडून राहते. तसेच मुलींनी 'घरसून' होण्यास नकार देण्याचा काळही सुरू झालेला आहे. त्यांना सुरुवातीपासूनच वेगळे राहायचे असते. म्हणजे सासरी इतरांबरोबर जुळेल याची खात्री त्यांनी वयानुसार गमावलेली असते. मग लग्नाआधी स्वतंत्र फ्लॅट घेणे आले, त्याचे हप्ते आले. म्हणजे पगाराच्या दोन्हीकडून मोठ्या अपेक्षा आल्या. तर काही मुलग्यांना पालकांपासून वेगळे राहणे ही भूमिका चालत नाही, त्यामुळे तिथेही फिस्कटते. अनेकदा मुलीला पालकांच्या मोठ्या तीन बेडरूमच्या घराची सवय असते आणि मुलगा एका बेडरूमच्या घरात राहत असतो, त्यामुळे तसे घर मिळेपर्यंत वाट बघण्याची काही मुलींची भूमिका लग्न लांबवते. हे सर्व कमीच म्हणून की काय, कुंडली हा मुद्दा अजून चालू असलेला दिसतो. कशात काही खोड काढता येत नाही, तर मग दोघांच्या वयातील एका वर्षाचा फरक कमी वाटतो किंवा अर्ध्या इंचाने उंच पाहिजे होता, यावरून नकार देण्यासाठी 'जन्मपत्रिके'चा आधार घेतला जातो. मुख्य म्हणजे, सुरुवातीला मुला-मुलींच्या पालकांना लग्न जुळवण्याचा फार उत्साह असतो. त्यामुळे पत्रिकेवरून नकार देण्याचे काम ते हिरिरीने करतात.

थोडक्यात जोडीदार निवडीसाठी रंग, रूप, रुबाब, ऐपत या 'फर्स्ट इम्प्रेशन'च्या मुद्द्यांवर जी लग्ने पूर्वी सहज जमत होती, त्या स्थितीला परिस्थितीने वेगळेच वळण दिलेले आहे. आता फक्त इम्प्रेशनवर संसार चालत नाहीत. मुलाची व

मुलीची निव्वळ शैक्षणिक समान पात्रता पाहणे, हाही काळ मागे पडला. त्या काळात पत्नीचे फक्त मोठे शिक्षण सांगता येणे, यामुळे सुद्धा पुरुषाची पत वाढत होती. आताच्या काळात पत्नीची नोकरी आणि तिचा हुद्दा या गोष्टी त्या स्त्रीबरोबर तिच्या पतीलाही समाजात वावरताना गौरवाच्या वाटतात. अर्थात यात चुकीचे काहीच नाही. पण त्यावरून आपली प्रतिष्ठा ठरवणे, यामुळे लग्नप्रश्न गंभीर होत चाललेले आहेत. स्वतःचे राहणीमान उंचावण्याची मानसिकता प्रत्येकाची असते आणि ते ध्येय गाठण्यासाठीचे ज्ञान भोवतालच्या तंत्रज्ञानाच्या वातावरणातून आता सहज उपलब्ध आहे. पण या सर्व ज्ञान-तंत्रज्ञानातून आणि प्रस्थापित झालेल्या मॅरेज ब्युरोमधून आणि व्हॉट्सअ‍ॅप ग्रुपमुळे लग्नाचा प्रश्न हलका झाल्याचा भास होतो, पण तो सुटलेला मात्र दिसत नाही.

एका मुलीला 'नोकरी नाही' म्हणून नकार देताना एक तरुण आपले विचार व्हॉट्सअ‍ॅप ग्रुपवर टाकतो, 'माझं घर, माझीच शेती, माझी गुंतवणूक, माझी मिळकत, माझी कार असताना पत्नीला मी फुकट का पोसावे?' या मेसेजमध्ये तो पत्नीचे गर्भारपण, बाळंतपण, अगदी बाळाचे डायपर हे सर्व खर्च टाकतो. म्हणजे विवाह जमण्याबाबत अपेक्षा इतक्या टोकाच्या व स्वकेंद्रित झालेल्या आहेत, की पुरुषाला स्वतःचा वारस असावा, हा विवाहाचा मूळ उद्देश आणि तो वारस पत्नीमुळे त्याला मिळू शकतो, ही जाणीवसुद्धा आज राहिलेली दिसत नाही. स्त्रीने वारस द्यायचा आणि पतीने तिची व अपत्यांची सर्वांगीण जबाबदारी घ्यायची, या भावनेतून (किंवा व्यवहारातून) खरे तर विवाहाची निर्मिती झाली आहे. ती अगदी न्याय्य म्हणता येत नसली, तरी मागील अनेक शतकांपासून ते गेल्या ७०-८० वर्षांपूर्वीपर्यंत बहुसंख्य स्त्रिया याच कारणाने कमावत्या नव्हत्या. पण पैशावरून अडवून आपल्या पत्नीचा अपमान करणारे काही नवरे होते. म्हणून मधल्या काळात या अन्यायग्रस्त स्त्रिया प्रथम नोकरीत शिरल्या. मग त्यातून पुढे सर्वच मुली नोकऱ्या करू लागल्या. पण मग परिस्थितीनुसार झालेली अशी 'कमावती मुलगी' हा लगेच पतीचा हक्क कधीपासून झाली? सध्या 'वारसासाठी विवाह' अशीही कल्पना शब्दशः राहिलेली नाही. स्त्री-पुरुषांनी एकमेकांना आयुष्यभर साथ देणे आणि जबाबदारी घेणे, असा विवाहाचा आजचा सुसंस्कृत अर्थ आहे आणि तो तसाच असायला हवा. तरी 'पत्नीला फुकट का पोसू' अशी मानसिकता असणाऱ्या पुरुषाचे लग्न जमण्यास वेळ तर लागेलच, पण ते

मोडायलाही वेळ लागणार नाही, हे लक्षात ठेवलेले बरे.

काही मुला-मुलींनी मॅरेज ब्युरोमध्ये अनेक वर्षे नाव नोंदवलेले असते. मुलीने पंचविशीपर्यंत किंवा मुलाने तिशीपर्यंत जे मुद्दे मनात धरून एखादा जोडीदार सुरुवातीला नाकारलेला असतो, तसे स्थळ पुढील वाढलेल्या वयात सहसा पुन्हा लाभत नाही. वय वाढता वाढता शरीराचा सुटसुटीतपणा बेडौल होत जातो. केस विरळ होऊ लागतात. अनेकांनी अशा प्रकारे चाळिशी ओलांडली, अशीही उदाहरणे आहेत. जितके लग्न उशिरा, तितकी पुढे अपत्य होऊ देण्याचीसुद्धा मग घाई होते. त्यामुळे पति-पत्नीचे मौज-मजेचे दिवस, ज्या दिवसांमध्ये त्यांच्या नात्यात मोकळेपणा आला पाहिजे, त्या दिवसांपासून ते वंचित होतातच. पण त्याशिवाय अपत्याची घाई करावी लागल्यामुळे त्या संबंधीच्या जबाबदारीचे आणि पुढील आर्थिक नियोजन करण्यासाठीही त्यांना पुरेसा वेळही मिळत नाही. आपल्या सहजीवनाचा हा तरुण आनंदी काळ असा वाया जाऊ देऊ नका. याकरता आपली जोडीदाराकडून सर्वांत महत्त्वाची अपेक्षा काय आहे, तीस प्राधान्य देऊन ती जर एखाद्या स्थळामुळे पूर्ण होणार असेल तर बाकी रंग, रूप, नोकरी, पगार, शिक्षण, राहते घर या कशात जमेल तिथे मुला-मुलींनी तडजोड केलेली बरी, असा सल्ला त्यांना द्यावासा वाटतो. अपेक्षा असाव्यात पण त्यांचे 'अटीं'त रूपांतर झाले की 'प्रॉब्लेम' ठरलेला आहे. खरे तर, विवाहात दोघांची विचारसरणी जुळणे अंतिमतः महत्त्वाचे असते. आज तर दोघांची समान 'राजकीय विचारसरणी'सुद्धा महत्त्वाची झालेली आहे. आपल्या समविचारांच्या मित्र-मैत्रिणींबरोबर आपली मैत्री घट्ट असते. मग 'विवाह' हे तर मैत्रीचेच विस्तारित रूप आहे. एकमेकांशी जुळवून घेण्याचा व एकमेकांच्या अडचणी समजून घेण्याचा स्वभाव जर नसेल, तर रंग, रूप, उंची, पगार, शिक्षण याचा पति-पत्नीचे नाते टिकवण्यासाठी काहीही उपयोग होत नाही, असा इशारा वाढलेले घटस्फोट देत आहेत.

आजच्या लग्नाऊ-समाजाचे हे चिंताजनक चित्र आपल्यासमोर आहे. पुराणातील वृंदेचे लग्न, आजही अनेक शतके भारतात काही जाती-जमातीत लावले जात असले तरी ते काही तिच्या डोळ्यांदेखत झाले नाही. वृंदेची एकच निवड ठरलेली होती तरी. पण आजचे अनेक कृष्ण आणि अनेक वृंदा यांच्यापुढे मात्र मुबलक, अगदी लाखो स्थळे आहेत. नातलग, मध्यस्थांनी दोन-पाच स्थळे

आणण्याचा काळ मागे पडला. आता नव्या तंत्रज्ञानामुळे समोर असंख्य स्थळे, त्यातून न संपणारी ती तुलना, त्यात 'फ्रेंडशिप'मध्ये अडकलेली प्रत्येकाची मानसिकता आणि त्यामुळे लग्नाला उशीर ठरलेला, असे सध्याचे लग्न-सूत्र आहे. आवडलेल्या जोडीदाराकडून नेमका नकार येत राहावा, यामुळे थोडा त्रासलेला, अपेक्षाभंग झालेला हा तरुण वर्ग जणू 'आपुले लग्न पाहिले म्या डोळा' या प्रतीक्षेत उभा आहे.

◆◆◆

‘जन्मकुंडली’ पलीकडे....

आजकाल तरुणांची लग्ने लवकर जुळत नाहीत, तर दुसरीकडे घटस्फोटाचे प्रमाण वाढत चाललेले आहे, अशी तक्रार सर्वत्र ऐकू येत असते. विशेषतः मध्यम आणि उच्च मध्यमवर्ग हा अशा संकटात सापडलेला दिसतो. लग्न न टिकण्याचे जे कारण आहे, ते फक्त तीन शब्दांत सांगता येते, ‘लग्नाचे वाढलेले वय’! आता वय तसे वाढणारच. कारण आपले राहणीमान जपण्यासाठी किंवा वाढवण्यासाठी जास्त पगार पाहिजे, म्हणजे जास्त शिक्षणही आलेच. सध्या निव्वळ पदवी हे ‘जास्त शिक्षणा’त येत नाही. त्यानंतरची मास्टर डिग्रीसुद्धा तितकीशी उच्च राहिलेली नाही. म्हणजे, वयाची बावीस वर्षे इथेच संपली. मग अनेक उप-पदव्या घेता घेता पंचविशी ओलांडली जाते आणि पुढे नोकरी मनासारखी मिळेपर्यंत अजून वय वाढत जाते. त्याप्रमाणे अपेक्षा उंचावतात. मुली तिशी गाठतात आणि मुले पस्तिशी, असे सध्याचे चित्र आहे.

कुटुंबनिर्मितीसाठी ‘विवाह’ हा पर्याय आपण वापरतो. तेव्हा विवाह मोडला, की कुटुंबरचना विस्कळित होणे स्वाभाविक ठरते. अर्थात तरुणांमधील विवाहाचे ‘वाढते वय’ हे म्हणूनच गांभीर्याने घ्यायला पाहिजे. पूर्वी मुलींची लग्ने वीस-बाविसाव्या वर्षी होत होती. तेव्हा पति-पत्नी या नात्याने सहजीवनासंबंधी कुतूहल असलेली, जवळीकीसाठी उत्सुक असलेली; उत्साही, आनंदी, हौशी,

जगाची अतिमाहिती नसलेली, थोडी निरागस म्हणावीत, अशी ती जोडपी होती. वास्तविक, पति-पत्नी दोघांना लग्नानंतर आपापल्या स्वभावात, विचारात थोडा थोडा बदल करावा लागतो. लग्न टिकण्यासाठी हे बदल आवश्यक असतात. लग्न झाल्यावर अगदी सुरुवातीला, एकमेकांची ओळख करून घेताना, त्याचा स्वभाव, त्याची मते आणि तिचा स्वभाव, तिची मते याचे चक्र फिरताना त्यांच्या वर्तन-वृत्तीचे अनोळखी दातेरी काटे एकमेकांना छेडत, एकमेकांवर आदळत राहतात; तेव्हा एकमेकांत थोडे खटके, रुसवे-फुगवे चालतात. पण वय जितके कमी, तितके त्याचे 'बतंगड' (इश्यू) बनत नाही. त्या वयात तडजोडीने बदलणे सोपेही असते. जेव्हा दोन-तीन वर्षांतच, पति-पत्नीचे ते 'स्वभाव-काटे' आपली ठेवण थोडी थोडी बदलून एकमेकांना गुंफून घेतात, तेव्हा ते सहजीवन-चक्र सुरळीत हातात हात घालून चालू लागते. दोघांचे स्वभाव-घर्षण जेव्हा कमीकमी होत थांबते, तेव्हा तिथून सुखी पति-पत्नी जीवन सुरू होते, असे म्हणता येते. या प्रकारे एकमेकांशी जुळणे आतापर्यंत शक्य होत होते, मग आज हे का शक्य होत नाही? त्याचे कारणच आहे, मुला-मुलींचे 'वाढलेले लग्न-वय'!

जर शिकता शिकता मुला-मुलींची वये तिशीपर्यंत येतात, तर मग तोपर्यंत जगाची माहिती नसण्यासारखे उरलेच काय? पति-पत्नींनी आपल्या परिचयाचा आनंद हळुवारपणे घेण्यापूर्वीच 'स्त्री-पुरुष प्रेमसंबंध', मधल्या काळात आलेल्या इंटरनेट तंत्राने बटबटीतपणे आपल्यासमोर आणून ठेवलेले आहेत. अनेक सेलिब्रिटी तरुण मंडळींचे लिव्ह-इन संबंध, वारंवारचे त्यांचे ब्रेकअप, लग्नानंतरचे कोणत्याही वयातील त्यांचे घटस्फोट, आणि या सगळ्याच्या खुलेआम चर्चा इतक्या सहज होत असतात, की जणू काही हे घडणे अगदी स्वाभाविकच आहे आणि सर्वांच्या आयुष्यात ते घडणारच आहे. तेव्हा अशा वास्तवाला 'त्यात काय विशेष' मानणाऱ्या अन्य सामान्य तरुणमंडळींची संख्या दिवसेंदिवस वाढत आहे. आणि मग फ्रेंडशिपचे स्तोम वाढून काहींची हीच नाती शरीर संबंधापर्यंत सुद्धा पोहोचलेली आपण ऐकतो. त्यामुळे लग्नाला उभे राहीपर्यंत या नाजूक व जबाबदारीच्या नात्याबाबतची नवलाई संपलेली असते. किंबहुना, त्यासंबंधीच्या संवेदना काहीशा बधिर किंवा बेधडक झालेल्या असतात. तर दुसरीकडे, वयानुसार स्त्री-पुरुष आकर्षणाचा जोर क्षीण झालेला असतो. शिवाय भोवतालच्या जगातील वैवाहिक दुर्घटनांमुळे या नात्याबद्दल अविश्वासही मनात उभा ठाकलेला असतो.

वय वाढता वाढता ही अशी मनःस्थिती लग्नापूर्वीच तयार होते. साठ-सत्तर वर्षांपूर्वी मुलींची लग्ने बावीस ते पंचवीस वयापर्यंत आणि त्याला अनुसरून मुलांची पंचवीस ते अठ्ठावीसपर्यंत होत असताना त्या वेळेस घटस्फोटाचे प्रमाण कमी का होते? तेव्हाचे पति-पत्नी कसे जुळवून घेत होते? मग आताच्या जोडप्यांना हे का जमत नाही? हे सर्व घटीत जन्मकुंडलीतील काही अनिष्ट ग्रहांमुळे असल्याचे कुणी सांगतात. पण तरी आपण मान्य करतो, की त्यामागे आर्थिकदृष्ट्या स्वावलंबी मुलींची वाढलेली संख्या, मुला-मुलींचे मोठे पगार व जबाबदारीचे हुद्दे, कामाचे जास्त तास आणि नोकरीकरिता प्रवासात जाणारा वेळ, त्याचे होणारे अतिरिक्त श्रम, मोबाईलचा अतिवापर, पति-पत्नीला एकमेकांसाठी न मिळणारा पुरेसा वेळ, हे परिस्थितिजन्य बदल ही सर्व कारणे आहेतच, पण एक अगदी मूलभूत कारण आपण जे दुर्लक्षित करत आहोत, ते या लेखातून समोर आणण्याचा हा प्रयत्न आहे.

अलीकडे होणाऱ्या घटस्फोटांमध्ये उशिरा लग्ने होणारी जोडपी संख्येने जास्त दिसत असतील, तर न पटणाऱ्या त्यांच्या स्वभावाचे कारण, त्यांच्या बायोलॉजीतूनदेखील जाणून घ्यायला हवे. कारण काही नवे बदल स्वीकारून, स्वतःला बदलण्यासाठी व्यक्तीच्या स्वभावामध्ये आवश्यक असणारी लवचीकता, ही थेट न्यूरॉन्ससह मज्जासंस्थेशी जोडलेली असते. कसे ते पाहू.

मूल जन्मल्यापासून भोवतालातून येणाऱ्या अनुभवाचे त्याला आकलन होण्यासाठी, त्याच्या मेंदूच्या न्यूरॉन्सची जोडणी त्याच्या अर्भकावस्थेपासून सुरू होत असते. ही न्यूरॉन्सची जोडणी म्हणजेच एक सर्किट बनते, जे मेंदूमध्ये इलेक्ट्रिसिटी ट्रीगर करते. मेंदूमध्ये हार्मोन्सच्या साहाय्याने 'अनुभवा'चा अर्थ लावणे किंवा त्यावर व्यक्त होण्यासाठीच्या क्रिया व प्रतिक्रिया विकसित होणारा एक भाग असतो. ही इलेक्ट्रिसिटी पाण्याच्या प्रवाहासारखी वाहत त्या भागापर्यंत जाते. त्यानुसार बाल्यावस्थेपासूनच अवतीभवतीच्या वास्तवाला ते बालक प्रतिक्रिया (reaction) देण्यास सुरुवात करते. असे अनुभव बालकाला पुन्हा पुन्हा येत राहण्याने, या प्रतिक्रिया आणि त्याचे मार्ग मेंदूमध्ये कायम ठसले जातात आणि त्यानुसार प्रत्येक माणसाचे कौटुंबिक व सामाजिक संगोपन (ब्रिंगिंग-अप) ठरून, त्याचा स्वभाव व वृत्ती घडत जातात. वाढत्या वयानुसार प्रत्येकाच्या अनुभवाप्रमाणे असे अनेक वर्तन-मार्ग न्यूरॉन्स जोडणीच्या सर्किटद्वारे मेंदूला व्यापून राहिलेले असतात आणि आपली व्यक्त (react) होण्याची पद्धतही ठरून

जाते. लहान वयात जेव्हा अनुभवाचे विश्व फार विस्तारलेले नसते, तेव्हा नवनव्या अनुभवानुसार, न्यूरॉन्स जोडणीतून नवे सर्किट तयार होणे, हे त्यातल्यात्यात सोपे असते. पण हेच वय वाढू लागले, की नव्या बदलानुसार किंवा नव्या अनुभवानुसार इलेक्ट्रिसिटी प्रवाहित करणे, हे मात्र न्यूरॉन्ससाठी सोपे राहत नाही. घनदाट जंगलातून रस्ता शोधण्यासारखे ते असते. विवाहानंतर पति-पत्नीला ज्या नव्या बदलाला, अनुभवाला सामोरे जावे लागते, त्या अनुभवाचे नवे सर्किट तयार झाल्याशिवाय, नव्या वास्तवाशी माणसाला जोडून घेता येत नाही. वाढलेल्या वयात माणसाला बदलायला वेळ का लागतो? पति-पत्नीचे अलीकडे का पटत नाही? त्याचे रहस्य इथे आहे. लेखिका डॉ. लोरेटा ब्रेउनिंग ही माहिती आपल्याला त्यांच्या *हॅबिट्स ऑफ अ हॅपी ब्रेन* या पुस्तकातून देतात. याला जर न्यूरॉन्स-सिद्धांत असे नाव दिले, तर वाढलेल्या वयात पति-पत्नीलाच नव्हे, तर कोणत्याही दोन व्यक्तींना एकमेकांशी जुळवून घेता येणे का अवघड असते, याची उत्तरे आपल्याला या सिद्धांतातून मिळतात.

डॉ. बी.एफ स्किनर (१९०४—१९९०) या संशोधकाचे संशोधन, हेच सत्य वेगळ्या भाषेत सांगते, The behavior is controlled not by organism but rather by the environment through experience. म्हणजे स्वतःचे वर्तन नियंत्रित करणे हे काम सजीवाकडून होत नाही, तर त्या सजीवाच्या भोवतालच्या वातावरणातून येणाऱ्या अनुभवांद्वारे ते नियंत्रित होत असते. जसे, विवाह करून आलेल्या सुनेला सासरचे रीतिरिवाज, समजुती, नव्या वातावरणामुळे लगेच आत्मसात होत नाहीत, कधी पटतही नाहीत. त्यासाठी तिला त्या वातावरणाशी जुळवून घेण्यास वेळ द्यावा लागतो. तसा वेळ सुनेला दिला गेला आणि थोडी ती बदलली, थोडी सासरची मंडळी बदलली, तर ती सून घरात टिकते.

अलीकडील मुला-मुलींची लग्नातील वये तीस-पस्तीसच्या आसपास असतात, तेव्हा त्यांना एकमेकांचे वेगळे विचार, स्वभाव समजणे आणि त्यानुसार दुसऱ्याला वाव देताना स्वतःला बदलता येणे, हे अगदी अशक्यच आहे, असे नाही. पण ते विशीतल्या तरुणवयाइतके सोपेही नाही. त्यापेक्षा घटस्फोट त्यांना सोपा वाटतो. याचा उलगडा या न्यूरॉन्स-सिद्धांतामुळे तर होतोच. पण याबाबत डॉ. नॉर्मन डॉईज, ''द ब्रेन दॅट चेंजेस इटसेल्फ''मध्ये काय मार्गदर्शन करतात, तेही जाणून घ्यायला पाहिजे. 'जगण्याच्या ज्या पद्धतीची माणसाला सवय झालेली

आहे, ती पद्धत बदलताना ती सवय किती लहान वयापासून आहे, किती वर्षे त्या सवयीचा वापर करून माणूस जगत आहे आणि त्याचे आताचे वय काय, यावर मेंदूमधील पर्यायी बदल (चेंज) अवलंबून असतो,' असे ते म्हणतात. त्यामुळे वाढलेल्या वयात, मूळ सवयीत आलेले कोणतेही बदल लगेच अमलात आणता येत नाहीत. कारण ती सवय किती वर्षे आहे, हे जसे महत्त्वाचे आहे, तसे आजचे प्रत्येकाचे चालू वयही तितकेच महत्त्वाचे असते. ते वय जितके जास्त, तितके स्वतःला बदलणे अवघड असते, असेच हे सर्व शास्त्रज्ञ सांगत आहेत.

आपण पाहतो, पति-पत्नीचे समुपदेशन करून किंवा कोर्टामार्फत प्रयत्न करूनसुद्धा त्यांची समजूत काढता येत नाही. हे दृश्य प्रत्येक कोर्टात आहे. लग्नाचे वय वाढणे आणि पुढे पति-पत्नीचे न पटणे, यापुढे पालक व समाज हतबल झालेला दिसतो. इथे या न्यूरॉन्स-सिद्धांतामुळे आपल्याला लग्न न टिकण्याचे एक महत्त्वाचे जैविक कारण समजले. आजपर्यंत परिस्थितिजन्य कारणांविषयी आपण बोलत राहिलो, कुंडलीमधील ग्रहांबद्दल बोलत राहिलो, पण आता या जैविक कारणाची दखल आपल्याला घ्यावीच लागेल. त्याची सोडवणूक थोडी अवघड असेल; पण अशक्य नाही.

आपल्याकडे पति-पत्नीचे सहजीवन हा कुटुंबसंस्थेचा पाया असतो. पति-पत्नीचे एकमेकांशी न जमण्यातून घटस्फोट झाला, की कुटुंब मोडते आणि नव्या जन्मलेल्या पिढीला त्याचे परिणाम भोगावे लागतात. घटस्फोटानंतरत्या पति-पत्नीचा पुनर्विवाह होणे, ही आणखीनच अवघड गोष्ट असते आणि तो विवाह तरी टिकेल याची खात्री काय? म्हणून पहिले लग्नच मोडू नये, हाच प्रयत्न महत्त्वाचा ठरतो. त्याकरता आपल्याला अलीकडे गेल्या चाळीस वर्षांत रूढ झालेल्या व्यवस्थेला थोडे मागे न्यावे लागेल. हा बदल म्हणजे, गेल्या शतकातील एक सन्मान्य पद्धत, जिचा मधल्या काळात लोप झाला, तिचा पुन्हा स्वीकार करणे, असे म्हणता येईल. मागच्या शतकात कशाला जायचे, असा प्रश्न एखाद्याला पडेल,पण लग्न आणि कुटुंब टिकवायचे असेल, तर आपल्याला ते करावेच लागेल, त्याला दुसरा पर्याय दिसत नाही.

आता मागील पद्धत कोणती आहे, तर आपल्या मुला-मुलींचे किमान शिक्षण म्हणजे पदवी धरली, तर ती पूर्ण होताच जुन्या पद्धतीप्रमाणे, म्हणजे १९७०च्या दशकात जसे त्यांचे लग्न जुळवण्याचे प्रयत्न लगेच सुरू होत होते,तेच पुनःश्च

पालकांनी सुरू करावे. साधारण १९५०च्या पूर्वीच्या काळातसुद्धा, मुली फायनल म्हणजे सातवीची परीक्षा आणि मुलगेही तितकेच किंवा एसएससीपर्यंत शिकलेले असायचे. पण मुलगे नोकरी करत असायचे. कारण त्या वेळेस योग्य वयात लग्न होणे महत्त्वाचे असल्याने, त्याकरता मुलास प्रथम नोकरी असणे हीच महत्त्वाची गरज असायची. अजून पुढच्या परीक्षा द्यायच्या असतील, तर त्या लग्नानंतर द्या, अशी समज त्या काळात दिली जात असे. आजसुद्धा 'योग्य वयात लग्न' हा विचार जर महत्त्वाचा मानायचे ठरवले, तर 'शिक्षण घेताना लग्न,' या संकल्पनेला महत्त्व देऊन पाहिले तर? म्हणजे वय २१ ते २५ या वयात लग्न करणे आणि पुढे मुला-मुलींनी आपले शिक्षण, नोकरीचा प्रयत्न चालू ठेवणे, यात अशक्य किंवा वावगे काही आहे का? याचा विचार पुनःश्च केला गेला पाहिजे.

मुला-मुलींनी शिक्षण घेताना कोणाची निवड केली असेल, तर पालकांनी ते स्थळ योग्य आहे का, तिथे जमू शकते का, ते पाहावे. नाहीतर दुसरी स्थळे पाहण्यास सुरुवात करावी. जसे आज एरवी आपण लग्न जमवतो तसेच सर्व व्हावे. ते जमेपर्यंत मुला-मुलींनी आपले पुढील शिक्षण किंवा नोकरीचे प्रयत्न चालूच ठेवावेत. हे लग्न बावीस ते पंचवीस वर्षांपर्यंत मुला-मुलींच्या त्या वेळच्या किमान अपेक्षेनुसार जमेल, पण त्याहून वाढलेल्या वयात उच्च शिक्षण, उच्च पगार आणि त्यानुसार उच्च अपेक्षांमध्ये लग्न जे अडकून पडते, त्या अटी-अपेक्षा लहान वयात तीव्र असू शकत नाहीत. कारण एकतर हातात वर्षे शिल्लक असतात आणि स्पर्धेच्या जगात मुले या वयात फार रुतलेली नसतात.

या वयात लग्न जमण्याच्या मार्गावर असल्यास, दोघे वधू-वर एकमेकांच्या विचाराने, सल्ल्याने पुढील शिक्षण पूर्ण करू शकतात. तसेच वीस-बावीस या वयामध्ये असणाऱ्या तारुण्य सुलभ आकर्षणातून, तसेच सहजीवनाच्या कुतूहलातून ही लग्ने जमवणे सोपे ठरते. आई-वडिलांनी वधू-वराची नीट माहिती काढावी, ही त्यांची जबाबदारी तशीच राहते.

इथेही हे वीस-बाविशीतले लग्न शक्यतो जमवून ठेवू नये, तर ते होऊ द्यावे. फक्त दोघांचेही शिक्षण पूर्ण होईपर्यंत आपापल्या पालकांकडेच जास्तीतजास्त त्यांचा रहिवास असावा, हा या काळातील नवा विचार म्हणता येईल. परंतु काही चांगले प्रसंग, सणवार, वाढदिवस किंवा घरी कोणी आजारी असल्यास अशाकरता त्या तरुण पति-पत्नीने एकमेकांच्या घरी जावे, एकत्र राहावे. त्यांना पति-पत्नीप्रमाणे

इतरांनी पाहावे. या लग्नकाळात शरीरसंबंधांबद्दल पालकांनी त्यांच्यावर बंधने घालू नयेत. ती त्यांनाच स्वतःवर घालता आली पाहिजेत. लहानग्या वयातील पति-पत्नीचे पालकांकडे वास्तव्य असण्यामुळे त्यांचा, विशेषतः मुलीचा, अभ्यासही चांगला होईल. पति-पत्नीच्या नात्याबरोबर 'शिक्षण व अभ्यासाचे महत्त्व' हा या परिस्थितीतला महत्त्वाचा संस्कार असेल. तसेच अपत्य न होण्याची दोघांनी काळजी घेणे, हे आजच्या काळात कठीण राहिलेले नाही.

थोडक्यात, कोरोना-भाषेत बोलायचे, तर लग्न करून काही काळ विलगीकरणात राहायचे, असे म्हणता येईल. तसे म्हटले तर २१ ते २६ हे काही लहान वय नाही. त्यामुळे या वयात, एवढे मुद्दे तर त्यांना नक्की समजून घेता येतील. मागील पिढीपेक्षा ही पिढी याबाबत जास्त जाणकार आहे. अशा २१व्या वर्षी लग्न जुळवण्याच्या पद्धतीमुळे येता-जाता फ्रेंडशिप किंवा लिव्ह-इन यांसारख्या मुलींना धोकादायक असणाऱ्या पद्धतींचा अवलंब कमी संख्येने होईल.

लहानग्या वयात लग्न होण्याचा फायदा म्हणजे, पुढील आयुष्याचे नियोजन दोघांनी मिळून करण्याची संधी त्यांना लवकरच्या वयात मिळते. समजा, मुलीचे लग्न २१व्या वर्षी, २४-२५ वर्षे वयाच्या तरुणाबरोबर झाले आहे, तर लक्षात येईल की वयाची तिशी येईपर्यंत दोघांचे शिक्षणापासून ते नोकरीपर्यंतचे अनेक निर्णय एकमेकांच्या संमतीने, सहभागाने व सहकार्याने झालेले असतील. साहजिकच, त्याबाबत कोणाची अडचण किंवा तक्रार हा मुद्दा भविष्यात उरणार नाही. मग त्यात दोघांनी किती शिकायचे, कोणत्या प्रकारचे शिक्षण दोघांना पूरक होईल, दोघांपैकी कोणी शिक्षण आधी थांबवायचे, मग दुसऱ्याला त्याचे शिक्षण पूर्ण करण्यात त्याने कशी साथ द्यायची, पत्नीने कुठे नोकरी धरलेली चांगली, परदेशात जायची दोघांपैकी कोणाला संधी असेल, तर दुसऱ्याने तिकडे जाण्यासाठी अधिकचे कोणते वेगळे पूरक शिक्षण घ्यावे, अशा अनेक निर्णयांत पति-पत्नी म्हणून या तरुणांचा सहभाग लहानग्या वयात, एकाचवेळी आणि बरोबरीने राहू शकतो. एखाद वेळेस, पत्नीला नोकरी चांगली मिळते आहे, पण त्याकरता लांबच्या ठिकाणी रोज प्रवास करावा लागणार आहे, तर पति सुरुवातीपासून तिच्या समवेत असल्यामुळे त्याच्या मनाची तयारी झालेली असेल, की आपण पत्नीला त्या ठिकाणी रोज सोडू, पण तिने ही नोकरी सोडू नये. मात्र हेच मोठ्या वयात लग्न जमवताना, अशा परिस्थितीत एकमेकांबरोबर अचानक जुळवून घेणे कठीण होऊन बसते आणि बाकी सर्व

अपेक्षा जुळत असूनही निव्वळ दोघांच्या नोकऱ्या आधीच्याच एकमेकांपासून खूप दूर, हा मुद्दा आड येऊन लग्न ठरत नाही.

मोठ्या वयात लग्न जुळवताना मुलीचे उच्च शिक्षण, उच्च पगार पाहून, ती मुलावर वर्चस्व गाजवेल अशी भीती मनात राहते आणि तशाच अवस्थेत ते लग्न ठरले तर मनातील तो ग्रह तसाच राहून पुढे खटके उडू लागतात. परंतु २१ ते २५ दरम्यान लग्न झाल्यास शिक्षण, नोकरी हे निर्णय एकमेकांशी विचारविनिमय करूनच घेतले गेल्यामुळे, त्याची आधीपासून दोघांना कल्पना असते, आणि कोणी कुणावर वर्चस्व गाजवेल ही भावना तिथे मूळ धरीत नाही. पालकांना एकुणातच निर्णय घेण्यात आपली सून किंवा जावई यांच्या सहकार्याची मदतच होईल. तसेच वाढलेल्या वयाच्या मुलीची पर-घरात जुळवून घेण्याची क्षमता न्युरोन्स-सिद्धांताप्रमाणे, वाढत्या वयानुसार कमी झालेली असते. अर्थात, सासरी एकत्र कुटुंबात राहणे हे तिशी जवळ आलेल्या मुलीला संकट वाटत असते. वाढलेल्या वयातील मुली जास्त करून स्वतंत्र राहण्याची अपेक्षा ठेवतात आणि तसे स्थळ मिळेपर्यंत वय अजून वाढते. ही समस्या या कमी वयात लग्न होणाऱ्या मुलींबाबत खूप कमी असलेली दिसते. तुलनेने वय लहान असल्यामुळे आणि त्या वयात सासरी येणे-जाणे राहिल्यामुळे, सासरच्या लोकांनाही तिचा परिचय व आपुलकी राहते. सुनेचे वय लहान म्हणून सासरच्या रीती हौसेने शिकण्याचे ते वय असते. या वयातील मुले-मुली पालकांचे ऐकण्यात अनुकूल असतात. त्यामुळे सासरी मुलींनी पटवून घेण्याचा विषय या वयात कमी तीव्र असतो आणि कोणाच्या स्वभावामुळे उद्भवलाच, तर वेगळी जागा घ्यायची का किंवा काय करायचे, हा विचार ते पति-पत्नी त्यांच्या तिशीपर्यंत म्हणजे योग्य वयात घेऊ शकतात. त्याकरता पैसे मिळविण्याची व बचतीची जास्त वर्षे त्यांच्या हातात असतात. लग्न झाल्यानंतर पहिले मूल होईपर्यंत ५-६ वर्षे त्यांना सहज मिळू शकतात. मागील शतकात २१ ते २५ दरम्यान लग्न होण्याचे जे फायदे त्या जोडप्याला मिळत होते, ते इथे आपण समजून घेतले. आजही ते नव-तरुणांना मिळावेत, पण त्याकरता किमान शिक्षण व २१ वर्षे पूर्ण झाल्यावर लग्न करणे आणि एकमेकांच्या संमतीने करिअर सुरू ठेवणे आणि मग पुढील कुटुंबाचा विचार करणे, अशा पद्धतीने जाणे हे सुखकर आणि टिकाऊ विवाहासाठी भल्याचे ठरेल.

आता शेवटचा आणि महत्त्वाचा प्रश्न वाचकांच्या मनात असेल आणि तो

म्हणजे, शिक्षण चालू असताना मुला-मुलीने लग्न करून भेटत राहणे, यामुळे त्यांच्या शिक्षण आणि करिअरवर परिणाम होणार नाही का? याचा विचार आता करायला हवा. आपल्याला माहीत आहे, की मुले-मुली वयाच्या १४ वर्षापर्यंत जाणती होतात. त्यांच्यात आकर्षण भाव सुरू झालेला असतो. त्यातून कामभावना निर्माण करण्याचे काम माणसाचा मेंदू करीत असतो. कामभावनेतून समागमाकडे नेण्याचे काम मेंदूचे असते. त्याकरता सेक्स क्रियेत भाग घेणाऱ्या अनुक्रमे टेस्टोस्टेरॉन, ऑक्सिटोसीन, डोपामिन, सेराटोनीन वगैरे हार्मोन्सच्या पातळ्या वर-खाली करून सेक्ससाठी आतुर आणि अस्वस्थ करण्याचे काम वयाचे १५वे वर्ष किंवा त्या आधीपासूनच आपल्या मेंदूने सुरू केलेले असते. तरी त्या अवधीत मुले-मुली आपल्या दहावी, बारावी परीक्षा देतच असतात. तरीसुद्धा या वयात एकत्र शिकणाऱ्या मुला-मुलींच्या शिक्षण-करिअरवर परिणाम होतो, असे आपण कुणीच म्हणत नाही. त्यानंतर आणखी पाच-सहा वर्षे उलटल्यावर त्यांच्या एकविसाव्या वर्षी जेव्हा विवाहाचा विषय येईल, तेव्हा ही मुले अधिक प्रगल्भ झालेली असतील. स्त्री-पुरुष आकर्षणाच्या या वयाच्या टप्प्यापर्यंत मुलगे आणि मुली अनेक कारणांनी एकत्र शिकत राहिल्याने किंवा खेळात, विविध सांस्कृतिक कार्यक्रमात, सहली, शिबिरे यामध्ये एकत्र वावरल्याने कामभावनेवर संयम ठेवण्याचे, योग्य ती काळजी घेण्याचे एक प्रशिक्षण त्यांना मिळत रहाते. दुसरीकडे मुला-मुलींच्या अशा एकत्र येण्यातून त्यांच्या परिचयातून कामऊर्मींचा आपोआप निचरा होण्यास वाव राहतो. म्हणूनच, २१व्या वर्षी लग्न करणारे मुलगे व मुली या अशा एकमेकांच्या सान्निध्याला किंवा सहवासाला अजिबात नवखे नसतात. याच वयात जोडीदाराची पारख चांगल्या प्रकारे करण्यास त्यांना अवधी असतो. पालकांचे शांतपणे ऐकून घेण्याचेही ते वय असते. मनाची संवेदनशीलता जागरूक असते. त्याकरता पालकांचे योग्य मार्गदर्शन मात्र हवेच. अर्थात एकविसाव्या वर्षी लग्न करून मुला-मुलींचे शैक्षणिक नुकसान होणार आहे, असे म्हणता येत नाही. तसे म्हटले तर त्यांची कोणाबरोबर तरी फ्रेंडशिप वयाच्या १६-१७व्या वर्षापासून असतेच आणि त्याला आपण रोखू शकत नसतो, त्यातच ती अभ्यास करीत असतात. त्यामुळे लग्न झाल्यामुळे मुलांच्या शिक्षणात अडथळा येईल ही भीती खरी नाही.

थोडक्यात २१ ते २५-२६ वर्षापर्यंतच्या वयात लग्न जुळण्याचा महत्त्वाचा

फायदा म्हणजे, आज पति-पत्नीमध्ये होत असणाऱ्या मतभेदाचे प्रमाण अत्यल्प होईल. ती लवकर जबाबदार होतील. शिवाय, आज वाढणाऱ्या वयानुसार आलेल्या एकाकीपणामुळे आणि नैराश्यामुळे जीवनात काही व्यसने मुलांना लागू शकतात, चुकीची संगत लागते. त्याआधीच त्यांच्यावर नियंत्रण अशा विवाहाच्या जबाबदाऱ्यांतून येऊ शकते. यामुळे लग्न वाचते, पण त्या मुलांचेही आयुष्य वाचते. मात्र लग्न लवकर केल्याने, लग्न मोडण्याचे प्रमाण अगदी शून्यावर येईल असे नाही म्हणता येणार. कारण स्वभावातील काही दोष हे स्ट्रॉँगली आनुवंशिक असतात. बदललेल्या वातावरणातून येणारे नावीन्य हे त्यापुढे प्रभावहीन ठरते किंवा काहींचे स्वभाव-दोष हे दुसऱ्याच्या सहनशक्ती पलीकडील असतात. याकरता तसे काही घटस्फोट होणारच आहेत. तरीही वधू-वरांच्या तरुण संवेदनशील मनाचा फायदा, पति-पत्नी नातेसंबंध मधुर होण्याकरता करून घ्यायचा असेल, तर मुला-मुलींच्या लग्नाचे वय हे २१ ते २५पर्यंत खाली आणून ते सावरणे हे आपल्या सर्व पालकांच्याच हातात आहे.

◆◆◆

तरुणांसाठी 'व्हिजिटिंग मॅरेज'

आजकाल तरुण मुले-मुली मातृ-संस्कृतीवर कुतूहलाने प्रश्न विचारतात. 'विवाहप्रथा' ही नैसर्गिक नाही आणि ती उत्क्रांतीच्या एका टप्प्यावर सोयीसाठी माणसाने आणलेली शरीरसंबंधाची एक पद्धत आहे, हे लक्षात आल्यावर आपोआपच मग, 'विवाह अस्तित्वात नसण्याचा' एक कालखंड होता, हे या तरुणाईच्या लक्षात आलेले आहे. अशा या विवाह नसण्याच्या कालखंडात मानवी नातेसंबंध कसे होते, अपत्यांचा सांभाळ कसा होत होता, पुरुषाला मातृकुळात पिता नाही तर कोणते स्थान दिलेले होते, तत्कालीन आर्थिक व्यवस्था कशी होती, घरकामाचे स्वरूप काय होते, स्त्री-पुरुष समतेचे काय निकष होते, शरीरसंबंधाची कोणती पद्धत स्वीकारली गेली होती, वगैरे प्रश्न तरुणाईच्या मनात येत असतात.

सध्या पितृसंस्कृती व्यवस्था जगभर चालू आहे. ही व्यवस्था साधारणपणे चार ते पाच हजार वर्षे प्रस्थापित आहे. कोणतीही व्यवस्था नीटनेटकी व विशिष्ट चौकटीत यायला कायदे, नियम, रीती, त्यांची सवय आणि मानसिकता हे सर्व घडत जाते किंवा घडविले जाते. पुढे आपोआपच आपण सर्वजण त्यास इतके बांधील होतो, की कधीकाळी या नियमांशिवाय व्यवस्थेविना आपण जगत होतो, हे पूर्णतः विस्मृतीत गेल्याने ते कुणाला पटेनासे होते. किंबहुना या व्यवस्थेशिवाय मनुष्यप्राणी कसा जगणार आणि टिकणार, इतके गहन प्रश्न आपल्याला पडतात.

उदा. विवाहप्रथा नसेल तर काय, असा आज ज्येष्ठांना पडलेला प्रश्न असतो. प्राचीन काळात विवाहप्रथा नसूनही मानवाची अपत्ये जगलीच ना, म्हणून तर आपण आजचा 'आज' पाहतोय.

शेवटी 'विवाह' ही शरीरसंबंधाची एक पद्धत आहे, हे लक्षात आल्यावर अशा पद्धती बदलण्याची परंपराच असते, हे आपण आधीच्या जंगली व रानटी युगातील स्वैरसंबंधापासून ते आंतर्कुळातील संबंध एण्डोगॅमी (endogamy) आणि बाह्यकुळातील संबंध एक्झोगॅमी (exogamy) पासून ते विवाहापर्यंत पहातच आहोत. गेल्या पन्नास-पाऊणशे हजार वर्षांतील शरीरसंबंधाच्या पद्धती बदलत बदलतच आपण आजच्या काळात आलेलो आहोत. तशी 'विवाह' ही शरीरसंबंधाची पद्धतसुद्धा कुणाला तरी बदलूनच आलेली आहे. मात्र या कामशमनाच्या पद्धती कोणाच्या सांगण्यावरून किंवा तरुणांच्या मर्जीवरून बदलत नाहीत, तर अर्थव्यवस्थेत होणाऱ्या बदलानुसार कामशमनाच्या पद्धती बदलत असतात आणि अर्थव्यवस्था ही त्या त्या काळातील तंत्रज्ञानाप्रमाणे बदलते. त्याचप्रमाणे, कुटुंबातील किंवा समाजातील स्त्री-पुरुषाचे स्थान हे स्त्री ही पुरुषावर अवलंबून आहे की पुरुष स्त्रीवर अवलंबित आहे, की दोघेही एकमेकांवर अवलंबून आहेत, की दोघेही एकमेकांवर अवलंबून नाहीत, या चार स्थितींवरून ठरत असते.

मात्र अर्थव्यवस्था काहीही असली, तरी स्त्री-पुरुष संबंधाची ओढ आणि त्याकरता त्यांच्यामध्ये आकर्षण निर्माण होणे, हे निसर्ग-तत्त्व बंद पडू शकत नाही. ते कोणत्या ना कोणत्या उपायाने पुढे चालूच राहणार आहे; मग त्याकरता लैंगिक-शमनाच्या कुठल्याही पद्धती त्या त्या काळात स्वीकारलेल्या असू शकतील. म्हणूनच, आज इतक्या आधुनिक आणि तंत्रज्ञानाने प्रगत असणाऱ्या जगातील एक राष्ट्र म्हणून आपण काही शरीरसंबंधाच्या वेगळ्या पद्धतीचा विचार पुढे आणू शकतो आणि त्या पद्धती वापरण्याचा प्रयोगही करू शकतो. शेवटी जे आपण टाळू शकत नाही, ते निदान नेटक्या मार्गाने योजकतेने (प्लॅनिंगने), विचाराने पुढे आणले, तर विवाहाविना किंवा विवाह करून होणारे पुढील पिढीचे नुकसान टळेल. म्हणूनच इथे आपण आता व्हिजिटिंग रिलेशन आणि व्हिजिटिंग मॅरेज या पद्धतींचा विचार करणार आहोत.

व्हिजिटिंग रिलेशन / व्हिजिटिंग मॅरेज ही पद्धत ऐकायला नवी वाटत असली, तरी ती आपल्या देशासह जगभर फार प्राचीन आहे. डॉ. कमलाबाई चट्टोपाध्याय

या भारतीय मानववंश-संशोधक स्त्रीने ओरिसा, मध्यप्रदेश, महाराष्ट्र, तामिळनाडू, केरळ वगैरे भारतीय राज्यांतील काही आदिवासी जमातींबरोबर वास्तव्य करून तिथल्या शरीरसंबंधाच्या पद्धतींचा अभ्यास केला. तेव्हा त्यांना आदिवासी मुले व मुली आपापल्या मातृकुळात राहूनच प्रसंगी एकमेकांच्या बरोबर राहण्यास घराबाहेर जातात आणि काही दिवसांनी आपापल्या घरी परतण्याच्या पद्धतीने शरीरसंबंध ठेवतात, असे आढळले. हे त्यांनी 'ट्रायबलिझम इन इंडिया' या ग्रंथातून मांडले. त्याच बरोबर स्टीफन फ्युज या संशोधकाने, आपल्या 'ओरिजिन ऑफ मॅन ॲण्ड हिज कल्चर' या पुस्तकात याच पद्धतीचे दाखले भारतातील खासी, नागा, तसेच द. भारतातील नायर-नबुन्द्री ब्राह्मण संबंध, आणि ब्राझील, बोर्निओ, न्यू गिनी, मध्य-पूर्व आफ्रिका अशा देशांतील आदिवासींबाबत दिलेले आढळतात. याला संशोधकांनी 'व्हिजिटिंग रिलेशन' असे नाव दिले आहे. या पद्धतीत कुणाची जबाबदारी न घेता, मूल होऊ देऊन वा होऊ न देऊन, स्त्री-पुरुष निव्वळ शरीरसंबंधाचा किंवा अपत्य-सहवासाचासुद्धा आनंद घेतात आणि पुन्हा आपल्या जीवनासाठी मोकळे राहतात, असा हा महत्त्वाचा मार्ग आपल्या प्राचीन पूर्वजांनी दाखवलेला आहे. गंमत म्हणजे यापैकी काहीजणांचे रिलेशन हे त्या काळात 'विवाह बंधन' अज्ञात असूनही एकनिष्ठेचे होत होते.

तंत्रज्ञानाच्या एका कालखंडात, नांगराच्या शोधानंतर जमीनदारी व्यवस्था उदयास आली. या व्यवस्थेच्या गरजेनुसार, तसेच जमीनदारांनी उर्वरित समाजावर आणलेल्या सत्तेनुसार, बदललेल्या अर्थव्यवस्थेतून 'विवाह' या कामशमनाच्या पद्धतीचा नव्याने उदय झाला आणि त्या अनैसर्गिक बंधनातून वरील व्हिजिटिंग शरीरसंबंध पद्धतीचा हळूहळू लोप होत गेला. आदिवासी समाजात मात्र त्या टिकून राहिल्या. आपल्या देशात अगदी गेल्या शतकापर्यंत नायर जात आणि नंबुद्री ब्राह्मण असे 'व्हिजिटिंग' संबंध चालू होते. १९३२मध्ये 'मद्रास ॲक्ट' आणून ब्रिटिशांनी त्यावर बंदी आणली.

तेव्हा आजची विवाहसंस्था अस्थिर होत चाललेली असताना या जुन्या-जाणत्या संबंधाचा स्वीकार आपल्याला आजच्या काळात करता येण्यासारखा आहे का, याचा विचार व चर्चा तरुणांमध्ये व्हायला पाहिजे. त्या चर्चेची सुरुवात करताना असे म्हणता येईल, की दिवसेंदिवस मुला-मुलींना विवाहाच्या नात्यामध्ये काही धोके वाटू लागलेले आहेत. रंगवलेली सहवासाची स्वप्ने उद्ध्वस्त होताना

दिसत आहेत. विवाहसंबंध तुटतात, पण त्याच्या जबाबदारीतून मात्र लगेच सुटका नसते. मनस्ताप असतो. अनेकदा पती पत्नीकडून तिची मुले हिरावून घेतात, किंवा त्या मुलांना एकाकी पत्नीवर सोडून देऊन त्यांचा खर्चही पती देत नाहीत. हे चुकीचे असले, आणि विवाह म्हटला की त्यात प्रवेश करताना अपत्यांची जबाबदारी ही दोघांनाही बंधनकारक असली, तरीही माणसाचा हेकेखोरपणा, अहंकार, स्वार्थ आड येत असतो. जास्ती वेळा मनस्तापाची ही पाळी स्त्रियांवर येत असली, तरी काही वेळा पुरुषालाही पत्नीपासून मनस्ताप होऊ शकतो.

विवाह पद्धतीमुळे स्त्री व तिच्या मुलांवरील मालकी हक्काची भावना पुरुषाला ग्रासून टाकते आणि सध्याच्या परिस्थितीत शिकलेल्या मुलीसुद्धा 'पदरी पडले पवित्र झाले' असे म्हणण्याच्या काळातल्या राहिलेल्या नाहीत. प्रत्येक वेळी 'पडते' घेण्यास त्या नकार देतात. त्यासुद्धा आपली बाजू बरोबरच आहे, असे म्हणतात, माघार घ्यायला तयार नसतात, शेवटी घटस्फोटाचा उंबरठा ओलांडण्याची वेळ येते. अशा सर्व परिस्थितीला छेद देण्यासाठी 'व्हिजिटिंग' हा 'विवाह-पूर्व पर्याय' म्हणून नवतरुणांसाठी सध्याच्या 'लिव्ह-इन'पेक्षा चांगला ठरू शकतो. लिव्ह-इनमध्ये दुसरीकडे जागा घेऊन मुलगा व मुलगी काही काळ घरापासून तुटून दीर्घकाळ एकत्र रहातात. मुख्य म्हणजे लिव्ह-इनबद्दल नीट काळजी घेतली जात नाही. दोघांना एकमेकांसोबत कम्फर्टेबल वाटते आहे की नाही, याचा अनुभव घेण्यासाठी म्हणून लिव्ह-इनमध्ये राहतो, असे सांगितले जाते, पण अनेक मुलगे फक्त 'मौज' म्हणून अशा रिलेशनमध्ये प्रवेश करतात. त्यांना रिलेशनची कोणतीही कमिटमेंट किंवा गुंतणे नको असते. मात्र, बहुसंख्य मुली कमिटेड रिलेशनची मागणी करीत असतील, तर तिचा पिच्छा सोडवण्यासाठी ते तिची हत्या करण्यासही मागे-पुढे पाहत नाहीत. यामुळे आता पालकांचा अशा प्रायोगिक-संबंधांना विरोध असतो.

व्हिजिटिंग रिलेशन त्या तुलनेत खूप सुरक्षित असते. या रिलेशनमध्ये जास्त काळ एकमेकांसोबत राहायचे नसते. दुसरीकडे कुठेही स्वतंत्र जागा नसते. हॉटेलमध्ये काही काळ एकत्र राहून दोघांनी आपापल्या घरी जाणे, म्हणजेच व्हिजिटिंग संबंध! आदिवासी तरुणांप्रमाणे दोन-तीन दिवसांत पुन्हा माघारी येण्याची ही पद्धत आहे, जे पालकांना माहीत असते. तेवढ्या वेळात मुलगा-मुलगी माघारी आली नाही, तर ते सतर्क होतात.

मात्र सद्यःस्थितीत या प्रकारच्या रिलेशनमध्ये प्रवेश करताना वकिलाच्या

सल्ल्याने या रिलेशनसाठी करार (contract) करणे, सुरक्षित व विश्वासपूर्वक संबंधांसाठी आवश्यक आहे. विशेषतः 'व्हिजिटिंग रिलेशन' हे मुक्त हवे की निष्ठेचे हवे, हा निर्णय दोघांचा एकच असणे आवश्यक आहे. एकनिष्ठ नात्यातून सुरक्षितता मिळते आणि मुक्त संबंधातून स्वातंत्र्य मिळते, याचा मेळ घालणारे संबंध म्हणजे 'व्हिजिटिंग रिलेशन' असे म्हणायला हरकत नाही. 'लिव्ह-इन'इतके दीर्घकाळ कोणाबरोबर सतत राहण्याची या पद्धतीमध्ये गरज नसते. जसजसे दोघे वारंवार भेटत राहून अधूनमधून समजून घेऊ शकतील, तसतसे त्यांना त्यांच्या निर्णयापर्यंत जाता येईल. किंबहुना, मॅरेज ब्युरोमधून किंवा कुणी सुचविलेले स्थळ पसंत असल्यास किंवा त्या तरुणांनी स्वतः ठरवल्यास दोन्हीकडच्या पालकांना सामावून घेऊन हा व्हिजिटिंग रिलेशनचा पर्याय ठरवून करता येईल. एरवीसुद्धा 'लिव्ह-इन'प्रमाणे पालकांना या रिलेशनची माहिती द्यावी लागणार आहे. या पद्धतीत आपल्या मूळ घरी सतत येत-जात राहिल्यामुळे वेळप्रसंगी काही शंका वाटल्यास, किंवा हे रिलेशन मोडावेसे वाटल्यास त्याची कल्पना कुटुंबाला देता येते. आपल्या कुटुंबीयांसमवेत चर्चा करण्यास वेळ मिळतो आणि वाव राहतो, आधार रहातो.

आपल्या कोणत्याही अडचणीत आपले आई-वडील, भाऊ, बहिणी यांची मदत राहते. आपले आर्थिक व्यवहार सुरक्षित राहतात. या रिलेशनमध्ये मूल होऊ न देण्याची काळजी दोघांनीही जबाबदारीने घेतली पाहिजे. या रिलेशनमध्ये स्त्री-पुरुष दोघांनाही आपल्या नोकऱ्या / व्यवसाय करता येतात, आपआपल्या आई-वडिलांची जबाबदारी घेता येते किंवा आपल्या भावंडांच्या काही आर्थिक जबाबदाऱ्याही स्वतःच्या इच्छेनुसार उचलता येतात. मुख्य म्हणजे, दोन्हीकडील पालकांना वृद्धावस्थेत आधार राहतो. तसेच, मुलींना घरकामात, ती या व्हिजिटिंग काळात मातृकुळात वास्तव्याला असल्यामुळे, आस्थेने मदत मिळते. हवी तेव्हा विश्रांती मिळते. मुलग्यांनाही या काळात घरकाम त्यांच्या घरात शिकून घ्यावे लागते. घरात कामाला आणि स्वयंपाक करायला बाई हवी, अशा हेतूने आज कोणी पुरुष लग्न करीत नाहीत आणि करूही नये. हल्ली पुरुषांनाही सर्व घरकामे करावी लागतात आणि स्वयंपाकपण अनेक पुरुष करतात. मुख्य आणि पुरुषांना दिलासा देणारे म्हणजे, हे रिलेशन मोडले तरी त्याची कुणी कुणाला भरपाई द्यायची सक्ती नसते. आपण आपल्या वृद्धापकाळासाठी सेव्हिंगमध्ये, इन्शुरन्समध्ये पैसे गुंतवू

शकतो. एकप्रकारे हे प्राचीन मातृसंस्कृतीचे किंचित-रूप म्हणायला हरकत नाही.

हेच 'व्हिजिटिंग रिलेशन' जर निष्ठेचे केले, तर त्याचे रूपांतर प्रत्यक्ष विवाह न करताही 'व्हिजिटिंग मॅरेज' या पद्धतीत होऊ शकते. त्या वेळेस, कराराचे स्वरूप बदलेल. शिवाय त्याकरता त्या मुला-मुलींना आपले एकमेकांवर असणारे प्रेम व विश्वासाचे नाते याची खात्री निर्माण होणे फार महत्त्वाचे आहे. त्याची दोघांना खात्री असल्याशिवाय हे व्हिजिटिंग रिलेशन 'मॅरेज'मध्ये बदलू नये. व्हिजिटिंग मॅरेजमध्ये मूल होऊ देता येईल, पण त्यासंबंधीसुद्धा अपत्याच्या जबाबदारीसंबंधी तसे कलम करारात आणणे किंवा विवाहाप्रमाणे कायम एकत्र बरोबर राहणे, ह्यापैकी काही एक दोघांना ठरवावे लागेल. व्हिजिटिंग रूपातही हे मॅरेज चालू ठेवता येते. यामध्ये ती 'दोघे' माता-पिता झालेली असल्यास, आई-वडील दोघांनाही त्या अपत्याचे सुख व प्रेम मिळणे आणि त्या बालकाला दोघांचे प्रेम मिळणे, हे अपरिहार्य बंधन म्हणावे लागेल, तसेच त्या अपत्याची जबाबदारीसुद्धा शेवटपर्यंत दोघांवर बंधनकारक असणार आहे.

व्हिजिटिंग रिलेशन हे लिव्ह-इन रिलेशनचा एक संक्षिप्त प्रकार आहे. लिव्ह-इन आता समाजमान्य होऊ लागले आहे. पण त्या तुलनेत 'व्हिजिटिंग रिलेशन' हे जास्त काळ वास्तव्याचे नसल्यामुळे आणि एक/दोन दिवस राहून आपल्या घरी परतणे अशी व्यवस्था असल्याने, पालकांना ते जास्त दिलासादायक आहे. तरी, याबाबत कुणाच्या अधिकच्या शंका आणि अडचणी, सूचना असल्यास त्यावर सर्व बाजूंनी विचार झाला पाहिजे. वेळोवेळी कायदेतज्ज्ञांचा सल्ला घेतला पाहिजे. सध्याच्या भारतात सरसकटपणे हे रिलेशन सर्व कुटुंबास आर्थिक तर कधी मानसिक पातळीवर परवडणारे असेल असे नाही. त्याकरता मुला-मुलींचे शिक्षण, नोकरी ही आत्यंतिक गरजेची गोष्ट आहे. जी कुटुंबे सुशिक्षित आणि सुस्थितीत आहेत, त्यांना ही पद्धत आजमवून पाहता येईल. तसेच एकच मुलगी किंवा दोन मुली असणाऱ्या कुटुंबातून, त्या मुलींची इच्छा असल्यास याची सुरुवात होणे हे समाजासाठी, या रिलेशनकरता एक मार्गदर्शक उदाहरण म्हणून, अधिक योग्य ठरेल. कुणाला कायम 'व्हिजिटिंग'मध्ये राहावे असे वाटले म्हणजेच आपापले घर कायम ठेवणे, ही स्थिती ठेवली, तरी दोघांच्या संमतीने तसेही करता येण्यासारखे आहे.

घटस्फोटित स्त्री-पुरुषांकरिता किंवा अन्य कारणाने एकूणच ज्यांच्यावर पुनर्विवाहाची वेळ आलेली आहे त्यांच्यासाठी, 'व्हिजिटिंग मॅरेज' हे वरदानच

म्हणायला हवे. विशेषतः ज्यांना पहिल्या लग्नापासून अपत्य आहे, त्यांच्यासाठी हा खूप चांगला प्रयोग म्हणता येईल. कारण, या पद्धतीत सुरुवातीलाच कोणी कुणाच्या घरी रहयला जाणार नाही. आउटिंग/डेटिंग पद्धतीने सुरुवात करावी लागेल. आपापल्या मुलांना घेऊन दोघांनी बाहेर जाणे, किंवा कधी मुलांना कोणाकडे सोपवून फक्त दोघांनी बाहेर जाऊन येणे, अशा पद्धतीने एकमेकांचे विचार तर कळतीलच, पण दोघे हळूहळू कम्फर्ट अनुभवतील. तसेच दोन्ही बाजूच्या अपत्यांची चांगली दोस्ती होते आहे का, ती एकमेकांशी किती जमवून घेतात, तेही कळेल. त्यांच्यामध्ये दोस्ती/ प्रेम निर्माण होईल, त्या मुलांना एकमेकांची आठवण येईल, असे प्रयत्न दोन्हीकडून होणे आवश्यक आहे. जवळच्या लोकांना हे रिलेशन माहीत झाले म्हणून संकोच वाटण्याचे कारण नाही. किंबहुना त्यांना ते सांगूनच ठेवायचे. कारण आता हे समाजानेसुद्धा हळूहळू मान्य केले पाहिजे.

बहुधा हा प्रयोग समाजाला लिव्ह-इनपेक्षा स्वागतार्ह वाटेल, अनुकरणीय वाटेल, कारण भेटण्याचा कालावधी लिव्ह–इन प्रमाणे दीर्घ व सक्तीचा नसून तो दोन्ही तरुण व्यक्तींच्या वेळोवेळी ठरवण्यानुसार आहे. शिवाय कोणाही दोघांना एकमेकांना जाणून घेणे, ते किमान भेटत राहिल्याशिवाय कसे शक्य आहे? आपले हेतू जेव्हा प्रामाणिक असतात, तेव्हा लोकांना काय वाटेल, त्याची काळजी करण्याचे कारण नाही.

जेव्हा जेव्हा ते दोघे भेटणार आहेत, तेव्हा एकमेकांच्या नोकरी-व्यवसायातील अडचणी, ताण, एकमेकांना सल्ले, मदत याची देवाणघेवाण होऊ शकते. एकमेकांबद्दल जसा विश्वास निर्माण होत जाईल, तशा घरातील समस्यासुद्धा शेअर करता येऊ शकतात. म्हणजे आधी मित्रत्वाचे नाते प्रस्थापित होऊ द्यावे. आपल्याला एकमेकांची गरज आहे, आपली एकमेकांना मदत होऊ शकते, ही जाणीव आणि खात्री निर्माण होऊ द्यावी. हे जर जमू शकले, तर मग आपण कायम एकमेकांच्या जवळ राहिलो तर? असा प्रश्न दोघांच्याही मनात येईल, तेव्हा बरीच लढाई जिंकली असे समजण्यास हरकत नाही. आज ही पद्धत स्वीकारल्यास, मनावर येणारे विवाह-सक्तीचे बंधन बऱ्याच अंशी सैल होऊ शकते. ज्यांना कुणाला विवाहपद्धत योग्य वाटत आहे, त्यांना ती स्वीकारण्याची मुभा आहेच, पण बरोबरीने व्हिजिटिंग रिलेशन किंवा व्हिजिटिंग मॅरेज या कल्पनेमुळे समाजात विवाहासह दोन मॉडेल्स डोळ्यांसमोर राहतात, ज्यामुळे विवाह-मुक्त राहता येते

आणि कामशमनासाठीसुद्धा खात्रीचा आणि विश्वासू पार्टनर लाभतो.

पुरुषांनी 'व्हिजिटिंग रिलेशन' स्वीकारण्यामागे त्यांची स्वतःची काही कारणे असतात. विवाहातून 'पुरुषांना मनस्ताप' झालेली उदाहरणे अवतीभवती त्यांनासुद्धा दिसत असतात. चांगले पुरुष काही वेळा स्त्रियांमुळे विवाहाची शिक्षा भोगत राहतात हे खरे आहे. तर काहींना विवाह, पत्नी, मग मुले आणि त्या मुलांकरिता म्हातारे होईपर्यंत करावे लागणारे विविध प्रयास, अशा चक्रात अडकायची इच्छा नसते. तर काही तरुण भटकंती, गिर्यारोहण अशा छंदांशी जोडले गेल्यामुळे, तर काही संशोधन वृत्तीचे असतात, ते आपल्या कामात गुंतून राहू पाहतात. त्यांना घरासाठी वेळ देता येणार नाही, असे वाटत असते, तर काहींना आपले पत्नीशी नाही पटले, तर तिला आर्थिक भरपाई देण्याची काहींची तयारी नसते. असे पुरुष या व्हिजिटिंगच्या कल्पनेकडे आकर्षित होऊ शकतात. हरकत नाही. पण लग्न करायचे असेल, तर ते जसे वेळेत करावे लागते, त्याप्रमाणे व्हिजिटिंग हा पर्याय जर आयुष्यभर चालवायचा असेल, तर तोही निर्णय वेळेत आणि विचारपूर्वक घ्यायचा असतो.

ज्या स्त्री-पुरुषांना मुलांची जबाबदारी नको असते, ते 'कायम व्हिजिटिंग'मध्ये राहण्याचा पर्याय निवडतील. तरी त्याआधी सर्व बाजूंनी आपल्या जीवनाचा विचार करता आला पाहिजे. त्यातही पुरुषाच्या संदर्भातून या पर्यायाचा विशेष गांभीर्याने विचार करता आला पाहिजे. पुरुषांसाठी विवाहाचा महत्त्वाचा चांगला लाभ म्हणजे, 'पुरुषाला त्याच्या आयुष्यात येणारे स्थैर्य'. विवाहाने पुरुषाला त्याचे पितृत्व समजते, त्यामुळे त्याचे लक्ष व चित्त हे 'त्याचे' मूल जिथे असेल, तिथे त्या कुटुंबाशी जोडले जाते. अपत्यासाठी काही करण्याकडे तो त्या कुटुंबात स्थिरावतो. तो त्याचा 'स्थिरबिंदू' असतो. अशा स्थैर्याअभावी काही पुरुष सैरभैर होऊ शकतात. त्यातून मनावर संयम नसल्यास व्यसने करण्याकडे ओढले जाऊ शकतात. पितृत्वाचे पुरुषाच्या आयुष्यात खास स्थान आहे. पितृत्वामुळे पुरुषाला वात्सल्य आणि ममत्व हे गुण प्राप्त होतात. अपत्याच्या जबाबदारीमुळे तो भानावर राहतो. माणसामध्ये ऑक्सिटोसिन हे ममत्वाचे व नातेबंध (bonding) जपणारे हार्मोन आहे. पिता-पुरुषामधील या हार्मोनची पातळी अन्य अविवाहित किंवा मूल नसलेल्या पुरुषापेक्षा जास्त असते, असे आता संशोधनाने सिद्ध झालेले आहे. अर्थात, पितृत्वामुळे पुरुषात एक ऋजुता येते. मेंदूला शांत व स्वस्थ ठेवणाऱ्या

सेराटोनीन या हार्मोनची पातळीसुद्धा पुरुषामध्ये स्थिर राहू शकते. हे त्याच्या पितृत्व भावनेचे लाभ, त्याच्या बरोबर त्याच्या कुटुंबाला आणि समाजालासुद्धा मिळत असतात. कारण त्याच्या अपत्यामुळे त्याच्यामध्ये येणारी मृदुता, त्याच्यातील हिंसकता कमी करण्यास मदत करते. हे सगळे फायदे पुरुषाला 'अपत्य' असण्यातून संभवतात. त्यामुळे, विवाहाशिवाय असणाऱ्या या व्हिजिटिंग रिलेशनमध्ये प्रवेश करताना पुरुष वर्गाने या सर्वांचा विचार करायला हवा, किंवा मग त्याने निष्ठेच्या व्हिजिटिंगमधून अपत्य होऊ देण्यास नकार देऊ नये. व्हिजिटिंग रिलेशनमधून स्त्रीला हवेसे वाटल्यास आणि एकटीने जबाबदारी घेण्याची तयारी ठेवूनच ती स्वतःला मूल होऊ देऊ शकते.

अपत्यप्राप्तीसाठी आजच्या काळात पुरुषाने लग्नच केले पाहिजे, असे नाही. हे काही अंशी खरे आहे. हल्ली डीएनए टेस्टनेसुद्धा स्वतःचे पितृत्व समजून घेता येते. लग्न न करता सध्याच्या नव्या तंत्राने मूल जन्माला घालून, ते एकट्याने वाढविणारे चित्रपट अभिनेते 'बाप' म्हणून आपल्याला माहीत आहेतच. तेच त्या अपत्याची 'माता' असतात. एका सुप्रसिद्ध हिंदी चित्रपट अभिनेत्याने या व्हिजिटिंग मॅरेजला 'ओपन मॅरेज' असे नाव देऊन स्वतःचे मत सांगितले, की ''ओपन मॅरेज हे चांगले आहे, पण त्याची पुढे चिंता वाटत रहाते.'' ही चिंता काय असू शकते, ते पुरुषांनी संवादाद्वारे चर्चेमध्ये आणले, तर त्याचे खरेच फार गांभीर्य आहे की त्यावर उपाय योजता येऊ शकतात, हे आजमावता येईल.

ज्या आदिवासी समाजावरून आपण व्हिजिटिंग रिलेशनची कल्पना घेत आहोत, तिथे पुरुषांबाबत स्थैर्याची समस्या नाही का, हा प्रश्न पुढे येतो. आदिवासी पुरुषांची जीवनशैली वेगळी आणि कष्टाशी बांधील असणारी असते. कष्ट आणि संघर्ष यांमध्ये व्यग्र असणाऱ्या त्या जमाती आहेत. त्यामुळे त्यांच्या जीवनात 'व्हिजिटिंग' ही सरसकट पद्धत असू शकते. जसे विवाहामुळे स्थैर्य येते, तसे कामाच्या व्यग्रतेमुळे, विविध संशोधनात वा साहसी कार्यातील मानसिक गुंतवणुकीमुळेसुद्धा मानसिक स्थैर्य येत असते, जे आदिवासी पुरुषात असते. एरवी पित्यापेक्षा माता-स्त्री ही मनाने जास्त स्थिर आढळते, कारण ती बालसंगोपनात पुरुषाच्या तुलनेत जास्त गुंतलेली असते,हे त्याचे कारण आहे. इथे आणखी एक मुद्दा म्हणजे, जेव्हा अपत्याची जबाबदारी काही कारणाने स्त्री किंवा पुरुषाला नको असते, तेव्हा त्यामागील कारणे सत्य आहेत का आणि आपण त्याबाबत खरेच

गंभीर आहोत का, याची पहिल्याप्रथम तपासणी करायला पाहिजे. कारण नव्या तंत्रज्ञानाने विवाहाशिवाय मूल जन्माला घालणे हे सध्यातरी फार खर्चिक आहे.

शिवाय एखादे मूल असते तर बरे झाले असते, असे वयाची साठी ओलांडल्यानंतरही स्त्री-पुरुषांना वाटू शकते किंवा उतारवयात नातवंडांची कमतरता भासू लागते, तेव्हा मग तो प्रश्न सोडविता येत नाही. त्यावर एकच उपाय सुचविता येतो आणि तो म्हणजे, अनाथ मुलांसाठी त्यांच्या आश्रमात जाऊन काही तास त्यांच्याबरोबर घालविणे, याची सुरुवात करायला हवी. कोणतेही लहान मूल सारखेच असते. लहान मुलांमधील शारीरिक, मानसिक गुंतवणूक याइतके माणसाला बांधून ठेवणारे, तितक्या ताकतीचे व आनंदाचे दुसरे साधन नाही, हेसुद्धा लक्षात घ्यायला पाहिजे आणि मग व्हिजिटिंगचा निर्णय घेताना प्रत्येक व्यक्तीने आपले मागचे-पुढचे जीवन, आपला संयम, आपली मानसिकता तपासून त्यानंतरच 'कायम व्हिजिटिंग'चा निर्णय पक्का करावा. अपत्य होणे ही निव्वळ जबाबदारी नाही, तर तो आपल्या आयुष्याचा अत्युच्च सुखाचा ठेवा आहे, अशी भावना ज्यांच्यामध्ये रुजलेली आहे, त्यांनी 'कायम व्हिजिटिंग'कडे न वळलेले बरे. किंवा 'व्हिजिटिंग'चा उपयोग फक्त टिकाऊ लग्न जुळविण्यासाठी केलेला बरा. व्हिजिटिंगकडे वळताना मूल होऊ द्यायचे नसेल, तर दुसऱ्या महत्त्वाच्या मुद्द्यावर विचार करण्याची गरज म्हणजे, वृद्धपणी आपली कोणी अपत्ये आपल्यासाठी आधार म्हणून असणार नाहीत, याचेही भान हवे. परंतु तसे तर लग्नातून झालेली मुले असली, तरी तो आधार निर्माण होतो, असे नाही आणि त्या पालकांनासुद्धा वृद्धाश्रमात जावे लागते. म्हणून व्हिजिटिंगमधील तरुणांनी तसे आयुष्य स्वीकारण्याची तयारी ठेवणे आवश्यक आहे.

थोडक्यात, 'व्हिजिटिंग मॅरेज'च्या पर्यायाचा उपयोग आपल्या होणाऱ्या लाइफ पार्टनरविषयी जाणून घेणे, त्याचबरोबर विवाहाविषयी सशक्त निर्णय घेता येणे आणि समाजाला विवाहाच्या द्विधा परिस्थितीतून मुक्त करणे याकरता झाला, तर त्याविषयी गैरसमज न होता, नव्या कालखंडातील अपेक्षित बदल म्हणून तो स्वीकारता येईल.

◆◆◆

तंतोतंत
(मेड फॉर इच अदर)

पति-पत्नीचे तंतोतंत जुळले की त्यांना 'मेड फॉर इच-अदर' असे मोठ्या कौतुकाने म्हटले जाते. असे जुळणे, खरेच शक्य आहे का? पति-पत्नीच नाही, तर कोणत्याही दोन माणसांचे, मग ती दोन भावंडे असतील, पालक-मुले असतील, मित्र-मैत्रिणी असतील, अशा मनुष्य-जोड्यांचे तेव्हाच पटू शकते, जेव्हा त्यांचे आयुष्य जगण्याचे, मौजमजेचे विषय हे जास्तीत जास्त संख्येने एकसारखे असतात.

आपण अनेकदा पाहतो की, आई-मुलीचेसुद्धा पटत नाही. का बरे? एक तर आई आणि मुलगी यांचा लहानपणीचा काळ वेगळा असतो. त्यामुळे आईचे व तिच्या मुलीचे संगोपन हे त्या त्या काळातील वेगवेगळ्या प्रस्थापित मूल्यांप्रमाणे झालेले असते. मुले लहान असेपर्यंत पालकांचा प्रभाव मुलांवर असू शकतो; परंतु, वयाच्या १५ वर्षांनंतर एकदा बाहेरच्या जगात पाऊल टाकल्यावर मात्र मुलांचे विश्व बदलते. आईचे स्वतःचे मन रमवण्याचे, मन गुंतवण्याचे जे विश्व आहे, तेच विश्व जर मुलीचे असेल, तर त्यांचे चांगले जुळेल. आईला खरेदी करणे खूप आवडते आहे, मुलीलाही खरेदी फार प्रिय आहे, शिवाय दोघीही संगीतात फार रस घेतात, दोघींना विशिष्ट हॉटेल आवडते, त्यांचे मनोरंजनाचे तसेच चिंतेचे विषय एकसारखेच आहेत, तर मग दोघींचे खूप छान पटते. दोघीही एकत्र हिंडतात, फिरतात. एकाच विषयावर चर्चा करण्यात छान वेळ घालवत असतात. पण मला

अशी आई-मुलगी जोडी माहीत आहे की, ज्यांचे वाचनाचे विषय वेगळे, आनंद घेण्याचे विषय वेगळे, सुखाच्या कल्पना वेगळ्या, राजकीय घटनेबद्दल मते वेगवेगळी, खाण्याच्या आवडी भिन्न, आईला समाजकार्याची आवड तर मुलीला त्याचा काहीसा राग. त्यामुळे दोघीही एकमेकांच्या सहवासात बोअर होतात. त्यांचे कशावरही एकमत होत नाही आणि सारखे खटके उडतात. त्या फारशा कधी एकत्र वेळही घालवत नाहीत. दोघी खूप कर्तबगार, हुशार, मनाने-विचाराने इतरांसाठी चांगल्या, तरी दोघींचे मात्र काही जमत नाही. ही जोडी तंतोतंत नाहीच म्हणता येणार. असेच रिलेशन अनेकदा वडील-मुलगा यांमध्येही असते. दोन्ही पुरुषांचे अहंकार एकमेकांस भिडत असतात.. मग अनेकदा आईच्या मध्यस्थीवर कसेबसे निभावत असते.

काही वेळेस, सासू-सुनांचेसुद्धा चांगले पटू शकते. एका सासूबाईंचे शिक्षण उच्च होते. त्या शरीरशास्त्रावर, ब्रेन, जीन्स, उत्क्रांती अशा विषयावर वाचन करीत असत, तर सूनबाई डॉक्टर होती. त्यामुळे सासू-सुनांचे ज्ञान-विषय चांगलेच जुळत होते. तसेच दोघींना संगीताची आवड होती. त्यामुळे त्या दोघींचा वेळ छान जात होता. लहान-सहान कुरबुरी झाल्या, तरी अन्य आवडत्या विषयावर बोलणे आले की, त्या दोघी पुन्हा एकत्र येण्यास मदत होत होती आणि भांडण हवेत विरून जात असे.

मात्र जगण्याचे विषय एकसारखे असले, तरी या तंतोतंत असण्यात स्वभावाचाही थोडाफार हात असतोच. काही वेळेस एरवी तंतोतंत जुळणाऱ्यांपैकी कोणा एकाचा स्वभाव तापट असतो, किंवा कोणाचा संशयी असतो, कधी कोणी प्रामाणिक नसतात. अशा वेळेस, मग खटके नक्कीच उडतात. थोडक्यात एकमेकांशी तंतोतंत होताना, स्वभाव पटणे आणि आयुष्य जगण्याचे विषय मिळते-जुळते असणे, हे दोन्ही सारखेच महत्त्वाचे आहे. म्हणजे कोणत्याही जोडीने तंतोतंत 'मेड फॉर इच-अदर' असणे ही इतकी सोपी गोष्ट नाही हे लक्षात येईल.

आता आई, वडील, भाऊ-बहिणी या नात्यांची आपल्याला काही ठरवून निवड करता येत नाही. आपल्याला ती नाती जन्मानुसार प्राप्त होत असतात. पण मित्र-मैत्रिणीचे आणि पति-पत्नीचे नाते मात्र निवडता येत असते. ते नाते विशेषतः पति-पत्नीचे कसे निवडता येईल, ते पाहू.

निवड करण्यापूर्वी...

कोणत्याही दोन व्यक्ती, प्रथमतः अनोळखी असतात. कोणाचा स्वभाव किंवा त्याचा\तिचा जगण्याचा वर्तन-कल कधीच सहजपणे उघड होत नसतो. त्याकरता दोघांमधील चर्चेचा खूप उपयोग होत असतो. पहिले काही महिने संकोचण्यात जातील. पण त्या महिन्यांत आपण निवड केलेल्या व्यक्तीमध्ये असे जाणवण्याजोगे काही खटकणारे नाही, म्हणजे मग 'ती व्यक्ती नक्की चांगली आहे' असा निर्णय घेणे, हा उथळपणा होईल. इतक्या थोड्या अवधीत मुलगे आपली व्यसनेसुद्धा लपवून ठेवू शकतात, किंवा मुलगी सर्वांशी जुळवून घेणारी आहे, असे भासवते पण तशी ती नाही, हे नंतर लक्षात येते. हा काळ फक्त तोंडओळखीचा समजायचा असतो. तोंडओळखीचे हे महिने संपले की, विविध विषयांवर चर्चा होणे, हे महत्त्वाचे ठरते. मग हे विषय कुटुंबात, समाजात, अगदी जगातसुद्धा घडणाऱ्या सर्व प्रकारच्या घटनांबद्दल असू शकतात. या प्रत्येक घटनांबद्दल, मुलगा व मुलगी आपली काही ना काही भूमिका मांडतात. एकमेकांचे हे विचार ऐकले पाहिजेत. या चर्चेतून दोघांची विचार-बैठक स्पष्ट होण्यास मदत होते. उदा. अमेरिकेत स्त्रीच्या गर्भपातावर आणलेली बंदी, या विषयावर मुलगा व त्याची ठरलेली वधू किंवा मैत्रीणही म्हणता येईल, ते कसे व्यक्त होतात, ते स्पष्ट होऊ शकते. त्यावरून स्त्रीविषयी असणारी त्यांची सर्वसाधारण मते लक्षात येतात. ती मते किती मनापासून आहेत, हे पुढील खेपेस झालेल्या अन्य चर्चेतून लक्षात येतेच. तसेच अलीकडे चाललेले लव्ह-जिहादबाबतचे मोर्चे किंवा हिजाबविषयीच्या चळवळी याबाबत सहज बोलायला पाहिजे. त्यातून एकमेकांच्या धार्मिक समजुती किंवा दोघांमधील कमी-अधिक विचाराची उदारता लक्षात येऊ शकते. बसमध्ये स्त्रियांना बसायला राखीव जागा असाव्यात का, या विषयावरसुद्धा दोघांत चर्चा करता येते. त्यानंतर देव आणि धर्म यावरचे विश्वास जाणून घेणे हे फार महत्त्वाचे आहे.

आपल्या देशात मुला-मुलींचे संगोपन (ब्रिंगिंग-अप) हे घरातील धार्मिक परंपरांशी खूप निगडित असते. त्यामुळे त्यावरील चर्चांमधून एकमेकांचे विचार, विश्वास, श्रद्धा हे पडताळता येते. एखादी मुलगी फारच देव-धर्माच्या मागे असेल आणि मुलगा तितका श्रद्धाळू नसेल, तर पुढे लग्नानंतर या विषयावर कोणी नाराज (धार्मिक भावना दुखावणे) होऊ नये, म्हणून देव-धर्म या विषयाबाबत मुला-मुलींनी आपापली मते आधीच जाणून घेतलेली बरी. त्यात गेल्या दहा वर्षांत,

देशातील एकूण धार्मिक संवेदना खूप पराकोटीच्या झालेल्या आहेत. शिवाय आमच्या धर्माबद्दल आणि त्याला धरून राजकारण करणाऱ्या राजकीय पक्षाच्या विरोधात कोणी बोलायचे नाही, असा एक अट्टाहास चाललेला आढळतो. तो मग अशा नेहमीच्या चर्चेतून आज ना उद्या उघड होतो. मग त्यावेळेस पति-पत्नी होऊ पाहणाऱ्या त्या दोन तरुणांच्या या भावना, भविष्यात किती सहन करता येण्याजोग्या आहेत, हेसुद्धा ताडता येते.

त्यानंतर, होणाऱ्या पति-पत्नी दोघांनी तंतोतंत होण्याच्या अधिकाधिक जवळ यायचे असेल तर त्यांनी आपल्या वैवाहिक आयुष्याबाबतसुद्धा चर्चा करणे, हे आज फार महत्त्वाचे आहे. म्हणजे अपत्ये लगेच होण्याचा विचार व्हावा की काही कालावधीने अपत्ये व्हावीत, अपत्ये किती असावीत, मुलगा हवाच असा आग्रह आहे का, मुलाच्या संगोपनात भावी पति काय काय मदत आनंदाने करू शकतो, यावरही बोलले पाहिजे. किंबहुना अपत्याच्या शाळेचे 'मिडियम' कोणते असणे चांगले, यावरही या विवाह-इच्छुक मुला-मुलींनी बोलायला हवे. तसेच मग मुलांनी आपल्या भावी पत्नीला, ती लग्नानंतर नोकरी करताना, तिला सासरी काय मदतीची अपेक्षा आहे, हे विचारायला हवे. समजा तिला मूल झाल्यावर नोकरी करण्यात ओढाताण होत असेल, आणि सासू किंवा आई कोणीच मदतीला येऊ शकत नसेल, तर मग तिची नोकरी सोडून देण्याची तयारी आहे की, पति-पत्नीत सहकार्य करून बाळ सांभाळता येऊ शकते, की पाळणाघरात मूल ठेवणे आपल्याला रुचणार आहे? अशा विषयांवर चर्चा होण्यातूनच एकमेकांचा याबाबतचा दृष्टिकोन अगदी स्पष्ट होतो. कारण अशा चर्चेत कोणीच त्या प्रश्नाला 'एका वाक्यात उत्तर' अशा पद्धतीने बोलत नाही. तर त्यावर अधिक वाक्य, मग पुन्हा त्यावर पहिल्या व्यक्तीचे उत्तर किंवा प्रश्न,असा संवाद चालू होतो. ज्यामुळे, काही खटकणारी मतेसुद्धा एकमेकांना ऐकायला मिळतात. मग त्या मुलाच्या किंवा मुलीच्या त्या खटकणाऱ्या विचाराबाबत आपण स्वतः किती कम्फर्टेबल आहोत, किंवा आपण स्वतः बदलू शकतो का किंवा आपल्या जीवनसाथीला बदलता येणे आपल्याला शक्य आहे का, या प्रयत्नातून चर्चा पुढे जाण्याची गरज असते. अलीकडे, पत्नीला मित्र किंवा पतिला मैत्रीण असणे ही अगदी संभवनीय गोष्ट आहे. तेव्हा मुळात आधी हे दोघांनाही चालणार आहे का, हा नितांत महत्त्वाचा मुद्दा आहे. इथे मित्र-मैत्रिणीच्या किंवा मैत्रीसंबंधीच्या कल्पना अगदी क्रिस्टल क्लिअर

हव्यात. कधीकाळी आपण मनाने कोणात गुंतलेलो होतो, हे गुंतणे इतरांच्या विशेष लक्षात येणारे किंवा आपण त्यावेळेस ते सिरीयस घेतलेले असेल, तर ते एकमेकांना सांगितलेले बरे असते. फक्त दोघांची ओळख आहे, थोडे आकर्षण कधीतरी होते, त्याचा फार बाऊ दोघांनीही करू नये. कारण त्या वयात हे सर्व तरुणाईबाबत घडत असते. ती त्या वयाची गरज असते, हे प्रत्येकाने समजून घेण्याचे व विवाहानंतर तो विषय डोक्यातून काढून टाकण्याचे ठरविले, तर मला वाटते की इथे कोणताही प्रोब्लेम होऊ नये. लग्नानंतर दोघांनीही एकमेकांशी निष्ठेने व विश्वासाने रहाण्याची गरज आहे. पति-पत्नीतील प्रेमापेक्षा, त्यांच्यातील विश्वास हा फारच महत्त्वाचा असतो. कोणत्याही दोन मानवी नात्यांमध्ये विश्वास असेल तरच ते नाते भक्कम राहू शकते. आपले जीवन तंतोतंत करण्याचे हे सर्व विवाह होण्यापूर्वीचे प्रयत्न म्हणता येतील.

विवाह झाल्यावर...

लग्न झाल्यानंतरही, पति-पत्नी दोघांनी एकमेकांनी जुळवून घेण्याचा प्रयत्न कसा करता येणे शक्य आहे, याबाबत काही टिप्स डॉ, विलार्ड हेर्ले आणि डॉ. ॲलन पीजसारखे सायकोलोजिस्ट आपल्याला देतात, त्याचा तरुणांनी उपयोग करून घ्यायला हवा.

ते म्हणतात, ''मानवी बालकाचा बाल्यकाळ हा मानवाच्या उत्क्रांतीमुळे सर्व पशू-प्राण्याच्या तुलनेत प्रदीर्घ लांबीचा असतो, म्हणून बालसंगोपनाचा काही वाटा पुरुषाने उचलण्याची स्त्रीची मानसिक गरज ही मानवाच्या उत्क्रांतीमधून आलेली गरज आहे. मधल्या काही सहस्त्रकात, स्त्रीला मातृप्रधानकुळाकडून असणारा आधार लयास गेल्यावर तर तिला असणारी बालसंगोपनाच्या मदतीची गरज जास्तच प्रबळ झालेली आहे. अर्थात, पतिकडून तशी आश्वासकता आणि 'आपल्याला तो सोडणार नाही' याचा विश्वास पतिने वारंवार शाबित करण्याची गरज प्रत्येक पत्नीला त्यामुळे व्यापून असते. यामागे पुरुषाच्या भ्रमर वृत्तीची स्त्रीला खात्री असण्याचाही भाग येतो. आपल्या *हिज नीड्स ॲण्ड हर नीड्स* या पुस्तकात डॉ. हेर्ले म्हणतात, ''आपल्या पतिचे आपल्यावर प्रेम आहे, आणि आपणच त्याला आवडतो'' याबाबत शब्दातून, त्याच्या जिव्हाळ्यातून, आणि त्याच्या प्रेमपूर्वक स्पर्शातून तिला पुरावा हवा असतो.. ''मी तुझ्यावर प्रेम करतो'' ही

भावना पुरुष वेगवेगळ्या पद्धतीने व्यक्त करू शकतो. म्हणजे उदा. ''तू आज किती सुंदर दिसते आहेस'' किंवा आज जेवण फारच छान झाले किंवा ''तू ती गोष्ट खूप छान प्रकारे केलीस किंवा ''आज खोलीची रचना बदललीस वाटतं'' अशा प्रकारे पत्नी काय करते, त्याची पतिने दखल घेणे, त्याबाबत शब्दातून किंवा तिला जवळ घेऊन कौतुक करणे, तसेच तिचा वाढदिवस आणि लग्नाचा वाढदिवस त्याकरता, छोट्याशा भेटवस्तू, अगदी एखादे फूल किंवा गजरा देणे हे सर्व पत्नीसाठी फार महत्त्वाचे असते. मोठ्या क्रोकरी सेटची तिला गरज नसते. आपला पति आपल्या छोट्या छोट्या गोष्टींकडे, आवडींकडे लक्ष देतो, म्हणजेच आपल्यात तो पूर्ण गुंतलेला आहे आणि दुसऱ्या स्त्रीकडे त्याचे लक्ष नसल्याचे पत्नीच्या दृष्टीने ते पहिले चिन्ह असते. पत्नीला अशी खात्री वाटण्यातून तिची मुलांसहितची सुरक्षितता तिच्या मनात मजबूत होत असते. याच निकषावर स्त्री अतिप्राचीन काळापासून पुरुषाची निवड करत आलेली आहे. तसेच स्त्रीचा मेंदू हा लँग्वेज स्किल ऑर्गनाइज्ड असतो. म्हणून शब्दातून व्यक्त होणारे प्रेम तिला जास्त चांगला प्रेमाचा प्रत्यय देणारे असते. पतिने हे लक्षात ठेवले पाहिजे, असे डॉ. हेर्ले यांचे मत आहे. दुसरीकडे, पुरुषाच्या आपल्या पत्नीकडून या अपेक्षा नसतात. पत्नीने त्याचे कौतुक केल्याचे त्याला आवडते, पण त्यावरून तो पत्नीचे प्रेम किंवा स्वतःची सुरक्षितता ठरवत नाही.त्यामुळे पत्नीचे हे मानस त्याला समजत नाही.

किंबहुना पत्नीकडून मिळणारी सेक्सबाबतची साथ म्हणजेच तिचे प्रेम, असे पुरुषाला वाटत असते. सेक्स पत्नी नाकारत असेल तर तिचे आपल्यावर प्रेम नाही असे त्याला वाटते. तिने त्याला नाकारल्याची (रिजेक्ट) भावना पतिला ग्रासून राहते. याबाबत डॉ. ॲलन पीज आपल्या ''व्हाय मेन वाँट सेक्स अण्ड वूमेन नीड लव्ह'' या पुस्तकात म्हणतात, 'स्त्रीमध्ये दहा हजार टच-रिसेप्टर्स उत्क्रांत झालेले आहेत, त्या तुलनेत पुरुषांमध्ये ते तीन हजार एव्हढे आहेत. आपल्या बाळाच्या भावना आणि शरीरस्थिती लक्षात येण्याकरता स्त्रियांमध्ये हे रिसेप्टर्स जास्त असतात. त्यामुळे स्त्रीला आपल्या जवळच्या व्यक्तीची शारीरिक जवळीक किंवा तिचा प्रेमाचा स्पर्श यामधून ती व्यक्ती जास्त समजते.' पुढे डॉ. पीज लिहितात, For most men, however, physical closeness is interpreted as meaning, a woman wants sex and this cause, enormous relationship problems for couples everywhere. सेक्स म्हणजे

प्रेम ही भावना वस्तुतः पशूंमध्ये असते. कारण त्यांच्यातील कामभावना ही सिझनल असते, आणि ती फक्त प्रजोत्पादनासाठी असते. पुढे नर-मादी वेगळेही होऊ शकतात. त्यामुळे सेक्सपुरतेच त्यांचे प्रेम असते. पण माणूस हा विचारांनी व भावनेने खूप प्रगत असल्यामुळे, मनुष्य जीवनात माता-मूलच हे एकच नाही, तर अनेक नाती माणूस लक्षात ठेवतो. कोणत्या नात्यात कामसंबंध ठेवायचे आणि कोणती नाती फक्त प्रेमाने सांभाळायची हे फक्त माणूसच जाणू शकतो.

मात्र प्रेमभावना संपूर्णतः वेगळी आहे. 'पाहताक्षणी प्रेमात पडलो' असे वाक्प्रचार ''पाहताक्षणी आकर्षण वाटले'' असे म्हणण्याचा संकोच वाटतो, म्हणून वापरले जातात. पाहताक्षणी सुरुवातीला स्त्री-पुरुष प्रेमात कधीही नसतात. आकर्षणालाच नेहमी प्रेम म्हटले जाते. या आकर्षणापायी दोघांमध्ये वर उसळलेली किंवा खालावलेली हार्मोन्स जेव्हा पुढील एक-दीड वर्षामध्ये सामान्य (नॉर्मल) पातळीवर येतात, तेव्हा स्त्री-पुरुष खरे भानावर येतात. मग स्वच्छपणे त्यांना एकमेकांमधील गुण-दोष दिसू लागतात. तरीही ती जेव्हा एकमेकांना भेटल्याशिवाय बेचैन असतात, आपल्या मनातले एकमेकांना मोकळेपणाने सांगू पाहतात, अडचणीत एकमेकांचा आधार होतात, एकमेकांच्या मदतीला जातात आणि आपला आनंदही एकत्र एन्जॉय करतात, तिथे खरा प्रेमभावनेचा उदय झालेला असतो. मगच ती दोघे एकमेकांवर प्रेम करत आहेत, असे म्हणता येईल. तेव्हा प्रेमभावना ही शरीरप्रेरणेतून कमी आणि विचारप्रेरणेतून जास्त असते. ते खास फक्त माणसांमधील वैशिष्ट्य आहे. टिकाऊ प्रेमासाठी विश्वास, निष्ठा, आधार, सुरक्षितता वगैरे सर्व भावना किंवा गरजा या अशा प्रेमाची मूल्यव्यवस्था बनून राहतात. प्रेमभावना ही कामभावनेच्या तुलनेत एक प्रगल्भ स्थितीतील संवेदना म्हणावी लागते. खऱ्या प्रेमभावनेमध्ये 'कमिटमेंट' असते. कामभावनेप्रमाणे ती उसळली आणि आणि थोड्या काळातच ओसरली असे तशाच एखाद्या गंभीर कारणाशिवाय होऊ शकत नाही. 'कामभावना' ही त्या तुलनेत सहजपणे (casually) घेतली जाते. ती अगदी 'वन नाइट स्टे'साठीही वापरली जाते. कामभावना आणि प्रेमभावना यामध्ये हा फरक राहतोच. पति-पत्नी संबंधात प्रेमभावना आणि कामभावना यांची सांगड खूप जाणकारीने घालावी लागते. त्याकरता दोघांमध्येही ज्ञान, संवेदनशीलता आणि परिपक्वता या गुणांचा विकास होणे फार गरजेचे आहे. हा विकास कुटुंबातील योग्य संस्कार आणि लैंगिक शिक्षण

या दोहोंच्या एकत्रित उपयोगाने परिपूर्ण होत असतो.

माणसाच्या मेंदूच्या विस्मयकारक विकासामुळे मानवामध्ये सायकॉलॉजीचे फार मोठे आणि प्रदीर्घ स्थान आहे. याला आपण 'मानसिकता' असेही संबोधतो. ही सायकॉलॉजी कामवासनेशी संबंधित असते, तशी ती कामवासनेच्या पलीकडेही असते. उत्क्रांतीच्या वेगवेगळ्या टप्प्यावर स्त्री-पुरुषांना जे वेगवेगळे अनुभव घ्यावे लागले, ज्या बदलाशी त्यांना सतत संघर्ष करीत राहावा लागला, त्यातून त्यांची सायकॉलोजी आणि त्यांचे त्यानुसार वर्तन निश्चित होत गेले. मेंदूमध्ये त्यानुसार तयार झालेले सर्किट हे अनुवंशाने पुढील पिढ्यांत येत गेले. डॉ. डेव्हिड बस या संशोधकाने "स्त्री-पुरुष एकमेकांची निवड कोणत्या निकषाने करतात?" या प्रश्नावर जगभरातील सुमारे १४७ संस्कृतींतल्या दहा हजारांवर स्त्री-पुरुषांची मते मिळवली. अगदी आदिम अवस्थेत राहणाऱ्या जंगलातील जमातींपासून ते अत्यंत आधुनिक टेक्नॉलॉजी वापरणाऱ्या नागरिकांपर्यंत, तसेच धार्मिक राष्ट्रांपासून ते भांडवलदारी, लोकशाही, हुकूमशाही राष्ट्रे आणि मोनोगॅमी, पॉलीगॅमीयापैकी कोणतीही पद्धत वापरणाऱ्या सर्व स्त्री-पुरुषांची ही मते होती. जगभरातील पुरुषांनी त्यांची निवड सांगताना "सुदृढ, तरुण, सुंदर स्त्रीच्या निवडीस आम्ही महत्त्व देतो" असे सांगितले. आदिवासी स्त्रियांनी सांगितले, "जो एका घावात शिकार मिळवून माझ्यासह माझ्या मुलांमध्ये त्या शिकारीची वाटणी करतो, तो पुरुष, ही आमची निवड असते." तर आधुनिक सुशिक्षित अगदी मिळवत्या स्त्रियांनीसुद्धा जास्तीत जास्त पगार मिळविणारा, त्याकरता कष्ट करू पाहणारा आणि माझ्यासह माझ्या मुलांचा प्रतिपाळ करणाऱ्या पुरुषाची निवड करण्यास आपल्याला आवडते, असे सांगितले. म्हणजे एकप्रकारे आदिवासी स्त्रीच्या त्याच भावना आधुनिक स्त्रीने आधुनिक भाषेत मांडलेल्या दिसतात. याचा अर्थ जगभरातील सर्व स्त्रियांची विचारपद्धत एकसारखी आणि पुरुषांचीही एकसारखी आढळली. शिवाय ती गेल्या काही हजार वर्षांत बदललेली नाही, असा निष्कर्ष डॉ. बस यांनी जगापुढे मांडला.

कामप्रवृत्त करणाऱ्या हार्मोनचे प्रमाण पुरुषामध्ये स्त्रीपेक्षा जास्त असते. त्यामुळे कामभावनेचे शमन करण्याची वेळ पुरुषावर स्त्रीपेक्षा जास्त वेळा येत असते. हे पत्नीला जाणून घेता येण्यासाठी, लैंगिक साक्षरतेशिवाय काय उपाय आहे? बऱ्याच वेळा पत्नीला आलिंगन देताना, एखादा फ्लॅश चमकावा तसा पति झट्कन लैंगिकदृष्ट्या उत्तेजित होतो, आणि त्या अर्थाने त्याची होणारी

हालचाल म्हणजे 'आपल्या पतिला सेक्सशिवाय काही सुचत नाही', असा पत्नीचा समज होतो. अनेकदा स्त्रीला पतिकडून आंतरिक जिव्हाळा न मिळण्यामुळे ती सेक्ससाठी त्याचा विचार करणेच बंद करून टाकते. अशा वेळेस तिच्या मित्र पुरुषाने तसा जिव्हाळा दाखवल्यास ती त्याच्याकडे ओढली जाऊ शकते. पुरुषही पत्नीकडून सेक्ससाठी नाकारले गेल्यास, त्याला आकर्षित करणाऱ्या एखाद्या मैत्रिणीकडे आपली ही गरज भागू शकते का, याचा तो प्रयत्न करतो. थोडक्यात, पत्नीला हव्या असणाऱ्या आंतरिक जिव्हाळ्याची समज असण्याबद्दल पुरुषाकडे असणारी कमतरता आणि स्त्रीकडे पुरुषाच्या जास्तीच्या कामशमनाच्या गरजेची जाण असण्याची कमतरता, असे एक दुष्ट चक्र निर्माण होते, आणि दोघे चांगले असूनही, त्यांच्यामध्ये या परस्परविरोधी गरजांमधून धुसफूस सुरू होते. त्याचे पुढे वादात रूपांतर होऊन पति-पत्नीमध्ये कायमचा दुरावा निर्माण होतो आणि त्याचे कारणही दोघांच्या आकलना पलीकडचे असते. पति-पत्नी नाते संबंधात कामभावना आणि प्रेमभावना यांचा एकसारखाच महत्त्वाचा रोल असून त्याकरता या नातेसंबंधात परस्परांची 'लैंगिक समज' ही अत्यंत महत्त्वाची आहे. पति-पत्नीचे 'तंतोतंत' जुळण्यासाठी ही समज फार मोठी कामगिरी बजावते. मात्र हे समजून घेताना, पुरुषाला जशी आपली कामभावना कमी करता येत नाही, तशी त्याच्या पत्नीलासुद्धा तिची कामभावना वाढवून पतिच्या पातळीला आणता येत नाही,या स्त्री-पुरुषांच्या नैसर्गिक मर्यादा दोघांच्या लक्षात आल्या तरी बराच फरक पडतो. माणूस जन्मतः जे शरीरातून घेऊन आलेला आहे, त्यामध्ये कोणालाच बदल करता येत नाहीत.याचाच अर्थ पति-पत्नीने एकमेकांना सांगून, सावरून आणि सांभाळून घेण्याशिवाय दुसरा कोणताही पर्याय माणसाच्या हातात नाही.

म्हणून डॉ. हेर्ले जो उपाय सांगतात, त्याचा आधार पति-पत्नीला आपापल्या कामभावनेला न्याय देण्यासाठी घ्यावा लागेल. याबाबत अधिक मार्गदर्शन करताना डॉ. हेर्ले पुढे म्हणतात. ''सेक्सपूर्वी स्त्रियांना पतिबरोबर भावनिक एकरूपता झालेली फार प्रिय असते. त्यासाठी जवळ आल्यावर पतिने प्रेमाने तिचा हातात हात घेऊन तिची विचारपूस करणे, तिने दिवस कसा घालवला, त्याची आत्मीयतेने चौकशी करणे हे आवश्यक आहे. एकमेकांमधील हळुवार प्रेमाच्या देवाणघेवाणीनेच हे होत असते.'' ते पुढे म्हणतात, ''जेव्हा तुमच्या विवाहात सेक्स समाधानकारक नसतो, तेव्हा लक्षातच ठेवले पाहिजे, की 'भावनिक प्रेम' (affection) या

घटकाची पुरुषामध्ये कमतरता आहे. भावनिक प्रेमाच्या वातावरणाशिवाय अनेक स्त्रियांना सेक्स ही ओढूनताणून केलेली कृत्रिम कृती वाटते. त्यामुळे त्या सेक्स एन्जॉय करू शकत नाहीत आणि हे माहीत असूनसुद्धा स्त्रिया पतिबरोबर नाखुशीने संबंध ठेवतात, मग पतिसुद्धा त्यातील खरा आनंद गमावतो. एखाद्या स्त्रीच्या विवाहबाह्य प्रकरणातील पुरुषमित्र त्या स्त्रीसाठी भावनिक प्रेमाचे वातावरण निर्माण करीत असेल, तर मग नुसत्या त्याच्या विचारानेसुद्धा ती सेक्शुअली उत्तेजित होत असते.'' डॉ. हेर्ले शेवटी म्हणतात, Affection is an environment of the marriage and sex is an event. Affection is a direct and convincing expression of love that gives the event of sex a more appropriate contex

स्त्री-पुरुषांच्या शारीरिकतेतील फरक समजून त्याचा आदर करता येणे, हे पति-पत्नीच्या जीवनात गुरुत्वमध्य साधण्यासारखे असते. लैंगिक शिक्षणात स्त्री-पुरुषाची शरीर रचना व त्यांच्या भिन्न शारीरिक क्रिया व गरजा याचा अंतर्भाव हवा. तरच पति-पत्नीला एकमेकांच्या शरीराबाबतची अपरिहार्यता समजेल, दोघांत विनाकारण निर्माण होणारा गैरसमज त्यामुळे टळेल आणि पति-पत्नीच्या बऱ्याच समस्या आपोआपच नाहीशा होतील. अर्थात पति-पत्नी संबंधात या लैंगिक साक्षरतेचे स्थान असे आहे, की त्यामुळे पति-पत्नीमधील घटस्फोटाच्या एका कारणास मोठा शह मिळतो. शिवाय धुसफुशीने कसेबसे एकत्र राहणाऱ्या पति-पत्नीला एकमेकांना समजून घेता आल्यामुळे, त्यांचा एकमेकांच्या शारीरिक गरजांना असणारा विरोध मावळतो आणि त्यांचे जीवन आनंददायक होते. विवाहसंस्था व कुटुंबसंस्था त्यामुळे मजबूत होतात. तुम्ही विवाह करा किंवा न करता एकत्र राहा, निसर्गतः माणसामध्ये 'पेअर फॉर्मिंग'ची एक प्रचंड ओढ असते. हे पेअर 'मेंटेन' करण्यासाठी पति-पत्नीमधील शरीरसंबंध महत्त्वाची भूमिका बजावत असतात, असे डॉ. डेस्मोंड मॉरिस या संशोधकाचे म्हणणे आहे. लैंगिक साक्षरता म्हणजे फक्त शरीरसंबंध कसे होतात आणि मूल कसे होते, एवढेच ज्ञान नाही. त्याहूनही महत्त्वाचे आहे, ते एकमेकांच्या शारीरिक गरजा व मर्यादा यांचे भान येणे. विशेषतः स्त्रियांचा जो अपमान किंवा अवहेलना कौटुंबिक पातळीवर किंवा सामाजिक पातळीवर होत असते,ती जर टाळायची असेल आणि स्त्रीचा सन्मान वाढवायचा असेल, तर लैंगिक शिक्षणाला पर्यायच नाही. असे झाले तर

फक्त स्त्रियांनाच ते फायदेशीर आहे असे नाही, तर शरीरसंबंधांबाबत स्त्रीचा विचार व सन्मान होण्यामुळे, स्त्री त्यामध्ये अधिक स्वारस्याने भाग घेईल, त्यामुळे पतिचा आजहोत असलेला कोंडमारा संपेल. शिवाय कुटुंबात व समाजात एक निकोप वातावरण निर्माण करण्यास आणि त्यातून मानवी जीवनाचा आनंद व स्वास्थ्य वाढवण्याचाही एक महत्त्वाचा रोलसुद्धा लैंगिक शिक्षणामध्ये आहे, हे लक्षात घेतले पाहिजे.

स्त्री माता होण्याच्या तिच्या प्रवासात तिची हार्मोनल लेव्हल ही बाळाची गर्भाशयातील वाढ आणि जन्मानंतरचे संगोपन यानुसार बदलत राहते. त्यामुळे तिच्या कामभावनापूर्तीच्या इच्छेवर परिणाम होत असतो.बाळंत झाल्यावर तर बालसंगोपनाला तिच्या आयुष्यात फार महत्त्व असते. ते तिने केले पाहिजे आणि तिला ते करता आले पाहिजे, यासाठी काही खास हार्मोन्सची पातळी तिच्यामध्ये मेंदूकडून वाढवली जाते. उदा. प्रोलॅक्टिन,ऑक्सिटोसिन! अर्थात ही अत्यंत महत्त्वाची शारीरिक बाब आहे आणि ती बदलणे स्त्रीच्या हातात असू शकत नाही, हे पतिने प्रथम समजून किंवा माहीत करून घेतल्यास त्याला त्याच्या कामभावनेला काबूत ठेवता येऊ शकते. मानसिक पातळीवर असे समजुतीत बदल आणले, की माणूस सरावाने ते कृतीमध्ये आणू शकतो. अनेक पुरुषांना हे ज्ञान नसते आणि पत्नी आपल्याला मुद्दाम टाळत आहे, असा त्यांचा समज असतो. त्यातून त्यांची मानसिकता अस्वस्थता किंवा बेचैनी, काही वेळेस प्रक्षुब्ध होऊ शकते. लैंगिक साक्षरतेची गरज यामुळे अधिक जाणवते.

मात्र आजच्या पति-पत्नीसाठी लैंगिक अभ्यासक्रमाची उपलब्धता नाही, तरी दोन उपायांनी या समस्येला कमी करण्यात यश येईल. एकतर, पुरुषाने आपल्या झालेल्या बाळाच्या संगोपनात मनापासून भाग घ्यावा. त्यामुळे दोन फायदे होतात. एकतर प्रेम आणि ममत्वाच्या 'ओक्सिटोसीन' या हार्मोनची पुरुषामधील पातळी वाढते. संशोधकांच्या मते, मूल नसलेल्या किंवा लग्न न झालेल्या पुरुषापेक्षा पिता झालेल्या पुरुषांमध्ये ओक्सिटोसीन या हार्मोनची पातळी वाढलेली आढळते आणि त्यामुळे टेस्टोस्टेरॉन या सेक्स हार्मोनची तीव्रता कमी होते. शिवाय आपल्याला अत्यंत प्रिय असणाऱ्या बाळाची नवरा इतकी काळजी घेतो, हे अनुभवणाऱ्या पत्नीच्या मनात पतिविषयी आदराबरोबर एक आश्वासकता व सुरक्षितता निर्माण होते. अशा पतिबद्दल तिला भावनिक ओढ निर्माण होते आणि बाळंतपणाच्या

त्या स्थितीतही ती पति-मिलनासाठी उत्सुक होते. म्हणजे पत्नीच्या बदललेल्या मानसिकतेचा फायदा पुरुषाला त्याची कामभावना शमवण्यासाठी होऊ शकतो. पण याकरता पुरुषाला आधी बदलावे लागते. दुसरे म्हणजे, यामध्ये डॉ. हेर्लेंच्या अफेक्शनथेरपीचा एक रोल निर्माण होतो. पति सुरुवातीपासून पत्नीला ममत्वाने वागवत असेल, तर ती बाळंत झाल्यावर तो तिची अधिक काळजी घेऊन वागेलच. अशा पति-पत्नीमध्ये पत्नीच्या बाळंतपणानंतर सेक्सबाबत तणाव येण्याचे काही कारण नसते. परंतु जो पति, पत्नीच्या सेक्सबाबतच्या मानसिक गरजा लक्षात घेऊन कधी वागलेलाच नाही, त्याला मात्र पत्नीच्या बाळंतपणानंतर आपल्या अपत्याच्या संगोपनातून नक्कीच पत्नीशी 'तंतोतंत' जुळवून घेण्यास सुरुवात करता येते. म्हणजे इथे दोन परस्पर पूरक उपाय लक्षात येतात.एक म्हणजे, पत्नीशी तिच्या बाळंतपणात पतिने जिव्हाळ्याने वागून तिची कामभावना वाढवणे आणि पतिने स्वतःला आपल्या अपत्यांमध्ये गुंतवून आपल्या अतिरिक्त कामभावनेस नियंत्रित करणे. यामुळे पति-पत्नी दोघांना कामभावनेबाबत समतोल साधता येतो.

अशा रीतीने बाळंतपण असो किंवा वयोमान होत असल्याची वस्तुस्थिती असो, वरील दोन उपाय हे आयुष्यभर पति-पत्नीला एकमेकांच्या भावभावनांची सांगड घालण्यास पुरेसे ठरतात. तरुण वयापासून किंवा जास्तीत जास्त लवकर पतिने पत्नीबरोबर जिव्हाळ्याचे (affection) नाते निर्माण करण्यात पुढाकार घेतला असेल आणि त्याप्रमाणे पति-पत्नी एकमेकांना समजून व सांभाळून घेऊन जीवन जगत असतील, तर मग वय वाढले, तरी कामपूर्तीसाठी त्यांना अडचण येत नाही. त्यात एक महत्त्वाचे म्हणजे, वय होत जाणाऱ्या पुरुषामध्ये कामभावनेच्या टेस्टोस्टेरॉन हार्मोनची उसळी तरुण वयाइतकी राहत नाही. अपवाद वगळल्यास, या पुरुषाची कामपूर्तीची इच्छासुद्धा तरुणांपेक्षा कमी असते. याचबरोबर त्याच्या पत्नीचा मेनोपॉज-काळ येऊन गेलेला असल्यामुळे, तिची 'इस्ट्रोजेन' निर्मिती थांबते. साहजिक तिच्यामध्ये असणाऱ्या टेस्टोस्टेरॉन या काम-हार्मोनचा प्रभाव त्या वयात वाढतो. मासिक पाळी थांबल्यामुळे स्त्रिया सेक्स करण्यास मनाने अधिक मोकळ्या झालेल्या असतात आणि याचा एकत्रित परिणाम म्हणून स्त्रीची कामभावना ही प्रौढ वयात किंचित वाढलेलीच असते. म्हणजे प्रौढ पुरुषाची कामवासना किंचित खालावणे आणि त्याचवेळेस त्याच्या पत्नीला सेक्स हा पूर्वीपेक्षा हवासा वाटणे म्हणजे निसर्गाने हा एक समतोलच राखला आहे, असे

म्हणायला पाहिजे. त्यातही पति या स्थितीला 'पत्नीबाबत ममत्व दाखवण्याच्या वर्तनाची' जोड जर देऊ शकला, तर उतार वयातही कामपूर्तीमध्ये अडथळा येण्याचे कारण नाही. यानुसार पाहिल्यास, आजच्या काळातील प्रौढ पति-पत्नींमध्ये वयाप्रमाणे कामभावनेतील समतोल बिघडलेला असेल, तर त्याचे कारण डॉ. हेर्ले यांनी सांगितलेली थेरपी आपण कोणीही कधीच वापरलेली नसते, असे समजावे लागेल. मात्र अपवादात्मक उदाहरणात, वय झालेली जोडपी एकमेकांचा हात हातात घेऊन, एकमेकांच्या आवडी जपत आणि सांभाळत अतिशय आनंदाने जीवन जगताना आढळतात. याचे कारण पति-पत्नीचे नाते कसे असावे, हे त्यांना कोणी न सांगताही कळलेले असते.

विवाहप्रथा येऊन आता सुमारे तीन ते चार हजार वर्षे झाली. त्यापूर्वीच्या काळात, मुक्त शरीरसंबंध पद्धतीमुळे आणि सेक्सविषयक बोलण्याचा, लिहिण्याचा, साहित्यनिर्मितीचा, शिल्पनिर्मितीचा असलेला मोकळेपणा होता. त्यामुळे लैंगिक शिक्षण त्यातच होऊन जात होते. विवाहानंतर स्त्री-पुरुष मुक्त-संबंधाचे, पति-पत्नी या नात्यातून खासगीकरण झाले आणि मग शरीरसंबंधाबाबतचा दृष्टिकोन साहजिकच सदोष, संकुचित आणि नैतिक-अनैतिक कल्पनांवर आधारित होऊन गेला. त्यामुळे कामपूर्तीबाबत अज्ञान, संकोच, जबरदस्ती, अपराधीपण, न्यूनगंड किंवा अहंगंड, वंचितावस्था, विकृती अशा अनेक व्याधीग्रस्त स्थितीने स्त्री-पुरुषांना ग्रासले. विवाहप्रथेला जखडून ठेवलेल्या लैंगिक कामनेला स्वतंत्रपणे व सहजपणे पाहू शकण्याची आपली मानसिकता लयास गेली आणि हे लक्षात येईपर्यंत आधुनिक युग उजाडले. आता पुन्हा लैंगिक शिक्षणाची गरज वाटू लागलेली आहे. भारतासारख्या देशात ही गरज इसवीसन पूर्वीपासून माहीत असूनही आज मान्य केली जात नाही. अशा वेळेस या विषयाचे नीटनेटके मार्गदर्शन जोपर्यंत नाही, तोपर्यंत या विषयाबाबत विविध गैरसमजुती, मानसिक गंड व गोंधळ होत राहणारच आहेत आणि मग त्याचे परिणाम पति-पत्नी नात्यांपर्यंत पोहोचणार आहेत. अर्थात म्हणूनच पति-पत्नी नाते 'तंतोतंत' (मेड फॉर इच अदर) करण्यासाठी, आपण तज्ज्ञांच्या वर पाहिलेल्या काही टिप्स ध्यानात घ्यायला हव्यात आणि निदान त्यांचे तरी तंतोतंत पालन करायला हवे, नाही का?

◆◆◆

विवाहाचे 'ना हरकत प्रमाणपत्र'!

विवाहांतर्गत शरीरसंबंधाबाबत पतीकडून पत्नीवर होणारी जबरदस्ती हा 'बलात्कार' समजायचा का? अशी चर्चा होत असते.मात्र, हे समजण्यापूर्वी, पहिल्याप्रथम विवाहाविषयी थोडे प्राथमिक जाणून घेऊया. माझ्या मते, स्त्री-पुरुषांना वृद्धपणी एकमेकांच्या साथीने आणि आधाराने सहजीवन जगता यावे म्हणून तरुणपणातच त्यासाठी जी 'निष्ठेची आणि प्रेमाची बैठक' घातली जाते, तिला 'लग्न' म्हणतात.

तसे म्हटले तर, मानवाच्या बाबतीत लग्न म्हणजे फक्त शरीरसंबंध असा अर्थ असू नये. कारण तसे संबंध प्राचीन काळापासून विवाहाशिवायसुद्धा होत होते आणि आजही होऊ शकतात. विवाहाशिवाय शरीरसंबंध घडणे हे नैतिक की अनैतिक हा खरे तर निव्वळ 'मानण्याचा' भाग आहे. कारण विवाहांतर्गत असोत किंवा विवाहपूर्व असोत, खुशीच्या शरीरसंबंधांची स्त्री-पुरुषांची कृती ही एकसारखीच आनंदाची असते. संबंधांमागील वृत्ती किंवा हेतू हे नेहमीच नैतिक असतील असे नाही, पण एरवी एकमेकांच्या संमतीने होणाऱ्या या संबंधांना पापमय म्हणता येणार नाही.

स्त्री-पुरुष संबंधांतून पुनरुत्पत्ती होणे, हा निसर्गनियम आहे. सजीव जाती या पुनरुत्पत्तीतूनच जिवंत राहतात आणि त्यातून निसर्ग जिवंत राहतो. त्यानुसार निसर्गाकडून सर्व प्राणिमात्रांचे जीवनचक्र निश्चित केले जाते. त्यामध्ये प्राण्याचा

आहार, निवारा, त्यांचे प्रणयाराधन, प्रजोत्पादन, अपत्य संगोपनाच्या पद्धती, बाल्यावस्थेचा काळ, मातृ-अवस्थेचा कालखंड हे सर्वकाही निसर्गाकडून प्राण्याच्या जैविक (बायोलॉजीकल) यंत्रणेद्वारा नियंत्रित केलेले असते. त्यामध्ये प्राणिमात्रांना स्वतःच्या इच्छेने काही बदल करता येत नाहीत. तसे केल्यास त्या प्रजातीचा विनाश ओढवतो. उदा. कावळ्याने पाण्यात अंडी घालण्याचा प्रयत्न करणे, किंवा सशाने झाडावर निवारा शोधणे, वाघाने गवत खाणे यामध्ये त्यांचा विनाश आहे. माणसाबाबतही हेच निसर्ग नियम आहेत. निसर्गाचे ते नैतिक नियम म्हणावे लागतात, आणि त्याचा भंग मानवजातीने केल्यास हा विनाशाचा नियम मानवजातीलाही लागू आहे.

निसर्गाने, विशेषतः सस्तन प्राण्यात माता-मादीकडे प्राणीवंशाचे संवर्धन, संरक्षण करण्याचे आपले महत्वाचे कार्य सोपवलेले आहे. नरामध्ये हा विचार नाही. बहुसंख्य सर्वच सस्तन नर-मादीमध्ये शरीरसंबंध हे निसर्गाने मुक्त ठेवलेले दिसतात. म्हणजे मग प्रजोत्पादनातील भूमिका दोघांनाही सहजतेने पार पाडता येतात. ना कुणाला कामभावना मारून ठेवून जगावे लागते, ना कुणावर संबंधाची जबरदस्ती होते! प्राण्याची माता-मादी जेव्हा मातृत्व काळात असते, तेव्हा तिला अपत्यांचे संगोपन करण्यास स्वस्थता मिळावी, वेळ मिळावा, म्हणून त्या काळात तिच्यामधील हिंस्रपणाचे हार्मोन्स वाढतात. ज्यायोगे ती तिच्या नराला तिच्या कुटुंबापासून दूर ठेवून पिल्लांचे रक्षण व संगोपन करीत असते. पण सस्तन नरामध्ये कामवासनेचे हार्मोन टेस्टोस्टेरोन हे माता-मादीपेक्षा जास्त प्रमाणात असते. अर्थात मग नराची अतिरिक्त कामभावना त्याला शमवता येण्यासाठी मुक्त लैंगिक पद्धतीचा त्याला उपयोग होत असतो. जी मादी प्रसवा नसते, तिच्या समवेत तो कामभावना भागवू शकतो. त्यामुळे नराकरिता 'अन्य सर्व मादींपर्यंत पोहोचण्याचा मार्ग' (access to more females) हे निसर्ग तत्त्व साध्य होते. यामागे एका माता-मादीची पिल्ले काही कारणाने दगावली, तर दुसरीकडे त्या प्राणी-जातीची पुनरुत्पत्ती होत राहावी व ती प्रजात नष्ट होऊ नये, याकरता नर जास्त कामभावनेचा असण्याची व त्याच्या मुक्त संबंधाची निसर्गाची ही उपाययोजना असावी, असे वाटते.

स्त्री-पुरुष हे या सस्तन प्राण्यातून उत्क्रांत झालेले आहेत. शिवाय इतर पशूंमध्ये असणारा समागमासाठीचा 'हीट पिरीयड' उत्क्रांतीच्या एका टप्प्यावर माणसामधून नष्ट झालेला दिसतो. माणूस हा बुद्धीवर चालणारा प्राणी आहे. ही बुद्धी विचाराने

वापरल्यासच माणसाची प्रगती आहे, आणि अविचारात माणसाचा विनाश आहे. पण दुर्दैवाने माणूस तसा विचाराने वागतोच असे नाही, हे वास्तव आहे. त्याने अनेक निसर्गनियमही धुडकावलेले आहेत.

विशेषतः विवाहप्रथा आणून माणसाने 'स्त्री-पुरुष मुक्त संबंधाच्या' निसर्ग नियमाचा पहिल्याप्रथम बंदोबस्त केला. सस्तन पशुमातेप्रमाणे अपत्य संगोपनाचे आणि त्याच्या संरक्षणाचे काम पुरुषापेक्षा स्त्रीवर जास्त निर्भर असते. त्या मातृत्वाच्या महत्त्वाच्या काळात स्त्रीमधील प्रोजेस्टेरॉन, प्रोलॅक्टिन, ऑक्सिटोसीन ही हार्मोन्स अपत्याविषयीची मानसिक, भावनिक गुंतवणूक वाढवतात. मुळात कामभावनेचे हार्मोन पुरुषाच्या तुलनेत कमी असणाऱ्या स्त्रीमध्ये या वेळी कामवासना मंदावते. नवजात पिढीसाठी अशा प्राणीजातीत, निसर्गाने केलेल्या भिन्न तरतुदी आपल्याला दिसतात. स्त्री सस्तन पशु-मातेसारखी हिंस्र होऊन पुरुषाला दूर ठेवत नाही, पण तिच्यातील कामभावना मंद करून तिला अपत्य संगोपनाला वेळ देता यावा अशी सोय निसर्ग करतो. मात्र, पुरुषामधील कामभावनेचे हार्मोन सस्तन नराप्रमाणे स्त्रीपेक्षा सुमारे वीसपटीने जास्त असते आणि अपत्य त्याचे स्वतःचे म्हणून पुरुषाला विवाहाद्वारे समजत असले, तरी पुरुषामध्ये पितृत्वादाखल स्त्रीइतके हार्मोनल फरक, तेही तातडीने होत नाहीत. त्यामुळे त्याची कामभावना ही तीव्रच राहते आणि सस्तन प्राण्याच्या नैसर्गिक नियमानुसार पुरुषसुद्धा पत्नीकडून भागवल्या न जाणाऱ्या कामभावनेसाठी अन्य पर्यायाच्या शोधात राहतो. मात्र अन्य कुणा स्त्रीशी विवाहबाह्य संबंध हा व्यभिचार, फसवणूक म्हणून मानवी समाजाने ते पाप ठरविले आहे आणि ते विवाह करणाऱ्यांसाठी योग्यच आहे. परंतु त्यामुळे पुरुषाचा प्रश्न सुटत नाही. निसर्ग-योजनेनुसार ॲक्सेस टू मोअर फीमेल्स ही सुविधा पुरुषासाठी विवाहामुळे न राहिल्याने, विवाहित पुरुषाला त्याची अतिरिक्त कामभावना शमविण्यासाठी पत्नीवर बळजबरी करणे किंवा विवाहबाह्य संबंध हे दोनच मार्ग राहतात. मग प्रश्न उरतो, की पती जर पत्नीशी तिच्या इच्छेविरोधात शरीरसंबंध करीत असेल, तर समाज या परिस्थितीत पत्नीसाठी कोणता पर्याय देणार आहे? पुरुषाची कामवासना तीव्र असते, आणि त्याचा निचरा त्या स्त्री-पुरुषाच्या विवाहातून होणे नेहमीच शक्य असते असे नाही.

म्हणजेच 'निष्ठेचे शरीरसंबंध' या विवाह-नियमाला जर जागायचे असेल, तर स्त्री-पुरुष शरीरसंबंधांपुढे विवाहाने स्त्रीवर संमतीच्या देखाव्याखाली कोणते

जबरदस्तीचे ताट वाढून ठेवलेले आहे, हे आपल्या लक्षात येईल. हा एक धोकाच म्हणायचा. म्हणजे एकाची इच्छा, तर दुसऱ्याकडून जबरदस्तीचा स्वीकार, असा तो व्यवहार आहे. थोडक्यात 'विवाह' हे खुशीच्या स्त्री-पुरुष संबंधांचे उदाहरण होण्याऐवजी जबरदस्तीच्या शरीरसंबंधांचे एक 'ना हरकत प्रमाणपत्र' झालेले दिसते आहे. स्त्री मूकपणे पतीच्या सक्तीच्या संबंधापुढे हरकत घेत नाही आणि समाज मात्र दोघांचे छान चालले आहे, असे समजतो. पुरुष पत्नीवर जबरदस्ती करीत नाहीत, असे काहीजणांबाबत जरी आपण मानायचे ठरविले, तरी ते कशावरून ठरवायचे, हा प्रश्न उरतोच.

स्वतःच्या कामभावनेवर प्रामाणिक सभ्यतेने नियंत्रण ठेवू शकणारे काही अपवादात्मक पुरुष सोडले, तर अन्य सभ्य वाटणारे पुरुष घराबाहेर पडल्यावर स्वतःला किती आवरू शकतात, हा मोठा संशोधनाचा विषय ठरावा. गर्दीत पुरुषांकडून होणाऱ्या विनयभंगाला बहुसंख्य स्त्रिया-मुलींना सामोरे जावे लागते. वास्तविक कामप्रवृत्ती ही एक सहज स्वाभाविक नैसर्गिक प्रेरणा आहे आणि या ऊर्मीचे नियंत्रण प्रत्येक स्त्री-पुरुषाच्या मेंदूकडून होत असते. अत्यंत गुंतागुंतीची असणारी ही निसर्गप्रणीत काम-यंत्रणा, 'विवाह' आणलेला आहे म्हणून काही बदललेली नाही. ती बदलण्यात माणसाला अजूनतरी यश आलेले नाही.

बरे, एवढ्यावरच हे थांबलेले नाही, तर पुरुषाच्या मुक्त कामेच्छेच्या होणाऱ्या या कोंडीचा गैरफायदा घेणारी एक पुरुषप्रवृत्ती गेल्या शतकभरात पुढे सरसावलेली दिसते. त्या पुरुष-कामप्रवृत्तीस वाट करून देण्यासाठी स्त्रीची छेडछाड, तिचे अंगप्रदर्शन, बेडसीन्स, बलात्कार वगैरे प्रसंगांचा सवंगपणे चित्रपटांतून वाढत्या प्रमाणात उपयोग केला जातो, जे पाहण्यास पुरुषवर्ग गर्दी करतो. त्याच बरोबर पॉर्नफिल्म तयार करण्याचे व पाहण्याचे पुरुषांमधील प्रमाण दिवसागणिक वाढत चाललेले दिसते आहे. विवाह-चौकटीतील संबंध तेवढे नैतिक, अशा या संस्कारामुळे विवाहपूर्वसुद्धा काही करता येऊ शकत नाही आणि दुसरीकडे, ही सार्वजनिक कामुक दृश्ये पुरुषांना चिथावत राहतात. त्यातून मानसिक अस्वस्थ झालेले पुरुष (अपवाद वगळता) अन्य स्त्रीच्या मोहात पडतात. पण बरोबरीच्या या सन्मान्य स्त्रियांनादेखील समाजाने विवाहाच्या लॉकअपमध्ये ठेवलेले असते. त्यामुळे विवाहपूर्व स्त्री-संमती याबाबत अशक्य असते. म्हणून मग संधी मिळेल त्याप्रमाणे व तिथे, एकट्या सापडलेल्या स्त्रीवर बलात्कार करू पाहणे

किंवा वेश्येकडे जाणे, संबंधांची दृश्ये पाहणे किंवा समलिंगी संबंधातून लैंगिक समाधानाचा हेतू साध्य करू पाहणे असे प्रयत्न पुरुषांकडून असहायपणे होत राहतात. मग विवाहाचा परिणाम म्हणून स्त्री-पुरुषावर ओढविणाऱ्या यापैकीच्या कोणत्या घटनांना नैतिक म्हणायचे? किंबहुना हे सर्व समाजाच्या भीतीने चोरून चालल्यामुळे त्यातून गुन्हेगारीवृत्ती निर्माण होत राहते. असुरक्षेचा मोठा मुद्दा त्यायोगे समाजात पुढे येतो.

त्याबाबत खऱ्या कारणांना सामोरे न जाता आपल्या समाजात 'स्त्रियांना जबाबदार धरणे' हा तर काहीही न करता, कारणे देण्याचा सोपा मार्ग आहे. अशा दिशाभुलीतून स्त्रीला उपभोगाचे साधन मानणे अशी पुरुषाची मानसिकता होत जाते आणि त्यातून त्याला स्त्रीबाबत असे गैरवर्तन करणे हे अधिक सोपे होऊन जाते. पुढे या गुन्ह्यांच्या वारंवारतेमुळे त्यात वैविध्य आणण्याची एक विकृती समाजात उद्भवते. म्हणजे एकाच वेळेला परिस्थितीचा राग, सूड, वैफल्य शमवता येऊन, शिवाय दुसऱ्याच्या वेदनेतून, अपमानातून आनंद किंवा समाधान मिळवण्याचा प्रयत्न, अशी ती भयानक विकृती असते. उदा. प्रेमभंगातून प्रेयसीला विद्रूप करणे, लहान मुला-मुलींशी शरीरसंबंध करण्याचा प्रयत्न करणे, स्त्रियांच्या चेंजिंग रूममध्ये कॅमेरे लावून त्यांच्या ब्लॅकमेलिंगचा आनंद घेणे, छेडछाडीला विरोध करणाऱ्यांची हत्या करणे, अनाथ, अपंग किंवा मतिमंद स्त्रीच्या स्थितीचा फायदा उठवून तिच्याशी संबंध करू पाहणे अशा प्रकारे काही पुरुषांकडून होणारे क्रौर्य आणि विकृती हे त्यांचे मनःस्वास्थ्य बिघडल्याचे स्पष्ट पुरावे आहेत.

यापैकी काहीही न करणाऱ्या सरळमार्गी पुरुषांची मनःस्थिती सतत तणावाखाली असू शकते. कामभावनेची हवीशी वाटणारी पूर्तता अर्धवट राहिल्यामुळे असमाधान, प्रक्षुब्धता आणि बेचैनीतून त्यांचे चिडचिड करण्याचे प्रमाण वाढू शकते. एकप्रकारची अस्वस्थता त्यांना ग्रासून राहते, जी कशामुळे आहे हे त्यांना किंवा त्यांच्या कुटुंबीयांना उमगत नाही. थोडक्यात विवाहप्रथेने निसर्गाच्या स्वयंस्फूर्त मुक्त कामभावनेला जे आव्हान दिलेले आहे, त्यामुळे एकतर स्त्रीवर विवाहांतर्गत पतीकडून कथित 'बलात्कार' होत राहतील, नाहीतर पुरुषाचे मनःस्वास्थ्य बिघडल्याचे परिणाम कुटुंबाला, समाजाला भोगावे लागतील. दोहोंपैकी कोणता दुष्परिणाम आपण पत्करायचा की दोन्ही थोडे थोडे सहन करायचे, हे पूर्णतः आपल्या नाकर्तेपणावर अवलंबून आहे. याबाबत टीव्हीवर

वा अन्यत्र होणाऱ्या चर्चेत नेहमीच 'पुरुषाची मानसिकता बदलली पाहिजे' असे आवर्जून सांगितले जाते. ती सूचना जरी रास्त असली, तरी पुरुषाची मानसिकता बदलण्याआधी ती बिघडविण्याचे चाललेले हे प्रयत्न थांबवायला नकोत का? त्याशिवाय ती मानसिकता बदलणार कशी ?

मग यावर उपाय काय? विवाह पद्धतच रद्द करायची, की स्त्रीने घरात व घराबाहेर पुरुषाचे वर्तन सहन करीत राहायचे? की पुरुषावर एकसारखे गुन्हे दाखल करीत सुटायचे? तर या सर्वांचे उत्तर 'नाही' असे द्यावे लागेल. यापेक्षा समाजाने विवाहाच्या प्रभावाखाली ठरवून घेतलेल्या नैतिकतेच्या कृत्रिम काटेकोर व जाचक कल्पना थोड्या सौम्य आणि सैल करायच्या ठरवले, तर पुरुषांना मोकळा श्वास घेता येईल आणि त्याबरोबरीने स्त्रियांची त्यांच्या अवहेलनेतून मुक्तता होण्यास सुरुवात होईल. विवाहाचे वय वाढल्यामुळे आणि वय वर्षे पंधरा ते तीस या कालखंडात कामभावना तीव्र असल्यामुळे, समजा मुला-मुलींमध्ये विवाहपूर्व शरीरसंबंध जर झालेच, तर फार आकांडतांडव न करता त्याकडे बघण्याची दृष्टी 'सहज' होईल, असा प्रयत्न समाजाकडून हवा. ज्या वेळेस तरुण मंडळींना आपल्याला विवाहपूर्व हे स्वातंत्र्य मिळू शकते, त्यात काही विशेष साहस किंवा थ्रिल नाही अशी खात्री वाटू लागेल, तेव्हा त्यातला चोरटेपणा लयास जाईल आणि अशा संबंधांचे प्रमाण आजच्या दडपलेल्या स्थितीत जितके जास्त आहे, त्यापेक्षा ते या मोकळेपणातून आपोआपच कमी होत जाईल. कारण एकतर त्या संबंधांची जबाबदारी मुला-मुलींवर पडेल. म्हणजे या संबंधातून मूल न होता आनंद घेता येण्याबरोबरच, त्यामागील शरीरशास्त्र जाणून घेण्याची जबाबदारी घेण्याची समज त्यांना येईल. पालकही त्या शिक्षणाबाबत जागरूक राहतील. आणि दुसरे म्हणजे, एखादी गोष्ट करायला मिळणार नाही, या भावनेतून ती चोरून-मारून करून पाहावीशी वाटण्याची तरुण वर्गाची भावना ओसरायला लागेल, आणि तेव्हा तरुणांची विचारयंत्रणा आपोआप कार्यप्रवण होईल. तसेच, तरुणांच्या कामभावनेवर करडी नजर ठेवण्यापेक्षा मुलग्यांनी अधिक जबाबदारीने वागण्यासाठी काय करता येईल, याकडे पालकांनी/समाजाने लक्ष दिले पाहिजे. मुलींच्या शिक्षणाबाबत आणि आर्थिक स्वातंत्र्याबाबत त्यांना अधिक जागरूक केले पाहिजे. लैंगिक शिक्षणाचा समाजाने सरकारकडे आग्रह धरला पाहिजे. संततीनियमनाचे आणि पालकत्वाचे शिक्षणही दिले गेले पाहिजे.

खरे तर, विवाह हा आपल्या नैसर्गिक कामभावनेची मुक्तपणे पूर्तता करण्यातला मोठा अडथळा असला, तरी तशा अडथळ्याच्या सक्तीमुळे आपण हा प्रश्न कधीही न सुटणारा असा करून ठेवलेला आहे. विवाहाचे काही चांगले फायदेही समजून घ्यायला पाहिजेत. माणसाला त्याच्या स्थैर्यामुळे प्रगती साधता येत असते आणि हे स्थैर्य आपल्याला विवाह करण्यामधून मिळत असते. विशेषतः पुरुषांना मानसिक स्थिरतेसाठी विवाहाइतका चांगला पर्यायच नाही. विवाहाशिवाय स्त्रीला मातृत्व मिळू शकते आणि मुलांच्या संगोपनाच्या जबाबदाऱ्या पार पाडताना तिला मानसिक एकग्रता साधता येऊन, ती आवश्यक ती मानसिक स्थिरता मिळवू शकते. पण पुरुषाला मात्र स्वतःची अपत्ये समजण्यासाठी विवाहाची गरज असते. विवाह पद्धतीने गेल्या तीन-चार हजार वर्षांत पुरुषांमध्ये खूप चांगले बदल आणलेले आहेत. पितृभावनेमुळे तो त्याच्या जंगली मानसिकतेतून प्रेमळ पालकत्वाच्या भूमिकेत बदलत चाललेला आहे. तेव्हा विवाहपद्धत चूकीची नाही, तर त्या पद्धतीच्या पावित्र्याचे स्तोम माजवून, त्याशिवायच्या संबंधांना पाप किंवा अनैतिक ठरवणे, हे चुकीचे आहे.

याबाबत पाश्चात्त्य देशांनी या परिस्थितीला कसे तोंड दिले, ते मुद्दाम अभ्यासायला पाहिजे. भारतासारख्या जाती, धर्म, प्रदेश अशा भिंती तिथे नसल्यामुळे, आणि शैक्षणिक, आर्थिक समता तिथे बऱ्याच प्रमाणात असल्यामुळे, तिथे बदल आणणे भारताच्या तुलनेने खूप सोपे आहे. शिवाय शरीरशास्त्र, मानसशास्त्र याचा सांगोपांग अभ्यास तिथे झाल्यामुळे, जुन्या परंपरांना 'आमची उच्च संस्कृती' म्हणून डोक्यावर न घेता, तिथल्या समाजाने नव्या संशोधनानुसार पहिल्याप्रथम विवाहपूर्व संबंध मान्य केले. त्यासाठी लैंगिक शिक्षण आणि संतती नियमन शिक्षण चालू केले. अशा संबंधांतून स्त्रीला मूल झाल्यास ते तिला एकटीला सांभाळता येणे शक्य व्हावे, म्हणून स्त्रियांसाठी नवे कायदे व सुविधा तिथल्या सरकारांनी आणल्या.

थिओडोर रुझवेल्टसारखे प्रागतिक विचाराचे अध्यक्ष त्या काळात अमेरिकेला लाभले. 'मदर्स ओन्ली फॅमिली' ही कल्पना मध्यवर्ती धरून अमेरिकेमध्ये १९३२च्या काळात 'मदर पेन्शन लॉ' आणताना परित्यक्त मुले-मातांबरोबर अविवाहीत मातांनासुद्धा त्यांच्या मुलांसमवेत सामील करून घेतले गेले. अमेरिकी समाजानेसुद्धा त्या अविवाहित मातांना आणि त्यांच्या मुलांना, 'अनैतिक' असा

शिक्का न मारता, स्वीकारले.

साहजिकच स्त्रियांबद्दलच्या योनिशुचितेच्या कल्पना आणि स्वतःच्या बीजाचे मूल किंवा कुळाला वारस अशा जखडलेल्या कल्पना पुरुषांना सोडून द्याव्या लागल्या. (यालाच पुरुषांमधील मानसिक बदल म्हणावे लागतील) अशा प्रकारचे मुक्त संबंध किंवा 'लिव्ह इन रिलेशन' तिथे साधारणपणे वयाच्या चाळिशीपर्यंत सर्व स्त्री-पुरुषांमध्ये होत राहतात. पण म्हणून विवाहाचे महत्त्व ते कमी लेखत नाहीत. चाळिशी ओलांडणाऱ्या पुरुषांमध्ये (अपवाद वगळता) हळूहळू कामभावनेच्या हार्मोनचा प्रभाव किंवा जोर कमी होऊ लागतो. पंधराव्या वर्षापासून पुढील वीस-पंचवीस वर्षे मुक्त जीवनाचा अनुभव घेतल्यानंतर पाश्चात्त्य पुरुषांना प्रौढ जीवनात स्थैर्याचा ध्यास लागतो. स्त्रियांनासुद्धा आपली मुले सांभाळण्यासाठी मदतीच्या गरजेतून पुरुषाची साथ हवीशी वाटते. मग त्या वेळी आपल्या आंतरिक सुरांशी सूर जुळणारे स्त्री-पुरुष एकत्र येऊन लग्न करतात. 'लिव्ह इन'चे पूर्वीचे अनुभव तेव्हा कामी येतात. अशा वेळेस त्या स्त्रियांची मुले लहान असल्यास त्यांच्यासह पुरुष त्यांचा स्वीकार करतो. विवाहानंतर या स्त्री-पुरुषांनी निष्ठेचे आयुष्य जगणे अभिप्रेत असते. कारण पाश्चात्त्य संस्कृतीतही पति-पत्नीपैकी कोणीही दुसऱ्याला फसवून अफेअर करणे, हे आक्षेपार्ह समजले जाते, त्यापेक्षा घटस्फोट हा प्रामाणिक आणि उचित समजला जातो. पण तरुण वयात अनेक अनुभव घेतल्यानंतर हे प्रौढविवाह जेव्हा विचारपूर्वक होतात, तेव्हा ते टिकवण्याचा प्रयत्न तिथे जास्त दिसतो.

अशा रीतीने विवाहपूर्व स्त्री-पुरुष संबंधाबाबत नैसर्गिक दृष्टिकोन स्वीकारल्यानंतर युरोप-अमेरिकेतील पहिल्या तरुण पिढीला आणि त्यांच्या पालकांच्याही पहिल्या पिढीला जुन्या नैतिक मानल्या गेलेल्या परंपरा सोडताना अडचणी आल्या, त्यांच्या चिंता वाढल्या. पण सुमारे वीस वर्षांनी त्याचे चांगले परिणाम दिसून येऊ लागले. याचा अर्थ युरोपात आता कोणतेच गुन्हे नाहीत किंवा प्रत्येक कुटुंबात अगदी आलबेल आहे, असे नाही; परंतु लैंगिक गुन्हे, त्यांची वारंवारता, आणि त्या संदर्भातील सामाजिक विकृती याचे प्रमाण तिथे खूप घटलेले आढळते. स्त्री शरीराचे आकर्षण असणे आणि म्हणून त्यातून त्यांची छेडछाड करण्याचा आनंद घ्यावासा वाटणे, असे वास्तव तिथे दिसत नाही, याचे कारण स्त्री-पुरुष मुक्त मैत्री-संबंधांच्या मान्यतेमुळे, असे आता म्हणावे लागेल. युरोप-अमेरिकेमध्ये, १४-१५ वर्षांच्या मुलाला मैत्रीण आणि मुलीला मित्र नसल्यास ते

योग्य समजले जात नाही. या वयापर्यंत ही मुले शरीरसंबंध आणि त्याचे परिणाम याबाबत त्या संबंधीच्या शिक्षणातून जाणती झालेली असतात. विवाहानंतर प्रथमच मुलगे-मुली शरीरसंबंधांना सामोरे जात आहेत, अशी परिस्थिती आता तिथे नाही आणि मग इतकी वर्षे मी कामपूर्तीपासून वंचित आहे, तेव्हा घाईने आणि कशाही प्रकारे तो आनंद मी आता मिळवीन, अशीही परिस्थिती तिथे नाही. आधीच्या संबंधांच्या अनुभवातून आणि सेक्स एज्युकेशनमुळे स्त्री-पुरुषांनी एकमेकांचा सन्मान करण्याचे महत्त्व त्यांना समजलेले असते. त्यामुळे 'विवाह' हे नाते तिथे असे उरलेले नाही की शरीरसंबंधाबाबत सरसकटपणे ते जबरदस्तीचे किंवा अन्याय करण्याचे 'ना हरकत प्रमाणपत्र' म्हणून वापरले जावे. भारतात 'लिव्ह-इन'द्वारे असे विवाहपूर्व संबंध उच्चशिक्षित किंवा उच्च आर्थिक वर्गात चालू झालेले आहेत. पण एकूण भारतीय समाजात, शैक्षणिक, आर्थिक, जातीय आणि स्त्री-पुरुष विषमता तीव्र असल्यामुळे असे विवाहपूर्व संबंध मान्य होण्यात व त्याचा सन्मान होण्यात आपल्याकडे अजूनही खूप अडचणी आहेत, हे मान्य करावे लागते!

◆◆◆

विवाहित स्त्री-पुरुषांची मैत्री

विवाहित स्त्री-पुरुषांची मैत्री असावी, नसावी किंवा असणारच, अशा अनेक बाजूंनी हा विषय आपल्या समोर येत असतो. 'मैत्री' संकल्पना ही लहान वयापासूनच मुला-मुलींना चांगल्या प्रकारे घेता येण्याचे वातावरण घरात ठेवले, तर प्रौढ वयातही ती मैत्री 'आनंदाचा ठेवा' म्हणून बहरते.

मला आठवतंय, १९९१ ते ९४पर्यंत पुण्याच्या अभिनव मुलांच्या शाळेत इयत्ता आठवीपासूनच्या वरच्या वर्गांतील मुलांमध्ये काही जाणिवा निर्माण करण्यासाठी मी त्यांचे रिकामे तास घेत होते. दहावी या शेवटच्या वर्षातील मुलांसाठी मी प्रामुख्याने एकच विषय घेत होते, तो म्हणजे 'मुला-मुलींची मैत्री'! वर्ग संपूर्ण मुलांचा असल्यामुळे साहजिक मुलींबरोबरच्या मैत्री संबंधाबाबत मुलांमध्ये प्रचंड उत्सुकता (excitement) असायची. त्या वेळचा मुलांचा एक प्रातिनिधिक प्रश्न माझ्या चांगलाच लक्षात राहिला. 'मॅडम, मुलींकडे फ्रेंडशिप मागितली तर त्या 'नाही' का म्हणतात?' इथे मैत्रीचा अर्थ या मुलांपर्यंत नीट पोहोचलेला नाही, हे माझ्या लक्षात आले.

वास्तवात, 'मैत्री संबंध' ही अनेक दिवसांच्या परिचयातून विकसित होत जाणारी एक प्रक्रिया (प्रोसेस) आहे. ती मागून घेण्याची गोष्ट नाही. स्त्री-पुरुषांमध्ये प्राथमिक पातळीवर आपुलकीचा असणारा संबंध हा पुढे कायम नात्यात बदलताना

त्याला जैविक आधार तरी लागतो (उदा. पिता-मुलगी नाते, भाऊ-बहीण नाते) किंवा कोणत्या तरी समान मुद्द्यांमुळे, उत्स्फूर्त ओढीने तरी ते निर्माण व्हावे लागते. 'मैत्री' हे असेच समान मुद्द्यांनी घडलेले किंवा आकर्षून घेणाऱ्या मुद्द्यांवरचे उत्स्फूर्त नाते आहे. मात्र हा आकर्षून घेणारा मुद्दा म्हणजे ते शारीरिक आकर्षणच असेल, असे अजिबात नाही.

स्त्री व पुरुषांमध्ये नैसर्गिक आकर्षण असते, हे नाकारू नये. त्यामुळे एकमेकांना मदत करण्याची एक उत्स्फूर्त नैसर्गिक ऊर्मी त्यांच्यामध्ये असते. अशी ऊर्मी दोन स्त्रियांच्या किंवा दोन पुरुषांच्या मैत्रीत नसते. स्त्री-पुरुषांची अशी मैत्री ही विजोड वयातसुद्धा एकमेकांना 'सहकार्य व सुसंवाद' अशा स्वरूपात दिसते. ही विजोड वयातील मैत्री 'दिल चाहता है' या चित्रपटात अक्षय खन्ना आणि डिम्पल कपाडिया यांनी सिद्धार्थ आणि तारा जयस्वाल यांच्या व्यक्तिरेखांमधून लक्षात राहण्याइतकी अप्रतिम दाखवलेली आहे. इतर सर्व सस्तन प्राणीजातीपेक्षा माणसाची संस्कृती ही फारच वेगळी, वैचारिक, बौद्धिक आहे. अर्थात ही अभूतपूर्व वेगळी संस्कृती स्त्री-पुरुष आकर्षणाचेसुद्धा खूप वेगळे मुद्दे पुढे आणते, हे आपण मान्य करणार की नाही हा महत्त्वाचा प्रश्न आहे. माझ्या मते, बहुसंख्य विवाहित स्त्री-पुरुषांमध्ये बुद्धी व गुण, कौशल्ये यांचे परस्पर कौतुक व आकर्षण असणे, हासुद्धा त्यांच्या मैत्रीचा पाया असू शकतो.

विवाह म्हणजे काय, याचा स्पष्ट अर्थ ज्या स्त्री-पुरुषांना कळतो आणि जे प्रामाणिकपणे तो मानतात, त्यांना विवाहानंतरही मैत्री चालू ठेवण्यात किंवा नवीन मैत्री सुरू करण्यात काहीच अडचण नसते. माझ्या माहितीतील एक तरुण जोडपे आहे. त्यापैकी पत्नीची एक तरुणाशी, तो तिच्याच वेळेला बस स्टॉपवर असतो म्हणून ओळख झाली. त्याची कंपनीची बस, तर तिची परिवहन खात्याची बस. उशीर झाल्यास त्याच्या ओळखीमुळे तिला त्याच्या बसमध्ये मिळालेली लिफ्ट. त्याच्या हातातील कादंबरी तिने वाचलेली असल्यामुळे झालेली चर्चा. अधिक काही वाचनात आल्यास एकमेकांना कळवावे म्हणून घेतलेले फोन नंबर. बरेच दिवस ती दिसली का नाही, म्हणून फोनवर झालेली त्याची चौकशी! अशा रीतीने जमून आलेली ही उत्स्फूर्त मैत्री! ही 'फ्रेंडशिप' मागून केलेली जुलमाची मैत्री नसते. अशा मैत्रीत उथळपणा नसतो, तिला एक छान उंची असते. त्याने आपल्यामध्ये अन्य कोणत्याही कारणाने गुंतू नये म्हणून तिने आपण विवाहित

असल्याचे सहज बोलताना सांगूनही टाकलेले असते. त्यामुळे त्याला त्याच्या मर्यादा कळतात. तो अविवाहित असतो. नवऱ्याला ती त्याच्याबद्दल सांगते, तेव्हा तो मित्र 'अविवाहित' असल्यामुळे नवऱ्याला थोडी 'काळजी' वाटते, नाही असे नाही. 'पण हा तरुण पहिल्या काही भेटीत चांगला वागतोय, म्हणून तो तसा चांगला असेल असे नाही. तुझा गैरफायदा त्याला घेऊ देऊ नकोस, सावध राहा' असा प्रेमाचा सल्ला नवरा तिला देतो. पत्नी त्या तरुणाशी झालेले संभाषण पतीला सांगत असे आणि तिच्यावर कोणतेही हेत्वारोप न करता, संशय न घेता पती तिचे म्हणणे लक्षपूर्वक ऐकत असे. एकदा त्याने तिच्याबरोबर बसस्टॉपवर येऊन त्या तिच्या मित्राला पाहून घेतले, ओळख करून घेतली. पुढे तो मित्र नोकरीनिमित्त वर्षभर दुसऱ्या शहरात होता. नंतर त्याचेही लग्न झाले आणि पुढे दोन्ही जोडपी एकमेकांची चांगले मित्र व हितचिंतक बनून गेली.

या विवाहित तरुणीची त्या तरुणाशी ओळख झाली, तेव्हा 'स्त्री-पुरुष नैसर्गिक आकर्षण' हा मुद्दा त्यांच्यावर प्रभाव गाजवत होताच, परंतु तो त्यांच्या मैत्री उद्देशातला प्रमुख मुद्दा नव्हता. माणसाची वेगळी संस्कृती इथे दिसते. दोघांच्या मैत्रीत 'वाचनाची आवड' हा समान मुद्दा होता. समान छंदामुळे विवाहित स्त्री-पुरुष कसे मैत्र जमवतात, त्याची काही उदाहरणे सांगण्यासारखी आहेत.

माझ्या माहितीतील एक गायिका आहे. तिचे अनेक कार्यक्रम होत असत. ती विवाहित तरुणी होती. तिच्या कार्यक्रमांना आवर्जून एक विवाहित तरुण येत असे. त्या विवाहित तरुणाच्या पत्नीला संगीतात रस नव्हता. त्यामुळे अनेकदा तो पुढच्या रांगेत एकटाच गाणे ऐकण्यास बसलेला असे. गायिकेचे अभिनंदन करणे, तिने गायलेल्या बंदिशीवर चर्चा करणे, यामुळे त्यांच्यात मैत्र निर्माण झाले. गायिकेच्या पतीशी त्याची ओळख झाली. अनेकदा दोघे शेजारी शेजारी गायिकेच्या कार्यक्रमाला बसत असत. पुढे पुढे गायिकेच्या पतीला शक्य नसल्यास तिची वाद्ये व तिच्यासह तो तरुण तिला कार्यक्रमस्थळी नेण्याचे काम करत असे. आपल्या पत्नीला तो तिच्या गायकीबद्दल सांगत राहिला. एकदा पत्नीला आवर्जून तिच्या कार्यक्रमाला नेऊन तिची ओळख करून दिली. तिच्या संगीत कार्यक्रमाचे आयोजन आणि कार्यक्रमाला नियमित हजेरी यामध्ये हा तरुण इतका गुंतलेला असे, की अनेकदा त्याचे त्याच्या पत्नीकडे दुर्लक्ष होत असे आणि त्याची जाणीव त्याची ही गायिका मैत्रीण करून देत असे, हे विशेष! मग 'पुढचा पूर्ण आठवडा

बायकोसाठी बाबा' असे कान पकडून तो म्हणे आणि मग मात्र शब्द दिल्याप्रमाणे त्या आठवड्यात गायिका मैत्रिणीच्या कार्यक्रमाला तिच्या धाकानेच जणू हजर न राहता आपला वेळ फक्त पत्नीसाठी देत असे. दोघेही विवाहित असूनही दोन्ही जोडप्यांनी मैत्री दोन्ही बाजूंनी चांगली सांभाळली होती, तरी त्या तरुणाच्या पत्नीचा मात्र एक प्रश्न होता, की मला माझ्या नवऱ्याच्या संगीतवेडामुळे त्याची आमच्या संसारात भागीदारी कुठे कमी पडते, म्हणून मग मीसुद्धा एखादा मित्र पाहायचा का?' त्यावर तो तरुण 'हो, माझी काहीच हरकत नाही' असं म्हणायचा खरे. पण त्याच्या पत्नीला तसे करावे असे कधी वाटले नाही. 'मैत्रीमागील चांगले हेतू माझा नवरा सांभाळतोय, म्हणून सर्व पुरुष तसे असतील, असे म्हणता येणार नाही,' असे तिचे मत होते.

आणखी एक जोडपे. पत्नी पतीबरोबर सहलीला जात असे, पण बहुधा बोअर होत असे. कारण सहलीच्या ठिकाणच्या इतिहासामध्ये तिला फार रुची होती, तर पतीला इतिहासाच्या चर्चेचा कंटाळा होता. पुढे त्यांच्या सहली बंद झाल्या. मग इतिहासासाठी सहलीला निघणाऱ्या स्त्री-पुरुषांच्या गटात ती पत्नी दाखल झाली. त्यांच्या सहली निघू लागल्या. त्यात इतिहासाचा भरपूर अभ्यास असणारा मित्रही तिला मिळाला. समान छंदामुळे झालेली स्त्री-पुरुष मैत्री जास्त आनंददायक असते. कारण या छंदावर त्यांच्या चर्चा होतात, तेव्हा स्त्री व पुरुष म्हणून त्या छंदाचे वेगवेगळे पैलू, वेगवेगळ्या बाजू उलगडत जातात. छंद एकच असला तरी दृष्टिकोन भिन्न असतात. तो छंद एक्सप्लोअर करण्याचा स्त्री-पुरुषांचा विचार वेगळा असतो. अर्थात दोन स्त्रिया किंवा दोन पुरुष यांच्या मैत्रीपेक्षासुद्धा अशा भिन्न लिंगी मैत्रीमध्ये कला आणि छंद यांना पूर्णत्वाने बहर येतो.

विवाहित स्त्री-पुरुषांना आपली ही मैत्री आपल्या जोडीदाराला सांगता आली पाहिजे, तशी ती एकमेकांची समजूनसुद्धा घेता आली पाहिजे. याबाबत पति व पत्नीने संशय घेत राहणे, पहारा ठेवणे यामुळे ती मैत्री बिघडण्यापेक्षा पति-पत्नीचे नाते बिघडते, हे लक्षात घेतले पाहिजे. त्याचबरोबर मैत्रीबाबत संशय, छळ वाट्याला आल्यास ती मैत्री चोरटेपणाने होत राहते, ज्यामुळे त्यामध्ये शरीरसंबंध होण्याचा धोका वाढतो, हेसुद्धा संबंधित पति-पत्नीने लक्षात घेतले पाहिजे. विवाहाच्या मर्यादा आणि बांधिलकी ही प्रत्येकाने समजून घेण्याचा विषय आहे. विवाहित स्त्री-पुरुषामध्ये ही 'मैत्री' शरीरसंबंधाविना असणे, हीच तर या मैत्रीची

खरी कसोटी आहे आणि त्यातच नितळ आत्मिक समाधान आहे.

पति-पत्नीचे परस्पर नाते अधिक समृद्ध करता येणे, दोघांना अधिक प्रगल्भ होता येणे, हा विवाहित स्त्री-पुरुष मैत्रीचा खरे तर अंतिम उद्देश आहे किंवा असायला पाहिजे. पति-पत्नीचे बिनसलेले नाते मित्र किंवा मैत्रिणीला सावरता आले पाहिजे आणि अशीही उदाहरणे आहेत. मैत्रिणीच्या नवऱ्याचे मानसशास्त्र, पुरुष म्हणून तिच्या मित्राला जास्त चांगले समजू शकते. त्यांच्यात झालेल्या गैरसमजाबाबत, तिच्या नवऱ्याला काय म्हणायचे आहे, हे त्या स्त्रीला तिचा मित्रच सांगू शकतो. त्याबाबत योग्य त्या टिप्स देऊ शकतो, ज्यामुळे मैत्रिणीचे नवऱ्याबाबत बिनसलेले मन सावरेल. त्याचप्रमाणे विवाहित पुरुषाच्या मैत्रिणीलासुद्धा असे सकारात्मक बदल त्याच्या व पत्नीच्या नात्यात आणता येऊ शकतात. 'विवाहित स्त्री-पुरुष मैत्री'चे विवाहाला मिळालेले हे महत्त्वाचे योगदान आहे.

विवाहित मित्र-मैत्रिणीने आपापल्या मित्र-मैत्रिणी आपल्या घरी बोलावणे, हे पती व पत्नीमधील उत्तम विश्वासाचे निदर्शक आहे. पतीने पत्नीच्या अशा मैत्रीला समजून घेण्याने, तिच्या मनातील पतीचे स्थान उंचावते, तो तिला अधिक आवडतो. तिच्या त्याच्याबद्दलच्या निष्ठा अधिक घट्ट होतात. तेच पत्नीने पतीला समजून घेण्याने होत असते. प्रत्येक व्यक्तीला विवाहित स्त्री-पुरुष मैत्री आणि विवाहबाह्य संबंध यामध्ये फरक करता आला पाहिजे. काहीतरी मिळवण्याच्या हेतूने जे नाते मैत्री म्हणून घडते, त्याला मैत्री म्हणताच येणार नाही. म्हणून दूरदर्शन मालिकांपासून आपण थोडे दूरच राहिले पाहिजे.

थोडक्यात विवाहित मित्र-मैत्रिणीने एकमेकांचे हित पाहणे, मदत करणे, अडचणीला आणि आनंदाच्या प्रसंगी सदैव हजर असणे आणि हे सर्व सहजपणे होत राहणे म्हणजे 'मैत्री'! अशा मैत्रीचा लाभ पति-पत्नीचे नाते अधिक संपन्न होण्याकरता जर घेता आला, तर जीवन तणावमुक्त आणि वृत्ती टवटवीत होण्यासाठीची ती एक थेरपी' म्हणता येईल. मात्र, सर्वात महत्त्वाचे म्हणजे त्याकरता आवश्यक असतो तो पति-पत्नीमधील दृढ विश्वास!

◆◆◆

विवाहाविना, कुटुंबासह!

आपण सर्वजण जाणतो की 'विवाह' ही माणसाने उत्क्रांतीच्या एका टप्प्यावर आपल्या सोयीसाठी शोधून काढलेली शरीरसंबंधाची एक पद्धत आहे. स्त्री-पुरुषांनी समाजमान्यतेने आणि एकनिष्ठेने समागम करण्याचा तो एक मार्ग समजला जातो. या विवाहपद्धतीमुळे पुरुषाचे निश्चित पितृत्व समजते, माता-पिता-मुले असे कुटुंब निर्माण होते. विवाह पुरुषावर पितृत्वाच्या जबाबदाऱ्या सोपवितो. तसेच अपत्यांना माता व पिता या दोहोंच्या प्रेमाचा लाभ होतो, विवाहाची महत्त्वाची देणगी म्हणजे 'पिता व कन्या' हे नाते! हे नाते पिता-पुत्र नात्यापेक्षा अधिक भावनिक असते; पिता-कन्या रूपातील स्त्री-पुरुषांना ते अधिक गरजेचे असते. मुलीच्या सभोवतालच्या असंख्य पुरुषांमध्ये तिचा पिता तिच्या 'सपोर्ट सिस्टीम'मधील पहिला हक्काचा घटक असतो, तर पुरुषाला मातेचे प्रेम देणारी, त्याच्या मातेनंतरची दुसरी स्त्री ही त्याची कन्या असते.

विवाहाविना प्रस्थापित होणारी प्राचीन कुटुंब व्यवस्था ही फक्त मातेच्या नात्यातून विस्तारणारी होती तर विवाहाच्या साथीने पित्याच्या नात्यातूनही कुटुंबसंस्था विस्तारते. बहरून येते. ज्यामधून प्रत्येक स्त्री व पुरुषाची आधारव्यवस्था अधिक मजबूत होणे अपेक्षित असते. विवाहाचे असे एवढे फायदे दिसत असतानासुद्धा आज विवाहाला नाकारण्याचे आणि घटस्फोटाचे प्रमाण का वाढते आहे? त्यातून

माता-पिता-अपत्ये ही तीन चाकी कुटुंबसंस्था कोसळल्यास कसे व्हायचे? अशा सगळ्या चिंता आजच्या काळात माणसाला ग्रासून राहिलेल्या आहेत.

म्हणून सर्वप्रथम आपण लक्षात घेतले पाहिजे, की 'विवाह' ही काही फार जुनी पद्धत नाही. इ. स. पूर्व दोन ते तीन हजार वर्षे इतकेच तिचे वय आहे. त्यापलीकडची जी लाखभर वर्षे आहेत, तो विवाह प्रकार माहितीच नसणाऱ्या आपल्या पूर्वजांचा कालखंड आहे. 'विवाह' माहीत नसला तरी गेल्या सुमारे ५०-६० हजार वर्षांच्या कालखंडात शरीरसंबंधाच्या अनेक पद्धती मानवी समाजात अस्तित्वात आल्या प्रचलित झाल्या आणि लयास गेल्या. तेव्हा आजच्या काळातील शरीरसंबंधाची पद्धत, ज्याला आपण 'विवाह' असे संबोधतो, ती तिच्या आधीच्या शरीरसंबंध पद्धतीला मागे ढकलून अस्तित्वात आलेली आहे आणि ती जर बदलू पाहत असेल, तर तो मानवी जीवनाचा एक वाहता नियम म्हणून आपल्याला समजून घ्यावा लागेल.

विवाहरूपी शरीरसंबंधाची पद्धत आज का बदलत आहे?

अतिप्राचीन काळापासून शरीरसंबंधाच्या पद्धती या स्त्री-पुरुषांमधील 'पोटभरण' व्यवस्थेवर अवलंबित राहिल्या आणि ही पोटभरण-नीती जशी रूप पालटत गेली, तशा शरीरसंबंधाच्या गरजा व पद्धती बदलत गेल्या आणि त्यानुसार कुटुंबरचनासुद्धा बदलल्या. प्रत्येक वेळेस नव्या नव्या शोधांमुळे, तंत्रबदलामुळे भौतिक प्रगती होत असते. अर्थव्यवस्थेत त्या अनुषंगाने बदल होतो. आणि अर्थव्यवस्थेतून स्त्रीपुरुषाची स्थाने, भूमिका किंवा त्यांचे महत्त्व यामध्ये बदल होत असतो. म्हणजे दोघेही स्वावलंबी असतात किंवा एक दुसऱ्यावर अवलंबित असतो किंवा स्त्री-पुरुष दोघंही एकमेकांवर अवलंबित असतात वगैरे! अर्थव्यवस्थेचे चक्र भौतिक प्रगतीनुसार फिरत असते. या चक्रामुळे त्या त्या कालखंडात स्त्री व पुरुष दोघे कसे नि कुठे रहाणार? त्यांची पोट भरण्याची सोय काय? किंवा त्यांच्यामध्ये आर्थिक व्यवहार कसे असणार, त्यानुसार त्यांच्यामध्ये शरीरसंबंधाच्या संधी निर्माण होत असतात आणि त्याप्रमाणे कुटुंबरचना आकार घेत असते. म्हणजे थोडक्यात, भौतिक शोध, त्याप्रमाणे बदलणारी अर्थरचना, अर्थ-रचनेनुसारच्या शरीरसंबंध पद्धती आणि त्याप्रमाणे उभी रहाणारी कुटुंबसंस्था. अशी ही एक जोडणी आहे हे लक्षात येईल. या चारही अवस्था एकमेकांवर अवलंबून आहेत. एक बदलली की दुसरी बदलते.

उदाहरणार्थ,माणूस 'मनुष्यस्थितीत' आल्यावर, अगदी जंगली अवस्थेपासून जरी सुरुवात केली, तर असे आढळते की भटक्या स्थितीत 'आपापले पोट भरणे' हीच त्या काळातील म्हणता येणारी अर्थव्यवस्था होती. पोट भरण्यामध्ये स्त्री व पुरुष स्वावलंबी होते. त्यांचे भेटणे अनिश्चित म्हणून शरीरसंबंध अनिर्बंध होते. म्हणजे इथेही अर्थव्यवस्था जशी बिनचेहऱ्याची अस्थिर, तसेच शरीरसंबंधाचे नियम स्वैर घडलेले आपल्याला जाणवतात. मात्र 'माता-अपत्यांचे' एकत्र राहणे हे नैसर्गिक असल्याने आपल्याला जंगली अवस्थेत आढळते, ती एकेकटी 'माता-मूल' कुटुंबरचना! तीसुद्धा जंगली काळात एका जागी स्थिर नव्हती. जीव वाचवण्यासाठी स्थलांतर, झाडाचा आश्रय घेणे, संकटात सतत एकमेकांपासून दुरावणे अशी अनिश्चित स्थिती त्या काळात होती. म्हणजे कुटुंबरचनासुद्धा तत्कालीन अर्थव्यवस्था आणि शरीरसंबंध याप्रमाणेच अस्थिर दिसते.

पुढील रानटी युगाचा कालखंड सुरू होईपर्यंत, कोणताही नियम नसणारे स्त्री-पुरुष शरीरसंबंध आणि 'माता-मूल' ही कुटुंबव्यवस्था टिकून राहिली, ते माणसाला अग्नीचा शोध लागेपर्यंत! त्यात स्त्रीला बाळंतपण, संगोपन यामध्ये स्थिरतेची गरज पुरुषापेक्षा जास्त असते, या गरजेपोटी पेटता अग्नी घेऊन स्त्री पहिल्याप्रथम गुहेत आपल्या बाळांसह स्थिर झाली आणि इथून मानवी जीवनात सुरू झाला तो 'रानटी युगाचा' कालखंड, असे संशोधक मानतात. या कालखंडातील अर्थव्यवस्थेत पुढे किंचित बदल झालेला दिसतो. स्त्री प्रमुख असणाऱ्या या टोळीत सगळ्यांनी मिळून गोळा केलेले अन्न ज्येष्ठ स्त्रीकडून वाटून दिले जाऊ लागले, याचा पुरावा आपल्या संस्कृतीत मिळतो. भारतीय संस्कृतीत पुढील कालखंडात 'मा' म्हणजे वाटप करणे यावरून 'माता' हे संबोधन ज्येष्ठ स्त्रीला प्राप्त झाले. 'प्रत्येकाने स्वतःचे पोट स्वतः भरायचे' या जंगली अवस्थेतील स्थितीपेक्षा 'सर्वांनी मिळून अन्न वाटून घेण्याच्या' वेगळ्या अर्थनीतीने अशारीतीने रानटी युगात जन्म घेतला. टोळीत सर्वांनी जमवून आणलेल्या अन्नाचे आणि शिकारीचे वाटप करायचे, याचा अर्थच स्त्री व पुरुषांचे एकमेकांवरचे अवलंबित्व सुरू होण्याचा काळ उगवला आणि स्त्री-पुरुष शरीरसंबंधाच्या पद्धतीमध्ये पुन्हा वेगळे बदल येऊ लागले. प्रत्येक मातृटोळीची सुरक्षितता, एकसंधता जपण्यासाठी आणि आणले जाणारे, गोळा होणारे खाद्यपदार्थ त्या त्या मातृकुळातच उपयोगी पडावेत, याकरीता जंगली अवस्थेतील स्वैर शरीरसंबंध थांबवून मातृकुळात नात्यातच कामपूर्तीची गरज

भागवणे सोयीचे होते. म्हणून आपल्या पूर्वजांनी, संशोधक ज्याला एण्डोगॅमी endogamy (अंतर्गामी) म्हणतात अशा 'नात्यातील' शरीरसंबंधाच्या पद्धती स्वीकारल्या. रानटी युगाच्या उत्तरार्धापर्यंत शरीरसंबंधाची हीच पद्धत तत्कालीन अर्थशास्त्रानुसार चालू होती आणि त्यानुसार मातृकुळ कुटुंबरचनाही टिकून होती. मात्र ही नात्याअंतर्गत शरीरसंबंधाची पद्धतसुद्धा काही हजार वर्षांनी पुन्हा बदलली.

त्याचे कारण म्हणजे, माणसाच्या गरजा आणि त्यानुसार होणारी विविध उत्पादने! त्याचबरोबर मातृटोळी रचनेतील जनसंख्या वाढून ती मोठमोठाली कुळे बनू लागली, तशी मातेच्या मुली त्यांचा कौशल्याप्रमाणे आपापली उत्पादने व साधने घेऊन वेगळ्या झाल्या. तोपर्यंत भाषाविकास झाल्यामुळे अशी अनेक मातृकुळे मातेच्या नावाने ओळखली जाऊ लागली. उदाहरणार्थ,दनु मातेचे दानव, अदितीचे आदित्य, दिती मातेचे दैत्य, रक्षेचे राक्षस वगैरे. एका मातृकुळातील पुरुष सभोवतालच्या मातृकुळातून चालणाऱ्या उत्पादनांना जंगलातील कच्चा माल सर्वत्र पुरवू लागले तशा स्वकुळाबाहेरील स्त्रियांशी शरीरसंबंधाच्या संधी त्यांना उपलब्ध झाल्या. जास्त उत्पादनामुळे व्यापारव्यवस्थेचा उदय झाला आणि वस्तूंची अदलाबदल करून निर्वाह-उपयुक्त वस्तू अन्य कुळातून आणण्यासाठी स्त्रिया व्यापारासाठी आजूबाजूच्या मातृकुळात जाऊ लागल्या. रात्री वस्तीला थांबू लागल्या. तसे त्यांचेही शरीरसबंध स्वतःच्या मातृकुळाबाहेरच्या पुरुषांशी (बहिर्गामी) होऊ लागले. इथेही जेव्हा अर्थव्यवस्था बदलू लागली, तशी मुक्त शरीरसंबंधाची चालू असलेली अंतर्गामी-नातेसंबंधातील शरीरसंबंध पद्धत मागे पडून 'बहिर्गामी' (exogamy) मुक्त शरीरसंबंधाच्या पद्धतीचा उदय झाला.

आजसुद्धा आपण आपल्याच नातलगांत विवाह करत नाही. आपण बहिर्गामी पद्धतीमध्ये आहोत, पण सुमारे पंधरा ते वीस हजार वर्षांपूर्वीची ही बहिर्गामी शरीरसंबंध पद्धत मातृप्रधान होती. आज ती पितृप्रधान आहे. शिवाय तत्कालीन शरीरसंबंध मुक्त होते, आज ते विवाहबंधनात आहेत, हा मोठा फरक आहे. प्राचीन बहिर्गामी शरीरसंबंधासाठी मातृकुळातील भाऊ हे दुसऱ्या मातृकुळात जात होते, तरी ते आपापल्या मातृकुळातच राहत होते. भाऊ शरीरसंबंध करण्यापुरते कुळाबाहेर जात होते आणि बहिणींचे संबंधित पुरुष हे बाहेरून त्यांच्याकडे रात्रीच्या वास्तव्यास येत होते. हा रिवाज आजही काही आदिम जमातींमध्ये टिकून आहे. याचे पुरावे रॉबट ब्रिफ्रा हा आपल्या 'द मदर्स' (१९२८) या खंडातून देतो.

कमलाबाई चटोपाध्याय आपल्या 'ट्राइब्ज ऑफ इंडिया' या पुस्तकातून देतात. तसेच स्टीफन फ्यूज आपल्या १९६३च्या 'दि ओरिजिन ऑफ मॅन अँड हिज कल्चर' या पुस्तकातून नागा जमात, आसाममधील खासी, दक्षिण भारतातील नायर, तसेच मध्य-पूर्व आफ्रिका, न्यू गिनी, बोर्निओ, ब्राझील वगैरे ठिकाणी भाऊ-बहिणी मातृकुळातच राहत असल्याचे पुरावे देतात. अशा प्रकारच्या शरीरसंबंध पद्धतीचा एक कालखंड मानवी जीवनात उलटून गेला. हे संबंध कुणाचे मुक्त असतील किंवा कुणाचे निष्ठेचेही असतील. स्वतःच्या मातृकुळात राहून बहिर्गामी, परंतु निष्ठेच्या असलेल्या संबंधांना 'व्हिजिटिंग मॅरेज' अशी संज्ञा आजचे संशोधक देतात.

पिता माहीत नसणाऱ्या या मातृकुळात राहून होणारे स्त्री-पुरुषांचे हे बहिर्गामी शरीरसंबंधसुद्धा काही हजार वर्षांनी मागे पडले, बदलले आणि तेसुद्धा शेतीव्यवसायात आलेल्या क्रांतीमुळे! स्त्री अग्नी घेऊन गुहेत स्थिर झाल्यानंतरच्या तिच्या स्थैर्यामुळे 'बी जमिनीवर पडले की रुजते' याचे तिला ज्ञान झाले. त्यामुळे ती हाडांच्या किंवा दगडांच्या टोकदार साधनांनी जवळपासच्या जमिनीतून भाजी-पाला, कंदमुळे-फळे यांचे पीक घेऊ लागली. अशा प्रकारची शेतीपद्धती पुढे सुमारे ४० हजार वर्षे तशीच टिकून होती. पुरुष जमिनी मिळवत किंवा राखत होते आणि स्त्रिया त्या कसत होत्या; परंतु इ.स.-पूर्व तीन ते दोन हजार वर्षे दरम्यान नांगराचा शोध लागला, तेव्हा मातृकुळातील भाऊ व मामा, पाळीव जनावरे नांगराला जुंपून धान्यशेती करू लागले. धान्यकोठारे भरू लागली, तशी मोठ्या जमिनी बाळगण्यासाठीचे मोठे मोठे संघर्ष मातृकुळात सुरू झाले. त्यातून जमीनदारी आणि मजूर वर्ग उदयास येऊन मातृप्रधान समाजातील समतेच्या अर्थव्यवस्थेला मोठा धक्का बसला. जुनी अर्थव्यवस्था आणि नीती आमूलाग्र बदलली. अर्थात स्त्री-पुरुषांच्या मुक्त बहिर्गामी शरीरसंबंध-पद्धतीलासुद्धा तीव्र धक्का बसला. आतापर्यंत मातृघराण्यातून चालणाऱ्या सर्व उत्पादनाची प्रगती एका समान वेगाने चाललेली होती. शेतीचा व्यवसाय त्या मानाने बेभरवशाचा आणि क्षीण होता. पण तो व्यवसाय नांगरतंत्रामुळे सर्वांना मागे टाकून वेगाने पुढे तर गेलाच, पण त्यामुळे जमिनी जिंकणाऱ्या व कसणाऱ्या दोन्ही कामामुळे पुरुष मोठ्या मालमत्तेचा वारस झाला. स्त्रीकडून तिच्या मुलीकडे जाणाऱ्या वारसाहक्काप्रमाणे आता पुरुषाकडून त्याच्या मुलाकडे मालमत्तेचा अधिकार जावा असे तत्कालीन स्त्री-पुरुषांना वाटले असावे. त्याकरता स्त्री-पुरुषांचे मुक्त शरीरसंबंध रोखण्याची गरज समाजाला वाटू

लागली. त्यातही स्त्रीने एकाच पुरुषाची अपत्ये जन्माला घालावीत, तरच पुरुषाचे पितृत्व निश्‍चित होईल, आणि सर्व समाजाला ते कळावे म्हणून प्राचीन परंपरेनुसार प्राचीन समूह-समागमाचे प्रतीक समजले जाणाऱ्या अग्नीला प्रज्वलित करून समाजसाक्षीने स्त्री-पुरुषांमध्ये शरीरसंबंधाच्या 'समाजमान्यते'चा जो संस्कार निर्माण करण्यात आला, त्यालाच 'लग्न' किंवा विवाह म्हणतात.

विवाहामुळे अर्थात मातृकुटुंब पद्धती लयास गेली, पण माणसाचे शोध काही थांबले नाहीत. अतिप्राचीन मातृसंस्कृतीपासून भांडी, कापड, लोखंडी वस्तू, कातडी व लाकडी वस्तू, दुग्धव्यवसाय, मासेमारी वगैरे विविध उत्पादने मातृकुळातून घेतली जाण्याची परंपरा तशीच पुढे पितृकाळात चालू राहिली. सुमारे तीन हजार वर्षे स्त्री आणि पुरुष दोघेही या घरगुती उद्योगात मग्न होते. त्यामुळे 'एकत्र पितृकुटुंब' पद्धतीसुद्धा टिकून होती, ती सुमारे सन १६०० पर्यंत! त्या शतकापासून विविध यंत्रांचे शोध लागत गेले आणि कुटुंबातून निर्माण होणाऱ्या अनेक वस्तू यंत्रावर अधिक सफाईने होऊ लागल्या. कुळातील हातमाग जाऊन यंत्रमाग आले. कारखाने आणि कापड गिरण्या सुरू होऊन अर्थव्यवस्थेला पुन्हा एकदा धक्का बसला. जमीनदारीकडून भांडवलशाहीकडे अर्थव्यवस्थेची वाटचाल सुरू झाली. जमीनदारांच्या जमिनीवर शेतीऐवजी कारखाने आणि कापडगिरण्या उभ्या राहिल्या. त्याप्रमाणे कुळातील उत्पादने बंद पडू लागली. पुरुषवर्गाला प्रथमच कुटुंबे सोडून बाहेर कारखान्यात जाणे भाग पडू लागले. बाहेर आठ तास काम करून साप्ताहिक किंवा मासिक वेतन, अशी अर्थव्यवस्थेची नवी कल्पना उदयास आली. प्राचीन कुटुंबातून उत्पादनात भाग घेणारा स्त्रीवर्ग विवाहाच्या आगमनापासूनच घरातून उत्पादन घेणारा म्हणून उरला होता. त्यांचा बाहेरील संचार पूर्णपणे थांबलेला होता. त्यामुळे नव्या भौतिक बदलातून स्त्रीवर्ग अर्थव्यवस्थेच्या बाहेर फेकला गेल्याप्रमाणे त्यांची स्थिती झाली आणि समाजात गृहिणीवर्ग निर्माण झाला. या सर्वांचा मोठा धक्का एकत्र पितृकुटुंब रचनेला बसून, 'माता-पिता-अपत्ये' अशी विभक्त कुटुंबरचना मूळ एकत्र कुटुंबातून तुटून बाहेर पडली. मध्यम वर्गातील स्त्रीवर्ग पूर्णतः पुरुषावलंबी झाला. स्त्रियांकडे स्वतःचा असा उत्पन्नाचा कोणताही मार्ग राहिला नाही, 'विवाह' हे तिच्या चरितार्थाचे साधन होऊन बसले. परिणामी स्त्रीवर्ग अधिकाधिक वाईट स्थितीत गेला. ही विभक्त कुटुंबपद्धत अजूनही टिकून आहे.

पुढे सन १९००च्या आरंभापासून इलेक्ट्रिक-इलेक्ट्रॉनिक युगाचा उदय झाला आणि अर्थव्यवस्थेची घडी पुन्हा बदलू लागली. औद्योगिक क्रांतीनंतरचा पुरुष हा शेतीप्रधान राहिलेला नव्हता. बदलत्या काळात तो अधिकाधिक नोकरीप्रधान, व्यवसायप्रधान, भांडवलदार होत गेला. ती क्षेत्रे स्त्रियांनासुद्धा व्यापता येऊ लागली. तसतसे स्त्री-शिक्षण व स्त्री-स्वावलंबन विस्तारू लागले आणि अनेक शतकांनंतर स्त्री प्रथमच पुरुषावरील परावलंबनातून मुक्त होण्यास सुरुवात झाली. विवाह म्हणजे स्त्रीच्या 'चरितार्थाची सोय' अशी स्थिती जसजशी राहिली नाही, तसतसे स्त्री-स्वातंत्र्य आणि तिच्या स्वावलंबनाला पायात गाडून उभ्या असलेल्या विवाहसंस्थेला हादरे बसू लागले आणि त्यावर आधारलेल्या पारंपरिक कुटुंबसंस्थेचे काय? हा प्रश्न आपल्या समोर आज अखेर उभा ठाकला.

जेव्हा नांगरतंत्रामुळे स्त्रीचे आर्थिक स्थान पुरुषापेक्षा कमी दर्जाचे झाले, तेव्हा स्त्री-पुरुष शरीरसंबंधाच्या पद्धती 'विवाहबंधन' आणून त्या काळाशी सुसूत्र केल्या गेल्या. आज तेच स्त्रीचे स्थान अर्थव्यवस्थेतील बदलामुळे पुनश्च पुरुषाबरोबरीने येत आहे म्हणताच शरीरसंबंधाच्या पद्धती बदलणार हे ओघाने आलेच आणि त्यानुसार कुटुंबरचना बदलणार आहे. त्यामुळे स्वावलंबी मुलींकडून लग्नबंधनाला नकार किंवा त्यांची घटस्फोटाची मागणी, हे वाढू लागणे अपरिहार्य होत जाणार आहे. पुन्हा अतिप्राचीन 'माता-अपत्य' ही कुटुंब रचना सर्वत्र दिसू लागणार आहे. अर्थव्यवस्थेमधून आलेल्या बदलाचे ते परिणाम आहेत. हे पाश्चात्त्य संस्कृतीचे अनुकरण वगैरे काही नाही. तिकडे आधी शोध लागून आपल्या आधी अर्थव्यवस्था बदललेली असते, म्हणून हे कुटुंबातील बदल तिकडे प्रथम झालेले दिसतात, इतकेच! जंगली अवस्थेतील 'माता व मूल' या पद्धतीची कुटुंबरचना त्यानंतरच्या मातृकुळपद्धती, पितृकुळपद्धती, एकत्र, विभक्त अशा सर्व अवस्थांमधून फिरून, एक वर्तुळ पूर्ण करून पुन्हा एकदा 'माता व मूल' या नैसर्गिक कुटुंबामध्ये आज विलीन झालेली आपण पाहतो. फक्त 'माता-मूल' ही कुटुंबरचनाच तेवढी अनादि-अनंत आहे. कारण ती नवजात पिढीची नैसर्गिक तरतूद आहे, नैसर्गिक संरक्षण आहे. किमान माता-अपत्य हे कुटुंब तरी आपण जपायला पाहिजे.

थोडक्यात, स्त्रिया व पुरुष उदरनिर्वाहासाठी एकमेकांवर अवलंबित नाहीत म्हटल्यावर, एकेकाळी त्या वेळच्या अवलंबित्वानुसार निर्माण झालेल्या लग्नसंस्थेचे भवितव्य आज अंधारलेले आहे, हे खरे आहे. मात्र याचा अर्थ

विवाहप्रथा पूर्णपणे जाऊन, पाच हजार वर्षांपूर्वीची मातृसंस्कृती पुन्हा येणार आहे, असा नाही. पण विवाहाची सक्ती यापुढे कोणी मानणार नाही. ज्यांना माता-पिता-अपत्ये ही कुटुंबसंस्था मान्य आहे आणि आदर्श वाटते, ते लग्न करणार आहेत. पण ज्यांना स्वातंत्र्य अधिक महत्त्वाचे आहे, ते लोक विवाह करायचा किंवा नाही करायचा अशा दोन्ही पर्यायांचा सर्व बाजूंनी विचार करतील; आणि त्यानुसार कदाचित विवाहाऐवजी आपले जीवन वेगळ्या विषयात, संशोधनात किंवा समाजकार्यात गुंतवायचे असाही विचार करू पाहतील. या प्रकारे कोणी विवाह करून, तर कोणी विवाह न करता, पण 'लिव्ह-इन'मध्ये राहण्याची व्यवस्था स्त्री-पुरुषांच्या स्वावलंबनामुळे आज युरोप-अमेरिका-ऑस्ट्रेलिया इथे अस्तित्वात आलेली आहे.

जगातील काही राष्ट्रांमध्ये स्त्रियांवर शिक्षणापासून सामाजिक संचारापर्यंत खूप कडक बंधने, बंदी व दडपणे आहेत. पुरुषांची स्त्रियांवरील सर्वंकष सत्ता प्राचीन काळाप्रमाणेच दहशतीने ठेवलेली दिसते आहे. त्यामुळे तेथल्या स्त्रियांना आजही विवाहाशिवाय पर्याय नाही. मात्र बदल स्वीकारणाऱ्या देशात अर्थव्यवस्था जशी बदलते आहे, तसे शरीरसंबंधाच्या पद्धतीत तिथे बदल येत आहेत. याउलट स्त्रियांना स्वतःच्या कब्जामध्ये ठेवू पाहणाऱ्या राष्ट्रांमध्ये विवाहप्रथा मजबूत दिसते. थोडक्यात, स्त्रीची आर्थिक अगतिकता आणि विवाहाचा टिकाऊपणा ही परस्परावलंबित वस्तुस्थिती आहे, हे लक्षात घेणे खूप महत्त्वाचे आहे.

जगामध्ये जिथे जिथे गरिबी लक्षणीय आहे, अशा भारतासह सर्व देशांमध्ये, विवाहपद्धत मोडून पडेल अशी स्थिती विशेषतः उच्च मध्यमवर्गातच आढळते. त्याखालील सामान्य मध्यमवर्ग हा सध्या फक्त काळजीतच आहे. याउलट आपल्या देशात गरीब मध्यमवर्ग किंवा गरीब वर्ग यामध्ये विवाहप्रथा मजबूत असलेली दिसते आणि तोच वर्ग भारतात बहुसंख्येने आहे. या वर्गाची अर्थव्यवस्था अशी आहे, की त्या स्त्री- पुरुषांनी लग्न केले तरच कुटुंब जगण्याच्या सर्व गरजा तिथे भागू शकतात. प्रत्येकाने लग्न न करता वेगळे राहणे त्यांना परवडणारे नाही. तसेच या वर्गातील स्त्रीचे शिक्षण बेताचे आहे. सर्व स्त्रिया स्वावलंबी नाहीत किंवा त्यांचे उत्पन्न फार कमी आहे. भारतासारख्या देशात शैक्षणिक व आर्थिक विषमतेच्या तीव्रतेमुळे समाजात अनेक स्तर (वर्ग) निर्माण होतात. विवाहप्रथा टिकेल की टिकणार नाही, याबाबत ठोस भाष्य करता येईल अशी एकसमान कौटुंबिक

अर्थव्यवस्था पाश्चात्त्य समाजाप्रमाणे भारतात नाही. त्यामुळे विवाहविषयक आग्रह किंवा सक्ती काही वर्गांत अनिवार्य आहे, तर काही वर्गांत परिस्थितीनुरूप विवाहाचा निर्णय बंधनकारक आहे, तर फार थोड्या अशा उच्चशिक्षित वर्गात विवाहावर प्रश्नचिन्ह आहे आणि 'लिव्ह-इन'चा पर्याय वापरून पाहिला जात आहे. अर्थात भारतामध्ये विवाहप्रथा संपुष्टात येण्याची शक्यता खूपच कमी व संथ आहे. सध्या ती शक्यता उच्च व सामान्य मध्यमवर्गापुरती मर्यादित आहे, असे म्हणता येईल.

कुटुंबसंस्थेचे भवितव्य

सुमारे अडीचशे वर्षांपूर्वी औद्योगिकीरणाच्या फटकाऱ्यामुळे एकत्र पितृकुळे मोडली आणि शहरात माता-पिता-मुले अशी कुटुंबरचना उदयास आली. ही कुटुंबपद्धत 'रचना' म्हणून अजिबात वाईट नाही. परंतु एकत्र पितृकुळात स्त्रियांना त्यांच्या घरगुती कामात एकमेकींची मदत होती. ती विभक्त कुटुंबात राहिली नाही. तसेच, अडीचशे वर्षांपूर्वी स्त्रीला होणाऱ्या अपत्यांची संख्याही लगेच कमी झालेली नव्हती. 'पति-पत्नी'च्या संसाराला 'राजा-राणी'ची जरी उपमा दिली, तरी स्त्रीला एकटीला घरामध्ये जे काम करावे लागत होते, त्याची नोकरीवर बाहेर जाणाऱ्या नवऱ्याला जाणीव राहिली नाही. तिच्या दिवसभरच्या चौदा ते सोळा तास कामाची किंमत न ठेवण्याचा एक पायंडा पडला. गृहिणी स्त्रीचा अपमान होऊ लागला. गेल्या दोनशे वर्षांत स्त्रीच्या घरगुती छळाचे हे चित्र स्पष्ट होता होता, अलीकडील काळात स्त्रीचे शिक्षणही वाढू लागले. पण शिक्षण वाढूनही न कमावती म्हणून नवऱ्याकडून अपमान होतच राहिला. म्हणून अखेरीस अशी वेळ आली की सुधारक पुरुषांनी "स्त्रियांनो, तुम्ही स्वावलंबी व्हा. पैशावरील अवलंबित्व सोडा," अशी हाक दिली आणि स्त्रीने स्वावलंबनासाठी घराचा उंबरठा ओलांडला, तो कायमचाच! स्त्रीने मुले जन्माला घालणे हे काम नाही का? मुलांचे संगोपन काय रिकामा वेळ घालवण्याचा छंद, म्हणून ती स्त्री करीत असते का? त्यातून तिला शारीरिक, मानसिक, भावनिक श्रम होत नसतात का? याचा विचार शतकानुशतके कौटुंबिक, राजकीय, धार्मिक वगैरे क्षेत्रातील पुरुषसत्तांनी त्या त्या वेळेला केला नाही. मग या अवहेलनेपासून वाचविण्यासाठी स्त्रीला स्वतःलाच पाऊल उचलावे लागले. आपल्या आत्मसन्मानासाठी! आणि हाच तो सुरुवात-बिंदू म्हणायला पाहिजे,

जेथून कुटुंबाचे भवितव्य अंधारण्यास भारतात शंभर वर्षांपूर्वी सुरुवात झाली.

एकत्र पितृकुळे औद्योगिक क्रांतीच्या लाटेत मोडून पडताना नव्या पति-पत्नी कुटुंबात एकट्या स्त्री-जीवावर पडलेली घरगुती व बालसंगोपनाची कामे ती एकटी स्त्री कशी निभावणार, याचा विचार पुरुषांनी करून स्त्रीला वेळीच आर्थिक पाठबळ दिले असते, किमान तिच्या घरकामाचा वाटा उचलून, तिचा सन्मान जरी केला असता, तर आज कुटुंबव्यवस्थेची ही स्थिती आली नसती. इथे कुटुंबसंस्थेचे भवितव्य अर्थव्यवस्थेच्या हातात सोपवल्यासारखे झाले. आजसुद्धा स्त्रीच्या 'घरी राहण्याला' सन्मान नाही, तिच्या आर्थिक सुरक्षिततेची कोणतीही तरतूद नाही, तिचे मूल मोठे झाल्यावर तरी तिला नोकरीत घेतले जाईल याची तिला हमी नाही. तिला निदान पहिल्या एका मुलासाठी काही महिने आर्थिक भत्ता देण्याचीसुद्धा व्यवस्था नाही. आयुष्याचा हा बेभरवसा लक्षात घेऊन आजच्या स्त्रिया घरकाम सांभाळत, मुलांना जन्माला घालत, जेव्हा नोकरी रेटत राहतात, तेव्हा त्यांच्या होणाऱ्या या पिळवणुकीमुळे कुटुंबव्यवस्थेचा मूल्यहीन 'चोथा' होण्याशिवाय, अन्य काही चांगले होण्याची अपेक्षा करता येत नाही.

त्यात भारतासारख्या देशात, गेल्या शतकात साधारण १९१०च्या काळात जी मध्यमवर्गीय स्त्री घराच्या उंबरठ्यात होती, तीच आज शंभर वर्षांनी परराष्ट्र खात्यात अधिकारी पदावर असू शकते. म्हणजे भारतीय स्त्री-जीवनात आलेले बदल एखाद्या भूकंपासारखे म्हणावे लागतात. गेल्या शंभर वर्षांत भौतिक शोध, तंत्रज्ञान इतक्या वेगाने बदललेले आहे की पुरुषाप्रमाणे सुरुवातीपासून बाहेरच्या क्षेत्रात नसणाऱ्या स्त्रीला, तेवढ्या वेगाने स्वतःच्या भावना बाजूला सारून शारीरिक, मानसिक क्षमतेत, बदल करीत घराबाहेर पाऊल ठेवणे सोपे नाही. तिची ही ओढाताण गेली अनेक दशके होत राहिलेली आहे. अशा स्थितीत तिला या परिस्थितीशी जुळवून घेता यावे म्हणून विवाहानंतर तिच्या पतीची मुख्य जबाबदारी आहे, ती तिला सर्वतोपरी मदत करण्याची! पतीच्या घरात राहणाऱ्या नातलगांनीसुद्धा तिला होणाऱ्या त्रासाबद्दल संवेदनशील असण्याची गरज आहे. तसे वातावरण न मिळाल्यास कोणतीही मिळवती स्त्री पतीला घेऊन बाजूला तरी होईल, नाहीतर त्याला घटस्फोट देईल. कारण स्त्रीची नोकरी किंवा व्यवसाय, ही तिने मागील अनेक शतकांत तिच्या झालेल्या छळाची दिलेली किंमत आहे. ही किंमत मोजूनही जर तिला समजून घेतले जाणार नसेल, आणि पुरुष आपला अहंकारच दामटणार

असेल, तर अखेर स्वतःच्या जगण्यासाठी (survival) घटस्फोटाखेरीज तिच्या हातात काही नसते. (इथे अपवाद आहेत.) कुटुंबसंस्थेची चिंता करताना हा मुद्दा लक्षात घेतला गेला पाहिजे.

स्त्रीला कामात, व्यवहारात मदत, स्त्रीची विश्रांती, स्त्रीचा आहार, तिची आजारात सेवा, तिच्या दुःखात मिळणारा मानसिक आधार हे जितके तिला मातृकुळात हक्काने, ममत्वाने मिळत होते, ते नंतरच्या एकत्र पितृकुटुंब-पद्धतीत चढत्या क्रमाने कमी होत, पुढे विभक्त पति-पत्नी कुटुंबात तर या साहाय्याचा लवलेशही राहिला नाही. अशा स्थितीत नोकरीसाठी स्त्री घराबाहेर जाणार कशी? युद्धावर जाणाऱ्या दुर्गेसारख्या स्त्रिया मातृकुळात मुले ठेवून निर्धास्तपणे जात होत्या, ती समाजव्यवस्था आता कुठे राहिली आहे? नंतरही स्त्रीच्या स्वावलंबनाचा स्वतंत्र विचार कधी झाला नाही. कुटुंबाला धक्का न लागता स्त्रीचे स्वावलंबन जपले जाईल, अशा कोणत्याही कल्पना समोर आल्या नाहीत. परिस्थितीला शरण जाऊन, मध्यंतरात बालकांचे निर्माण झालेले 'प्ले ग्रुप्स', पाळणाघरे हाच भारतीय स्त्रीच्या नोकरीचा सरतेशेवटी एक जेमतेम आधार झाला. आपल्या अपत्यांनी इतक्या लहान वयात घराबाहेर पडावे नि ही वस्तुस्थिती स्त्रीच्या नोकरीचा आधार व्हावी, याइतके दुसरे दुर्दैव नाही. पण प्ले ग्रुप, केजी स्कूल्स, पाळणाघरे, नंतर क्लासेस यामुळे बालके आणि कुटुंबे यामध्ये भावनिक फारकत होत गेली. बालकांची भावनिक गुंतवणूक कुटुंबात कमी आणि बाहेर जास्त, ही परिस्थिती अंतिमतः कुटुंबसंस्थेला मारक झाली. ही परिस्थिती गेले ५०-६० वर्षे भारतात पक्की होऊन गेलेली आहे.

वयाच्या दुसऱ्या वा तिसऱ्या वर्षात बालकांना मातेचे प्रेम, सुरक्षितता याची नितांत गरज असते, त्या वयात त्यांना परक्या वातावरणात असुरक्षित वाटेल अशा शाळांमध्ये रडत बसवून ठेवणे, हा कुटुंबव्यवस्थेची दुसरी वीट हलण्याचा आणखी एक सुरुवात बिंदू! पाश्चात्त्य देशात हे बदल प्रथम आले, पण तिथे मुलांच्या मानसाचा एकतर अभ्यास होत असतो, तसेच कमी लोकसंख्येमुळे प्ले ग्रुप्स तिथे दुकान चालविल्याप्रमाणे कुणीही चालवित नसते. उच्चशिक्षित, प्रशिक्षित आणि मुलांना सांभाळण्याची मनापासून आवड असणाऱ्या महिलाच हे काम करतात. मातेचा प्रेमस्पर्श, जिव्हाळा या स्त्रिया बालकांना अचूक देतात. मुलांना शाळेत झालेला त्रास तिथे समाज व सरकारकडून गंभीरपणे घेतला जातो. म्हणून तिथे ही

परिस्थिती इतकी विकोपाची आढळत नाही. कौटुंबिक मूल्ये सांभाळण्याचे भान तिथे आजही टिकून आहे.

आधीच्या काळात, पाच ते सहाव्या वर्षी एकदम पहिलीत जाणारी मुले घरीच मुळाक्षरे, शब्द, अंक शिकून शाळेत पाऊल ठेवत होती, तेव्हा 'आपल्याला शाळेत गेले पाहिजे' या समजण्याच्या वयात ती होती. आज वयाच्या दुसऱ्या वर्षात प्ले ग्रुपमध्ये जाणारी बालके काही दिवसांनी शांत झालेली दिसतात, याचा अर्थ ती खूप बदलून जातात. घरातील ममत्वाची माणसे आपल्याला या अपरिचित ठिकाणी का आणून सोडतात, हे त्या दोन वर्षांच्या बालकाला समजू शकत नाही. तिथल्या केव्हाही आक्रमक होणाऱ्या वातावरणाशी जुळवून घेण्यासाठी त्या बालकाला प्ले ग्रुपमध्ये भावनिक, मानसिक आणि कधी शारीरिकही सामना एकाकीपणे करावा लागतो. त्यातून त्यांची उपजत संवेदनशीलता, निरागसता ती गमावून बसतात. आजूबाजूच्या परिस्थितीनुसार त्यांना आक्रमक होण्याशिवाय पर्याय नसतो. प्रत्येक पुढील पिढीतील बालके साध्या प्रसंगातही जास्त रिॲक्ट होतात, ज्याला आपण 'आजची पिढी हुशार' असे संबोधतो. वयाच्या मानाने ती किती प्रमाणात अस्वस्थ होताहेत, याकडे आपण दुर्लक्ष करतो. किमान वयाच्या पाच-सहा वर्षांपर्यंत, प्रत्येक बालकाला घरगुती ममत्वाची, सुरक्षिततेची गरज आहे, हे आज आपण मान्यच करायचे सोडून दिलेले आहे. तेवढी वर्षे त्यांना घरात शिकवून वळण लावणे, यासाठी घरात आईपासून कुणालाच आता वेळ नाही की जाणीव नाही. किंबहुना ती संकल्पनाच आता नष्ट झालेली आहे. यातून गेल्या सुमारे पन्नास-साठ वर्षांत केजीमधून बाहेर पडलेल्या तरुण पिढीची बालवयात झालेली भावनिक हानी पुढे कशानेही भरून येणार नाही, अशी स्थिती पुढील भौतिक शोधांमुळे अधिकच बिकट झाली.

हार्वर्ड मेडिकल स्कूलचे मनोविकारतज्ज्ञ डॉ. रॉजर पीटमन यांनी सन २००५मध्ये केलेल्या संशोधनानुसार, ''माणसाचा मेंदू नेहमी वाईट गोष्टींच्या स्मृती अगदी कटाक्षाने जपतो. कटू अनुभव मेंदूत अगदी खोलवर जातात,'' असे डॉ. पीटमन यांचे म्हणणे आहे. शालेय वयातील कटू अनुभवाचे तेच परिणाम आता दिसत आहेत. तसेच, प्रेम हे पुस्तकात वाचून समजत नाही. प्रेमभावनेचा, प्रेमस्पर्शाचा त्याकरता अनुभव असावा लागतो. जन्मल्यापासून जास्तीतजास्त वयापर्यंत या मातृ-पितृप्रेमाचा आलेला अनुभव माणसाला हळुवार, संवेदनशील,

आणि नात्यांची जपणुक करणारा बनवतो. आजची मुले, बालके मूलतः अशी संवेदनशीलपणे वाढविण्याची काळजी आपल्याकडे घेतली जात नाही आणि तशी वाढलीच, तर पुढे 'केजी' स्कूल्स, शाळा आणि नंतर टीव्हीच्या प्रभावामुळे ती तशी राहत नाहीत. बालकांच्या वयाच्या दुसऱ्या वर्षापासून, शुष्क आणि निष्प्रेम होत जाणाऱ्या संवेदना हे आपल्याकडे कौटुंबिक मूल्ये ढासळण्याचे मोठे कारण बनत चाललेले आहे, जे आपल्या लक्षातही येत नाही.

कुटुंब मोडण्याचे तिसरे महत्त्वाचे वर उल्लेखिलेले कारण म्हणजे, गेल्या चाळीस वर्षांत टीव्हीने घराघरातून पसरलेले हात-पाय! कुटुंबातील बदललेली मूल्ये व नातेसंबंध जी काय पराकोटीने घसरलेली दिसत आहेत, ती विशेषतः या चाळीस वर्षांतली कहाणी आहे. शिवाय गेल्या चाळीस वर्षांत देशाच्या वाढलेल्या लोकसंख्येमुळे योग्यता नसणारी माणसे कोणत्याही क्षेत्रात घुसलेली आहेत. लहान मुलांवर, तरुणांवर काय परिणाम होतील याचे काही तारतम्य नसणारी बेजबाबदार माणसे टीव्हीसारख्या अत्यंत महत्त्वाच्या प्रसारमाध्यमावर येऊन बसतात आणि गुन्ह्याच्या, विकृतीच्या, स्त्री-छळाच्या, बालके अपहरण-हत्येच्या बातम्यांना ब्रेकिंग न्यूज व नाट्यरूपांतराद्वारे दाखवतात, तेव्हा ही माणसे प्रेक्षकांना गुन्हेगारी वर्तनाबदल असंवेदनशील, बेपर्वा बनवितात. टीव्ही मालिकांना तर विवाहबाह्य संबंध फारच आवडीचे! 'विवाहबाह्य प्रेमसंबंध हा जणू प्रत्येकाचा हक्क आहे,' असा समज या मालिकांद्वारे विवाहित स्त्री-पुरुषांचा करून दिला जातो. प्ले ग्रुप्स, केजीपासून ते तारुण्यापर्यंतच्या या सदोष परिस्थितीचा एकत्रित परिणाम म्हणून प्रत्येक पिढी चढत्या क्रमाने अस्वस्थ होत चाललेली दिसते. ती समाधानी नाही. शांत नाही. मग कुठे मुलगा आई-वडिलांना विचारीत नाही, तर कुठे पति-पत्नी एकमेकांशी पटवून घेत नाहीत, तर कुठे दोघांपैकी एकाचे विवाहबाह्य प्रेमप्रकरण असते, तर कुठे घरातील तरुण मुलगा-मुलगी लग्नाला नकार देतात किंवा कुणी हिंसक वागतात. कुणी व्यसनाकडे ओढले जातात. सरतेशेवटी याचा घाव कुटुंबव्यवस्थेवर पडतो. भौतिक प्रगतीमागे धावण्याच्या भरात आपण कुटुंबालाच क्षुल्लक आणि निरुपयोगी करून टाकलेले आहे. त्याचे स्वभाविक परिणाम कुटुंबे मोडण्यात होत आहेत. थोडक्यात, फक्त विवाहसंस्था टिकत नाही म्हणून कुटुंबे धोक्यात आलेली आहेत असे नसून, त्यामागे भौतिक प्रगतीचासुद्धा हात आहे, हे इथे लक्षात येईल.

सोशिऑलॉजीस्टच्या मते, 'सोशल एनव्हार्यमेंट'मध्ये (भोवताल) पालक, शिक्षक, शेजारी, नातलग, मित्र-मैत्रिणी,आर्थिक स्थिती, शिक्षणव्यवस्था, जीवनावश्यक गरजांची उपलब्धता, स्वावलंबन, धार्मिक विश्वास, संस्कार, साहित्य, प्रचारमाध्यमे वगैरे सर्व घटक येतात, जे आपल्या घडण्यावर प्रभाव टाकत असतात. आज दुर्दैवाने हे सर्व घटक कमी-अधिक प्रमाणात सदोष आणि विपरीत (काही बाबतीत विकृतही) झालेले आहेत. त्यांच्यामध्ये सुधारणा होणे आणि त्या सुधारणांची सुरुवात सर्व क्षेत्रांत एकदम होणे, हे फार गरजेचे आहे. उदाहरणार्थ, फक्त शिक्षणक्षेत्रात सुधारणा आणल्या आणि प्रसारमाध्यमे आहेत तशीच राहिली, तर चांगल्या शिक्षणाचा हवा तेवढा अपेक्षित आणि त्वरित परिणाम मिळणार नाही. स्त्री-पुरुष, पालक-मुले, मित्र-मैत्रिणी, पति-पत्नी, भावंडे असे वेगवेगळे नातेसंबंध मानवी जीवनात आहेत. ज्या विविध ज्येष्ठ व्यक्तींद्वारे आणि माध्यमांद्वारे हे नातेसंबंध आणि त्यातून कौटुंबिक नाती मजबूत होण्याचे संस्कार आपल्यापर्यंत पोहोचणे आवश्यक आहे, ती घडी आज विस्कटली आहे. थोडक्यात, कुटुंबरचना बदलण्यामागे अर्थकारण बदलण्याचा हात असला, तरी त्यामुळे कुटुंबसंस्था नष्ट होत नाही. ती फक्त आपले रूप बदलते. पण 'भोवतालिक' घटकांच्या चुकीच्या वापरातून किंवा धोरणातून जर सदोष विचार-आचारसंहिता पिढ्यांमधून सातत्याने येत गेली, तर मूल्ये धोक्यात येऊन कुटुंबसंस्था आतून कोसळून जाते, हे वास्तव काळजी करण्यासारखे आहे.

कुटुंबे वाचवण्यासाठी कुटुंब रचनेचा पाया बदला

'कुटुंबव्यवस्था' हे माणसाचे 'माणूस' म्हणून असणारे एक महत्त्वाचे लक्षण आहे. 'कुटुंब' म्हणजे प्रेम, विश्वास आणि सुरक्षितता मिळण्याचे ठिकाण! ही तीन मूल्ये जिथे आहेत, तिथेच कुटुंबव्यवस्था साकार होते. मग बालकाचे 'कुटुंब' मातेच्या कुशीत उघड्या माळरानावरही असू शकते. आपले व आपल्या मालमत्तेचे रक्षण करणारा निवारा म्हणजे घर, जे भिंती-छपराचे असते. घर आणि कुटुंब या दोन अशा वेगवेगळ्या कल्पना आहेत. विवाहाद्वारे 'माता-पिता-अपत्ये' ही कुटुंबसंस्था एकेकाळी स्थिर झाली खरी, पण आज मात्र या विवाहित कुटुंबात बऱ्याच अंशी फक्त 'निवारा'च उरलेला दिसतो. वेळ झाला आणि आठवण राहिली, तर एकमेकांची चौकशी असते. आस्था, जिव्हाळा, प्रेम, विश्वास, सुरक्षितता, वडिलकीचा आदर

ही अस्सल कुटुंब-लक्षणे ऱ्हास पावत चाललेली दिसतात.

ॲरिस्टॉटलने म्हटल्याप्रमाणे, माणूस हा प्राणी असला तरी तो सामाजिक प्राणी आहे. तो समाज स्थापून राहतो. तो काही एकेकटा राहू शकत नाही. मग माणसाने कुणाच्या तरी सान्निध्यात, कुणाच्या तरी आधाराने जीवन जगावे ही अत्यंत स्वाभाविक आणि अन्य प्राण्यांपेक्षा वेगळी गोष्ट आहे. आजची कुटुंबाची स्थिती पाहता, ते किती माणसांचे आणि कोणाचे मिळून तयार झालेले आहे, हे महत्त्वाचे नाही. ज्या संख्येने माणसे कुटुंबात आहेत, मग ती दोन असतील किंवा दहा असतील, त्यांच्यातील विचारपूस, त्यांचे आनंदी सहजीवन हे शेवटी महत्त्वाचे ठरत आहे. अर्थात आपण पाहिले, की 'अर्थव्यवस्था' हा कुटुंब घडण्याचा किंवा बदलण्याचा तात्त्विक पाया आहे.

अर्थव्यवस्थेच्या सततच्या बदलण्यामुळे कुटुंबव्यवस्था जर बदलत राहणार असेल, तर त्या बदलाचे मानसिक परिणाम माणसाने भोगत राहण्यापेक्षा, कुटुंबरचनेचा तात्त्विक पायाच स्वतंत्र केला पाहिजे. तो कोणत्यातरी शरीरसंबंधाच्या रीतीवर आणि त्यायोगे अर्थनीतीवर आधारित करण्यापेक्षा प्रेम, आनंद, विश्वास, आधार, सुरक्षिता या मूल्यांवर कुटुंबाला स्थिर केले पाहिजे. मग भले, रीतसर लग्न कोणी न का करेना! म्हणजे, समजा दोन किंवा अधिक पुरुषांचे चांगले वैचारिक स्तरावर जुळत असेल, त्यांना त्यांच्या मैत्रीत, सहजीवनात आनंद वाटत असेल, तर त्यांना त्यांचे असे 'कुटुंब' निर्माण करण्यात कुणाची हरकत असू नये. किंवा दोन बहिणींना वाटले, की आई-वडिलांसोबतच राहवे. प्रसंगी एखाद्या चांगल्या मित्राबरोबर संबंध असावेत, तर आई-वडिलांनीही ते मान्य करावे आणि वर उल्लेखिलेल्या 'व्हिजिटींग मॅरेज' संकल्पनेनुसार तसेही सहजीवन असू शकते, हे समजून घ्यावे. किंवा दोन मैत्रिणी ज्यांचे विचार जुळतात आणि एकत्र राहणे त्यांना त्यांच्या लग्नापेक्षा आनंददायक आणि सुरक्षित वाटत आहे आणि मूल दत्तक घेण्याची, किंवा एकीचे मूल दोघींनी मिळून सांभाळण्याची त्यांची इच्छा आहे, तर तसेही कुटुंब असू शकते.

माणसाला ज्याच्या त्याच्या आर्थिक स्थितीनुसार (अर्थव्यवस्थेनुसार) आणि त्याच्या आधाराच्या कल्पनेनुसार, आपापल्या कुटुंबजीवनाची निवड करू दिली, आणि प्रत्यक्षात तो पारंपरिक विवाह जरी नसला, तरी कुटुंबाची मूल्ये तरी शाबूत राहतील. त्यानुसार काही कुटुंबे ही फक्त स्त्रिया एकत्रित राहण्याची असतील,

दुसऱ्या कोण्या कुटुंबात फक्त माता-मुले राहत असतील, तर कुठे पिता-मुलांचे कुटुंब असेल, कुठे दत्तक मुले व पालक असतील, तर काही तरुण ज्येष्ठांना दत्तक घेऊन त्यांच्याबरोबर राहत असतील, तर कुठे स्त्री-पुरुष विवाह करून पारंपरिक पद्धतीने राहतील, तर कुणाचे 'लिव्ह-इन' स्वरूपाचे कुटुंब असेल,कुठे 'अविवाहित माता-मूल' असेही कुटुंब असू शकेल. शेवटी जो तो स्वतःला रुचेल अशी सहजीवनाची पद्धत जेव्हा निवडेल, तेव्हा त्या कुटुंबांप्रति जिव्हाळा, प्रेम, विश्वास ही मूल्ये त्याच्या मनात असल्याशिवाय तो ती स्वीकारणारच नाही. आपसूक त्या सहजीवनाची जबाबदारीही ती व्यक्ती मग आनंदाने घेईल. म्हणजेच अशा प्रकारे उभारलेली कुटुंबव्यवस्था कोसळण्याची शक्यता कमी राहते. कुटुंब हे विवाह पद्धतीतूनच तयार झाले पाहिजे, हा आग्रह जर आपण सोडला, तर कुटुंबाचे रूप बदललेले दिसेल, पण ते मूल्यांतून मोडणार नाही. त्यात प्रत्येकाने स्वतःच्या मालमत्तेचे काय करायचे, त्याचे अधिकार आपल्या कायद्याने आधीच दिलेले आहेत. जोपर्यंत एकदुसऱ्याचा छळ करीत नाहीत किंवा सामाजिक सुरक्षेला धोका किंवा उपद्रव निर्माण करीत नाहीत, तोपर्यंत वरीलपैकी कोणत्याही कुटुंबरचनेला अनैतिक म्हणता येणार नाही. आपण लक्षात घेतले पाहिजे, की कुटुंबव्यवस्थेतच माणसाच्या प्रगतीचा मार्ग आहे. माणसाला स्थैर्य असल्याशिवाय प्रगती करता येत नाही आणि हे स्थैर्य आपल्याला फक्त कुटुंबातून मिळत असते. कुटुंब म्हणजे एकाच आचार-विचारांनी एकमेकांना जोडून घेऊन राहणाऱ्या माणसांचा समूह. कुटुंब हे नेहमी मूल्यांतून टिकते. ते विवाह केल्यामुळे टिकेल, असे नाही. म्हणून विवाहापेक्षा कुटुंबातील मूल्यव्यवस्था टिकावी, असा आग्रह आणि प्रयत्न आपण करायला हवेत.

खरा प्रश्न, भारतीय समाज अशा विविध प्रकारच्या कुटुंबरचनेची कल्पना स्वीकारील का नाही, हा आहे. जगात कारण भारतासारखे काही देश असे आहेत, की त्या समाजात शैक्षणिक आणि आर्थिक विषमता प्रचंड आहे. त्यामुळे एखाद्या नवीन विचाराचे आकलन समाजातील विविध आर्थिक स्तरांत वेगवेगळे असू शकते. एक विचार एका अर्थाने न समजून, त्याचे अनेक अर्थ काढले जातात. कुणी त्या विचाराला धर्मविरोधी म्हणतो, कुणी संस्कृतीविरोधी म्हणतो. कुणी फॅड म्हणतो. त्यामुळे चांगल्या परिवर्तनाविरोधात भारतात निव्वळ प्रतिक्रिया नाही, तर हिंसासुद्धा होऊ शकते. विविध कुटुंबरचनेचे प्रयोग करून पाहावे हे वैचारिक,

आर्थिकदृष्ट्या सक्षम व स्थिर असणाऱ्या उच्च मध्यमवर्गातच सध्या जमण्यासारखे आहे. मग हळूहळू अनुकरणाने किंवा त्या प्रयोगाच्या चांगल्या प्रत्यंतरामुळे खालील सामाजिक स्तरात ते झिरपत जातील.

'विवाहाविना, पण कुटुंबासह' माणसाला सहज जगता येऊ शकते, असा पाश्चिमात्य देशांनी जगाला एक धडा घालून दिलेला आहे. ॲरिस्टॉटलचे ''माणूस हा सामाजिक प्राणी आहे'' याचा अर्थ त्यांना काही हजार वर्षांनी का असेना पण कळलेला आहे. माणूस एकटा जगू शकत नाही, याचा अर्थ 'माता-पिता-अपत्ये' अशीच कुटुंबरचना सक्तीची असली पाहिजे असे नाही. त्यापेक्षा एका छताखाली राहणाऱ्या माणसांचे एकमेकांमधील बंध (बाँड) घट्ट आणि विश्वासक असणे हे अधिक महत्त्वाचे आहे, हे पाश्चात्त्यांना कळलेले आहे. 'वारस देणाऱ्या' शरीरसंबंधाच्या कल्पनेवर कुटुंबसंस्था उभी करण्याचे त्यांनी आता नाकारलेले आहे. बदलत्या अर्थव्यवस्थेतून प्रत्येक कालखंडात अस्थिर होणाऱ्या कुटुंबव्यवस्थेलाही त्यांनी त्यातून उत्तर शोधलेले आहे. दृष्टिकोनात, समजुतीत, संस्कारात हे बदल आणताना, पहिली काही दशके पाश्चात्त्य देशांना या परिवर्तनाची किंमत द्यावी लागलेली आहे; हेही खरेच.

'माता-पिता-अपत्ये' ही कुटुंबरचना पाश्चात्त्य देशात जेव्हा बदलू लागली, तेव्हा पहिल्याप्रथम बालकांचे, तरुणांचे मानसिक, भावनिक प्रश्न तिथे उभे राहिले. काही काळ बालगुन्हेगारीत वाढ झाली आणि 'एकपालक कुटुंब' टीकेचे लक्ष्य झाले. समाजरचनेची घडी जेव्हा बदलू लागते, तेव्हा पहिल्या पिढीला त्या बदलाचे परिणाम भोगावे लागत असतात. कारण माणसाची मानसिकता जुन्या संस्कारानुसार काम करीत असते, पण ती परिस्थिती कायम राहत नाही. नव्या समाजिक बदलांतून नवे संस्कार, नव्या समजुती, नव्या शिक्षणपद्धती, नव्या सुविधा, नवे कायदे हे सर्व पाश्चात्त्य देशात तयार होत गेले. बालकांचे एकटेपणाचे प्रश्न निर्माण होऊ नयेत किंवा कुणाला पिता नाही, माता नाही ही वस्तुस्थिती समाजाला स्वीकारता यावी, याकरता समुपदेशनाची, आधार देण्याची अनेक केंद्रे तिथे उभारली गेली, सर्व्हे झाले, संशोधने झाली. आणि सुमारे तीस-चाळीस वर्षांनंतर जेव्हा 'एकपालक' कुटुंबे समाजात सर्वत्र दिसू लागली, सवयीची झाली, तेव्हा त्याचा बाऊ करण्याची वृत्ती गेली आणि पाश्चात्त्य समाज त्या गोंधळलेल्या स्थितीतून बाहेर पडला. विवाहपूर्व शरीरसंबंधातून स्त्रीला होणाऱ्या मुलासह

तिच्या त्या कुटुंबाचा स्वीकार तिथे होऊ लागला. याचाच अर्थ, कुटुंबसंस्थेचा पाया तिथे बदलला गेला. कुटुंबे ही 'वारसकल्पने'ऐवजी मूल्यव्यवस्थेवर उभी करण्यात आली आणि षट्कोनासारख्या अनेक बाजू कुटुंबसंस्थेला प्राप्त झाल्या. समलिंगी किंवा भिन्नलिंगी स्त्री-पुरुषांचे कुटुंब, एकपालक कुटुंबे, दत्तक मुले-पालक कुटुंबे किंवा आपले संशोधन किंवा कला किंवा करिअर याच्यावर प्रेम करीत राहणाऱ्याचे एकट्याचे कुटुंब, असे विविध प्रकार पाश्चात्त्य देशांनी एव्हाना स्वीकारलेले आहेत. त्यामुळे पुढील कालखंडात अर्थव्यवस्था कशीही बदलू देत, कुटुंबांच्या अनेक प्रकारांपैकी कोणत्याही प्रकारात त्या त्या काळात विलीन होता येऊ शकणारी मानसिकता तिथे निर्माण झालेली आहे.

आपल्या देशातसुद्धा, कुटुंबसंस्थेला वाचवायचे म्हणजे कुटुंबाशी संबंधित मूल्ये वाचवायला हवीत, शरीरसंबंधाच्या पद्धती (विवाह) नाही. हा विचार आपण आत्मसात केला तर सध्या ज्या विवंचनेत आपला समाज चाचपडतो आहे; ती समाजाची स्थिती एका निश्चित दिशात्मक मार्गावर येईल. आपल्याला नेमके काय वाचवायचे आहे? शरीरसंबंधाची पद्धत (विवाहसंस्था) की कुटुंबसंस्था? त्याचा निश्चित एकदा निर्णय व्हायला पाहिजे. विवाह ही 'शरीरसंबंधाची पद्धत', अर्थव्यवस्थेबरोबर सतत बदलत राहणार आहे, ती स्थिर नसते, हे आपल्याला आता कळलेले आहे. मग तिच्यासमवेत कुटुंबरचना प्रत्येक कालखंडात फरफटत न्यायची आहे का? याचा विचार शांतपणे प्रत्येकाने केला पाहिजे. परिस्थितीला शरण जाऊन, होईल ते ते पाहत राहण्याच्या रानटी अवस्थेत आज आपण नाही. प्रगत वैज्ञानिक युगात आपण आहोत.

कुटुंबसंस्था आणि विवाहप्रथा (शरीरसंबंध) यांच्याकडे स्वतंत्रपणे पाहण्याची दृष्टी आपल्याला धारण करता आली पाहिजे. कुटुंबाची व्याख्या आपण वर पाहिली. मूल्यव्यवस्थेला धरून चालणारे सहजीवन ते कुटुंब! तशी कुटुंबे खुल्या मनाने स्वीकारता आली, तरच हा तिढा सुटेल. कुटुंबरचना लवचीक (फ्लेक्झिबल) असण्याचे आपण स्वागत केले पाहिजे. कुटुंब आणि विवाह यांना जोडून ठेवण्याचा अट्टाहास आपण जर सोडला तर कुटुंबसंस्था वाचेल. विवाह-संस्कार केल्यामुळे दोन व्यक्ती जोडलेल्या राहतात, ही आपली समजूत चुकीची आहे. खरे तर एकमेकांच्या प्रेमाने आणि विश्वासाने दोन व्यक्ती एकमेकांना धरून राहत असतात, अगदी विवाह नाही केला तरी. विवाह ही खरे तर एकप्रकारे दुष्ट,

विश्वासघातकी, छळवादी, विकृत लोकांना टिकाऊ आसरा व सुख-सोय मिळवून देण्याची सुविधा आहे, असे घटस्फोटाच्या अनेक प्रकरणांवरून दिसते. कारण ही मंडळी आपल्या जीवनसाथीचा छळ करतात आणि त्या निरपराध जोडीदाराला अशा विवाहातून सुटका मिळणे अवघड असते. त्यामुळे विवाह ही अत्याचारी जोडीदाराची सोय बनून राहते.

विवाहासारख्या कर्मकांडात्मक बंधनातून आणि सक्तीतून कुटुंबसंस्थेचा जन्म जर मुक्त केला गेला, तर विवाहाविनासुद्धा चांगल्या संस्कारक्षम कुटुंबात आपण वाढू शकतो, हे लक्षात येईल. शेवटी शरीरसंबंधाच्या कोणत्याही पद्धतीपेक्षा, माणसाच्या स्वास्थ्यासाठी आणि स्थैर्यासाठी कुटुंबव्यवस्था टिकून राहणे जास्त महत्त्वाचे नाही का?

◆◆◆

लिंगभावाचा आदर!

सन २०१२मधली घटना. विधान बारुआ या तरुणाला स्त्रीत्वाची ओढ होती, त्याला स्त्री म्हणून जगायचे होते. त्याने एका पुरुषाबरोबर स्वतःचे लग्न ठरवलेले होते. विधानच्या स्त्री-काया प्रवेशानंतर तो साड्या, दागिने अशी लग्नाची खरेदी सुरू करणार होता. किंबहुना त्याने स्वतःचे 'स्वाती' हे नावही ठरवून टाकलेले होते... ही सर्व माहिती न्यूज चॅनेलवरून सांगताना, विधान मनोमन किती आनंदित झालेला होता, हे जाणवत होते. विधान बारुआ या तरुणाने लिंग बदलाच्या शस्त्रक्रियेसाठी न्यायालयाकडून परवानगी घेतल्याच्या बातम्या प्रसारित झाल्या होत्या.

अशा घटना बातमी रूपात अधूनमधून आपल्यापर्यंत पोहोचतात, तेव्हा अशा प्रकारचा लिंगबदल करण्याचा प्रयत्न हा आपल्यासारख्या सर्वसामान्यांना अनाकलनीय वाटतो. समाजातला एक वर्ग आणि विशेषतः धार्मिक संस्काराखाली असणारे लोक 'ही विकृती आहे' किंवा 'पाश्चात्य फॅड आहे' अशी प्रतिक्रिया देतात; परंतु ज्या व्यक्तीवर २०-२२ वर्षे पुरुष म्हणून संस्कार झाले आहेत, व त्याचे तसे संगोपन केले गेले आहे, त्या व्यक्तीने स्वतःच्या लिंगबदलाच्या निर्णयापर्यंत पोहोचणे ही तशी सहज सोपी बाब नाही. तसे मोठे कारण असल्याशिवाय असे पाऊल कोणी उचलणार नाही. कारण प्रत्येक स्त्री व पुरुषाच्या जननेंद्रियांची जडणघडण ही गर्भाशयात होत असते. गर्भाशयातील पहिल्या पाच महिन्यांतच

गर्भाची लिंगनिश्चिती दृश्य होते. ही सर्वोच्च महत्त्वाची घटना म्हणावी लागते, कारण गर्भाशयात ती सर्वप्रथम घडावी लागते आणि त्यानंतरच तो भ्रूण विकासाची पुढची दिशा पकडतो. अगदी भ्रूणाच्या मेंदूचा विकाससुद्धा या घटनेनंतर वेग घेतो.

स्त्री व पुरुष समागमानंतर निर्माण झालेला गर्भाशयातील भ्रूण हा एक्सएक्स क्रोमोसोम धारण केलेला स्त्री-भ्रूण तरी असतो किंवा एक्सवाय क्रोमोसोम धारण केलेला पुरुष-भ्रूण तरी असतो. समागमाच्यावेळी जरी लिंग निश्चित झालेले असले, तरी पहिले सहा आठवडे लिंगाचे 'स्वरूप' हे मुलगा-मुलगी दोन्ही भ्रूणांत एकसारखेच असते. त्याला इंग्रजीत 'गोनाड्स' असे म्हणतात. या गोनाड्समधून पुढे स्त्रीच्या ओव्हरीज तयार होणार आहेत की पुरुषाच्या टेस्टीज हे रहस्य गर्भाधारणेनंतरच्या सहाव्या आठवड्यानंतर हळूहळू उलगडत जाते. भ्रूण मुलाचा असेल, तर त्याच्या एक्सवायपैकी वाय क्रोमोसोमवरील एसआरवाय हा जीन सहा आठवड्यांनी कार्यान्वित होतो आणि तो 'गोनाड्स'मधील सर्व पेशींच्या डीएनएंना एकत्रित करून, त्या गोनाड्सना टेस्टीजमध्ये बदलतो व अशा रीतीने भावी पुरुषाची पहिली पायाभरणी होते. शिवाय प्रत्येक गर्भामध्ये दोन सिस्टीम्स (कार्यपद्धती) सुप्तावस्थेत असतात. त्यापैकी एक सिस्टीम पुरुष गर्भाचा विकास करणारी असते. तिला 'वूल्फियन' म्हणतात, तर दुसरी सिस्टीम ही स्त्री गर्भाचा विकास करणारी असते, तिला 'मुलेरीयन' (दोन्ही नावे शास्त्रज्ञावरून) म्हणतात.

भ्रूणामधून पुरुष गर्भ तयार होण्याची प्रक्रिया गुंतागुंतीची असते. त्या तुलनेत स्त्री-गर्भ तयार होण्याची प्रक्रिया अतिशय सरळ सोपी असते. वर म्हटल्याप्रमाणे एक्सवाय क्रोमोसोममधील वाय हा गोनाड्समधून टेस्टीज घडवतो आणि पुरुष गर्भाच्या या टेस्टीज, त्यानंतर पुरुष हार्मोन्सचे उत्पादन सुरू करतात. या सर्व पुरुष हार्मोन्सना अँड्रॉजेन म्हटले जाते. या अँड्रॉजेनपैकी 'टेस्टोस्टेरॉन' हे अत्यंत महत्त्वाचे सेक्स ड्राईव्ह हार्मोन आहे. हे हार्मोन स्त्रियांमध्येसुद्धा थोड्या प्रमाणात असते. टेस्टीजमधून बाहेर पडलेले टेस्टोस्टेरॉन (टी-हार्मोन म्हणू या) गर्भाच्या रक्तप्रवाहात मिसळते आणि त्याच्या टार्गेट विभागापर्यंत, म्हणजे 'वूल्फियन सिस्टीम'पर्यंत आणि गर्भाच्या मेंदूपर्यंत जाते. या टी-हार्मोनमुळे पुरुष लिंग विकसित करणारी वूल्फियन सिस्टीम कार्यान्वित होते. शिवाय स्त्री-गर्भाची वाढ करणाऱ्या मुलेरीयन सिस्टीमला रोखून धरण्यासाठी भ्रूणाच्या टेस्टीजमधून 'अँटी-मुलेरीयन हार्मोन' रक्तप्रवाहात सोडले जाते. त्यामुळे पुरुष-गर्भ (म्हणजे त्याची

लिंग व्यवस्था आणि मज्जासंस्था या दोन्ही) टी-हार्मोनच्या प्रभावाखाली येऊन, तो 'मॅस्क्युलिनाइझ' होतो. शिवाय, त्या पुरुष गर्भाला हे अँटी-मुलेरीयन हार्मोन, 'डीफेमिनाइज्ड' करते. अशा रितीने गर्भाशयात पुरुष गर्भ आकाराला येतो.

स्त्री-भ्रूणामध्ये एक्सएक्स क्रोमोसोम असल्यामुळे वाय क्रोमोसोमची अनुपस्थिति हीच स्त्री-गर्भाच्या विकासासाठी अनुकूल स्थिती असते. टी-हार्मोन नसल्यामुळे, गर्भाचे गोनाड्स ओव्हरीजमध्ये बदलतात. या ओव्हरीजमधून इस्ट्रोजेन आणि प्रोजेस्टेरॉन ही दोन हार्मोन्स निर्माण केली जातात आणि प्रथमच स्त्रीची अंतर्गत जननेंद्रिये, ओव्हरीज, फेलोपीन ट्युब, गर्भाशय तयार होऊन नंतर बाह्य जननेंद्रिये विकसित होतात आणि स्त्री-बालक तयार होते. मात्र पुरुषाची बाह्य जननेंद्रिये आणि विशेषतः लिंग (पेनिस) तयार होण्यासाठी टी-हार्मोनचे रूपांतर डायहाड्रोटेस्टोस्टेरॉन या हार्मोनमध्ये व्हायला लागते.

बहुसंख्य व्यक्तींमधील स्त्री-पुरुष लिंग फरक हा ठरलेल्या नैसर्गिक घटनाक्रमाने अतिशय सुरळीतपणे पार पडत असतो.

काही अपवादात्मक उदाहरणांमध्ये लिंगनिश्चिती स्पष्टपणाने न होता द्विधा स्थिती राहते. फिजिऑलॉजिस्ट या स्थितीची मुख्यत्वे चार कारणे देतात. त्यापैकी एक म्हणजे भ्रूणामध्ये वडिलांकडून येणारे वाय हे सेक्स हार्मोन नसणे. दुसरे, पुरुष हार्मोनसाठीचे प्रतिसादक (रीसेप्टर्स) सदोष असणे. तिसरे कारण म्हणजे, अँड्रोजेन हार्मोनची पातळी अतिरिक्त वाढणे. आणि चौथे कारण, टेस्टोस्टेरॉन हार्मोन कमी प्रमाणात निर्माण होणे. या चार कारणांमुळे गर्भाची लिंग व्यवस्था काही प्रमाणात स्त्रीची, तर काही प्रमाणात पुरुषाची अशी स्थिती निर्माण होते.

यापैकी पहिल्या प्रकाराला, 'टर्नर सिंड्रोम' म्हणतात. या अवस्थेत अर्थात वाय क्रोमोसोम गायब असतो आणि त्याऐवजी एक्सओ हा सेक्स क्रोमोसोम असतो. त्यामुळे गर्भ मुलगा होऊ शकत नाही. त्यामुळे मुलेरीयन सिस्टीम काम करायला लागते आणि स्त्रीची बाह्य जननेंद्रिये घेऊन बाळ जन्माला येते. पालकांना मुलगी झाल्याचा आनंद होतो. परंतु, स्त्रीच्या ओव्हरीज आणि गर्भाशयासाठी दोन एक्सची गरज असते. त्याबाबत त्या मुलीमध्ये एक्सओ गुणसूत्रे असल्यामुळे तिच्या ओव्हरीज, गर्भाशय विकसित होत नाहीत. ही गोष्ट मुलगी वयात आल्यावर समजते. बाकी सर्वथा ती स्त्री असते, पण तिला मूल होऊ शकत नाही.

दुसऱ्या प्रकाराला 'अँड्रॉजेन-इन्सेन्सिटीव्ह सिंड्रोम' म्हटले जाते. अँड्रोजेन

हार्मोनपैकी टी-हार्मोनला तो भ्रूण प्रतिसाद देत नाही, अशी स्थिती निर्माण झालेली असते. यामध्ये भ्रूण जर मुलगी - एक्सएक्स - असेल, तर टी-हार्मोनला प्रतिसाद देण्याचा प्रश्न उद्भवत नाही. परंतु, भ्रूण जेव्हा मुलगा म्हणून एक्सवाय असतो, तेव्हा वायमुळे तयार होणाऱ्या टेस्टीजमधून टी-हार्मोन आणि अँटी-मुलेरीयन बाहेर पडतात. परंतु, पुरुष भ्रूण घडण्यासाठी ज्या वूल्फियन सिस्टीमने प्रतिसाद देण्याची आवश्यकता असते, तो प्रतिसाद देणारे प्रतिसादक सदोष ठरल्याने, त्या गर्भाकडे एक्सवाय क्रोमोसोम असूनही पुरुष जननेंद्रिये प्राप्त होत नाहीत, तो आनुवंशिकदृष्ट्या मुलगा असला तरी. आणि टी-हार्मोनअभावी, स्त्रीची जननेंद्रिये घेऊन बाळ जन्माला येते, तरी तिचे क्रोमोसोम एक्सवाय असतात, त्यामुळे या मुलीमध्ये ओव्हरीज व गर्भाशय नसते. अशा रितीने, मासिक पाळी व गर्भधारणा न होणारी स्त्री, पण जेनेटिकली एक्सवाय धारण केलेला मुलगा, असे व्यक्तिमत्त्व तयार होते. अर्थात टी-हार्मोनला स्वीकारणारे, प्रतिसादक सदोष असल्यामुळे, गर्भाचा मेंदू मॅस्क्युलिनाइझ होत नाही, तो स्त्रीचा राहतो आणि यामुळे जी लिंग-भावना तिच्या मनात तयार होते, त्या स्त्री-लिंग भावनेमुळे ती स्त्री म्हणून आनंदाने जगू शकते, पण गर्भाशयाच्या अभावी तिला मूल होऊ शकत नाही.

तिसऱ्या प्रकारात, गर्भामध्ये पुरुष-हार्मोनची पातळी अतिरिक्त वाढते. अशा स्थितीत गर्भ मुलाचा म्हणजे एक्सवाय असल्यास मोठी समस्या उभी राहत नाही. गर्भ मुलीचा म्हणजे एक्सएक्स असल्यास, क्वचित एखादा अपवाद वगळल्यास, बहुसंख्य मुलींची लिंग-स्थिती सामान्य असते. मात्र या स्त्री-गर्भाचा मेंदू मॅस्क्युलिनाइझ होऊ शकतो. त्यामुळे जन्मल्यावर ती 'टॉमबॉइश' पद्धतीची असते. तिला मुलांसारखे वागायला, त्यांच्यात मिसळून खेळायला, धाडस करायला आणि मुलांच्या खेळात प्रावीण्य मिळवायला आवडते. बाकी तिची प्रजोत्पादन व्यवस्था सामान्य स्त्रीप्रमाणे असते.

मात्र, पुरुष-हार्मोनची वाढणारी अतिरिक्त पातळी गर्भावस्थेतील कोणत्या कालखंडात भ्रूणात वाढते आणि किती वाढते, यावर जन्मणाऱ्या बालकांवरील परिणाम दिसतात. स्त्रीची अंतर्गत जननेंद्रिये आधी तयार होत असतात. ती तयार झाली, पण बाह्य जननेंद्रिये तयार व्हायची आहेत अशा मधल्या काळात जर पुरुष-हार्मोन जास्त झाले, तर त्या स्त्री-बालकाच्या क्लीटोरी आणि व्हजायनाऐवजी पेनिस आणि स्क्रोटम ही पुरुषाची जननेंद्रिये दिसू लागतात आणि बालक दिसायला

मुलगा म्हणून जन्माला येतो. परंतु, जेनेटिकली ती एक्सएक्स धारण करणारी मुलगी असल्यामुळे या मुलाच्या उदरात ओव्हरीज व गर्भाशय तयार झालेले असतात. वयात येईपर्यंत पुरुषाच्या बाह्य-जननेंद्रियामुळे तो पुरुष म्हणून वाढवला जातो, पण वयात आल्यावर त्याच्या शरीरातील ओव्हरीज, 'इस्ट्रोजेन' या स्त्री-हार्मोनची निर्मिती सुरू करतात आणि त्या तरुणांचे स्तन स्त्रीसारखे वाढू लागतात. शिवाय स्त्री-बीज गर्भाशयात येऊन मासिकद्राव पेनिसमधून बाहेर यायला लागतो आणि मासिक पाळी सुरू होते. अशा घटना अतिशय क्वचित अपवादात्मक असतात. निसर्ग सहसा अशी चूक करीत नाही. तरी ज्या एखाद्या मुलाबाबत त्या घडतात, त्या आतापर्यंत पुरुष म्हणून वाढविल्या गेलेल्या मुलासाठी प्रचंड धक्कादायक असतात. स्त्रीसारखे स्तन आणि पुरुषासारखे लिंग अशा चमत्कारिक अवस्थेत ते व्यक्तिमत्त्व सापडते आणि मग त्या व्यक्तीला काहीतरी एक स्पष्टपणे स्वीकारण्याशिवाय दुसरा पर्याय नसतो. म्हणजे सध्याच्या काळातील संशोधनामुळे लिंगबदल करून घेता येतो किंवा हार्मोनल ट्रीटमेंटने काही प्रमाणात नियंत्रण आणता येते. नाहीतर पूर्वीच्या काळात अशा स्थितीत अपमानास्पद जगणे किंवा जीवन संपविणे, याशिवाय दुसरा मार्ग नव्हता.

इथे मग लिंग बदल करायचा असल्यास त्या व्यक्तीला स्त्री व्हायचे आहे की पुरुष? हा प्रश्न निर्माण होतो आणि त्या प्रश्नाचे उत्तर ज्यामधून आपल्याला मिळते, ती असते आपली 'लिंग-भावना'. याबाबत मग मातेच्या गर्भात असताना भ्रूणाच्या मेंदूचे पुरुषीकरण (masculinization) किती प्रमाणात झालेले आहे, त्यावर ते ठरते. तसेच जन्मानंतरच्या संस्कार-संगोपनावरूनही ठरते. आपण स्त्री की पुरुष, ही उपजत समज म्हणजे त्या व्यक्तीचा लिंगभाव! जो प्रत्येक व्यक्तीला विशिष्ट पद्धतीने काम करण्यास, भावना व्यक्त करण्यास, विचार मांडण्यास प्रवृत्त करतो. मेंदूची ही रचनात्मक जडणघडण, स्त्री व पुरुष अशी वेगवेगळी असते, जी गर्भाशयातच तयार होते आणि ती पुन्हा उलटी फिरवता येत नाही. मेंदूच्या या रचनात्मक जडणघडणीतून तयार झालेली लिंग-भावना जन्मानंतरच्या संस्कारातून पक्की रुजते. अर्थात, अशा रितीने लिंग-पेचात सापडलेल्या व्यक्तीने स्त्री म्हणून लिंग बदल करून घ्यावा की पुरुष म्हणून करून घ्यावा, याची दिशा सर्वस्वी त्या व्यक्तीचा लिंग-भाव ठरवित असतो.

लैंगिक गोंधळाची स्थिती निर्माण करणारा चौथा प्रकार म्हणजे, टी-हार्मोन कमी

प्रमाणात निर्माण होणे. इथे गर्भ मुलीचा असल्यास समस्या उद्भवत नाहीत, परंतु गर्भ मुलाचा असल्यास तशी जननेंद्रिये घडतात, पण काही वेळा मेंदूचे पुरुषीकरण करण्यात टी-हार्मोन कमी पडते. याठिकाणीसुद्धा टी-हार्मोन किती प्रमाणात कमी पडले, त्यावर जन्मलेल्या बालकावरचे परिणाम अवलंबून असतात. काही वेळेस हे हार्मोन कमी पडल्याने जन्मलेल्या पुरुषाची जननेंद्रिये सक्षम नसतात, तर कधी हे हार्मोन मेंदूसाठी कमी पडल्याने काही पुरुषांची विचारपद्धती, भावना व्यक्त करण्याच्या पद्धती यामध्ये स्त्रीत्व दिसते. स्त्रियांची देहबोली, स्त्रियांची आभूषणे, केस-पेहराव याचे आकर्षण इथपासून ते पुरुषाबाबत शरीरसंबंधाचे आकर्षण वाटणे इथपर्यंत या पुरुषांमध्ये वैविध्य दिसते, ते गर्भाशयातील गर्भात टी-हार्मोनच्या निर्माण झालेल्या कमतरतेमुळे, असे सध्याचे संशोधक मांडतात. या शारीरिक कारणातून समलैंगिकता उद्भवते. अर्थात, याचा अर्थ प्रत्येक समलैंगिक व्यक्ती शारीरिक कारणामुळेच समलैंगिक असते असे नाही, हेही लक्षात ठेवले पाहिजे. थोडक्यात, प्रत्येक व्यक्तीच्या शरीरामध्ये एक लिंग-व्यवस्था कार्यप्रवण असते, पण त्याची लिंग-भावना जर विरुद्धलिंगी असेल, तर त्या व्यक्तीची त्याच्या शरीरातच घुसमट होते. त्याचे व्यक्तिमत्त्व गुदमरू लागते. आपली जी लिंग-भावना आहे, त्यानुसार आपल्याला शरीर मिळावे, अशा अस्वस्थपणाने त्याच्या मनात एक टोक गाठल्यानंतर लिंग बदलाचा निर्णय त्या व्यक्तीच्या आर्थिक स्थितीनुसार घेतला जातो.

विधान बारुआ करू पाहत होता तो लिंग बदल त्याच्या पुरुष शरीरात अडकलेल्या स्त्रीत्वाच्या लिंग-भावनेला सोडवण्याचा प्रयत्न म्हणता येईल. अशा व्यक्तींना मानसिक आधार व बळ मिळणे आत्यंतिक गरजेचे असते. कारण गर्भाशयातल्या घटनांवर त्या गर्भाला किंवा त्याच्या मातेला नियंत्रण ठेवणे शक्य नसते. फारतर गर्भाशयातला तो अपघात म्हणता येईल. त्यामुळे त्याला विकृती कसे म्हणायचे? अशा व्यक्तींना आपल्या अडचणी सांगता याव्यात, मित्रमंडळींकडे बोलता यावे असा समाजाचा दृष्टिकोन हवा. किंबहुना अशा व्यक्तींची चेष्टा किंवा तिरस्कार करणे, हा गुन्हा ठरवला गेला पाहिजे.

अशा व्यक्तींनी लिंग बदलाची शस्त्रक्रिया करताना काही महत्त्वाच्या बाबी लक्षात घेतल्या पाहिजेत. ती व्यक्ती शस्त्रक्रियेनंतर ज्या लिंगाचा स्वीकार करणार आहे, त्याप्रमाणे लिंगानुरूप लिंग-भावना तिच्या मनामध्ये अत्यंत भक्कम असायला

हवी. न्यायालयीन लढा देणाऱ्या विधान बारुआमध्ये स्त्री-लिंग भावना अशीच ठाम दिसली. त्यामुळे अशा व्यक्तींना शस्त्रक्रियेनंतर जी काही काळ हार्मोनल ट्रीटमेंट घ्यावी लागते, ती त्या व्यक्तीच्या मनाच्या सुरात सूर मिळविण्यात यशस्वी होते.

प्रत्येक व्यक्तीवर स्त्री म्हणून किंवा पुरुष म्हणून होणारे संस्कार, त्या व्यक्तीला मानसिक पातळीवरही घडवत असतात. तरुण वयातील पुरुषाने स्त्री म्हणून लिंग बदल केला, तरी काही वेळा आपण पुरुष म्हणून कसे वागत होतो, सर्व पुरुषांमध्ये कसे मिसळत होतो, आपल्याला समाज तेव्हा कसे पाहत होता, हे तो विसरू शकत नाही. स्त्री म्हणून स्वतःकडे पाहताना त्याला आपले भोवताल बदलल्यासारखे वाटणार आहे. आपल्या जबाबदाऱ्या बदलणार आहेत, आपल्याकडून कर्तव्याच्या अपेक्षासुद्धा बदलणार आहेत, समाजाचे नैतिक मापदंड वेगळे असणार आहेत, हे सर्व वास्तव लिंग बदलापूर्वी त्या व्यक्तीने लक्षात घ्यायला पाहिजे. लिंग बदल करू पाहणाऱ्या व्यक्तीने विरुद्ध लिंगीप्रमाणे राहण्याच्या नव्या कल्पना आधीपासून स्वीकारलेल्या नसतील, तर तिच्यावरील आधीचे संस्कार काही प्रमाणात त्या व्यक्तीला नैराश्यग्रस्त करू शकतात.

म्हणून अखेरीस लिंगबदल शस्त्रक्रियेतून बदलणारे शरीर, त्यानंतरच्या हार्मोनल ट्रीटमेंटमधून बदलणारे मानस आणि त्यानंतर स्त्री-पुरुष संगोपनात जाणवणारा फरक, या सर्वांना तोंड देण्यासाठी माणसाची लिंग-भावना मजबूत असावी लागते. खरेतर, माणसाचे लिंग कोणते आहे, स्त्रीचे आहे की पुरुषाचे आहे? त्यापेक्षा त्या व्यक्तीची त्याला आतून जाणवणारी जी लिंग-भावना असते, त्यानुसार जर त्याला जगायला मिळाले, तर त्याच्या मानसिक समस्या तयार होत नाहीत आणि ती व्यक्ती आपल्या जगण्यावर मनापासून प्रेम करते. याकरता पालकांनी, कुटुंबीयांनी आणि समाजाने स्त्री व पुरुषांच्या लिंग-भावनेचा आदर करणे खूप महत्त्वाचे आहे.

◆◆◆

स्त्री-पुरुषांचा मूल्यप्रवास

मूल्यांना मानवी जीवनात मोठे महत्त्व असते. 'मानवाची मूल्ये' म्हणजे आचार-विचार व्यक्त करण्यासाठीचा मनुष्य-मनाचा एक रचनात्मक पाया! याला थोडक्यात विचारवर्तन-मूल्ये असेही म्हणता येते. अशी स्त्री-मूल्ये आणि पुरुष-मूल्ये ही वेगवेगळी असतात, हे उत्क्रांती शास्त्र, मानववंश शास्त्र, जैवशास्त्र आणि मानसशास्त्र याबाबत संशोधन करणाऱ्या शास्त्रज्ञांनी गेले सुमारे ६०-७० वर्षे वारंवार मांडलेले आहे. मानवाच्या उत्क्रांतीचा जो काही हजार वर्षांचा पट आहे, त्यामध्ये पिढ्यान्‌पिढ्या स्त्री-पुरुषांना ज्या पद्धतीचे जीवन सातत्याने जगावे लागले; ते जगण्यासाठी ज्या परिस्थितीचा त्यांना सामना करावा लागला, ती परिस्थिती स्त्री आणि पुरुष अशी भिन्न होती. या कालखंडात पुरुषाचे अपत्य-जन्माबाबतचे योगदान अज्ञात होते. फक्त जन्म देणारी माता ओळखू येत होती, म्हणून 'मातृप्रमुख टोळ्या' ही जीवनपद्धती प्रथमावस्थेत जगभर होती. याच मातृटोळ्यांत जन्म घेतलेले पण साहस, संघर्ष आणि स्वैर भटकण्याची आवड असणारे पुरुष मातृटोळ्यांतून बाहेर पडून स्वतःच्या टोळ्या व शासन निर्माण करून राहिले. यांना पुरुष-टोळ्या असे संबोधन दिले जाते. त्यांना पितृ-टोळ्या म्हणता येत नाही.

मातृटोळीचे महत्त्वाचे वैशिष्ट्य म्हणजे स्त्री-पुरुषांचे मुक्त शरीर संबंध! तसेच

स्त्रीला मूल हवे / नको हा तिला अधिकार असणे! त्या काळात तिचे कोणत्याही पुरुषापासून झालेले मूल हे स्त्रीचे मूल मानले जाऊन, मातृकुळात प्रेमाने सांभाळले जात होते. दुसरे महत्त्वाचे वैशिष्ट्य म्हणजे, मातृटोळी ही मातृवंशीय म्हणजे मातेकडून मुलीकडे वारसा जाणारी होती, ती मातृसत्ताक कधीही नव्हती. म्हणजेच मातांच्या हाती निरकुंश सत्ता नव्हती. संस्कृती युगापर्यंत टिकाव धरू शकलेल्या अशा मातृकुळात भाऊ आणि मामांना निर्णयाधिकार असल्यामुळे, गृहव्यवस्थेमध्ये त्यांचा योग्य तो सहभाग, मार्गदर्शन आणि संरक्षण मातांना मिळत होते. आपल्या कुळातील पुरुषांची मदत घेण्यामध्ये त्या मातांना कमीपणा कधी वाटला नाही, जसा आजही स्त्रीला तो वाटत नाही. मातृटोळ्यांपासून ते मातृकुळापर्यंत आणि मातृकुळापासून ते नांगरतंत्राच्या काळात पोहोचेपर्यंत, म्हणजे इ.स.पूर्व ३०००पर्यंत, मातृकुलातील मातांनी एकमेकांच्या साहाय्याने अपत्य-संगोपन करावे, हा स्त्रीचा जीवनक्रम बनला होता. त्यानुसार स्त्रियांची वर्तन-मूल्ये विकसित होत गेली. अपत्यांना जन्माला घालताना त्यांच्याविषयीचे ममत्व, त्यांच्यासह कुटुंबजीवनाची आणि मातुल-सहवासाची ओढ, त्याकरता नातेसंबंध जोडून ठेवण्याची धडपड, ही कायमच स्त्री जीवनाची महत्त्वाची मूल्यव्यवस्था झाली.

याउलट अपत्य संगोपनाचा पाश नसणारे आणि त्यासंबंधी जाणीव नसणारे असे मातृटोळीतून बाहेर पडलेले पुरुष हे भटके आणि अस्थिर जीवनात असलेले आढळतात. भटक्या जीवनात समोर येणारी संकटे, हिंस्र श्वापदे आणि जगण्याचे सततचे संघर्ष यामुळे, 'क्रौर्य हेच शौर्य' हा पुरुष टोळ्यांचा नित्य जीवनाचा आणि म्हणून त्यांच्या वर्तनाचा भाग झालेला होता. टोळीचे नेतृत्व आणि निर्णय हे टोळी-प्रमुख पुरुषाकडे असायचे. स्त्रियांना पळविण्यासाठी या पुरुष-टोळ्यांचे मातृटोळ्यांवर हल्ले व्हायचे. या स्त्रियांना पुरुषाच्या सुख-सेवेसाठी गुलाम म्हणून वापरले जात होते. या पुरुष-टोळ्यांतील स्त्रियांना आपल्या साथीदाराची निवड करण्याची आणि सामाजिक संचाराची मुभा नव्हती. स्त्रियांचे शरीरसंबंध हे टोळी-प्रमुख पुरुषाच्या मर्जीवर आणि आज्ञेनुसार होत होते. एकूण आपल्याला असे दिसते, की पुरुष-टोळीच्या निरकुंश सत्तेवर नेहमी पुरुषच होते, स्त्रियांना कायम त्या स्थानापासून दूर ठेवलेले असायचे. आताच्या काळातील तालिबान, इसीससारख्या टोळ्यांचे हेच 'स्ट्रक्चर' आपण पाहतो. म्हणजे जगातील एकूण पुरुष-टोळीरचना कोणत्याही काळातील असो, ती एकसारखी पुरुषकेंद्री, पुरुषसत्ताक असलेली

आणि पुरुषाच्या गरजांना महत्त्व देणारी आढळते. पुरुष टोळ्यांमधील तंत्रज्ञान बदलत गेले, तरी पुरुषाची मानसिकता तीच राहिली. याचे कारण त्यांची जगण्याची मूल्ये बदलली नाहीत आणि मूल्ये न बदलण्याचे कारण असे, की निसर्गतः स्त्री-पुरुषांच्या जगण्यात अनुक्रमे 'माता-तत्त्व' आणि 'नर-तत्त्व' हे त्यांचे वेगळेपण, त्या तत्त्वांच्या सततच्या वापरामुळे तसेच टिकून राहिलेले आहे. मानवाची प्रत्येक पिढी जगायची असेल तर स्त्रीमधील मातृ-तत्वाला दुसरा पर्याय नाही. त्यातून 'माता-मूल' ही निसर्गनिर्मित कुटुंब-कल्पना असल्यामुळे पुरुषाचा त्या कुटुंबातील मुलांचा पिता म्हणून झालेला समावेश, हा आजही बुद्धीने समजून घेण्याच्या पातळीवर आहे. पितृत्वादाखल दृश्य शारीरिक बदल पुरुषांमध्ये अजूनही निसर्ग दाखवित नाही. अर्थात मातृत्व ही स्त्री-शरीरातून उत्स्फूर्तपणे उमजून येणारी आणि प्रस्थापित असणारी भावना आहे.

तर पितृत्व हा मात्र अजूनही एक संस्कार आहे.इतकेच नव्हे तर टोळी युगात भटकेपणाकडे पुरुषाचा कल तर होताच, पण आजच्या काळात घराबाहेर राहू पाहण्याची पुरुषांमध्ये असणारी सहजता लक्षात घेतल्यास बाहेर संघर्ष करून, आणि वेळ पडल्यास दोन हात करून 'जगण्याची' पुरुषाची असणारी तयारी आजही दिसते. त्यामुळे पुरुषांमधील मूलभूत आक्रमक मूल्ये ही सतत 'संस्काराच्या उपचाराखाली' असावी लागतात. तरच पुरुष संवेदनाक्षम होतात. नाहीतर पुरुषाचे (अपवाद वगळल्यास) आधुनिक युगातही आक्रमक आणि हिंसक रूप आपण पाहत असतो. किंबहुना धार्मिक टोळ्या, राजकीय टोळ्या, व्यावसायिक टोळ्या, तस्करी टोळ्या, व्यसनाधीन टोळ्या, गुन्हेगारी टोळ्या असे टोळीजीवन प्रिय असणारे कितीतरी पुरुष आजही आहेत.

अर्थात टोळी युगापासून ते संस्कृती युगापर्यंत मातृटोळ्यांची मूल्य-धारणा ही 'जगा आणि जगवा' या पायावरची, तर पुरुष-टोळ्यांची मूल्य-धारणा ही 'मारा आणि मिळवा' या सवयीतील बनली, हे लक्षात येते. या मूल्य-धारणा नैसर्गिक आहेत, असे म्हणता येईल; जोपर्यंत अपत्य जन्मातील पुरुषाचे शारीरिक रहस्य स्त्री-पुरुषांच्या लक्षात आलेले नव्हते तोपर्यंत तरी. त्यानंतर अनेक शतके प्रस्थापित असलेल्या स्त्री-कुटुंबातच आपले स्थान आहे, हे सत्य पुरुषांना कळून चुकले. इथूनच पुरुषाच्या नैसर्गिक मूल्य-धारणेमध्ये बुद्धीच्या वापराने आणि काही तडजोडीने माणसाला बदल आणावे लागले. म्हणजे असे, की मातृकुलात

पुरुषाने बहिणीची मुले सांभाळायची आणि बहिणीचे अधिकार जपायचे, किंवा तिला ते मिळवून द्यायचे अशी व्यवस्था होती. पण पुरुषापासून मूल होते हे सत्य समजल्यानंतर पुरुषाची मनःस्थिती द्विधा झाली. ज्या बहिणीच्या मुलांसंबंधीचे आपल्याला अधिकार आहेत, ती मुले आपली नाहीत आणि जी आपली स्वतःची मुले आहेत, त्याबद्दल मात्र काहीच हक्क आपल्याला नाहीत, अशी ओढाताणीची परिस्थिती पुरुषांची झाली. पुरुषाची ही भावना 'पितृभावना' म्हणून पुढे ओळखली जाऊ लागली. तोपर्यंत, मातृकुलात बंधुप्राधान्य ही संस्कृती होती, पण पुरुषाचा ओढा जेव्हा पितृप्राधान्याकडे जाऊ लागला, तेव्हा साहजिक बंधू म्हणून पुरुषाला अनेक शतके असणारे अधिकार, त्याने सोडणे क्रमप्राप्त होते; परंतु सत्ताप्रिय पुरुषाची तशी मानसिकता तयार होत नव्हती. बहिणीच्या मुलांवर आता त्यांच्या पित्याचा अधिकार आला होता, तरी बंधू असणारे पुरुष त्यामध्ये हस्तक्षेप करत होते. म्हणून विवाह प्रथेच्या सुरुवातीच्या काळात मुलगी सासरी गेली, तरी तिच्या मुलांना शिक्षणासाठी मामाच्या घरी पाठवण्याची प्रथा काही काळ चालू राहिली. जसा, रामायणातील कैकयी-पुत्र भरत शिक्षणासाठी आपल्या आजोळी गेलेला होता. एकाच कुळात दोन्ही व्यवस्था नांदू शकत नव्हत्या. पुरुषांना बंधुप्रधानकी किंवा पितृप्राधान्य यांपैकी काहीतरी एक स्वीकारण्याशिवाय पर्याय नव्हता. पुरुषांचा त्याबाबत एक निर्णय होईना, तेव्हा काही जमातींनी एकदाचा निश्चित निर्णय व्हावा म्हणून काही क्रूर उपायही योजले. म्हणजे, ज्या पुरुषाने पितृप्राधान्य स्वीकारले आहे, त्याने ते सिद्ध करण्यासाठी बहिणीच्या अपत्याचा बळी द्यायचा आणि ज्या पुरुषाने बंधुप्राधान्याचा स्वीकार केला आहे, त्याने स्वतःच्या अपत्याचा बळी देऊन ते सिद्ध करायचे. यामुळे स्त्री-वर्गात हाहाकार उडाला. पुढे पशूंचा बळी देऊन ही प्रथा रोखण्यात आली. अशा प्रथांचे पुरावे आपल्याला जेम्स फ्रेझर (टोटेमिझम ॲण्ड एक्सोगॅमी), लीप्पर (इव्होल्युशन ऑफ कल्चर) आणि होमरस्मिथ (मॅन ॲण्ड हिज गॉड्स) हे संशोधक देतात.

पुरुषाला आपल्या पितृत्वाचा 'शोध' लागल्यानंतर अपत्याविषयीची ममत्वभावना काय असते, हे समजून घेण्याकडे त्याचा प्रवास सुरू झाला. तरी, हजारो वर्षांच्या त्याच्या जीवनानुसार त्याच्यात रुजलेली आणि पक्की झालेली हिंसेची आणि क्रौर्याची मूल्ये एकदम बदलणे शक्य नव्हते. अर्थात सर्वसाधारण पुरुषांमधील क्रौर्यात्मक शौर्याचा संस्कार पुसणे हे तत्कालीन माता नि मातृकुळात

वास्तव्य करून असणारे मामा, या मातृ-कुटुंबाच्या प्रमुखांसमोर मोठे आव्हान होते. सर्वसाधारण पुरुषांनी मातृकुळात टिकून राहावे, त्यांचे स्वैर भटकणे त्यायोगे कमी व्हावे, त्यांना अपत्यसुख मिळावे, त्यांनी मातेबरोबर अपत्य संगोपनाची जबाबदारी घ्यावी आणि त्याकरता पुरुषांनी हिंसा सोडावी असे संस्कार विविध मातृटोळ्यांना वेगवेगळ्या पद्धती वापरून पुरुषांवर करावे लागले. त्यापैकी एका टोळीतील संस्काराची माहिती देताना संशोधक मॅलीनोव्हास्की आपल्या, 'द सेक्शुअल लाईफ ऑफ सॅव्हेजेस' मध्ये ट्रोब्राइंड जमातीबद्दल लिहितो, पुरुषाबरोबर निष्ठेने काही वर्षे राहणारी स्त्री ही जेव्हा गर्भवती राहते, तेव्हा त्या संबंधित पुरुषाला ते पितृत्व निभावता येण्यासाठी, त्याने भाला, कुदळीसारख्या शस्त्रांना स्पर्श करायचा नाही. शिकारीला जाण्याचे थांबवायचे. रक्त वाहील असे कोणतेही काम करायचे नाही. मांस भक्षण करायचे नाही, गवत, झाड, लाकूड कापायचे नाही. पत्नी बाळंत होईपर्यंत त्याने जास्तीत जास्त झोपून राहायचे. असा त्या जमातीचा दंडक असतो. संबंधित स्त्रीच्या बाळंतपणानंतर त्या पित्याने, स्वतःच्या अपत्यास खेळवावे, त्याला अन्नपदार्थ मऊ करून भरवावे, असाही दंडक या जमातीत आहे, असे मॅलोनोव्हास्की नोंदवतो. थोडक्यात, पुरुषाला स्त्रीकुळात पिता म्हणून प्रवेश देताना त्याला त्याच्या हिंसक प्रवृत्तीवर नियंत्रण ठेवण्याचे हे प्रशिक्षण असायचे. ज्या पुरुषाने लहान बाळाच्या जन्माचा आनंद, ते स्वतःचे मूल म्हणून कधी घेतलेला नव्हता, त्या पुरुषांमध्ये ममत्वाची मूल्ये रुजवण्याचा हा प्रयत्न होता. पुरुषाला जर पितृत्व हवे असेल, तर पुरुष वर्गास ही मूल्ये आत्मसात करणे अनिवार्य आहे, असे म्हणावे लागते. अपत्याप्रति असे ममत्वाचे संस्कार स्त्रीवर करायची वेळ कधी येत नाही. कारण मातृत्वभावना ही थेट स्त्रीच्या शरीर-बदलाशी जोडलेली असल्यामुळे ती भावना स्त्रीमध्ये नेहमीच नैसर्गिक आहे, तर 'पितृत्व' भावना ही आजही पुरुषांवर होणाऱ्या संस्कारांशी संबंधित आहे.

थोडक्यात, स्त्री-पुरुषांमधील वर्तन-मूल्यांचे वेगळेपण हे त्यांच्या अपत्य जन्माबाबतच्या भिन्न असणाऱ्या योगदानाशी संबंधित असते. आज टोब्राइंड जमातीप्रमाणे कुदळीसारख्या शस्त्रांना हात लावायचा नाही, असे पुरुषांना सांगण्याचा काळ राहिला नसला, तरी अपत्य-जन्मात पुरुषाचे योगदान हे फक्त गर्भधारणेपुरते असणे, हा निसर्ग बदललेला नाही. त्यामुळे अवतीभवती पितृत्वाचे चांगले आदर्श दृष्टीस पडणे आणि प्रत्येकाला जबाबदार व प्रेमळ पिता मिळणे,

यावर पुरुषांमधील ममत्व-मूल्यांचे भवितव्य अवलंबून आहे.

स्त्री व पुरुषांमधील अशा मूलभूत वेगळ्या जडणघडणीमुळे आणि मूल्यफरकांमुळे स्त्री-पुरुषांची मानसिकता, भावनिकता, विचारपद्धती यांमध्ये फरक असतो. दोघांची मते, निर्णय, कृती, क्रिया-प्रतिक्रिया, भूमिका, पवित्रे अनेकदा भिन्न आढळतात, असे मानसशास्त्र तज्ज्ञांचे म्हणणे आहे. पुरुषामध्ये एकमेकांशी सतत स्पर्धा आणि त्यातून दुसऱ्या पुरुषावर मात करण्याची अहमहमिका, ईर्षा त्याच्यामधील उपजत हार्मोननुसार असते. अशा स्पर्धेच्या परिणामांचा विचार करण्याची मुळात सवय नसणारा पुरुष आजही ती बेपर्वाईची लक्षणे दाखवत असतो, तर स्त्री ही कोणतेही पाऊल उचलताना परिणामांचा विचार आधी करते. कारण अपत्ये सांभाळण्याची जबाबदारी तिच्याकडे पहिल्यापासून उपजत आहे. ती जबाबदारी पुरुषाप्रमाणे उत्क्रांतीच्या अधे-मधे तिच्यावर पडलेली नाही. त्यामुळे सारासार विचार आणि तारतम्य देणारे 'सेरोटोनीन' या हार्मोनची पातळी स्त्रीमध्ये पुरुषाच्या तुलनेत जास्त असते. अर्थात जीवघेणी स्पर्धा, त्यातून पुढे ईर्षा, सूडात्मक कारवाया, गुन्हेगारी, हिंसा, भ्रष्टाचार याबाबत स्त्री पुरुषाच्या तुलनेत चार पावले मागेच दिसते. पुरुषाने पुरुषाला 'प्रधान' मानून तयार केलेल्या क्षमतेच्या व्याख्येनुसार स्त्रीचे हे मागे राहणारे पाऊल पुरुषाला तिचा मूर्खपणा किंवा तिची दुर्बलता वाटते, तर स्त्रीला मात्र तो विवेक आणि कुटुंबाची सुरक्षितता वाटते, आणि इथेच स्त्री-पुरुषाचे वेगळेपण पुढे येते.

बुद्धी हे माणसाचे संरक्षणाचे आणि प्रश्न सोडवण्याचे साधन म्हणून उत्क्रांतीतून विकसित झालेले असतानादेखील कौटुंबिक व सामाजिक प्रश्न किंवा जनतेचे प्रश्न हे शरीरबळावरच (राडा करून) सुटतात, असा अनेक पुरुषांचा आजदेखील (गैर) समज आहे. 'मर्दासारखे राजकारण करा' याचा अर्थही तोच असतो. पण आपण पाहतो, की जगाच्या आणि देशाच्या राजकारणातसुद्धा इस्त्राईल-पॅलेस्टाईनपासून, काश्मीरपासून ते सद्दाम हुसेन आणि ओसामाच्या हत्येपर्यंतचे प्रश्न हे शरीरबळावर 'मर्दा'सारखे सोडवले गेलेत, तरी दहशतवादही तिथेच राहिला आणि काश्मीरसारखे प्रश्नही सुटले नाहीत. याच पद्धतीने नक्षलवादी, माओवादी, उल्फा, तमिळ टायगर या सर्वांच्या एकेकाळी हक्काच्या म्हटल्या जाणाऱ्या चळवळी कित्येक दशके पुरुष शरीरबळावर लढत आहेत आणि शासनही (पुरुषप्रधान असल्यामुळे) शरीरबळाने त्या चळवळी चिरडण्याचा असफल प्रयत्न करत आहे. शेवटी या चळवळींचे उद्देश

सफल तर झाले नाहीतच, पण आज त्या निव्वळ 'बदला' घेण्याच्या उद्देशातून पुढे चालू राहिलेल्या चळवळी उरलेल्या आहेत. म्हणून आपण हे लक्षात घेतले पाहिजे, की मानव जातीने काही कुस्त्या खेळून विकास केलेला नाही. बुद्धी, भावना आणि विचार याच्या जास्तीत जास्त उपयोगाने माणसाची प्रगती झालेली आहे. म्हणून केवळ मर्दासारख्या राजकारणाचा उपयोग होत नसतो. त्या राजकारणाला स्त्री-मूल्यांची साथही हवी असते. कारण माणूस हा भावना आणि संवेदना यांमुळेच 'माणूस' म्हणून ओळखला जातो. ते 'माणूसपण' जपण्याचे महत्त्वाचे काम स्त्री करीत असते.

शरीरबळ न वापरता, सामाजिक वाद-संघर्षाचे प्रश्न सोडवण्याचे कौशल्य स्त्रियांपाशी वादातीत असण्याचे कारण देताना, सुप्रसिद्ध मानववंशशास्त्रज्ञ मॅट रिडली म्हणतो, 'आपली अपत्ये सुरक्षित आणि तंदुरुस्त ठेवण्यासाठी अन्य स्त्रियांशी सख्य राखणे, भांडणाऱ्या दोन टोळ्यांमध्ये समेट घडवून समाज शांत करण्याचा प्रयत्न करणे, त्याकरता पुरुषांना विधायक बाजूने वळवणे, हे काम प्राचीन काळात, जेव्हा कायदा आणि पोलीससंस्था अस्तित्वात नव्हत्या, तेव्हा स्त्री-जातीला शतकानुशतके करावे लागले. म्हणून शांतीने प्रश्न सोडवण्याचा ध्यास जेनेटिकली जगभरातील सर्व स्त्रियांमध्ये आढळतो,' असे तो म्हणतो. हाणामारीतून प्रश्न सोडवणाऱ्या स्त्रिया सहसा आपल्याला दिसत नाहीत.

अशा या स्त्री-मूल्यांचा कुटुंबव्यवस्था आणि नातेसंबंध टिकवून ठेवण्यासाठी चांगला उपयोग होत असतो. त्याकरता 'सहकार्य' हे महत्त्वाचे स्त्री-मूल्य आहे, तर 'स्पर्धा' हे प्राणीनरातून पुढे आलेले पुरुष-मूल्य आहे. सहकार्य आणि स्पर्धा ही परस्परविरोधी मूल्ये आहेत, कारण सहकार्यात एकमेकांशी जुळवून घेण्याचे तत्त्व प्रामुख्याने असते, तर स्पर्धेमध्ये 'सहकार्य' आल्यास ती स्पर्धाच राहत नाही. स्पर्धेमुळे प्रगती होत असते, हे खरे. पण स्पर्धेचा अतिरेक हा सूड, कारस्थाने, हेवेदावे हिंसा इथपर्यंत माणसाला घेऊन जातो आणि याबाबत मात्र स्त्रिया कधी पुरुषांची बरोबरी करू शकत नाहीत आणि करू इच्छितही नाहीत. त्यापेक्षा त्या माघार घेणे पसंत करतात. अनेकदा स्त्रिया आपल्या नोकरीतील प्रमोशनवर पाणी सोडण्यास तयार असतात, त्याचे कारण हेच असते. स्त्री-पुरुषांच्या मूल्य-प्रवासात येणारे बदल हे त्यांच्यातील मूलभूत मूल्यांना धरून येतात. ते बदल मूळची मूल्ये पूर्ण नष्ट करू शकत नाहीत, हेसुद्धा लक्षात घेणे महत्त्वाचे.

'मृदू कणखरता' हा एक वेगळा गुण स्त्रीत्वाशी जोडलेला आहे. म्हणजे स्त्रिया कणखर आहेत, त्या कठोर शासन करू शकतात. तरी अशा कणखरतेतही त्या मृदू असतात. शिक्षा ही गुन्ह्यापेक्षा भयंकर नसेल, याची त्या जाणीवपूर्वक काळजी घेतात. स्त्रिया करीत असलेली शिक्षा सुधारणेशी संबंधित असते, सूडाशी नाही. मात्र, जंगली अवस्थेपासून पितृत्व भावनेची जाणीव नसणाऱ्या पुरुषाचा प्रवास, सूड भावनेतून हजारो वर्षे होत राहिला. बाहेरील अस्थिर परिस्थितीमुळे 'अविश्वास' हे मूल्य पुरुषाच्या मानसिकतेवर आरूढ झालेले आहे. आजूबाजूचे वातावरण त्याला कधीही आश्वासक वाटत नाही. तो कायम साशंक, संशयी म्हणून टिकलेला दिसतो. आजही तो या सूडात्मक आणि अविश्वासात्मक मानसिकतेतून मुक्त झालेला आहे, असे म्हणता येत नाही.

स्त्रियांमध्येसुद्धा काही दोष आहेत, पण बहुधा ते परिस्थितिजन्य आहेत. स्त्रियांची जगण्याची परिस्थिती जर बदलली, तर त्या अधिक कुशल व न्यायी व्यक्तिमत्त्वाच्या बनू शकतात. उदा 'मुलगा होणे' याला काही हजार वर्षे दिल्या गेलेल्या महत्त्वामुळे मुलींचे पितृकुलात होणारे निष्प्रेम संगोपन, त्यांच्या व्यक्तिमत्त्वाची अबला म्हणून हेटाळणी, तसेच त्यांच्या मूल्यवान गुणांकडे दुर्लक्ष, यामुळे आजची स्त्री आणि प्राचीन मातृसंस्कृतीतील स्त्री यांची मानसिकता व त्यांची जगण्याची मूल्ये यामध्ये फरक तर पडलेला आहेच, पण या मानहानीतून बाहेर पडून पुरुषासमान पत मिळवण्यासाठी आजच्या स्त्रीला पुरुषी-मोजमापाने कसरत करावी लागत आहे. या पितृ-व्यवस्थेची आखणी, पुरुष डोळ्यांसमोर धरून झालेली असल्याने प्रगती करण्यासाठीसुद्धा 'पुरुषी नियम-निकषांनी' स्त्रीला स्पर्धेत उतरावे लागते आणि यशस्वी होण्यासाठी पुरुषी गुण व तुल्यबळ ईर्षा वृत्ती, तर कधी सूडबुद्धी विकसित करावी लागते. त्याशिवाय पुरुषासमोर ती टिकाव धरू शकत नाही.

त्यामुळे आज स्त्रीचे पुरुषीकरण होत असलेले आपण पाहतो. साहजिक स्त्री-मूल्यांची हानी होते आहे. पुरुषांपेक्षा विशेष वेगळेपण असणाऱ्या स्त्री-मूल्यांना पुरुषप्रधान व्यवस्थेने पुरुष-मूल्यांच्या बरोबरीने स्थान देण्याचे नेहमीच टाळले. त्यांची हेटाळणी केली, त्यांना नेहमी तुच्छ मानले. त्याचे गंभीर परिणाम म्हणजे, मानवी जीवनास सांभाळून घेणारी, वाचवणारी आणि शांतीने प्रगतिपथावर नेणारी स्त्री-मूल्ये निष्प्रभ होत गेली. कुटुंबात, नोकरीच्या ठिकाणी, समाजात आणि

राजकारणात काही स्त्रियांचे पुरुषांप्रमाणे असणारे उद्धट व हिंसक वर्तन हे या स्त्री-मूल्यांच्या शतकानुशतके झालेल्या हानीचे परिणाम म्हणून पाहायला हवेत.

स्त्रियांची सर्जनशीलता, तिचा संयम, सौजन्य, दुसऱ्याशी जमवून व जुळवून घेण्याचे आणि त्यातून सुसंवाद राखण्याचे तिचे कौशल्य, व्यवहारातील सभ्यता, खचलेल्या मनाला उभारी देण्याची तिची ताकद, आपले होईल ते नुकसान सोसून कुटुंबासाठी, आपल्या अपत्यांसाठी उभे ठाकण्याची तिची जिद्द आणि चिकाटी, आपल्या प्रेमाने आणि त्यागाने पुरुषाला सामर्थ्य देणारी, अपयशात उभारी देणारी अशी ही सर्व स्त्री-मूल्ये मानवी जीवनाचे संवर्धन आणि संरक्षण करणारी आहेत, मानवाला स्थैर्य व शांती देणारी आहेत, ज्यांचा सर्व सत्तांवरील पुरुषांनी कायम उपहास केला. किंबहुना स्त्रीचा संयम, तिची सोशिकता, तिचा त्याग, तिचे मातृत्व याचा दुरुपयोग तिच्या विरोधात, तिला दडपण्यासाठी, तिच्या छळासाठी केला गेला. स्त्री-मूल्यांचा उपयोग स्त्रीला तिच्या बुद्धीनुसार स्वतंत्रपणे करू देण्याऐवजी, ती मूल्ये स्त्रियांवर लादून, कौटुंबिक, सामाजिक, राजकीय आणि धार्मिक सत्तांवर असणाऱ्या पुरुषांनी संगनमताने स्त्रीकडून स्वतःची सेवा पदरात पाडून घेतली.

'मारा आणि मिळवा' या पुरुषी मूल्याचाच कायम उदो उदो करण्यासाठी आणि त्यातून पुरुषांचे महत्त्व अवास्तव वाढवण्यासाठी, स्त्री-मूल्यांची हेतुतः अवहेलना केली गेली. अर्थात उद्ध्वस्त झालेल्या, जगण्याची इच्छा गमावलेल्या पुरुषाला आधार व उभारी देणारी स्त्री ही अखेर त्या नैसर्गिक सामर्थ्याची राहिली नाही. मग बालकांच्या, पुरुषांच्या, वृद्धांच्या, स्त्रियांच्या मानसिक जखमा आणि अपमानांच्या वेदना भरून काढणारे ममत्वाचे 'हात' कमी होत गेले, तर नवल काय? युद्धात जखमी झालेल्या जवानांची शुश्रूषा करून त्यांच्या मनात आत्मविश्वास निर्माण करण्याचे स्त्रियांचे महत्त्वाचे जिव्हाळ्याचे काम पुरुषांनी तुच्छ ठरवल्यावर, स्त्रिया आता शत्रूला ठार करण्यासाठी पुरुषाप्रमाणे सैन्यात भरती होऊ लागल्या आहेत. सूड, क्रौर्य, शौर्य या मूल्यात पुरुष आज कुठे काही कमी पडत आहेत का? की ज्यामुळे स्त्रियांना आता सैन्यात भरती होण्याची वेळ यावी? की यामध्ये स्त्री-पुरुष समतेची धन्यता मानण्याचा हेतू आहे? स्त्री-पुरुषांची आजची कर्कश, भावनाशून्य गाणी, संगीत आणि शारीरिक झटापटीची सेक्स-प्रदर्शित नृत्ये हीसुद्धा स्त्री-पुरुष समतेच्या कल्पनेमागील सवंग-मूल्ये म्हणावी लागतात. ज्या पद्धतीने आणि कारस्थानांनी जगातील मातृव्यवस्था पुरुषटोळ्यांनी नष्ट केली, तीच कारस्थाने

पुढील संस्कृती युगातही चालू ठेवून स्त्रीवर्गाला आडदांड पुरुषी मूल्यांकडे वळवले गेले. एकंदरीत स्त्रियांची स्वतंत्र विचारसरणी, त्यांचे निसर्गदत्त अधिकार, त्यांची माणसाला जगवणारी हळुवार मूल्ये हे सर्व नष्ट करण्यात पुरुष सत्तांनी यश मिळवले, ही वस्तुस्थिती आहे. स्त्री-पुरुष समता हवी असेल, तर स्त्रियांनी पुरुषाप्रमाणे बदलावे, पण पुरुष स्त्रीप्रमाणे बदलणार नाहीत हा नवा सिद्धान्त जन्माला आला.

मग याचे परिणाम काय आहेत? तर पुरुषी-मूल्यांचा आक्रस्ताळा डंका वाजत राहिलेला आहे. भारतात तर प्रत्येक सणातून तो अलीकडे बीभत्सपणे प्रत्ययास येत असतो. वेगळी स्त्री-मूल्येही असतात आणि त्याचा फार मोठा उपयोग मानवी जीवन सावरण्यासाठी होत असतो, पुरुषांची उग्र मूल्येसुद्धा स्त्री-मूल्यांच्या सहवासाने सौम्य होतात, पण याचे कुणालाच जणू भान राहिलेले नाही. स्त्री जीवनाचा 'घास' घेता घेता अखेर लहान बालके आणि पुरुषही या पुरुष-प्रधान सत्तांच्या छळाचे बळी झालेले आज आपण पाहत आहोत. स्त्री-मूल्यांना दडपून, अगदी नेस्तनाबूत करून फक्त पुरुषी मूल्यांचा जो एकतर्फी प्रवास गेली अनेक शतके चालू ठेवला गेला, त्यातून शेवटी 'आयसीस'सारखे पुरुष-राक्षस निर्माण झाले. या पुरुष राक्षसांनी स्त्रियांचा अमानवी छळ केला. स्त्रियांच्या हत्येच्या प्रत्येक थेंबातून निर्माण झालेली आणि बरोबरीने मातेचे हक्काचे प्रेम आणि ममत्व गमावलेली नवी राक्षसी पिढी आज जगभर फैलावत आहे आणि दुसरीकडे पुरुषी महासत्ता, आपली मर्दानगीची मूल्ये पाजळत, नव्या तंत्रज्ञानासह या राक्षस पिढीला ठार करण्यासाठी त्यांच्या मागे धावत सुटलेल्या आहेत. आपले मुळात काय चुकले आहे, ते समजून घेण्याची तयारी या पुरुषी महासत्तांची आजही नाही. स्त्री-पुरुषांच्या मूल्यांचा प्रवास असा हा चिंतातूर करणारा आहे. मन विषण्ण करणारा आहे. याचा स्वतंत्र विचार करता येणे तेव्हाच शक्य होईल, जेव्हा स्त्रिया स्वतःच्या मूल्यांचा आदर करू लागतील आणि स्त्री-पुरुष दोघे मिळून स्त्री-मूल्यांचा आदर करणारी चळवळ उभी करतील.

◆◆◆

बाहुलीचा शिरच्छेद, का?

'इसीस'मधील अतिरेक्यांनी, लहान तसेच किशोरवयीन (टीनेज) मुलांना हाताशी धरून हिंसा करण्याचा पहिला धडा हा, त्या मुलांकडून बाहुलीचा शिरच्छेद करण्याच्या प्रात्यक्षिकाद्वारे करून घेतल्याची बातमी प्रसिद्ध झाली होती.

असे शिक्षण देण्याचा अतिरेक्यांचा हेतू हा जीवशास्त्र (बायोलॉजी) आणि मानसशास्त्र (सायकॉलॉजी) या दोन शास्त्रांतील सत्याचा मानवजातीविरोधात दुरुपयोग करून घेण्याशी आहे. ज्यामुळे त्यांच्या क्रूर कृत्यांसाठी भविष्यकाळात आपोआपच एक विकृत मनोवृत्तीचे सैन्य ते उभे करू शकणार आहेत. दहा वर्षांच्या बालकांपासून सुरुवात केली, तर ते वय हे मेंदूची विकास प्रक्रिया चालू असण्याचा काळ असतो. मेंदूमधील न्युरोन्सची निर्मिती, त्यांची विविध भागांशी जोडणी, जन्मापूर्वी मेंदूमध्ये घडलेल्या कार्यकेंद्रांचा पुढील विकास आणि नव्या कार्यकेंद्राची निर्मिती, अशा प्रकारे बालकाचा मेंदू हा 'डेव्हलपिंग स्टेज'मध्ये असतो. हा विकास मुलाच्या अठरा ते वीस वर्षे वयापर्यंत चालू असला, तरी वय जितके लहान तितका विकासाचा वेग जास्त आणि संवेदनशील असतो. अशा वयात बालकाला ज्या पद्धतीने संस्कारित केले जाईल, ते संस्कार एकतर वय लहान असल्यामुळे बालके चटकन आत्मसात करतात आणि दुसरे म्हणजे त्या वयात शिकवलेले ते बालक लवकर विसरत नाही. याचा उपयोग अतिरेकी करून घेत आहेत.

अठरा वर्षांपर्यंत मुला-मुलींनी सतत चांगले, सकारात्मक, आनंददायक व दर्जेदार अनुभव घेत राहण्यामुळे,त्यानंतर येणाऱ्या तारुण्यात नव्याने फुलणाऱ्या त्यांच्या व्यक्तिमत्त्वासाठी त्यातून निकोप पाया तयार होत असतो. पण हेच जर उलटे झाले, म्हणजे बालकांना त्यांच्या भोवतालामधून (enviornment) अनिष्ट गोष्टी, मारामाऱ्या, हिंसा पाहाव्या लागत असतील किंवा त्यांना व्यक्तीशः कोणी वाईट पद्धतीने वागवत असेल, तर मेंदूच्या विकासप्रक्रियेवर त्याचे विपरीत परिणाम होत असतात. समंजसता, मनाची स्वस्थता, संवेदनशीलता याकरता उपयुक्त ठरणारी ऑक्सिटोसिन, सेराटोनीनसारखी हॉर्मोन्स पाझरण्याचा किंवा त्याची योग्य पातळी स्थिर करण्याच्या मेंदूच्या कामात त्यामुळे अडथळे निर्माण होतात. अशी दृश्ये सतत समोर घडत राहणे किंवा त्यांना तोंड देण्याची वेळ येणे, यामुळे ते बालक स्वाभविक संवेदनक्षमता गमावून बसते. अशा बालकाची मानसिक-भावनिक स्थिती ही त्या सदोष परिस्थितीशी जुळावी, असे काम मेंदूला करावे लागते आणि ते बालक कायमस्वरूपी अशांत होण्याची शक्यता वाढते. याबाबत स्पष्टीकरण देताना डॉ. नॉर्मन डोईज आपल्या 'द ब्रेन दॅट चेंजेस इटसेल्फ' या पुस्तकात उदाहरण देतात, 'आपला शत्रू घातक आहे, असे वारंवार बिंबवल्यास 'शत्रू' या शब्दाला तिरस्कार या नकारात्मक भावनेशी जोडण्याचे सर्किट मेंदूमध्ये तयार होत असते.' अतिरेक्यांना १०-१२ वर्षांच्या मुलांना बाहुलीचा शिरच्छेद करायला शिकवून हेच साधायचे आहे. मुळात, प्रत्येक देशात लष्कर हे याच पद्धतीच्या संस्कारातून तयार होत असते आणि तरच दुसऱ्याला मारण्याचे काम करताना त्यांचे मन कचरत नाही.

मॅट रिडले या संशोधकाच्या मते, माणसाचे जीन्स हे 'सेमसेक्स'चे अनुकरण करतात. त्यामुळे घरातील मुलगे हे सुरुवातीला आपल्या वडिलांचे आणि मग शाळा, कॉलेज, चित्रपट अशा भोवतालातून दिसणाऱ्या पुरुष प्रतिमांचे अनुकरण करण्यास प्रवृत्त होतात. अर्थात बाहुलीच्या शिरच्छेदासाठी मुलींपेक्षा मुलांची निवड ही अतिरेक्यांसारख्या दुष्ट शक्तींना संस्कारासाठी फायदेशीर का वाटत असेल, ते लक्षात येईल. अतिरेकी पुरुषांचे अनुकरण हे रीडलेच्या थिअरीनुसार मुलांसाठी सोपी गोष्ट असते. मुलींकडून हे अनुकरण होण्याची शक्यता खूपच कमी असते.

मग बाहुलीचाच शिरच्छेद का? बाहुल्याचा का नाही? यामागेसुद्धा योजनाबद्ध कारणे आहेत. पुरुषांविरोधातील हिंसा मुलांना शिकवावी लागत

नाही. शिवाय स्त्रीविरोधात हिंसा शिकणारा मुलगा, पुरुषांविरोधात हिंसा करायला कचरणार तर नाहीच, पण वेळप्रसंगी तो स्त्रीविरोधातही हिंसा करू शकतो. तरी टीनेज मुलगे हे त्या वयात मातेच्या प्रेमाच्या देखभालीत वाढत असतात. त्यामुळे त्या वयात स्त्रीबद्दल त्यांच्या भावना मृदू असतात. या मृदू भावनांचे त्याच वयात खच्चीकरण करणे, हे बाहुलीला शिरच्छेदासाठी त्यांच्या समोर आणण्याचे एक कारण झाले, ज्यामागे मानवी मानसशास्त्राचा दुरुपयोग आहे. दुसरे कारण म्हणजे, अतिरेक्यांच्या स्वतःच्या मनात स्त्रीला माणूस म्हणून स्थानच नाही. आपल्याप्रमाणे पुढे घडणारी ही पिढी स्त्रियांना तुच्छ मानणारी निपजावी असे त्यांना वाटतच असणार. कोणत्याही स्त्रीकडून मन वळवले गेले तरीही या तरुणांनी मागे फिरता कामा नये. याबाबत स्त्रीला अतिरेकी जास्त घाबरतात. हिंसेच्या मार्गापासून पुरुषाला परावृत्त करण्याचे कोणी ठरवले, तर ती ताकद पुरुषाच्या आई व पत्नी किंवा मैत्रिणीमध्ये असते. तेव्हा या भावबंधामध्ये पुरुषाने अडकून न पडण्याची खबरदारी अतिरेकी घेतात. त्याकरता स्त्रीबद्दल बेपर्वाई, तिरस्कार, द्वेष या भावना रुजवण्याची सुरुवात करण्यासाठी शिरच्छेदासाठी बाहुली पुढे आणली जाते.

थोडक्यात, एक अनैसर्गिक, विकृत मानव जन्माला घालण्याचे हे कारखाने आहेत. हिंसक माणसापेक्षा विकृत माणूस जास्त हिंसा करू शकतो. अतिरेक्यांच्या हाती पडणारी ही बालके एक तर अनाथ असतात किंवा आत्यंतिक गरीब पालकांची मुले असतात. आता प्रश्न असा आहे, की इसिसव्यतिरिक्त उर्वरित जो समाज आहे, तो अशा आपत्तीला यशस्वीपणे कसे निपटणार आहे? संतापाने व सूडबुद्धीने अतिरेक्यांवर झडप घालून त्यांचा खातमा केल्याचे समाधान ही वरवरची मलमपट्टी आहे. त्याऐवजी अनाथ बालके निर्माण करणारी भोवतालाची परिस्थिती आणि जगातील गरिबी अशा धर्म आणि राजकारणाव्यतिरिक्त या क्रौर्याच्या मुळाशी असणाऱ्या कारणापर्यंत भिडण्याचे जोवर आपण आणि आपले राजकीय नेते ठरवीत नाहीत, तोपर्यंत अशा दुष्ट प्रवृत्तींना बालकांच्या रूपात कुमक मिळत राहणार आहे, धर्मासंबंधित राजकारणाला त्यातून बळ मिळत राहणार आहे आणि हा बाहुला-बाहुलीचा छळात्मक खेळ, मोठी किंमत देऊन आपण हताशपणे पाहत राहणार आहोत.

◆◆◆

स्त्रियांची फ्रेंडशिप आणि पुरुष!

स्त्री-पुरुषांची फ्रेंडशिप म्हणजे निव्वळ 'हितचिंतक मैत्री' की अधिक काही? याबाबत कुणालाच निश्चित अर्थाने काही सांगता येत नाही. कारण त्या मैत्रीची मर्यादा ठरविण्याची प्रत्येकाची स्वतःची विचारपद्धत असते. 'फ्रेंडशिप' म्हणजे शुद्ध मैत्री-संकल्पना असेल, तर एकमेकांना मदत करण्याची सहजस्फूर्त ऊर्मी, एकमेकांना समजून घेण्याचा आनंद आणि एकमेकांच्या सुख-दुःखात भाग घेण्याची तत्परता अशा अर्थाने ती घेता येते.

तरीसुद्धा, बऱ्याचवेळा अशी फ्रेंडशिप ही स्त्री-पुरुषांच्या आकर्षण भावनेवर उभारलेली असते, हे मान्य करायला पाहिजे. तर काही वेळेला सुरुवातीची 'फ्रेंडशिप' हा दोघांमधील भविष्यातील प्रेमभावनेचा पाया असू शकतो. मात्र इथे हा मुद्दा नाहीये. मुद्दा आहे तो फ्रेंडशिपबाबत मुला-मुलींचे वर्तन आणि अपेक्षा वेगवेगळ्या का असतात, हा! मुलाला जितक्या घाईने मैत्री हवी असते, तितक्या तीव्रतेने मुलीला ती गरजेची वाटत नाही. हा फरक असण्याचे कारण, मुलींवर दडपणाचे संस्कार मुलांपेक्षा जास्त केले जातात, ही वस्तुस्थिती तर आपल्या समाजात आहेच. पण हे दडपण पाश्चात्त्य समाजातील मुलींवर असलेले आढळत नाही, तरी स्त्री व पुरुष म्हणून मैत्रीच्या संकल्पनेत तिथेही फरक असतो, हे आढळल्यामुळे तिथे त्याबाबत संशोधन झाले.

अमेरिकी शास्त्रज्ञ डॉ. हेलेन फिशर आणि डॉ. ल्युसी ब्राऊन यांनी सन २००५मध्ये स्त्री-पुरुषांमधील प्रेम आणि आकर्षण या भावनेवर संशोधन केले. त्याकरता, कॉलेजमधील तरुणींना तरुणांचे, तर तरुण मुलांना तरुणींचे फोटो दाखवले, तेव्हा आवडणाऱ्या युवतीचा फोटो पाहून त्या तरुणाच्या मेंदूतील दृष्टिकेंद्र (व्हिजुअल कोर्टेक्स) 'ॲक्टिव्हेट' झाले आणि त्याचे प्रोसेसिंग होऊन, मेंदूमधील त्याचे सेक्सभावना केंद्र क्षणात उत्तेजित झाले. मात्र तरुण मुलींना तरुण मित्रांचे फोटो दाखवल्यावर त्यांच्या दृष्टिकेंद्राकडून सेक्स केंद्राकडे संदेश न जाता, त्यांची मेमरी, इमोशन आणि अटेन्शन ही केंद्रे प्रभावित झाली. हाच प्रयोग लंडन येथील शास्त्रज्ञ डॉ. बर्टेल आणि डॉ. झेकी या संशोधकांनी करून पाहिला, तेव्हा त्यांचेही निष्कर्ष असेच आले. यावरून आकर्षण किंवा वासना मेंदूच्या ज्या केंद्रात रिसीव्ह होतात, ती केंद्रे स्त्री व पुरुषांमध्ये वेगवेगळ्या विभागात (लोकेशन) आहेतच आणि ती आकारानेसुद्धा लहान-मोठी आहेत, असे या संशोधकांना आढळले. प्रेम, आकर्षण-वासनाविषयीचे स्त्री व पुरुषांचे दृष्टिकोन आणि वर्तन-व्यवहार वेगळे असण्याचे हेच कारण आहे, असे या शास्त्रज्ञांचे मत पडले.

स्त्रीचे व्यक्तिमत्त्व दृष्टिकेंद्राद्वारे त्वरित पुरुषाच्या सेक्स केंद्रापर्यंत पोहोचले, की त्या संदेशानुसार, पुरुष नेहमी फ्रेंडशिपचा प्रस्ताव स्त्रीसमोर घाईने ठेवतो. पण स्त्रीने पुरुषाला पाहिल्यावर, तो संदेश तिच्या सेक्स केंद्राकडे जात नाही, हे तिचे वेगळेपण आहे. त्यामुळे पुरुषांच्या फ्रेंडशिपच्या मागणीला ती चटकन प्रतिसाद देत नाही. त्याऐवजी, तिच्या मेंदूतील मेमरी, इमोशन आणि अटेन्शन केंद्र हे विभाग स्त्रीच्या दृष्टीस पडलेल्या पुरुषावर काम करतात. या पुरुषाव्यतिरिक्त, तिने त्याआधी पाहिलेल्या अन्य पुरुषाच्या इमेजेस मेमरी केंद्रातून तिला दाखवल्या जातात. पुरुषांचे बोलणे, वर्तन याकडे अटेन्शन केंद्राकडून स्त्रीचे लक्ष वेधून घेतले जाते. तसेच त्या पुरुषाची आर्थिक स्थिती, सोशल स्टेटस आणि एम्प्लॉयमेंट हिस्टरी या सर्व बाबी स्त्रीचा मेंदू तपासून पाहत असतो आणि ही सर्व माहिती इमोशन केंद्राशी जोडून, पुढे ती स्त्री, पुरुषाच्या फ्रेंडशिपच्या किंवा लग्नाच्या मागणीस होकार किंवा नकार देण्याच्या निर्णयाप्रत येते आणि त्यामुळे मग तरुण मुलांना वाटते की 'मुली भाव खातात.'

जगण्याच्या संघर्षात पुरुषाला स्त्रीबरोबरच्या मैत्रीची, तिच्या विषयीच्या आकर्षणातून जास्त गरज असते. परंतु स्त्रीवर मात्र 'फ्रेंडशिप' स्वीकारण्याबाबत

आकर्षणापेक्षा योग्य-अयोग्य निवडीचा प्रभाव जास्त असतो. कारण त्या पुरुषाची पती म्हणून निवड करण्याची वेळ आली, तर आपल्या अपत्यांसह सर्व कुटुंब सांभाळण्याची त्याची योग्यता असायला हवी, ही जाण निसर्गतः तिच्यामध्ये वास करत असते. पुरुषाला स्वतःला मूल होत नसल्यामुळे ही जाणीव त्याच्या विचारपद्धतीत असू शकत नाही आणि त्यानुसार स्त्री-पुरुषांच्या मेंदू रचनेत किंचित फरक असतो. तसेच त्यांचे हार्मोन्स आणि त्यांचे चढ-उतार यामध्येसुद्धा स्त्री-पुरुष असा फरक राहतो. उदा. कामातुर करणारे टेस्टोस्टेरॉन हार्मोन हे पुरुषांमध्ये स्त्रीपेक्षा वीस पटींनी जास्त असते. तर स्त्रीमध्ये सारासार विचार देणारे, मेंदूला स्वस्थचित्त ठेवणारे सेरोटोनीन हार्मोन आणि ममत्व, वात्सल्याचे ऑक्सिटोसीन होर्मोन ही पुरुषाच्या तुलनेत जास्त प्रमाणात असतात. कारण पुन्हा तेच, की स्त्रीकडे 'बालसंगोपन' जबाबदारी असते. त्यामुळे फ्रेंडशिप किंवा कोणत्याही रिलेशनशिपमध्ये आनंद, समाधान, सौहार्द, ममत्व, प्रेम, जिव्हाळा (अॅफेक्शन) हे शोधण्याचा कल स्त्रीमध्ये जास्त असतो.

पुरुषाठायी अतिरिक्त असणाऱ्या टेस्टोस्टेरॉन हार्मोनचे परिणाम म्हणून आक्रमकता, महत्त्वाकांक्षा, धाडस, उतावीळता, बेपर्वाई, स्पर्धावृत्ती वगैरे पुरुषांमधील गुणदोष, स्त्री तिच्या या विशेष हार्मोननुसार व्यवस्थित हाताळते, त्यांना नियंत्रित करू शकते किंवा योग्य वळण देते. म्हणून स्त्रीबरोबरच्या फ्रेंडशिपला पुरुषांच्या जीवनात एक नकळत असे महत्त्वाचे स्थान आहे. पुरुषाला त्याच्या जीवनात अचानक कुठे अपयश आल्यास, त्या धक्क्याने त्याला कामाची ऊर्जा देणाऱ्या टेस्टोस्टेरॉन हार्मोनची रक्तातील पातळी एकदम खालावते आणि तो नैराश्यात (डिप्रेशन) जातो. अशा वेळेला ती स्त्रीच असते, जी त्याला पुनश्च उभारी देऊन, प्रोत्साहित करून सावरते. मग ती मैत्रीण असेल किंवा मैत्रीणस्वरूप खुद्द पत्नीसुद्धा असेल.

माणसामध्ये ही मैत्री कल्पना कशी आली? माणसांमधील मैत्री कल्पनेचा उगम हा दोन स्त्रियांच्या मैत्रीतून झालेला आहे, असे म्हटले तर आपल्याला धक्काच बसेल. कारण गेल्या सुमारे चार हजार वर्षांत पुरुषप्रधान व्यवस्थेत घडविलेली स्त्री ही 'स्त्रीची वैरी' म्हणून आपल्याला दिसते. याचे कारण हे आजच्या कृत्रिम व्यवस्थेतच सामावलेले आहे. पण माणूस ज्या सस्तन प्राण्यापासून उत्क्रांत झाला, त्या सस्तन प्राण्यांचे जर जीवन तपासले, तर ज्यांची प्रत्येक वेळची अपत्य संख्या

मर्यादित आहे, अशा उच्चवर्गीय म्हटल्या जाणाऱ्या सस्तन प्राण्यांच्या माता-मादीमध्ये या मैत्रीची बीजे सापडतात. कमी संख्येने असणारी अपत्ये जगली तरच ती प्राणीजात निसर्गात टिकणार आहे. आपली ही एक किंवा दोन असणारी अपत्ये जगली पाहिजेत या नैसर्गिक जाणिवेतून सिंहिणी, हत्तीणी, वानरी या माता, गर्भार होताच नराची साथ सोडून मादी कळपात दाखल होतात. मातृत्व हा त्या दोन माद्यांमधील घट्ट बॉन्ड असतो. एक सिंहीण माता जर मृत्यू पावली, तर तिची संतती दुसरी सिंहीण सांभाळते. तेच हत्तीणी व वानरीबाबत आहे, असे प्राणी-अभ्यासक नोंदवतात. याउलट प्राणी-नरामध्ये कोणताही भावनिक बॉन्ड नसतो. ते कायम एकमेकांना अपरिचित असतात. त्यांच्यामध्ये नेहमी धुसफूस व एकमेकांवर कुरघोडी असते. हिट पिरीयडमध्ये तर त्यांचा मत्सर उफाळून येतो. त्यांच्यात द्वेष आणि मारामारीची लक्षणे जास्त करून दिसतात. दोन नर वाघ आपल्या कुटुंबासह हिंडायला निघालेत, असे दृश्य जंगलात दिसणार नाही. त्यामुळे सहसा 'मैत्री' हा विषयच प्राणी नरांमध्ये नसतो.

माणसामध्येसुद्धा एका वेळेला एकच मूल होत असते. तेव्हा प्राणी-मादीच्या ठायी असणारी एकमेकींतील सहकार्याची/मैत्राची जाण ही जंगली-स्त्रीपासून असणारच आहे. पुढे बुद्धी व स्मरणशक्तीच्या जोरावर दोन स्त्रियांमधील नैसर्गिक सहकार्य अधिक मजबूत मैत्रीत बदलले. याउलट, दोन पुरुषांचे जर व्यवहार तपासले तर असे आढळते की, प्राणी नराप्रमाणे, दोन पुरुषांमध्येसुद्धा कोणताही भावनिक बॉन्ड नाही. शिवाय, प्राण्यातील हिट पिरीयड माणसातून नष्ट झालेला असल्यामुळे स्त्री-पुरुष समागमाला कोणताही ठरावीक सीझन नाही. अर्थात या स्थितीतून मत्सराची, स्पर्धेची, सूडाची, संशयाची व अहंकाराची भावना दोन पुरुषांत कायम वास करून राहिलेली दिसते. तरीही दोन पुरुषांमध्ये बुद्धी-पातळीवर आज मैत्री दिसू शकते, त्याचे महत्त्वाचे एक कारण म्हणजे मातृकुलातील स्त्रियांकडून आणि मातेकडून त्यांच्यावर झालेला मैत्रीचा संस्कार, हे आहे. शिवाय दोन पुरुषांचे समान ध्येय किंवा दोघांना समान धोका, तर काही वेळेस स्वतःचा स्वार्थ यामधून पुरुषांमध्ये जास्त करून मैत्री निर्माण होत असलेली दिसते. उदा. शिकार साधण्यासाठी, युद्धसंघर्षासाठी किंवा व्यापार-व्यावसायिक संबंध जोडण्यासाठी, राजकीय स्वार्थ जपण्यासाठी, गुन्ह्यात संगनमत करण्यासाठी, अशी मैत्री दोन पुरुषांतच नाही, तर पुरुष-समूहातसुद्धा झालेली दिसते. परंतु दोन स्त्रियांमधील किंवा स्त्री-समूहामध्ये

त्यांची 'अपत्ये' हा मैत्रीतील महत्त्वाचा मूळ धागा असल्यामुळे स्त्रीच्या मैत्रीतले 'नैसर्गिक मूल्य' पुरुषांच्या मैत्रीत आढळणे ही दुर्मीळ बाब आहे.

स्त्रियांमधील मैत्र-संबंध हे जंगली अवस्थेतील मातृटोळ्यांपासून जे विकसित होत गेले, ते संस्कृती युगातील मातृकुळापर्यंत! कारण एक विस्तव जरी पेटवायचा म्हटला तरी ते महाकर्मकठीण काम होते. अग्नी विझला की संपूर्ण टोळी अंधारात बुडत असे. अन्न शिजवता येत नसे. सर्व कामे बंद पडून मातृकूळ संकटात सापडत असे. त्यामुळे 'अग्नी' शेजारच्या मातृकुळातून आणण्याशिवाय दुसरा मार्ग नव्हता. ही आपत्ती कधी कोणावर येईल ते सांगता येत नव्हते. याकरता मातृकुळातील प्रमुख मातांचा मैत्री-नात्यात फार महत्त्वाचा 'रोल' असायचा. 'अपत्यांचे आजारपण' हा मुद्दासुद्धा औषधी-उपचारासाठी स्त्रियांचे सहकार्य टिकवून ठेवत होता.

भोवतालच्या जंगलातील औषधी वनस्पती माहिती असणाऱ्या अनेक स्त्रियांचे उल्लेख आपल्या भारतीय वाङ्‌मयात सापडतात. जशी, सत्यवानाची सावित्री होती, जिने त्याच्या हृदय विकारावर इलाज करून त्याला वाचवले तशीच दशरथावर युद्धात त्यावर उपचार करणारी राणी कैकयी, पटकी रोगाचे निवारण करणारी मरीआई, देवी रोगापासून वाचविणारी शीतळा देवी, गोवरावर उपचार करणारी गोरंबामाता या स्त्रियांनी आपल्या ज्ञानाचा उपयोग समाजात अन्य कुळासाठी करून दिल्याने स्त्रियांचे मैत्री-संबंध दृढ झाले असावेत, याबद्दल शंका वाटत नाही.

आजच्या स्त्रियांमध्ये इतका एकोपा, मैत्री, एकजूट व जिव्हाळा दिसत नाही, ही वस्तुस्थिती आहे. याचे कारण पितृप्रधान संस्कृती उदयाला येता येता, मातृकुळे अस्तास गेली. त्यामुळे आजी, आई, मावश्या, बहिणी या स्त्रियांची पहिल्या प्रथम ताटातूट झाली. ही आपुलकीची नाती आपापल्या पती-कुळात बंदिस्त झाली. साहजिक स्त्रियांमधील विचाराची, सल्ल्याची देवाणघेवाण थांबली. फक्त आपापल्या पती-घरट्याचे कल्याण साधण्याचे नवे संकुचित संस्कार स्त्रीवर होऊ लागले. तसेच पुढील काळात पती-कुळाच्या वाढत्या दडपणामुळे स्त्रीचे वैचारिक स्वातंत्र्य आणि ते मांडण्याची निर्भीडता, जी मातृकुलात होती, ती नष्ट होत गेली. सर्वथा पति-पुरुषाचे हित पाहण्यासाठी आणि समजण्यासाठी ती पुरुषाप्रमाणे आणि पुरुषांमधून विचार करायला शिकली. आपले विचार, आपली स्वतंत्र मते, आपले हक्क हे सर्वकाही पुढील सुमारे चार हजार वर्षांत स्त्री पूर्णपणे गमावून बसली.

पति-पुरुषाकडे जेव्हा आर्थिक सत्ता आली आणि अन्य स्वातंत्र्याबाबतही स्त्री

जेव्हा पतीवर अवलंबित झाली, तेव्हा पती-पुरुषाने परस्त्रीकडे जाऊ नये म्हणून स्वतःच्या अस्तित्वाचा तिचा लढा यानंतर सुरू झाला. चांगले उत्पन्न मिळवणारा, शिकारीत तरबेज असणारा, बाहुबली पुरुष मिळवण्याची गरज स्त्रीमध्ये वाढू लागली, कारण ती स्वतः सर्व व्यवसायातून बाहेर काढली गेली होती. पुरुषच तिचा सर्वप्रकारे पोशिंदा झालेला होता. साहजिक कोणत्याही परस्त्रीला आपल्या पुरुषापासून दूर ठेवणे, तिचा जाच करणे, निंदा करणे हे गुण स्त्रीला तिच्या पती-कुळातील अस्तित्वासाठी आत्मसात करावे लागले. त्यात भर म्हणून मावश्या-बहिणी या आपुलकीच्या प्राचीन नात्यामध्येसुद्धा प्राचीन जिव्हाळ्याऐवजी पुरुषकेंद्री स्पर्धा आली.

कुटुंबात आणि समाजातच प्राचीन कुळ-प्रमुख स्त्रीचा छळ, अन्याय, अपमान जसजसा वाढू लागला, तसे संपूर्ण समाजाचे व्यवहार, समजुती, रीतिरिवाज आणि वर्तन मातृसंस्कृतीच्या तुलनेत अगदीच उलटे फिरले आणि मैत्रीचा संस्कार मानवजातीला देणारी स्त्री ही या पुरुषप्रधान व्यवस्थेत 'स्त्रीची शत्रू' दिसायला लागली. ती जितकी शत्रू दिसायला लागली, त्यापेक्षा जास्त त्या शत्रुत्वाची प्रसिद्धी, कथा-कीर्तने, पुराणे, महाकाव्ये वगैरेंमधून पुरुषांकडून सतत केली गेली. कारण हे असे घडणे हे पुरुषाच्या अंतिमतः फायद्याचे होते. त्यामुळे स्त्रीवर होणाऱ्या अन्यायाबाबत स्त्री-जातीला जबाबदार धरण्यास पुरुष मोकळे झाले. बदललेल्या या स्त्रीमागे पुरुषी व्यवस्थेचा कसा हात आहे, हे आज लक्षातही येण्याजोगे राहिलेले नाही.

सध्याच्या कृत्रिम पुरुषप्रधान रचनेमुळे स्त्रियांच्या परस्पर नैसर्गिक मैत्रीसंबंधावर अशा रीतीने मोठा आघात झालेला आहे आणि त्यातून स्त्री-वैराचे एक विकृत चित्र उभे राहिले आहे. मात्र स्त्रीची ही आजची परिस्थिती बदलता येणे शक्य आहे. त्याकरता स्त्रियांनी एकजुटीचा, एकमेकींना जास्त करून समजून घेण्याचा व आधार देण्याचा प्रयत्न नेहमीच करत राहिला पाहिजे. आपल्या मातृसंस्कृतीच्या प्राचीन इतिहासाची माहिती करून घेतली पाहिजे. 'स्त्री स्त्रीची वैरी आहे' या पुरुषी प्रचाराचा स्वतःकडून होणारा उच्चार स्त्रियांनी पहिल्याप्रथम थांबवायला पाहिजे, आणि 'आम्ही मैत्रिणीच आहोत', असा स्वतःचा विचार पुढे आणला पाहिजे. स्त्रीबाबतची जी नैसर्गिक परिस्थिती आहे, ती आजही बदललेली नाही. म्हणजे अजूनही तीच अपत्यांना जन्म देते आहे आणि दर प्रसूतीमागील मानवी-

अपत्यसंख्या आजही कमी आहे, त्यामुळे स्त्रीमधील मैत्री-मूल्य हे नैसर्गिकपणे तिच्यात अजूनही उत्स्फूर्त आहे. हे मूल्य पिढ्यान्‌पिढ्या दडपले गेल्यामुळे ते सध्या निद्रिस्त अवस्थेत गेलेले असले, तरी स्त्री-जातीला संधी मिळाली, की त्यांच्यातील 'फ्रेंडशिप' पुन्हा सक्रिय होऊ शकते. ती कायमस्वरूपी कधीच दडपता येणार नाही, हे महत्त्वाचे सत्य स्त्रियांनी लक्षात घेतले पाहिजे.

◆◆◆

स्त्रियांचा 'बापू' मार्ग !

भारतामध्ये अभिमानाचे समजले जाणाऱ्या 'अध्यात्म' शास्त्राचा गैरवापर हा भारतीयांच्या त्याविषयीच्या श्रद्धेचा गैरफायदा घेऊन, एकतर अवैध संपती आणि लोकप्रियता मिळवण्यासाठी केला जातो किंवा महिला व मुलींची फसवणूक साधून त्यांच्या लैंगिक शोषणासाठी केला जातो, हे आजचे चित्र ही खरोखरच दुर्दैवाची गोष्ट आहे.

इथे प्रश्न असा आहे, की जे स्त्री-पुरुष अशा प्रकारे अध्यात्माचे ढोंग पांघरलेल्या बाबा-बुवा-बापूंच्या आहारी जातात, ते खरेच त्यांचा स्वतःचा अध्यात्मावर विश्वास आहे, म्हणून भाबडेपणाने जातात, की त्यांच्या मानसिक असंतुलनाचा तो परिणाम असतो? जनतेला अनाकलनीय असणाऱ्या त्यांच्या आंतरिक समस्यांवर उपाय समजण्यासाठी हा जमाव त्यांच्याभोवती का जमतो? जणू काही हे बाबा-बापू कोणी डॉक्टर वा मानसोपचारतज्ज्ञ, शास्त्रज्ञ किंवा ज्योतिष-डिग्री घेतलेला कोणी भविष्यकार असावा, असे प्रश्न त्यास विचारले जातात. म्हणजे उदा. ''गेली अनेक वर्षे माझ्या छातीत का धडधडते आहे?'' इथपासून ''मला मूल पुढील वर्षापर्यंत होईल का?'' इथपर्यंतच्या कोणत्याही प्रश्नाचे चमत्कार-स्वरूप उत्तर देणारे हे आधुनिक साई नि बापू यांचे हे गैरधंदे निभावण्याची बलस्थाने म्हणजे स्त्री व पुरुषांनी आयुष्यात निराश असणे, अपयशी असणे, एकाकी असणे, अगतिक

असणे, अडचणीत असणे, अंधश्रद्ध असणे वगैरे!

या बाबा-बापूंच्या भजनी लागण्यामागे स्त्री-पुरुषांची जी काही व्यक्तिगत कारणे असतात, त्यांपैकी एक महत्त्वाचे कारण म्हणजे 'अनेक स्त्री-पुरुषांनी कामपूर्तीमध्ये असमाधानी असणे'. या प्रकारचे असमाधान हे स्त्री व पुरुष दोघांमध्येही असले, तरी ते बाहेर टाकण्याच्या, व्यक्त करण्याच्या दोघांच्या पद्धतीमध्ये फरक आहे. पुरुष साधारणतः त्याच्यावरील संस्काराप्रमाणे भाषेतून किंवा विपरीत लैंगिक वर्तन वा लैंगिक गुन्ह्याद्वारे आपली घुसमट बाहेर टाकतो, तर स्त्रिया ती आतल्या आत जिरवत जगतात आणि म्हणून गोंधळलेल्या मनोवस्थेतील स्त्रियांची संख्या पुरुषांपेक्षा जास्त असते आणि याची सुरुवात दोघांमध्ये वयात आल्यानंतर होत असते. हार्मोन्सच्या होणाऱ्या बदलामुळे काहीजण अस्वस्थ झालेले असतात, संभ्रमित असतात. अनेकजण भयभीत किंवा विमनस्क होतात. मिळणाऱ्या चुकीच्या माहितीमुळे आपल्यालाच काहीतरी रोग झालेला आहे, अशा ताणाखाली असतात. ही स्थिती अशीच दीर्घकाळ राहिल्यास त्यातून पुढे स्त्री-पुरुषांचे मानसिक संतुलन ढळते. पण आपल्या समाजात ना कुठे शास्त्रशुद्ध लैंगिक शिक्षणाची सोय आहे, ना कुणाला विचारण्याची सोय आहे. याबाबत बोलण्याच्या मोकळेपणावरच 'अश्लील' असा शिक्का आहे. त्यामुळे सर्व चोरून-मारूनचा मामला होऊन बसतो.

परंतु 'कामभावना उत्तेजित होणे आणि शमणे' ही क्रिया अनेक वर्षे दडपून जगणे, ही सोपी गोष्ट नाही. कारण ती एक स्पष्ट शारीरिक घडामोड आहे, जी मज्जासंस्थेशी जोडलेली असते. त्यामध्ये टेस्टोस्टेरॉन, इस्ट्रोजेन, सेरोटोनिन, ऑक्सीटोसीन, डोपामीन वगैरे हार्मोन्स, तसेच आपल्या मेंदूचे हायपोथॅलमस, अमिग्द्ल हे भाग आणि पिच्युटरी ही मास्टरग्लॅंड असे सर्व मिळून लैंगिक भुकेसंदर्भात स्त्री-पुरुषांना जवळ आणण्याच्या प्रयत्नात भाग घेतात. अशा वेळी कामभावनेचे 'दमन' म्हणजे शरीरातल्या सर्वात महत्त्वाच्या, मध्यवर्ती यंत्रणेच्या कामात अडथळा आणणे आहे. याचा परिणाम अखेर माणसाच्या मनोव्यापार-व्यवस्थेवर होतो. विपरीत वर्तनाने कामभावना या ना त्या प्रकारे मुक्त करण्याचा प्रयत्न होत राहतो आणि मग विविध मार्गांने आणि माध्यमातून मानवी समाज, विकृतीची लक्षणे दाखवू लागतो.

त्यात मुलगी ही निर्मितिक्षम शरीराची असते. तिची लैंगिकभावना अकराव्या-बाराव्या वर्षापासून मनामध्ये स्थान मिळवू लागते, तेव्हा पालकांकडून तिला

त्याचे नीट ज्ञान देण्याऐवजी, 'स्त्रीचे शरीर आणि तिला चांगले रहावेसे वाटणे हे तिच्या अस्वस्थपणाला आणि तिच्या सर्व समस्यांना कसे जबाबदार आहे,' अशा संकेतातून मुलीला अपराधी ठरवण्याचा संस्कार करण्याची सुरुवात होते. त्यामुळे त्या वयापासून तिच्या मनात उद्भवणाऱ्या लैगिंक शंकांविषयी ती मौन बाळगण्यास सुरुवात करते. शाळेमध्ये केव्हातरी लैगिंकतेबाबत जुजबी ज्ञान मुला-मुलींना दिले जाते. त्यामध्येसुद्धा मुलीला गर्भधारणा कशी होते आणि त्याविषयीची खबरदारी, एवढ्यापुरती त्या साक्षरतेची (?) व्याप्ती असते. पण मग आकर्षणाची ऊर्मी उसळते, कशात लक्ष लागत नाही, त्याचे काय करायचे? ते कोण सांगणार, हे मुला-मुलींना समजत नाही.

संमतीची शारीरिक जवळीक हे पाप आहे, ते एक दृष्कृत्य आहे, असे त्यांच्या आणि प्रत्येकाच्या कुटुंबातून ठसवण्याचा प्रयत्न असतो. पण ती स्त्री-पुरुष जवळीक, संमतीनेच कशाला, तर जबरदस्तीने केलेली जवळीकसुद्धा टीव्हीवरून घरात आलेल्या चित्रपटातून पालकांकडून पाहिली जाते. रिॲलिटी शोमधील लहान मुलींची 'ॲडल्ट' तमाशा नृत्येसुद्धा तरुण पालक कौतुकाने पाहतात. तरुणांची सेक्शुअल नृत्ये तर सर्रास सर्वांना चालतात. म्हणजे पडद्यावरील मुली-स्त्रियांकडून पुरुषांबरोबरीने होणारा मुक्त संचार एकीकडे आणि व्यक्तिगत आचरणाचे मुलींवरचे कौटुंबिक व सामाजिक संयमाचे 'शुद्ध' संस्कार, जे 'मुलींनी जीन्स घालू नयेत' अशा मताचेही असतात, ते दुसरीकडे. या विसंगतीत आणखी भर म्हणून पडद्यावरील हॉट दृश्यांनी मुलींच्या मनात कामेच्छा, पुरुषाविषयीचे आकर्षण उसळत राहते. मुलगेही या वातावरणामुळे कामप्रक्षुब्ध होत असतात. मात्र या सर्व परस्परविरोधी संस्काराचा आपल्या समाजात कधी कुठलाही मेळ घातला जात नाही. पालकही तरुणाईला तसेच गोंधळलेल्या अवस्थेत राहू देतात. त्यातून मुलींच्या विनयभंगाच्या, अगदी हत्येच्याही घटना घडतात.

अखेर या सर्व ओढाताणीतून मुक्त होण्यासाठी तरुण विधवा स्त्रिया, घटस्फोटिता, नवऱ्यापासून दूर राहणाऱ्या स्त्रिया, अविवाहित स्त्रिया या सर्वांचा एक मोठा स्त्री-गट मनःशांतीच्या शोधात 'बापू' मार्गाला लागतो. म्हणून आजच्या या सर्व साई वा बापूच्या मेळ्यात स्त्रियांची संख्या पुरुषांपेक्षा जास्त असलेली दिसते. यामध्ये गरीब, मध्यम, श्रीमंत, शिक्षित, अर्धशिक्षित अशा सर्व वर्गातल्या स्त्रिया असतात.

त्यात 'बापू' मार्ग म्हणजे 'अध्यात्म' आणि आपल्या समस्येवरचा एकमेव उपाय म्हणजे ईश्वराचा शोध. आणि हा ईश्वर आपल्याला अध्यात्माच्या पाठातून आणि सान्निध्यातून मिळणार, असे मानणारी ती व्यक्ती केवढी धार्मिक आणि म्हणून सरळमार्गी, संतुलित मनाची, असे सर्वांना वाटायला लावणारा हा 'राजमार्ग'! त्यामुळे कुणाचा संशय जागा होत नाही आणि अनेक गोष्टी बिनबोभाट चालू राहतात. हे बाबा-बापू स्त्रियांना एकांतात कशाला बोलावतात, हे या स्त्रियांना कळत नाही, असे नसते; परंतु कामशमन नैसर्गिकपणे होत नसल्यामुळे उत्तेजित झालेल्या अवस्थेत टेस्टोस्टेरॉन हे सेक्स हार्मोन स्त्री-पुरुषामध्ये वाढते आणि मेंदूला शांतचित्त ठेवणारे, सारासार विचार देणारे सेराटोनीन हार्मोन खालावत जाऊन त्याचे परिणाम स्त्रीच्या (आणि पुरुषाच्यासुद्धा) मनावर आणि वर्तनावर होतात. भूक लागत नाही, झोप येत नाही, निरुत्साह वाटतो, एकाग्रता होत नाही, अस्वस्थ वाटते, घबराट वाटते, मानसिक संतुलन स्थिर राहत नाही. 'ऑब्सेसिव्ह कम्पल्सिव्ह डीसऑर्डर'ची (ओसीडी) लक्षणे दिसून येऊ लागतात. मुली हिस्टेरिक होतात. मुलगे अनावर काम-अवस्थेत राहतात. अशी निरीक्षणे आणि त्या संबंधीचे विकार, सायकॉलॉजिस्ट आणि सेक्सालॉजिस्ट आपापल्या अनुभवातून नोंदवतात. या सर्व विपरीत वर्तनाचा संबंध कुठे पोहोचतो, हे पालकांना समजत नसल्यामुळे 'देवधर्म, उपवास-व्रते, पोथीवाचन यामध्ये मन रमव', असे समाजाला उपद्रव न करणारे सल्ले, मुलापेक्षा मुलीला जास्त दिले जातात. आपापल्या कामभावना शमवण्याचे अनेक योग्य-अयोग्य मार्ग मुलगे वा पुरुष वापरत असतातच, पण मुलींना मात्र त्या भावना मारूनच जगावे लागते.

मग स्त्रिया-मुलींची ही भग्न मनःस्थिती अचूक हेरणारे काही गुंड आणि स्वतःच्या होणाऱ्या लैंगिक कोंडीमुळे विकृत मानसिकता प्राप्त झालेले काही पुरुष, त्यांना आपल्या जाळ्यात ओढतात आणि त्यातून बलात्कार, ब्लॅकमेलिंगच्या आणि काही वेळा या निरपराध मुली-स्त्रियांच्या हत्येच्या घटना घडल्याचे आपण ऐकतो. याच पुरुषांचे काही भाऊबंद संभावितपणाचा सफाईदार आव आणून भगवी वस्त्रे-रुद्राक्ष घालून आणि राम किंवा साई, अशा लोकांच्या श्रद्धेला हात घालणाऱ्या उपाध्या धारण करून, स्वतः कधीही न अभ्यासलेल्या अध्यात्माचा देखावा करून, मनःशांती देण्याच्या ढोंगाखाली, स्त्रिया आणि मुलींच्या होणाऱ्या लैंगिक दमनाचा, त्यांच्या कोंडीचा पुरेपूर फायदा उठवतात. या जाळ्यात अडकणाऱ्या

फक्त अविवाहित मुलीच असतात, असे नाही, तर पतीकडून शरीरसुखाला वंचित असणाऱ्या आणि त्यामुळे निराशेत जगणाऱ्या असंख्य विवाहित स्त्रियासुद्धा या 'बापू' मार्गाकडे ओढल्या जातात. कामभावनेचा योग्य वयात किंवा वेळेत निचरा न होण्यामुळे स्वतःचे भान गमावून बसलेल्या किंवा काही अंशी बेभान झालेल्या या स्त्रिया अशा साई-बापूंची अनाकलनीय पाठराखण करत स्वतःच्याच लैंगिक शोषणाचे जेव्हा नकळत समर्थन करतात, तेव्हा एकूणच आपल्या आक्रसलेल्या कामजीवनाचे स्वरूप उघडे पडते.

गेल्या ४०-५० वर्षांपूर्वीपेक्षा आताच याचे इतके पेव का फुटावे याचे, उत्तर स्पष्ट आहे आणि बहुतेकांना ते माहीत आहे. ''कामवासनेवर संयम ठेवा आणि विवाहपूर्व शरीरसंबंध निषिद्ध माना'' हा ४०-५० वर्षांपूर्वीपर्यंत असणारा संस्कार आजही बदललेला नाही, पण त्यातल्या त्यात या संस्काराला सुसंगत म्हणावी अशी त्या वेळेस जी कौटुंबिक, सामाजिक स्थिती-परिस्थिती होती, ती आज राहिलेली नाही. आजची लोकसंख्या ६०च्या दशकापेक्षा तिपटीने वाढलेली आहे. कॉम्प्युटर आणि अन्य तंत्रज्ञानामुळे तरुण वर्ग मोठ्या संख्येने बेकार होत चाललेला आहे. तरुणांचे रिकामटेकडे जीवन म्हणजे 'डेव्हिल्स वर्कशॉप' झालेले आहे. त्या काळात २० ते २५ वर्षांपर्यंत होणारे मुला-मुलींचे विवाह, अजून पाच ते दहा वर्षांनी पुढे गेलेले आहेत. त्यातून अनेक कारणांनी घटस्फोट वाढले. नवनव्या यंत्र-तंत्राच्या वापरामुळे भावना यांत्रिक झाल्या आणि मानसिकता बदलली. ४०-५० वर्षांपूर्वी ज्या पद्धतीने कामभावनेविषयक संस्कार कुटुंबात केले जात होते, त्याच मर्यादेत ते त्या वेळच्या चित्रपटातून दाखवले जात होते. १९६०च्या दशकापर्यंत चित्रपटात बेडसीन दिसत नव्हते. त्यामुळे कुटुंबात होणारा संयमाचा संस्कार समाज-माध्यमातही ठसवला जात होता. त्यात त्या वेळचे पालक टीनेज मुला-मुलींना चित्रपटगृहात एकत्र जाण्याची परवानगी देत नसत. हे चूक की बरोबर या प्रश्नापेक्षा कौटुंबिक व सामाजिक संस्कारात एक प्रकारची सुसूत्रता व सुसंगती त्या काळामध्ये होती, हे महत्त्वाचे आहे. विवाह वेळेत होत होते. तरुण वर्ग गोंधळलेला नव्हता. त्यामुळे कामशमनाचे प्रश्न कमी तीव्र होते. आज या मुला-मुलींना एकत्रित सिनेमा पाहयला जाण्यास पालक संमती देतात, म्हणजे त्यांच्या कामभावना एकीकडे उत्तेजित होऊ देतात, पण पुढे मात्र त्यांना चारित्र्याचा उपदेश आणि भारतीय संस्कृतीचे दाखले दिले जातात. लैंगिक शिक्षण कोणत्याच

पातळीवर आपल्याकडे नसल्यामुळे मुला-मुलींची कामभावना कशी हाताळावी याबाबत पालक कायम संभ्रमात असतात.

आजच्या टीव्हीने तर चित्रपटातील कामुक दृश्ये घरात आणून सोडलेली आहेत, पण तरुणांनी मात्र तसे काहीही करायचे नाही, हे कुटुंबात बिंबवले जाते. अशा प्रकारे माध्यमे आणि कुटुंबव्यवस्था यामधून प्रसारित होणाऱ्या नैतिक मूल्यांमध्ये आलेला परस्पर विरोध हाच मोठा प्रॉब्लेम आहे. विवाहपूर्व सेक्स करायचा का नाही, या मानसिक गोंधळात, आक्रमक आणि हिंसक सेक्स चित्रपट भर घालत आहेत. 'मिळत नाही तर आक्रमक व्हा, पण मिळवून राहा' असा जणू संदेश याबाबत दिला जात आहे आणि या चित्रपटांना मात्र संस्कृतीचे कैवारी ऊर्फ ठेकेदार विरोध करीत नाहीत. मग या स्थितीतून काय चांगले घडण्याची आपण अपेक्षा करायची? असे चित्रपट किंवा पॉर्नफिल्म पाहून कुठे आपली कामभावना शमन होऊ शकते का, हे अनुभवण्यासाठी, ते पाहण्याची उत्सुकता दिवसेंदिवस वाढत चालली आहे. त्यात नव्या तंत्रज्ञानाची भर म्हणून मोबाईलवरही सर्व काही दिसू लागलेले आहे. ज्यांना कोणाला बापू व्हावेसे वाटते त्यांना आणि अशा बापूंचे ज्यांना बळी होण्यात धन्यता वाटते, त्यांना पूरक असणारी ही वस्तुस्थिती म्हणजे प्रत्यक्ष कामजीवनाला वाव कमी आणि त्याच्या खाणाखुणाच अधिक, असे हे वास्तव म्हणायचे. अशा विचित्र ताणात सापडलेला समाज या ताणतणावातून 'आउटलेट' शोधताना हाती लागेल तो मार्ग जर पत्करू लागला, तर एकच काय अनेक 'बापू मार्ग' सामान्य जीवन विकृत करतील, याबाबत शंका वाटत नाही. इथे कारणे सापडली, मग उपाय सापडायला काय हरकत आहे? पण त्याकरता पहिल्या प्रथम हे समजायला हवे, की वरील सर्व परिस्थिती बदलता येणार नसेल, तर आपल्यालाच बदलावे लागेल. समाजातील वृत्तपत्रे, मासिके, चित्रपट, दूरदर्शन मालिका यांमधून प्रसारित होणारे कुटुंबविरोधी संस्कार जर बदलता येणे शक्य नसेल, तर कुटुंबातील पारंपरिक जुने संस्कार चालवित ठेवून संभ्रम निर्माण करण्यापेक्षा त्यांना सकसपणे बदलता येण्याचे मार्ग आपण शोधले पाहिजेत.

◆◆◆

श्रद्धेमागील वास्तव...

भारतामध्ये श्रावण महिन्यापासून उपवास, पूजापाठ, देव-देवेतांच्या होणाऱ्या उत्सव-आरत्या आणि सोहळे अगदी मनभरून दरवर्षी होत असतात. आनंदासाठी यातील काही सोहळे नक्कीच आहेत, पण 'केलेच पाहिजे' या भीतीपोटी पाळल्या जाणाऱ्या परंपरा आणि त्याकरता डीजे, स्पीकरद्वारे व्यक्त होणाऱ्या श्रद्धांबाबत कधी तरी प्रश्न विचारावेत, याकरता या सोहळ्यामागे असणारे 'श्रद्धे'चे स्थान आपण तपासणार आहोत.

श्रद्धा म्हणजे काय, असे जर विचारले, तर अनेक व्याख्या पुढे येतील. श्रद्धा म्हणजे विश्वास, श्रद्धा म्हणजे एकाग्रतेने मनात वसणारा भक्तिभाव, श्रद्धा म्हणजे आध्यात्मिक शक्ती वगैरे. परंतु, अवतीभवतीच्या वस्तुस्थितीतून समोर येणारे वास्तव असे सांगते, की सर्वसाधारणपणे स्वत:ला सतत फसवत राहून, सारासार विचार न करता कशावरही ठेवलेला अढळ विश्वास किंवा भरवसा म्हणजे 'श्रद्धा'.

खरे तर श्रद्धा म्हणजे 'विश्वास' नाही. कारण विश्वास हा भोवतालच्या अनुभवातून, पारखून ठेवला जात असतो. माहीत नसताना आपण कोणावर किंवा कशावरही विश्वास ठेवत नाही. बऱ्याच वेळेस इतरांचे अभिप्राय, अनुभव ऐकून-पाहून, खात्री करून घेऊन मगच आपण एखाद्या गोष्टीवर विश्वास ठेवतो किंवा ती गोष्ट स्वीकारतो किंवा अमान्य करतो. म्हणजेच विश्वास ठेवण्याआधी आपल्याला

विचाराचा एक पवित्रा पहिल्याप्रथम घ्यावा लागतो, भान बाळगावे लागते. विश्वासाबरोबर 'अविश्वास' हे अधोमूल्य त्याकरताच असते. 'विश्वासघातही' तिथेच जवळपास असतो. अर्थात विश्वास आणि श्रद्धा यांमध्ये फार मोठा फरक आहे. मुख्य म्हणजे, 'विश्वास' हे मूल्य आहे, तर श्रद्धा ही भावना आहे. श्रद्धेचा गैरफायदा घेऊन विश्वासघात केल्याची उदाहरणे आणि विश्वासाच्या अतिरेकातून निर्माण झालेली अंधश्रद्धा, हाच काय तो श्रद्धा आणि विश्वास यांचा नाममात्र संबंध!

मानवी संस्कृतीमध्ये श्रद्धेचा शिरकाव केव्हा आणि कसा झाला असेल? याबाबत असे म्हणता येईल, की विज्ञानाचा घनघोर अंधकार असणाऱ्या कालखंडात पाऊस, वादळे, भूकंप, विजांचे कडाडणे, ग्रहणातून सूर्य-चंद्राचे काळवंडणे हे सर्व जंगली व रानटी युगातील माणसाला फारच अनाकलनीय आणि भीतीदायक होते. शिवाय जंगली जीवनात श्वापदांचा हल्ला होत असे. या सर्वांमध्ये मनुष्यहानी ठरलेली होती. या घटनांवर माणसाकडे काहीच उपाय/उपचार नव्हते. तरीही आपत्तीतून जिवंत राहिलेल्या मानवांना जगण्याची हिंमत ठेवता यावी, ते भीतिमुक्त व्हावेत, दुःखातून बाहेर यावेत, यासाठी काही चालीरीती जगातील विविध जमातींत आपोआपच निर्माण झाल्या. यामध्ये मोठ्ठा जाळ पेटवणे, जोरात चीत्कार करणे, हातात मिळेल ते बडवून आवाज करणे, अंगविक्षेप करून या संकटांना आम्ही पळवून लावत आहोत, असा तात्कालिक आभास तयार करणे, अशा प्रकारातून टोळीतल्या मानवाला सुरक्षेचा दिलासा दिला जात होता. भयग्रस्त बालकांना शांत केले जात होते. शेवटी माणसाला दैनंदिन कामे करता यायला हवी असतील, तर 'भीतीपासून त्याची सुटका' ही त्याची प्राथमिक गरज होऊन गेलेली होती. जाळ पेटवणे, भयावह चीत्कार करणे, काठी घेऊन काहीही बडवणे अशा कर्मकांडातून ही गरज संस्काराने, ज्या काळात भागवली जाऊ लागली तेव्हा, इतक्या अतिप्राचीन काळातच, 'श्रद्धेचा जन्म' झालेला आहे. 'निर्माण झालेली भयग्रस्त अवस्था निवारणे', हे या श्रद्धेचे त्या काळात ठरलेले काम होते. 'आकाशात घेरून आलेले काळे ढग दूर करण्यासाठी आणि पाणी जमिनीवर आणण्यासाठी इंद्र अवकाशामध्ये युद्ध करत आहे आणि त्यामुळे हा गडगडाट आणि हे विजा चमकणे चालले आहे', अशी ऋग्वेद-पूर्वकालीन समजूत जगभरात होती. अशा समजुतीवर श्रद्धा ठेवून अनेक शतके मानवाने वाटचाल केली.

अशा प्रकारे, माणसाच्या अवैज्ञानिक आणि धास्तावलेल्या मनोवस्थेतून

जन्मलेली अवस्था, हे श्रद्धेचे मूळ असल्यामुळे श्रद्धा आणि विज्ञान किंवा विचारप्रामाण्य यांचा आजही काही संबंध दिसत नाही. जंगली व रानटी युगात डोळे झाकून अशा कर्मकांडे व चमत्कारांवर श्रद्धा ठेवण्याशिवाय माणसाकडे दुसरा पर्याय नव्हता. विज्ञानाचा अभाव असणारी माणसाची ही अवस्था थोडीथोडकी नाही, तर पुढे शेकडो शतके किंवा सहस्रके टिकून होती. साहजिक कर्मकांडावर भरवसा ठेवून जगण्याची मानसिकता ही माणसात आनुवंशिक (जेनेटिकल) होऊन गेली. पुढील जीवनात सुरक्षेला अनेक पर्याय निर्माण झाले, तरी भीतीद्वारे मनात मूळ धरून बसलेल्या या 'श्रद्धे'ने माणसाचा आंतरिक पिच्छा कधी सोडलाच नाही. त्यामुळे विज्ञान आले, तरी देव-धर्म, शुभ-अशुभ याद्वारे प्राचीन श्रद्धेची मुळे माणसांनी आजही घट्ट धरून ठेवलेली दिसतात.

त्या काळात, भाषा आणि वेष नसल्यामुळे मानवी टोळ्यांनी स्वतःचे वेगळेपण समजावे म्हणून जेव्हा पशु-पक्ष्यांच्या खुणा उदा. शिंगे, पंख, शेपट्या, तुरे, चोची, पिसे, आपल्या अंगावर धारण करण्यास सुरुवात केली, तेव्हा आपापल्या या पशु-पक्षी चिन्हांचा मान ठेवणे, त्यांचे रक्षण करणे, हे वर्तन ओघाने आलेच. कारण ती त्या टोळ्यांची 'ओळख' होती. अमुक चिन्ह धारण करणारे लोक समाजात दिसत नाहीत, म्हणजे ती जमात नष्ट झाल्याची ती खूण ठरे. आपली ओळख सर्व टोळ्यांना आणि बरोबरीने पुढील पिढ्यांना ज्ञात व्हावी, याकरता या चिन्हांचे टोळी-सदस्यांमध्ये जतन, पूजन, स्मरण राहावे म्हणून त्याकरता होणारे त्या चिन्हांचे कथाकथन, हे सर्व आवश्यक होते. भाषा नसण्याच्या त्या काळात, जमातीचे रीतिरिवाज, त्यांचे वेगळेपण अशा कर्मकांडातून पक्के होणे तेव्हा गरजेचे होते.

पुढे भाषेचा वापर वाढता वाढता, कुळांना नाम-संबोधन आले. भारतीय संस्कृतीत कच्छ, मत्स्य, वराह, वृषभ, महिष, मातंग, मूषक, वानर, जटायू, मयूर, गरुड, नाग वगैरे चिन्हांशी संबंधित नामकरणातून प्राचीन टोळ्यांचा भाषेतील उल्लेख आढळतो.

मानवाला भाषिक संबोधने प्राप्त झाल्यावर आणि भाषेचा विकास होता होता, जसजसे बोलण्यातून रीती स्पष्ट होऊ लागल्या, तसतसे पिसे, शेपट्यांसारखी कुळ-चिन्हे धारण करण्याची आणि त्या प्राण्यांचे जतन-पूजन करण्याची गरज नाही, हे पुढील काळात मानवाला जाणवू लागले. अनेक सहस्रके चालू असलेल्या कोणत्याही परंपरा एकदम बंद पडत नाहीत त्यानुसार, 'पूर्वजांच्या परंपरा' म्हणून,

अनुकरण पद्धतीने या कुलचिन्हांचे पूजन, मधला काही काळ चालू राहिले असावे आणि हेच ते वळण असावे, जेथून पूजनामागे असणारी अस्सल गरजेची व भय-निवारण्याची जागा, ती गरज संपल्यानंतर कोरड्या अनुकरणाने घेतली. या अनुकरणातील 'कोरडेपणा' उघड होऊ नये म्हणून त्या अनुकरणास 'श्रद्धा' म्हणणे सोयीचे होते. अर्थात, श्रद्धा म्हणजे 'कोरडे अनुकरण' असल्याचे आपण आजही विवाह-मुंजींसारख्या अनेक रीतिरिवाजांतून अनुभवतो, जेव्हा त्या रिवाजांचे अर्थही आपल्याला कळत नसतात किंवा आपण काय करत आहोत, त्याची चिकित्सा करण्याची आपली इच्छासुद्धा नसते.

दुसरीकडे, कुळातील कोणी मृत्यू पावल्यास, कमकुवत मनाच्या कुलसदस्यांना मृत व्यक्ती दिसल्याचे भास होण्याने अजून एक भीती तयार झाली. त्यातून भूत-पिशाचाच्या कल्पना आणि दिलासा देण्यासाठी पुनर्जन्म-पूर्वजन्माच्या संकल्पना अवतरल्या आणि यापैकी काहीच सिद्ध होणारे नव्हते. पण श्रद्धा ही अशी एक भावना आहे, की तिला कोणत्याही सिद्धतेची वा पुराव्याची गरज लागत नाही. त्यामुळे प्रत्येक भयासाठी श्रद्धेचे द्वार उघडे राहिले. भयाचे निराकरण करणाऱ्या विज्ञानाचा अभाव, हा अगदी अलीकडल्या काळापर्यंत टिकून असल्यामुळे साहजिकच अवैज्ञानिक तंत्राने ही भीती उतरवणाऱ्या एखाद्या गटाची 'मांत्रिक विद्या' मानण्याचे स्तोम वाढत गेले. प्रथमार्धात जाळ पेटवणारी, हुकारे-हाकारे घालणारी ही मंडळी, भाषा-युगात मोठमोठ्याने शब्दोच्चार करून भीतीला आणि भूतबाधेला उतरवण्याचे विविध नवे तंत्र-मंत्र नव्या काळानुसार दाखवू लागली. जसे, अग्नी-जाळाची जागा पद्धतशीरपणे यज्ञकुंडांनी घेतल्याचे भारतात आढळते. त्यातूनच याज्ञिक कर्मकांडे भारतात निर्माण झाली. शाब्दिक बडबडीची जागा सुसूत्र मंत्रोच्चाराने घेतली. हे यज्ञयाग, हे मंत्रोच्चार आपली संकटे निवारणार आहेत, आपल्याला सुरक्षित ठेवणार आहेत, अशा श्रद्धा आजही भारतात आहेत. किंवा काही पदरात पाडून घ्यायचे आहे किंवा अगदी निवडणुका जिंकायच्या आहेत, तेव्हा यज्ञयाग करण्याचे प्रकार आजही चाललेले असतात.

सुमारे पाच-सहा हजार वर्षांपासून आर्यांचा ऋग्वेद मौखिक सांगितला जाऊ लागला. या काळात हे आर्य, उत्तर ध्रुवाजवळ किंवा उत्तर युरोपच्या पट्ट्यात वास्तव्य करत होते, असे लोकमान्य टिळक आपल्या 'आर्क्टिक होम इन वेदाज' या पुस्तकात नोंदवतात. ध्रुव-पट्ट्यातील भौगोलिक स्थितीनुसार अनेक दिवस

आणि महिने, अंधारात काढणारी ही आर्य जमात, पहाट आणि सूर्यदर्शन याकरता आसुसलेली असे. पहाटेला उषेचे किरण दिसूनही, अजून सूर्यदर्शन नाही, यामुळे त्रस्त झालेले आर्य, ''ओ, अदिती, आणि वरुणदेवा, आम्ही काही दुष्कृत्य केलेले असल्यास आम्हाला क्षमा कर आणि या दीर्घ तिमिरापासून (अंधार) आमची सुटका कर. दीर्घकाळ भीतिमुक्त प्रकाश आम्हाला मिळू दे आणि तोपर्यंत अग्नी, तू पेटत राहा,'' अशी भावना मंत्रातून व्यक्त करतानाचे अनेक श्लोक पुराव्यादाखल लोकमान्य देतात. म्हणजे, प्रार्थना, मंत्र, अग्निप्रज्वलन यांसारख्या कर्मकांडामुळे भौगोलिक बदल घडतील आणि आपल्याला हवे तसे वातावरण तयार होईल, अशी श्रद्धा प्राचीन मानवाची होती, हे इथे समजते. पण प्रश्न, आजही आपण अशा अनुकरणवादी श्रद्धेपासून मुक्त का झालेलो नाही, हा आहे.

भौगोलिक स्थिती बदलणे कुणाच्या हातात नाही, हे लक्षात येताच, कुणीतरी अनाकलनीय शक्ती आहे, जी हे चक्र फिरवते, हे मान्य करण्यातून, त्या दैवी शक्तीला शांत करण्याचा किंवा प्रसन्न करण्याचा नवा फाटा श्रद्धेला फुटला. त्यातून मंत्रोच्चाराशिवाय माला-जप, पोथ्या वाचणे इथपासून ते उपवास, व्रते, पूजा-प्रतिष्ठापना, प्रदक्षिणा, एकादष्ण्या, नैवेद्य, प्रसाद, अभिषेक, पुढे कोप-शाप, पाप-पुण्य, अशुभ-शुभ, पवित्र-अपवित्र, मंगल-अमंगल असे अनेक कृती आणि समजुतींचे प्रवाह, श्रद्धेच्या नावाने मानवी जीवनात मिसळत गेले. इतके की, मागील सुमारे पाच-सहा शतकांपासून खगोल विज्ञानाची पहाट होऊ लागली, तरी आपल्या या 'श्रद्धे'ने विपरीत रूप धारण करूनही काही शतके लोटली होती. कारण, दैवीशक्ती मूर्तिस्वरूपात जमिनीवर प्रस्थापित करण्यात आलेल्या होत्या. लोकांची भीती घालवण्याचा दावा पिढ्यान्‌पिढ्या करणारी मंडळी, परमेश्वर आणि सामान्य माणसातील 'मध्यस्थ' म्हणून प्रस्थापित होऊन काही शतके उलटली होती. त्यांना 'दक्षिणा' या पवित्र नावाने मोबदला मिळू लागल्यावर, श्रद्धा हे 'धंद्याचे' उत्तम साधन बनून जाण्यालाही काही काळ लोटला होता.

श्रद्धेचे वैशिष्ट्य म्हणजे, तिला बदल चालत नाहीत. चालू असलेली व्यवस्था तशीच टिकावी असा तिचा आग्रह असतो. विशेषतः श्रद्धेवर पोट भरणारा एक वर्ग, ज्याला 'पुरोहित' वर्ग म्हणतात, तो अनेक शतकातून जगामध्ये प्रस्थापित झालेला आहे. समाजाने श्रद्धेत बुडून राहावे असे या वर्गाला प्रकर्षाने वाटत असते, कारण या पुरोहित वर्गाचे अवघे अस्तित्वच श्रद्धेमध्ये वसलेले असते.

मान-सन्मान, प्रसिद्धी, लोकप्रियता आणि आर्थिक लाभ असे फायदे या लोकांना दुसऱ्यांनी कोणत्या तरी अनामिक शक्तीवर श्रद्धा ठेवल्यामुळे आपोआप मिळत जातात. त्यामुळे प्रत्येकच नावीन्याला विरोध करायचा आणि जुन्या परंपरेला धरून ठेवायचे, अशी त्या पुरोहित वर्गाची मानसिकता असते.

'पृथ्वी गोल आहे' या नव्या शोधाला विरोध करून त्या शास्त्रज्ञांचा छळ करणारे लोक हे प्रामुख्याने युरोपातील धर्मगुरू होते. स्त्री-शिक्षणाला विरोध करणारे हेच धर्मगुरू, पुरोहित आणि मौलवी जगभर होते आणि आहेत. स्त्रीवर पोशाख-बंधने आणि ती अपवित्र म्हणून तिला मंदिर प्रवेशबंदी करण्यात याच लोकांचा हात असतो. समाज जितका जास्त काळ भयग्रस्त, पवित्र-अपवित्र मानणारा आणि म्हणून जुन्या व्यवस्थेला धरून राहणारा असेल, तितका पुरोहितांचा धंदा आणि दबदबा अबाधित असतो, आणि म्हणून भीतीचे निवारण करणाऱ्या विज्ञानाला त्यांचा कायम विरोध असतो.

शिवाय अंधश्रद्धेची श्रद्धेमध्ये भेसळ करण्यात त्यांचा हातखंडा! श्रद्धेमध्ये प्रश्न विचारायचे नसतात. कोणतेही विचार मांडायचे नसतात. जे सांगितले जात आहे, ते मान्य करायचे. कुळात पोथी वाचली जात आहे, मग ती पुढील पिढ्यांनीही वाचायची. ती का वाचायची आणि तेच तेच रोज का वाचायचे, दुसरे काही नवे, चांगले वाचले तर काय होईल,असे तर्कशुद्धतेने काही विचारायचे नाही. याउलट, 'चांगले वर्तन म्हणजेच धर्म', असे कोणी सांगितले आणि त्यावर जर समाजाची श्रद्धा बसली, तर मग पूजा, आरत्या, अजान, पठण, उपवास असे कोण करणार? पण मग पुरोहित वर्गाचे पोट कसे भरणार आणि त्यांचे महत्व काय उरणार? म्हणूनच तर धर्मामधील मूळ चांगला विचार कधी पुढे आणला जात नाही. फक्त त्यातील कर्मकांडांचा ढोल बडवला जातो. कोणी तरी आपल्यासारखाच दिसणारा आणि आपल्याला न समजणाऱ्या भाषेत काही बोलणाऱ्या माणसाला परमेश्वराच्या जवळचे (प्रेषित) देवदूत मानायचे. तो सांगेल तसे पूजाविधी करण्यानेच आपले म्हणणे, आपली इच्छा परमेश्वरापर्यंत पोहोचू शकते, ही समजूत करून घ्यायची. त्यामध्ये आपल्यालाही काही समजू शकते हा विचारसुद्धा मनात आणायचा नाही. एकंदर आपली बुद्धी सर्वथा आणि सदासर्वकाळ दुसऱ्या माणसाच्या बुद्धीकडे गहाण टाकायची, यालाच 'धर्मश्रद्धा' म्हणतात, जी डॉक्टर, इंजिनिअर व अन्य उच्च शिक्षित लोकांनासुद्धा पछाडून असते.

'भक्तांना आपण भीती आणि अरिष्ट यापासून दूर ठेवतो,' असे वलय परंपरेने ज्यांनी प्राप्त केलेले आहे, त्यांना स्वतःच्या कब्जात आलेली ही श्रद्धाळू माणसे आपल्या पकडीतून सुटू द्यायची नसतात. आपली पकड सैल होत आहे, असे जरा जरी वाटले, तर धर्म बुडाला, संस्कृती भ्रष्ट झाली, अशी ओरड ही मंडळी करू लागतात. श्रद्धा माणसाला 'भीतीला हिमतीने सामोरे' जाण्यास कधीच शिकवत नाही. माणसाला हिंमत दिल्याचा आभास ती निर्माण करते. त्यात 'देव-धर्म' हे, श्रद्धेला धारण आणि व्यक्त करण्याचे एक सर्वोच्च लोकप्रिय आणि सहज उपलब्ध असलेले आवाक्यातील आणि स्वस्तातील साधन आहे. शिवाय देव-धर्म करणारी व्यक्ती सर्वसाधारणपणे चारित्र्यवान, सद्गुणी समजली जाते. देव-धर्म केले की आई-वडिलांची सेवासुद्धा करावी लागत नाही.

आपण पूजिलेली 'दैवीशक्ती' सर्व कार्य आपोआपच तडीस नेणार, ही श्रद्धा लहान-थोर सर्वांमध्ये असल्यामुळे, दरोडेखोरही, दरोडा घालण्यापूर्वी आवर्जून मंदिरात जातात आणि नंतर आत्मविश्वासाने दरोडा घालतात. दुसरीकडे, देवदर्शन घेऊन निघालेले भाविक परतताना अनेकदा अपघातात जागेवरच प्राण सोडतात. दरोडेखोरांचे काम फत्ते करणारा देव भाविकांना घरी साधे सुखरूपसुद्धा पोहोचवू शकत नाही. पण श्रद्धेचे तर्काशी आणि विचाराशी वाकडेच असते. शिवाय श्रद्धा माणसाला 'खोटा बचाव' शिकवत असल्यामुळे, 'चांगले झाले की, देवामुळे झाले आणि वाईट झाले की आमचेच काहीतरी देवाच्या सेवेत कमी पडले' असे भाविकांना वाटायला लावते. होरपळलेला भाविक कधीही भरून न येणाऱ्या अशा त्याच्या मृत्यूसारख्या नुकसानीकडे पाहताना संवेदनहीन होऊन जातो. हीच संवेदनहीनता पुढे धार्मिक भावना दुखावल्या म्हणून सार्वजनिक मालमत्ता जाळण्यास किंवा कुणाची हत्या करण्यास कामी येते.

देवाने भक्ताची बाजू सावरण्याऐवजी, भक्ताने देवाची किती बाजू घ्यावी याबाबत एक कथा बोलकी आहे. मारुतीच्या देवळात शेंदुरासाठी एकाने मारुतीच्या बेंबीत हात घातला, तर त्या बेंबीत लपून बसलेल्या विंचवाने त्याच्यावर नांगी मारली. भक्ताने 'हाय' म्हणून हात बाहेर काढला आणि इतरांनी विचारले तेव्हा, त्याने 'बेंबी गार असल्यामुळे 'हाय' केल्याचे' सांगितले. झाले, प्रत्येकजण तो 'गारवा' अनुभवण्यासाठी बेंबीत हात घालू लागला आणि प्रत्येकाला नांगीदंश अनुभवावा लागला. तरी कोणी खरे सांगेना. या 'गारव्या'ची बातमी गावभर

पसरली आणि लोकांची मारुतीच्या बेंबीत बोट घालण्यासाठी देवळाकडे गर्दी होऊ लागली. साहजिक देवस्थानाचे महत्त्व वाढू लागले आणि श्रद्धेच्या नावाने फसवणाऱ्या मंडळींना भक्तांकडून पैसाही मिळू लागला. मध्यंतरात, 'गणपती दूध पितो' ही अफवासुद्धा अशीच होती. श्रद्धा माणसाला नकळत खोटे बोलायला लावते. ही श्रद्धा अगदी डॉक्टरपर्यंतसुद्धा जाऊन पोहोचते. त्याच्याकडून गुण येत नसला, तरी श्रद्धेने त्याच्या नावाचा प्रचार केला जातो. आजकाल राजकीय नेत्यांनासुद्धा श्रद्धास्थानी मानणारे त्यांचे समर्थक आहेत. या नेत्यांविरोधात सत्य कुणी सांगितल्यास, त्याच्या जीवाची धडगत नसते. शिवाजी महाराजांपासून ते महात्मा फुले, डॉ. आंबेडकरांसारख्या ऐतिहासिक स्त्री-पुरुष आणि समाजसुधारक यांना एकदाचे दैवत बनवून टाकले की, काम झाले. मग तर काहीच करायला नको. त्यांचे विचार आणि त्यांनी केलेले कार्य बाजूला ठेवून, त्यांचे फक्त फोटो-पूजन करून, स्पीकर लावून रस्ते अडवले जातात आणि कान बडवले जातात. त्या विरोधात कोणी काही बोलले तर 'दंगली' आहेतच. श्रद्धेने आपल्या देशात तर असे 'दशावतार' धारण केलेले दिसतात.

श्रद्धेमुळे चालणारा धंदा आणि त्यातून मिळणारे महत्त्व व उत्पन्न, ज्या गटाचे बंद पडत असते, त्यांना अंधश्रद्धा-निवारणदेखील आवडत नसते. वेगळ्या विचारांचा मुकाबला स्वतःच्या विचाराने करता यावा या करिता तसे 'विचार'च मुळात कधी त्यांनी पिढ्यान्‌पिढ्या जोपासलेले नसतात. म्हणून मग वेगळे विचार असणाऱ्या विरोधकांची हत्या केली जाते आणि श्रद्धा अखेर हिंसेचे रूप घेते. त्याचेच पुढचे एक ओंगळवाणे आणि भयावह रूप म्हणजे, देवापुढे कोंबड्या, बकऱ्यांचा, अगदी माणसाचासुद्धा बळी! आणि याकरता लागते काय, तर भोवतालचा समाज हा जास्तीत जास्त अशिक्षित, 'बळी पडू' आणि बुद्धी केव्हाही व कुठेही गहाण टाकणारा असा बधिर असावा लागतो. अशा बधिर भक्तांच्या दानाने मंदिरांची तळघरे निष्क्रिय संपत्तीने भरलेली असतात, पण हे धन आपल्या देशात ज्या अनेकांना अन्न मिळत नाही, त्यांच्या हाताला काम देण्यासाठी वळवावे, हे या भक्तांच्या बधिर भावनेला समजत नाही.

फार प्राचीन काळापासून धर्म हा राजकीय वापरातून राजकारणाशी जोडला गेला, ते आजतागायत! त्यात भारतीय समाज हा चमत्कार किंवा चमत्कार सांगणाऱ्या कथांवर जास्त श्रद्धा ठेवणारा आहे. अशा 'श्रद्धे'ने भारतीय प्राचीन इतिहासाचे आणि

म्हणून समाजाचे अपरिमित नुकसान केलेले आहे. याबाबत अनेक उदाहरणे सांगता येतील. उदाहरणार्थ, आर्य हे इराणमार्गे भारतात आले, तेव्हा ते आपल्याबरोबर पुरुषप्रधान व्यवस्था घेऊन आले. प्राचीन भारतातले मातृप्रधान रीतिरिवाज आणि मातृदेवतांचे पूजन, हे सत्तेवर आलेल्या आर्यांना मानवण्याजोगे नव्हते. पण म्हणून काही त्यांनी आपल्या ज्ञानाने भारतीय जमातींना श्रद्धेतून बाहेर काढण्याचा प्रयत्न केला नाही, तर उलट मातृसंस्कृतीच्या इतिहासालाच अंधश्रद्धात्मक कथांमध्ये बदलण्याचे तंत्र त्यांनी जन्माला घातले. प्राचीन भारतात सावित्रीसारख्या अनेक वैद्यक स्त्रिया, वनस्पतीपासून औषध तयार करण्यात पारंगत होत्या आणि तशा उपचाराने सत्यवानाचे प्राण सावित्रीने वाचवले, यमाच्या चमत्काराने नाही. पण या वैद्यकीय ज्ञानाचे श्रेय, प्राचीन मातांना देण्याचे नाकारण्यातून हा सर्व प्राचीन सत्य इतिहास, यम व रेडा यासारख्या भाकड आणि अंधश्रद्धांच्या कथातून विस्मृतीत लोटून देणे, हे परकीय आर्यांना सोपे गेले ते भारतीयांच्या चमत्कारांवरील श्रद्धेमुळेच. साहजिक भारतीय स्त्रिया, सावित्रीप्रमाणे औषधे तयार करण्याचे काम सोडून, शतकानुशतके नवऱ्याच्या आयुष्याची दोरी वडाला गुंडाळण्यात स्वतःला धन्य मानू लागल्या.

स्त्री-वर्गामध्ये 'अनुकरणवादी श्रद्धा' प्रचंड असते. एखादा दिवस हा 'मुहूर्त' म्हणून श्रद्धेने पाळण्यात पुरुषांपेक्षा स्त्रियांमध्ये अहमहमिका असते. त्यातून त्यांची खरेदी साधते किंवा एखादे 'वाण' किंवा गिफ्ट् मिळते. मात्र आपण करीत असलेल्या व्रतांबाबत केव्हा तरी प्रश्न विचारावे, एकदा तरी त्या व्रतांचा उत्पत्ती-इतिहास जाणून घ्यावा, असे त्यांना सुशिक्षित असूनही वाटत नाही. पोथी वा मंत्रपठण यांच्या श्रद्धेतून एकत्र येणाऱ्या असंख्य भारतीय स्त्रिया, या एखाद्या स्त्री वा मुलीवर वाईट प्रसंग कोसळला तर त्या बातमीने खचून मदतीला पुढे येण्याऐवजी चर्चेचे गुऱ्हाळ घालतील. म्हणजे त्या करत असलेले पोथी-पठण ना त्यांना आत्मिक बळ देणारे असते, ना त्यांना वैचारिक सक्षम करणारे असते. दुसरीकडे सुशिक्षित स्त्रियांच्या या 'उच्चभ्रू' श्रद्धेमुळे भारतातील अर्ध-शिक्षित स्त्री-गट कडव्या अंधश्रद्धेकडे सहज वळतो. कारण श्रद्धा आणि अंधश्रद्धा यांमधील सीमा रेषा पुसट असते. शिवाय श्रद्धेच्या अर्ध्या पैशात अंधश्रद्धा भागवता येते. अंधश्रद्धा हा श्रद्धेला फुटलेला एक दुर्दैवी फाटा आहे, जो माणसाला छळ व क्रौर्यापर्यंत पोहोचवतो. भारतीय स्त्रिया, बापू-बाबांच्या मागेसुद्धा याच अंधश्रद्धेतून लागतात.

अशा श्रद्धांमधून अनैतिक वर्तनास संधी मिळून त्यावर पोट भरण्याची वा चैन करण्याची सवय लागते. मधल्या काळात, मुलगा झाला तरच 'स्वर्गप्राप्ती' होते, या श्रद्धेतून भारताची लोकसंख्या प्रचंड वाढली आणि मुलींची संख्या कमी झाली. आता ती आपत्ती ठरली आहे.

आज, श्रद्धेपायी तीर्थस्थानी जाणाऱ्या वाढीव लोकसंख्येमुळे तिथली स्वच्छता-व्यवस्था कोसळते आहे. जिथे जिथे श्रद्धास्थाने, तिथे तिथे भारतात कचरा व अस्वच्छता, हे ठरलेले आहे. विशेष म्हणजे, भाविकांची नेमकी स्वच्छतेवर श्रद्धा नसते. अस्वच्छतेचे ढिगारे ते निर्विकारपणे पाहू शकतात. त्याशिवाय याच धार्मिक श्रद्धेपायी नद्यांमध्ये स्नान करणे, फुले किंवा केस अर्पण करणे, यामुळे या जीवनदायिनी प्रदूषित केल्या जातात.

राजकीय नेते, आपले महत्त्व वाढवण्यासाठी जनतेच्या श्रद्धेचा आणि विशेषतः धार्मिक श्रद्धेचा दुरुपयोग आजही सहजी करतात. ही श्रद्धा दोन गटांत तेढ, द्वेष निर्माण करण्याच्या उद्देशाने वापरली जाते, जेणेकरून नेत्यांना आपले नेतेपण मिरवता यावे. या श्रद्धेला खतपाणी घालण्यासाठी इतिहासाचा अनेकदा विपर्यास किंवा विनाश केला जातो. बामियान येथील बुद्धमूर्ती फोडणारे, बाबरी मशीद पाडणारे आणि आपल्या हक्काच्या धर्मात चार सुधारणा सांगणाऱ्याची हत्या करणारे यांची धर्मश्रद्धा एकाच जातकुळीची असते. अशा श्रद्धा नेहमीच राजकारणाशी जोडलेल्या असतात. अर्थात राजकीय नेते आणि धार्मिक नेते यांचे संगनमत जितके घट्ट, तितके त्या राष्ट्रामध्ये अशांतता, द्वेष, हिंसा, छळ, दहशत याचा जोर असतो. म्हणून अंधश्रद्धेबरोबर श्रद्धेच्या परिणामांचा विचार टाळता येत नाही.

ज्या देशात गरिबी आहे, त्या देशात 'श्रद्धा' जास्त थैमान घालते. श्रद्धा हे गरिबांसाठी दुधारी शस्त्र आहे. म्हणजे एका बाजूला मंदिराच्या पायऱ्याशी गरीब समाज कुंकू-हळद-नारळ-फुले घेऊन विक्रीला बसतो, तेव्हा या देवामुळे आपले पोट भरते म्हणून दैवी श्रद्धा त्याला जवळची वाटते. ते त्याला त्याच्या चरितार्थाचे साधन वाटते, पण याच श्रद्धेचा दुरुपयोग करून त्याच्या अडचणींमध्ये त्याला गंडे-दोरे, प्रसाद देऊन व दक्षिणा घेऊन त्याला लुबाडले जाते. तसेच श्रद्धेवरून पेटलेल्या धार्मिक दंगलीत सर्वप्रथम गरिबांचे जीवन होरपळते. जगण्याच्या संघर्षात, घरातील तरुण मुलाची अकारण हत्या होते, पोलीस निर्घृणपणे मारतात. कोर्टात न्याय मिळू शकत नाही, इस्पितळात अचूक उपचार होत नाहीत, अवघा

समाज त्यांच्याप्रति तुच्छता व अविश्वास दाखवतो, तेव्हा परिस्थितीने निराश झालेल्या गरीब समाजासमोर जगण्याचे तीनच मार्ग म्हणजे; हिंसा, दंगली घडवून राग व नैराश्य शमवणे किंवा आत्महत्या करणे किंवा मग मेंदूला बधिर करणारे देव-धर्मोपचार यांच्या नादी लागणे. शेवटी तो एक देवच असतो, ज्याला ते शेवटच्या आशेने पूजतात. म्हणजे ज्या दैवी श्रद्धेमुळे आपली पोटे भरतात असे त्यांना वाटत असते, तिथेच गरिबांच्या जीवनाची अखेर असते, ही या 'गरिबी'ची शोकांतिका आहे.

श्रद्धेने चांगले सकारात्मक किंवा समाजाला तारणारे काही घडते, असे फारच थोडे आहे. विज्ञानावर श्रद्धा, परोपकारावर श्रद्धा, दोन धर्मीयांनी एकत्र नांदण्यावर श्रद्धा, सत्यावर श्रद्धा अशी श्रद्धेची दुर्मीळ रूपे आहेत. एरवी, कुणाचा गैरफायदा घेता यावा किंवा आपल्या श्रद्धाळू वेडाचारास समर्थक मिळावेत, म्हणून त्यास श्रद्धेचे महत्त्व सांगणे वा श्रद्धेच्या नादी लावणे, हे प्रकार समाजात जास्त आहेत. ज्यांनी अभिमानाच्या नावाने अहंकार जोपासलेला नाही, आणि ज्यांच्याकडे प्रामाणिकपणा आहे, त्यांना हे श्रद्धेबद्दल लिहिलेले सर्व पटायला हवे आहे.

म्हणून मग त्या दृष्टीने परखडपणे पाहता, शेवटी श्रद्धा म्हणजे विचार करण्यासारखे काय उरते? तर श्रद्धा म्हणजे भीतीचा परिणाम, श्रद्धा म्हणजे आत्मविश्वासाचा अभाव. श्रद्धा म्हणजे छळ, फसवणूक, विश्वासघात. श्रद्धा म्हणजे बुद्धी गहाण टाकणे, श्रद्धा म्हणजे ढोंग आणि अंधश्रद्धेला जन्म. श्रद्धा म्हणजे आध्यात्मिक म्हणवणारे बापू व बाबा आणि अनैतिकता व अनाचाराची संधी. श्रद्धा म्हणजे खोटे बोलणे. श्रद्धा म्हणजे अस्वच्छता आणि प्रदूषण. श्रद्धा म्हणजे राजकारण आणि बेभान होणे. श्रद्धा म्हणजे इतिहासाचे नुकसान. श्रद्धा म्हणजे हत्या, हिंसा, मेंदूची बधिरता. श्रद्धा म्हणजे चमत्काराचा जन्म, तसेच श्रद्धा म्हणजे गरिबीचे कारण आणि परिणामसुद्धा! थोडक्यात, 'श्रद्धेने अमुक काही केले, की पुढे चांगले घडणार आहे, असे भासवून स्वतःला व दुसऱ्याला फसवत जगणे.' हेच श्रद्धेचे आजचे उघडे वास्तव आहे, आणि ते स्पष्टपणे समोर मांडूनसुद्धा समाजाला काहीही आकलन न होणे, हा श्रद्धेतून आलेल्या ग्लानीचा परिणाम म्हणावा लागतो.

◆◆◆

कावळ्याचा मागोवा

पशु-पक्षी, माणसाच्या सान्निध्यात राहून अनुकरणाने वा शिकून खूप विलक्षण करामती करून दाखवतात. सिंगापूरमधील पर्यटकांच्या मनोरंजन केंद्रात एक पोपट happy birthday तीन भाषांत म्हणून दाखवतो. कबुतरांचे वैशिष्ट्य म्हणजे ती घरे व त्या घराकडे जाणारे हवाई मार्ग लक्षात ठेवतात. स्थलांतर करून पुन्हा माघारी फिरणाऱ्या अनेक पक्षी-जाती आहेत. कावळ्याकडे निव्वळ बुद्धिमत्ताच नाही तर राजकारणी वृत्तीचे काही गुणधर्मही आहेत. तो आपल्या बिरादरीचे नियम पाळताना दिसतो. संकटाचा सामना करण्यासाठी ते एकजूट करू शकतात. कावळा मरून पडल्यास एकत्र जमून कावळे शोक करतात. कावळा कुणाच्याही वाटेला स्वतःहून जात नाही, पण कोणी त्याच्या वाकड्यात शिरल्यास कावळा लक्षात ठेवून त्याचा सूड घेण्याचा प्रयत्न करतो. तो अतिशय चलाख व चाणाक्ष असतो. तो कोणावरही विश्वास ठेवत नाही. व्यक्ती, प्राणी ओळखण्यात तो चूक कधीच करत नाही. त्याचे आयुष्यही तसे बरेच म्हणजे १० वर्षांपेक्षा अधिक असावे असे एका अनुभवावरून मला वाटते.

पुण्यातील १९९५मधील ही गोष्ट आहे. आमच्या संपूर्ण सोसायटीत कावळ्याचे फक्त एकच जोडपे दिसायचे. कावळ्याचा एक पंख थोडा मोडलेला होता. आमच्या घराच्या ओसरीवर दुधाची पिशवी ठेवून दूधवाला जात असे. दोन वेळा पिशवी

फाटलेली व दूध वाहून गेलेले दिसले. कारण कळलेले नव्हते, एक दिवस तो कावळा पिशवी फोडताना पाहताच घरातला आमचा कुत्रा त्याच्यावर धावून गेला आणि कावळ्याची करामत आमच्या लक्षात आल्यावर दूधपिशवी कावळ्याला दिसणार नाही असा बंदोबस्त आम्ही केला. मात्र, त्या दिवसापासून आमचा कुत्रा बाहेर फिरायला नेला, की लांबून त्याला हेरून तो पंख-मोड्या कावळा कुत्र्यावर झेप घेऊन टोच मारून जात असे. या मारण्याच्या प्रयत्नामध्ये १९९५ ते २००६ या ११ वर्षांत कावळ्याने एक दिवसही खंड पडू दिला नाही. मार्च २००६ नंतर हे दृश्य बंद झाले. कारण कुत्रा मेला, पण तो कावळा काही वर्षे दिसत होता. त्यामुळे त्याची आयुष्यमर्यादा लक्षात येते. विशेष म्हणजे या ११ वर्षांत कुत्र्याला फिरायला नेणाऱ्या माणसाला त्या कावळ्याने चुकूनही धक्का मारला नाही, तसेच कुत्र्याला मारू नये म्हणून हातात काठी घेऊन कुत्र्याच्या अंगावरून फिरवत आम्ही निघाल्यास कावळा काठी पाहून खाली येत नसे व झाडा-झाडावरून तो कुत्र्याचा पाठलाग करत असे. यावरून कावळ्याला कुत्रा, माणूस, काठी यांतले बारकावे किती सूक्ष्मपणे कळतात, हे लक्षात येते.

अशीच एक २५ वर्षांपूर्वीची गोष्ट. मुंबई-बांद्रा येथील कलानगरच्या प्रवेशद्वाराजवळ एक घेरदार झाड आहे. त्यावर कावळ्यांचे वास्तव्य असल्याने त्यांचे काव-काव, घिरट्या आणि खाली विष्ठेचा सडा असे. सगळे उबग आणणारे दृश्य होते. सोसायटीतील रहिवाशी सहन करण्याशिवाय काही करू शकत नव्हते. पण एका कामगाराला एक दिवस ही कावकाव असह्य झाली आणि दोन-चार दगड त्याने रागाने घिरट्या घालणाऱ्या कावळ्यांवर भिरकावले. झालं, झाडावरचे पूर्ण कावळे खानदान त्या कामगारावर झेपावले. त्या दिवशी त्या कामगाराने कशीबशी आपली सुटका करून घेतली. मात्र, दुसऱ्या दिवसापासून तो कामगार कलानगरच्या प्रवेशद्वारातून आत आला रे आला की सर्व कावळे त्याला मारण्यासाठी झाडावरून खाली येऊ लागले. त्यामुळे अखेर हातात काठी घेऊन, ती फिरवत आपला बचाव करण्याव्यतिरिक्त त्याला पर्याय राहिला नाही. त्या कामगाराच्या हातात काठी तर आलीच, पण 'कावळे-हाक्या' हे त्याला सोसायटीत नाव मिळाले. कावळ्यांनी हे युद्ध अनेक वर्षं चालवले. पुढे कंटाळून त्या कामगाराने ती सोसायटी सोडून दिली, पण कावळे खानदान अजून तिथेच आहे.

आश्चर्य म्हणजे प्रवेशद्वारातून इतकी माणसे एरवी ये-जा करतात, पण

कावळ्यांनी कामगार ओळखण्यात कधीही चूक केली नाही. खाद्यपदार्थ मिळवण्यातही कावळे जातीचा एक आचार व विचारधर्म असतो. शिवाय खाद्यपदार्थांची जागा शोधणारा कावळा किंवा कावळी त्या खाद्यमोहिमेचे नेतृत्व करतात, असेही आढळले. आम्ही गोरेगाव मुंबई येथे चौथ्या मजल्यावर राहत असताना दुसऱ्या मजल्यावरची मारवाडी स्त्री सकाळी दहाच्या सुमारास पहिली चपाती 'देवाला' म्हणून खिडकीबाहेर टाकत असे. एका कावळ्याला हे समजल्यावर तो खिडकीसमोरच्या झाडावर येऊन बसू लागला. मला रोज सकाळी तो माझ्या खिडकीतून झाडावर बसलेला दिसे. रोजच हा कावळा या वेळेत का दिसतो, यामागील 'चपाती-रहस्य' मला थोड्याच दिवसांत समजले. हा कावळा इतर कावळ्यांना जवळपास फिरकू देत नसे. त्याचे खाऊन झाल्यावर उरलेली चपाती इतरांनी खायची, हा त्यांचा ठरलेला नियम. पुण्यामधील माझी एक मैत्रीण नेहमी ब्रेकफास्ट आणि लंचला खिडकीबाहेर काहीतरी खायला ठेवत असे. एका कावळ्याने ते हेरून चांगला रतीब लावून घेतला. खायला आपल्याला कोण घालते, हे कावळ्याला इतके अचूक माहिती असायचे की इतर कोणी व्यक्ती टेबलाजवळ बसली, तरी तो खिडकीत येत नसे. माझी मैत्रीण त्या विशिष्ट वेळांना टेबलाकडे आली, की हा बरोबर खिडकीत टपकायचा.

नियमित अन्नपदार्थ ज्या माणसामुळे मिळतात, त्याच्यावर कावळ्याचा इतका विश्वास असतो की तो धिटाईने त्याच्या जवळ बसूनही खातो. पण तो जर माणूस बदलला तर तो ते अन्न खायला वाटेल तितका वेळ घेतो. पिंडदानाला कावळ्याने स्पर्श करणे वा न करणे यामागे कावळ्याच्या या वृत्तीचे रहस्य आहे. इतके सुंदर-सुंदर पक्षी निसर्गात असताना पिंडस्पर्शासाठी आपल्या पूर्वजांनी कावळ्याची नियुक्ती करण्याचे काही कारण नव्हते, पण इलाजही नव्हता. कारण कावळा मनुष्याच्या सान्निध्यात राहतो आणि तरीही तो स्वतंत्र असतो. कोंबड्याप्रमाणे तो हतबल नसतो. त्याच्याकडे संघवृत्ती असते. कावळ्यांची विचारशक्ती सूक्ष्म असून, स्मरणशक्ती व सूडबुद्धी माणसालाही आव्हान देणारी असते. दुसऱ्या कोणत्याही पक्ष्याला माणसाच्या जवळपास टिकू न देण्याचे राजकीय डावपेच त्याच्याकडे असतात. अर्थात पिंडस्पर्शासाठी कावळ्याशिवाय आपल्या पूर्वजांकडे पर्याय राहिलेला दिसत नाही.

आजही खेडेगावात उरलेले अन्न गोठ्यातील गुरांना टाकण्याची पद्धत आहे.

अशा घराबाहेर पडणाऱ्या अन्नावर कावळेही गुजराण करत असतात. कावळ्याच्या स्वभावधर्मानुसार घराबाहेर येणाऱ्या अन्नाची वेळ आणि ते अन्न टाकणारी ठरावीक स्त्री परिचयाची असते. म्हणून त्या स्त्रीने आणलेल्या अन्नपदार्थावर ते लागलीच झेप घेतात. पण जेव्हा केव्हा पिंडदान असेल, त्या दिवशी धार्मिक विधीमुळे अन्न घराबाहेर येण्याची वेळ टळून जाते, हे एक आणि त्या घरातील मृत व्यक्तीचा मुलगा पिंड (अन्न) बाहेर ठेवतो, हे दुसरे; यामुळे कावळे रोजची ठरावीक व्यक्ती न दिसल्यामुळे झाडावरून लगेच उतरत नाहीत. इतर जमलेल्या अनोळखी माणसांवर त्याचा विश्वास नसतो. मग त्याच्यावरून 'मृतात्म्यांच्या इच्छा अपूर्ण आहेत' किंवा 'पिंडाभोवती आत्मा घुटमळतोय' म्हणून कावळा येत नाही, असे अर्थ आपण आपल्या अल्प बुद्धीने काढतो.

शहरात तर उरलेले अन्न बाहेर टाकले जात नाही; ते कचरांकुडीत जाते. हे अन्न सोसायटीतील कोणत्या घरांतून, कोणत्या वेळेस, कोणत्या व्यक्तीकडून टाकले जाते याचा मागोवा घेण्याची कावळ्याची सूक्ष्म यंत्रणा शहरात पूर्णपणे निकामी ठरते. सध्या तर हा ओला कचरा घंटा-गाडीतूनच जातो. त्यामुळे 'अन्न घालणारा माणूस' या कावळ्याच्या 'कन्सेप्ट'ला ही धक्का बसलेला आहे. उंच-उंच इमारतीमधून कधी कुठे पिंडरूपात अन्न कावळ्याच्या दृष्टीस पडले, तर कावळा तिथे अनोळखीपणे उतरणार व ते अन्न खाणार एवढाच व्यवहार तिथे उरलेला असतो. खरे तर मृत व्यक्तीसाठी ठेवलेले अन्नपदार्थ कावळ्याला देण्याचा अधिकार माणसाला नसतोच. तो अधिकार कावळ्याने आपल्या व्यावहारिक चातुर्याच्या बळावर स्वतःकडे घेतलेला आहे. पिंडाला लगेच स्पर्श करायचा किंवा त्याला किती वेळ लावायचा, ही कावळ्याच्या स्वाधीन असणारी त्याची उत्स्फूर्त इच्छा आहे. तिथे माणसाने काही म्हणायचा प्रश्नच येत नाही. माणसाने, पिंडाला कावळा का शिवत नाही, याबाबत फक्त तर्क करत बसायचे इतकेच त्याच्या हातात!

◆◆◆

सातच्या आत घरात...
पण कोणी?

आता स्त्रिया रात्रपाळी करीत असल्या, तरी काही वर्षांपूर्वी तशी परिस्थिती नव्हती. महाराष्ट्रामध्ये स्त्रियांनी नोकरीत रात्रपाळी करण्यास हरकत नसण्याचे विधेयक सन २००८मध्ये मांडले गेले. त्यामुळे 'सातच्या आत घरात' या स्वरूपाचा महिलांच्या संचार-स्वातंत्र्यावर घाला घालणारा पूर्वीचा कायदा रद्दबातल झाला!

आतापर्यंत महिला घरी लवकर परतत होत्या, म्हणून त्या खूप सुरक्षित झालेल्या होत्या, असे नाही आणि आता त्या रात्रपाळी करतात म्हणून फार भयंकर असुरक्षित आहेत, असेही नाही. मात्र तरीही सरकारच्या या विधेयकाचे स्वागत अशासाठी करायला पाहिजे, की 'महिला रात्री घराबाहेर असल्या तरी त्या सुरक्षित राहायलाच पाहिजेत' ही सरकारला कुठेतरी झालेली जाणीव! समाजात कोणी असुरक्षित असेल, तर ते कोणामुळे होत आहे? त्या उपद्रवी गटाचा बंदोबस्त न करता, ज्यांना उपद्रव होत आहे, अशा व्यक्तींनाच उंबरठ्याच्या आत आणून कुलूपबंद करण्याची आजवरची कृती ही तुलनेने सोपी व सवंग होती. स्त्रियांनी सातच्या आत घरात यावे, ते का म्हणून? कारण त्यांनी रात्री रस्त्यावर फिरणे सुरक्षित नसते, म्हणून. पण रात्री सातनंतर, त्यांना असुरक्षित करणारे कोण आहेत? सातनंतर रस्त्यावरून वाघ-सिंह फिरू लागतात आणि ते फक्त स्त्रियांनाच लक्ष्य करतात, अशी तर परिस्थिती नाही ना? स्त्रियांची रात्रीची असुरक्षितता ही पुरुष-

निर्मित आहे. म्हणजे एक मानवच दुसऱ्या मानवाला असुरक्षित करीत आहे. हा अर्थातच गुन्हा आहे आणि त्या गुन्ह्याला लक्ष्य करूनच तो गुन्हा करणाऱ्या विरोधात कायदे आणले गेले पाहिजेत.

मात्र त्यामागील वस्तुस्थिती जाणून घ्यायचे ठरवले, तर अनेक सत्ये बाहेर येतात. म्हणजे, पुरुषांना स्त्रियांवर हात टाकावासा वाटतो, याची सुरुवात सूर्य मावळला म्हणून होत नसते, तर वेळेवर लग्न न झालेल्या अनेक पुरुषांची कामभूक तारुण्यात भागण्यासाठी अन्य सन्माननीय मार्ग उपलब्ध नाहीत. त्याचप्रमाणे काही पुरुष घटस्फोटित म्हणून याबाबत असमाधानी असतात, काही लग्ने होऊनही पत्नी गावाला ठेवून नोकरी करीत असतात, त्यामुळे दुसऱ्या स्त्रियांकडे त्यांचे लक्ष जात असते. विवाह केल्यावर विवाहबाह्य संबंध हे चुकीचे व बेकायदेशीर वर्तन आहे, हे खरेच. आणि विवाहपूर्व मुक्त-संबंध करण्याची आपल्या समाजात मान्यता नाही. आणि या सर्व सामाजिक व कायदेशीर कारणांचा एकत्रित परिणाम म्हणून महिला पुरुषांकडून असुरक्षित होत असतात. त्यात भर म्हणून प्राचीन काळापासून, धर्म-संकल्पनेने स्त्रियांना पुरुष तुलनेत कमी प्रतीचे व अबला ठरवून टाकलेले आहे. धार्मिक कार्यात तिला दुय्यम स्थान दिलेले आहे. काही विषयात तिला अपवित्र, तर कधी अशुभ असे ठरवून आजही अपमानित केले गेलेले आपण पाहतो. त्यामुळे पुरुष-मनात स्त्रीविषयी मुळातच आदराची, सन्मानाची भावना कशी निर्माण व्हावी? सर्व धर्माचे लेखक हे पुरुषच आहेत. आपल्या पौराणिक कथांमधून, ज्यांचा अनेकजणांना अभिमान वाटतो, त्यामधूनही इंद्रासारखे देवगण, ऋषी-वर्ग यांनी स्त्रियांवर बलात्कार केल्याच्या, त्यांना पळवून नेल्याच्या कथा आहेत. मग पुरुषाची स्त्रीविषयक दृष्टी बदलावी कशी? अशा रीतीने एका बाजूला विवाह येऊनही, किंबहुना आणल्यामुळेच, पुरुषाच्या कामभावनेची रीतसर पूर्तता नाही, आणि बरोबरीने, पुरुषाने स्त्रीला भोगवस्तू मानण्याइतके कमी समजावे, हे सर्व प्राचीन काळापासूनचे रूढ असलेले धार्मिक, पौराणिक मार्गदर्शन ही सर्व स्थिती एकत्रितपणे स्त्री ही पुरुषाकडून असुरक्षित बनण्याचे महत्त्वाचे कारण आहे.

स्त्रियांवर या ना त्या प्रकारे हात टाकणे, हा भारतीय पुरुषांना (अपवाद वगळता) मर्दानगीचा विषय वाटतो, हाच मोठा चिंतेचा मुद्दा आहे. रामायणातील सीतेला लक्ष्मणरेषा आखून दिली जाते. या रेषेच्या बाहेर पाऊल टाकलीस तर तुला धोका आहे, हे बजावले जाते. 'सातच्या आत घरात' हा फतवा म्हणजे त्या लक्ष्मणरेषेचे

आधुनिक रूप म्हटले पाहिजे. विशेष म्हणजे, जे शिव-धनुष्य उचलल्यावर, रावण आडवा झाला, त्या धनुष्याबरोबर सीता बालपणी खेळत असे, अशी सीता 'अबला स्त्री' कधी झाली? तर तिला तशी बनवली गेली. 'स्त्रिया अबला असतात', असे म्हणत राहणे ही पुरुषाची गरज आहे. ती पुरुषाच्या सोयीची मानसिकता आहे. अशा रीतीने स्त्रीच्या आत्मविश्वासावर हल्ले करून त्यानेच तिला असुरक्षित वाटावे असे वातावरण निर्माण करून ठेवले आहे. त्यामुळे स्त्रीचा एक चांगला, विश्वासू मित्र होण्याच्या जबाबदारीपासून पुरुष मुक्त होतो आणि स्त्रीबाबत कसेही वागण्यास तो मोकळा राहतो. तसेच कुणी पुरुषाने स्त्रीच्या संरक्षणाची भूमिका घ्यायची, म्हणजे दुसऱ्या कुणी पुरुषाने तिच्यावर हल्ला केला, तरच हे शक्य आहे. त्यामुळे एका पुरुषाने स्त्रीला धोक्यात आणायचे व दुसऱ्याने तिला संरक्षण द्यायचे आणि संरक्षण देणारा मग ठरतो हिरो. हा खेळ शतकानुशतके संस्कृती युगात खेळवला जात आहे, जणू एखादा चित्रपटच चालला आहे. शिवाय, स्त्री-संरक्षण पुरुष करणार म्हणजे 'स्त्री अबला', ही भावना आपोआप त्यातून मजबूत होत राहिली आहे, जी पुन्हा स्त्री-छळ करण्यास पुरुषास प्रवृत्त करते आणि हे चक्र फिरत राहते. बहुसंख्य पुरुषांना हे असे चक्र चालू राहण्यात काहीही अडचण नसते. उलट, काहीही न करता घरातील स्त्रियांवर आपोआप वचक ठेवण्याचा फायदा ते यातून मिळवत असतात.

सत्तेवरचे पुरुष स्त्री-असुरक्षिततेचा प्रश्न कायमस्वरूपी सोडवण्याचा प्रयत्न म्हणूनच करत नाहीत. शिवाय त्याकरता धर्मापर्यंत खोल खाली जावे लागेल. ते सत्तेवरच्या पुरुषांना जमणारही नाही आणि मानवणार नाही. त्यापेक्षा स्त्रीवरील अत्याचार, हत्येबाबत पुरुषाला वाचवण्याची कारणे बहुत करून शोधली जातात. मग स्त्रीचा पेहराव, तिचा रात्री वा अवेळी होणारा सामाजिक संचार, मुला-मुलींची मैत्री हे सर्व विषय हुशारीने ऐरणीवर आणले जातात. बरोबरीने स्त्री-अत्याचार दाखवणाऱ्या चित्रपट-मालिकांबाबत चुप्पी साधली जाते. अशा बऱ्याच घटनांमध्ये राजकारणी पुरुषाचा हात असलेला दिसतो किंवा त्याचा कोणी नातलग खुद्द अशा गुन्ह्यात असतो. मग चूक स्त्रियांचीच, असे समाजाला पटवून देण्याचा प्रयत्न सुरू होतो. त्यातून स्त्रियांच्या मुक्त वावरास अटकाव करणारे कायदे योग्य वाटू लागतात. त्यामुळे असे गुन्हे करणारे पुरुषच सुरक्षित होतात. शिवाय, मग मुलगी रात्री नऊ वाजता घराबाहेर दिसली, की तिला छेडण्याचा आपल्याला अधिकारच

प्राप्त झालेला आहे असे या गुंडांना वाटते. स्त्रियांवर सामाजिक संचाराची आणि वेळेची बंधने आणणे, तसेच ड्रेसकोड, पर्दा, बुरखा यांसारखी सक्ती ही ज्या देशात, धर्माचे प्राबल्य जास्त आहे, त्या देशात असलेली अनुभवास येते. युरोप-अमेरिकेपेक्षा भारतात जास्त आहे, त्यापेक्षा पाकिस्तानात जास्त आहे, आणि त्यापेक्षा जास्त अफगाणिस्तानात आहे.

पाश्चात्त्य देशांत स्त्रिया पुरुषांप्रमाणे रात्री संचार करू शकतात, तरी तिथे स्त्रियांच्या सुरक्षिततेसाठी असे खास वेगळे कायदे किंवा सिक्युरिटीसह ट्रान्सपोर्ट व्यवस्था असे काहीही अस्तित्वात नाही. सुरक्षेचे जे कायदे तिकडे अस्तित्वात आहेत, ते दिवसा किंवा रात्रीसाठी एकसारखेच असून स्त्री-पुरुष दोघांना समानच आहेत. तिथल्या स्त्रियांना जर विचारले, 'तुम्हाला रात्रीची भीती वाटत नाही का?' तर त्यांना त्या प्रश्नाचा अर्थच कळत नाही. एकट्या-दुकट्यास गाठून पैसे लुबाडणे वा तत्सम झटापटीत खून होणे, याचे भय तिकडील स्त्री-पुरुष दोघांनाही सारखेच असते. त्याकरता रात्री रेल्वे स्टेशन्स, महामार्ग या ठिकाणी गस्त घालणारी पोलीस पथके आपले काम चोख बजावत असतात. म्हणजे मग मुद्दा उरतो, तो फक्त स्त्रीत्वाचा! 'तुम्हाला काही स्पेशल सिक्युरिटी असते का?' असे मी खोदून विचारल्यावर, 'स्पेशल सिक्युरिटी? कशासाठी?' असा त्यांना प्रश्न पडतो. 'पुरुष, स्त्रीला भय वाटावे असे काही वेगळे करतात' हा मुद्दाच त्यांना धक्कादायक व नवा (त्यांच्या भाषेत 'इंटरेस्टिंग') वाटला. उलट एकीने मला विचारले, 'रात्र आहे म्हणूनच पुरुष असे का वागतील? बलात्कार काय दिवसा होणार नाहीत?' आणि आपल्या देशात तर दिवसा बलात्कार होण्याची उदाहरणे सर्रास आहेत किंवा रात्री स्पेशल सिक्युरिटी म्हणून घरी पोहोचवणाऱ्या वाहनाचे चालकच स्त्रियांवर बलात्कार करतात. सुरक्षारक्षकच असे असल्यावर मग कसली आलीय स्त्री-सुरक्षा?

आपल्याकडे पोलीस चौकीतसुद्धा स्त्रियांना सुरक्षित वाटत नाही. किंबहुना, पोलीस चौकीत संध्याकाळी सहानंतर महिलांना बोलावता येणार नाही, हा पोलिसांसाठी असलेला कायदा या देशात करावा लागतो, म्हणजे पाहा. तसेच, देशाचे संरक्षण करणाऱ्या सैनिकाचे वर्तनही सीमेवर राहणाऱ्या स्त्रियांना असुरक्षित करू शकते. म्हणजे पुरुष हा कोणत्याही वेशात असू देत, तो पोलिसाच्या, सैनिकाच्या किंवा एखाद्या वॉचमनच्या, अगदी शिक्षकाच्या वेशात जरी असला,

तरी शेवटी त्याच्यात वसणारी 'पुरुषवृत्ती' स्त्रीची सुरक्षा ठरवत असते.

प्रत्यक्षात अमेरिकेत दीर्घकाळ राहिल्यावर मला समजले, की विनयभंग, बलात्कारासारखे गुन्हे तिकडेसुद्धा घडत असतात, तरी त्याचे प्रमाण भारताइतके अंगावर येणारे नाही. आणि याचे मुख्य कारण या गुन्ह्याबाबत त्या समाजातच खूप तिरस्कार आहे. या गुन्ह्यामुळे आपल्या राष्ट्राची मान खाली झाली, असे ते मानतात. असा गुन्हा घडला तर त्या गुंडावर कारवाई केली जात आहे की नाही, याकडे तेथील नागरिकांचे फार बारीक लक्ष असते. दोन्ही पक्षाचे वकील कशी बाजू मांडत आहेत, हे जनतेच्या माहितीसाठी टीव्हीवरून दाखवले जाते. पुरुषसुद्धा याबाबत खूप सक्त जागरूक असतात. स्त्रियांचा अनादर आणि त्यांची छेड, हे आपल्याकडे 'पुरुषार्थाचे पहिले लक्षण' मानले जात असले, तरी त्या देशात याकडे 'असंस्कृतपणाचे पहिले लक्षण' म्हणून पाहिले जाते. तिकडे अशी दृश्ये कधीच दिसत नाहीत. स्त्रियांवर असा कोणताही हल्ला होऊ नये, म्हणून तेथील पुरुषसुद्धा विविध मार्गांनि प्रयत्नशील असतात. एरवी, अन्य व्यवहारातसुद्धा स्त्रीशी वागताना हे पुरुष आदब राखताना आढळतात.

कोणत्याही राष्ट्रात शंभर टक्के सद्वर्तनी पुरुष आहेत, असा दावा कधीच करता येणार नाही. पण जे सद्वर्तनी पुरुष आहेत, त्यांनी स्त्रीबाबतच्या असभ्य वर्तनाबद्दल जाहीर नापसंती, निषेध व्यक्त करणे हे खूप महत्त्वाचे आहे. एखाद्या पुरुषाला या कृत्यापासून परावृत्त करणे, यासाठी अन्य सभ्य पुरुषांनीच-ज्यांना या कृत्याची चीड आहे, त्यांनी-पुढाकार घेणे आवश्यक आहे. पाश्चात्त्य पुरुष ही भूमिका जागरूकपणे घेतात. त्यासाठी चळवळी करतात. त्याकरता 'Men For Change', 'Men Against Rape', 'Men Against Violence', 'Men For Feminism' अशा तेथील पुरुषांच्या संघटना आहेत. आपल्याकडे असे क्वचित काही 'मावा' (Men Against Violence) संघटनेसारखे, किंवा या वर्तन-विरोधी निषेध मोर्चात भाग घेणाऱ्या सन्माननीय संघटनांचा अपवाद वगळता, सर्वसाधारणपणे घरगुती पुरुष हे स्त्री-अत्याचाराबाबत व्यक्त होताना, निषेध नोंदवतानासुद्धा दिसत नाहीत. उच्चशिक्षित आणि कॉर्पोरेट क्षेत्रात, तसेच विविध संस्थांमध्ये मोठमोठी पदे भूषवणारे पुरुष जणू या घटनांबाबत आपली नागरिक म्हणून काहीच जबाबदारी नसल्याप्रमाणे दैनंदिन व्यवहार चालू ठेवतात. ते अस्वस्थ झालेले दिसत नाहीत की त्याबाबत हळहळ व्यक्त करताना दिसत

नाही. अगदी ती बळी पडलेली स्त्री त्यांची मुलगी, बहीण वगैरे वयाची असली तरी. कोणी पुरुष बोललेच, तर बहुधा त्या स्त्रीची चूक काढण्याचा प्रयत्न दिसून येतो. स्त्रीबद्दल मनात असणारी तुच्छ भावना, स्त्रीने मर्यादेतच राहावे असा पुरुष-माणसात भरून असणारा अहंकार आणि आम्ही पुरुष आहोत, आम्ही काहीही करू शकतो, हा पदोपदी दिसणारा त्यांच्या व्यक्तिमत्त्वातील अहंकार भारतीय पुरुषांत फार मोठ्या प्रमाणावर आहे आणि हा या दोन संस्कृतींतला मोठा फरक आहे. म्हणून भारतातील स्त्री एकटी फिरू दे, नाहीतर भर गर्दीत फिरू दे, ती सुरक्षित आहे, सन्मानित आहे असे कधीच म्हणता येत नाही.

जोपर्यंत भारतीय पुरुषांचे रोजचे सर्वसाधारण वर्तन भारतीय स्त्रियांना आश्वासक आणि विश्वासक वाटणार नाही, तोपर्यंत रात्री मोकळेपणाने आणि निर्धास्तपणे फिरण्याचा आत्मविश्वास त्यांच्यामध्ये येणार नाही. पाश्चात्त्य स्त्रियांमध्ये सहजपणे असणारी आत्मनिर्भरता ही त्यांच्या समाजातल्या पुरुषांवरील संस्काराचा आणि स्त्रीविषयक त्यांच्या निकोप दृष्टिकोनाचा आनंददायक अनुभव म्हणावा लागतो.

अशा वेळेस, स्त्रीने नोकरीत रात्रपाळी करावी, किंवा रात्री ड्रायव्हिंग करीत कुठेही जावे वगैरे कल्पना आपल्याकडे पाश्चात्त्य ठरवल्या जाऊन, अशा कल्पना 'आगाऊपणा' या लेबलखाली 'स्त्रीने करावीतच कशाला अशी धाडसे?' या प्रश्नात समाविष्ट केली जातात. अखेरीस 'आपली संस्कृती उच्च' अशा कितीही आरोळ्या ठोकल्या, तरी हीच संस्कृती जपणाऱ्या, टिकवणाऱ्या स्त्रिया आपल्याकडे सुरक्षित नाहीत. स्त्रीसाठी 'सातच्या आत घरात' कायदा करूनही काय फरक पडला? पण मग करणार काय? पुरुषालाच सातच्या आत घरात या, असे सांगितले तर? कुणावर असे बंधन असणे, ही निकोप व्यवस्थेसाठी चांगले नाहीच. पण निदान, मग पुरुष रात्री सातच्या आत घरी परतले, तर स्त्रिया घराबाहेर आपोआप सुरक्षित राहतील, नाही का? थोडक्यात 'सातच्या आत घरात' यायला हवे, पण कोणी?

◆◆◆

आक्रमकता रोजंदारीवर!

'आक्रमकता' ही मानवी जीवनात कशामुळे निर्माण होऊन रूढ होईल, हे सांगता येत नाही. त्यामागील माणसाची मानसिकता अनेक कारणांनी घडलेली असते. स्त्री-पुरुषांच्या अशा आक्रमक वर्तनाचा अभ्यास नव्याने घडण्याचा प्रसंग कोरोना साथीमध्ये लॉकडाउनमुळे आपल्याला आला. आक्रमकतेचे एक नवे कारण त्यामुळे समजले. माणूस धरून कोणतेही प्राणी त्यांच्या पिल्ले संवर्धनाचा काळ सोडला, तर संचार-मुक्तच असतात. अगदी पक्षीसुद्धा पिल्लांसाठी घरटे बांधतात आणि पिल्ले उडून गेल्यावर ते घरटे सोडतात. ती सर्वांची नैसर्गिक स्थिती असते. किंबहुना तो त्यांच्यासाठी असणारा नैसर्गिक नियमच आहे. तसाच तो माणसासाठीही आहे. त्यामुळे माणसाने कोणतेही बौद्धिक, शारीरिक काम न करता घरात सतत बसून राहणे, हे त्याचा मानसिक क्षोभ (irritate)करणारे असते. जे प्राणी किंवा पक्षी पिंजऱ्यात ठेवले जातात, तेसुद्धा मुक्त पक्षी/ प्राण्यापेक्षा अस्वस्थ राहतात व वेळप्रसंगी हिंसकता दाखवतात. घरात वारंवार बांधून ठेवला जाणारा कुत्रा, मोकळ्या असणाऱ्या कुत्र्यापेक्षा जास्त आक्रमक असतो.

अर्थात लॉकडाउन हा माणसासाठीचा एक भयंकर अनैसर्गिक प्रयोग ठरला. या बंदिस्त अवस्थेमुळे जी अस्वस्थता स्त्री-पुरुषांना प्राप्त झाली, ती बाहेर टाकण्याचे स्त्री आणि पुरुषांचे मार्ग वेगवेगळे असल्याचे आपण पाहिले. म्हणजे

स्त्री ही सारखी चिडचिड, बडबड आणि आदळआपट करून हा मानसिक प्रक्षोभ बाहेर टाकते; तर प्रत्येक प्रश्न शरीरबळावर सोडवू पाहण्याचा कल असणारा पुरुष, या परिस्थतीबाबतची चीड, अनवधनाने आक्रमक होऊन शारीरिक हिंसेद्वारे बाहेर टाकतो. यामागे समाजाने स्त्री व पुरुषांवर केलेले अनुक्रमे लीनतेचे आणि आक्रमकतेचे संस्कार कारणीभूत आहेत, अशी केली जाणारी मांडणी काही अंशी बरोबर म्हणावी लागते.

माणसाला आणि विशेष करून पुरुषाला संयमी होण्यासाठी व समतोल राखण्यासाठी, मानवी बुद्धीच्या वापराने तसे सकारात्मक संस्कार करता आले नसते का? नक्कीच आले असते. पण संस्कार आहेत, तशी मानवी बुद्धीसुद्धा आपल्या जागी आहे. शेवटी बुद्धी हे एक दुधारी शस्त्र आहे. तिच्यामुळे आपला स्वार्थ समजण्याची कला माणसास प्राप्त झालेली आहे.

मानवी बुद्धी ही दुसऱ्याचे भले करण्यासाठी व तितकेच कुणाला उद्ध्वस्त करण्यासाठीही वापरली जाते. तसेच प्रत्येकाला जगाव्या लागणाऱ्या परिस्थितीनुसार, बुद्धीचा वापर माणसागणिक वेगळा असतो. हक्काचे आणि जास्तीचे काही मिळवण्यासाठीसुद्धा वेळप्रसंगी आक्रमकता वापरावी लागते. परिस्थिती कठीण आहे किंवा ती संघर्षमय आहे, तर तशा परिस्थितीवर ताबा मिळवण्यासाठी आक्रमकतेला अनेकदा पर्याय नसतो. तर मग आज मानवी जीवनात जी काय परिस्थिती आहे त्यावरून स्त्री-पुरुषांच्या आक्रमक स्थितीचा विचार करावा लागेल.

मनुष्यासह सर्व प्राणिजगतामध्ये दोनच साम्ये आहेत. एक अन्नाची भूक आणि दुसरी लैंगिक भूक. या दोन भुका न भागल्यास हे प्राणीजग आक्रमक होत असते. कारण तो त्यांच्या जगण्या-मरणाचा प्रश्न असतो. माणसाच्या आक्रमकतेमागे भूक हा एकच विषय नाही, तर अजूनही अनेक विषय आहेत. तसेच परिस्थितिजन्य कारणे बरीच आहेत, ज्यांच्यामुळे माणूस आक्रमक होतो. उदा. जगातील कोट्यवधी लोकांना पुरेसे अन्न मिळत नाही; या बरोबरच पुरेसे वस्त्र, निवारा, आरोग्य, शिक्षण, नोकरी अशा अनेक गरजांसाठी त्यांना खूप झगडावे लागते, खूप कष्ट घ्यावे लागतात, फसवणुकीला सामोरे जावे लागते, अपमान, कट-कारस्थाने झेलावी लागतात, अत्याचार सोसावा लागतो, विनाकारण पोलीस-अटकेतही जाऊन पडावे लागते आणि मग अशा बिकट परिस्थितीत झगडून आपल्या

गरजा पूर्ण करण्यासाठी अंगी आक्रमकता बाणवण्याशिवाय दुसरा काही उपाय समोर राहत नाही. समोरच्याने एक गुद्दा मारला, तर आपण दोन मारायचे असा हिशोब ठेवावा लागतो. पुरुषच नाही तर अन्नासाठी वंचित असणाऱ्या समाजातील स्त्रियासुद्धा आक्रमक बाण्याच्या असतात. या परिस्थितीतील लहान मुलेही सततची भांडणे, मारामारी, दुसऱ्याचे हिसकावून घेणे अशा प्रवृत्तीची दिसतात. कारण बालपणापासून ही मुले या वाईट अनुभवातून गेलेली असतात. चांगले वागून काही मिळते, असा अनुभव त्यांना नसतो. शेवटी निसर्गाचा 'सर्व्हायव्हल' हा मुद्दा इथे सर्वांवर मात करतो.

'गरीब' समजल्या जाणाऱ्या या वर्गाला, पिढ्यान्पिढ्या अशा गरजा न भागणाऱ्या स्थितीमध्ये जेव्हा जगावे लागते आणि दारिद्र्य संपत नाही, तेव्हा अशा गरजा संघर्षाने मिळवण्याची त्यांची वृत्ती (behaviour) ही पुढील पिढ्यांतून आनुवंशिक म्हणून कायम होते. याबाबत आपल्याला डॉ. नॉर्मन डॉईज, *द ब्रेन दॅट चेंजेस इटसेल्फ* मध्ये मार्गदर्शन करतात. माणसाला जेव्हा एखादी सवय लागते, तेव्हा त्याचा मेंदू त्या सवयीनुसार काम करतो, त्यानुसार घडतो. माणसाच्या त्या सवयीमध्ये परिस्थिती बदलानुसार काही वरवरचे बदल आले, तरी मेंदूच्या कार्यपद्धतीत लगेच बदल होऊ शकत नाही. जगण्याच्या ज्या पद्धतीची माणसाला सवय झालेली आहे, ती बदलताना ती सवय किती लहान वयापासून आहे, किती वर्षे त्या सवयीने माणूस जगत आहे आणि त्याचे आताचे वय काय, यावर मेंदूमधील पर्यायी बदल अवलंबून असतो.

म्हणून पिढ्यान्पिढ्या जेव्हा एखादी रीत किंवा सवय ही बऱ्या-वाईट भोवतालिक परिस्थितीनुसार एखाद्या कुटुंबात किंवा व्यक्तीमध्ये रुजलेली असते, तेव्हा मेंदूचा वरीलप्रमाणे त्या बदलाशी असणारा संबंध पाहिल्यास उपदेश / संस्कार करून ती सवय बदलणे अगदीच अशक्य नसले, तरी ते सहज घडणेसुद्धा कठीण असते. त्यात वर्षानुवर्षे अन्याय सोसलेल्या एखाद्या वर्गामध्ये हिंसेने आपले प्रश्न सोडवण्याची मानसिकता तयार झालेली असते. भोवतालातून सातत्याने आलेला बरा किंवा वाईट अनुभव मेंदूमध्ये कायमचा ठसून राहतो.

मग अशा कटू अनुभवातून घडलेले काही सामाजिक वर्ग किंवा तशा परिस्थितीशी संबंधित असणाऱ्या भारतातील जातीसुद्धा आक्रमक व हिंसेला सहज प्रवृत्त होणाऱ्या दिसतात. भारतात या जातींचा उल्लेख करून अन्य सुस्थितीतील

वर्चस्ववादी जाती त्यांना हमखास लक्ष्य (टार्गेट) करण्याचे काम करताना दिसतात. वास्तविक गरीब व संघर्षमय परिस्थितीत जगणाऱ्या या वर्गाला सततच्या प्रयत्नाने समजून घेऊन, सहानुभूतीने त्यांच्या अडचणी सोडवण्याचे प्रयास केल्यास,काही कालावधीनंतर कदाचित दुसऱ्या पिढीतसुद्धा त्यांची आक्रमकता व हिंसकता कमी होईल, अशी ही गोष्ट असते, हे कोणी लक्षातच घेत नाही. मग त्या वर्गास बहिष्कृत करून, त्यांचा तिरस्कार करून, कडक शिक्षा ठोठावून काहीही साध्य होताना म्हणूनच दिसत नाही. 'जगाला प्रेम देणे, हाच खरा धर्म आहे', या साने गुरुजींच्या वचनातील तथ्य इथे समजते.

दुसरा विषय आहे लैंगिकतेचा. त्याबाबत 'विवाहपद्धत' आणून मनुष्यजातीने जास्तीच्या आक्रमकतेला निमंत्रणच दिलेले आहे. 'पति-पत्नी संबंधा'चा माणसाने शोध लावलेला असला, तरी स्त्रीला पतीशिवाय कोणत्याही परपुरुषापासून गर्भधारणा होऊ देण्याचे निसर्गाने थांबवलेले नाही. निसर्ग त्याच्या मुक्त संबंधाच्या नियमाने आजही चाललेला आहे आणि माणूस मात्र गेली काही हजार वर्षे विवाहाद्वारे हे मुक्त संबंध नियंत्रित करण्याची खटपट करतो आहे. एका महत्त्वाच्या नैसर्गिक इच्छेचे दमन करू पाहतो आहे. त्यातून निसर्ग विरुद्ध माणूस असा पेच निर्माण होऊन जे जे नैसर्गिक रीतीने गमावलेले आहे, ते मिळवण्यासाठी ज्याच्या-त्याच्या कौटुंबिक परिस्थितीप्रमाणे व नैतिक कल्पनेप्रमाणे पुरुष हा कामभावनेने कमी-अधिक प्रक्षुब्ध आणि आक्रमक होऊ शकतो, तर स्त्री ही त्याच कारणाने अस्वस्थ व अशांत राहते.

प्राचीन मातृसंस्कृतीमध्ये स्त्रीला कोणत्याही पुरुषापासून होणारे मूल हे फक्त स्त्रीचेच मानले जाऊन ते सांभाळण्याची परंपरा मातृकुळात होती. पुरुषाच्या वारसाच्या कल्पना त्या काळात नव्हत्या. परक्या पुरुषाचे मूल आपल्यावर थोपवले जाईल ही पुरुष-मनातील आजची भीती; तर आपले मूल पुरुष-कुळात अव्हेरले तर जाणार नाही ना, ही स्त्री-मनातील शंका, यापासून स्त्री-पुरुष दोघेही मातृसंस्कृती काळात मुक्त होते. मात्र, विवाहामधून एकाच पती-पुरुषास बांधून ठेवलेल्या पत्नीला राहिलेला गर्भ नक्की आपलाच आहे ना? अशी शंका पुरुषाच्या मनात जेव्हा उद्भवते, तेव्हा त्याला दुसरा पर्याय नसतो. त्या गर्भाला 'आपले' म्हणून सांभाळणारा मातृसमाज आज अस्तित्वात नाही. त्या अपत्याची जबाबदारी ही संबंधित पुरुषाने घ्यावी, अशी आजच्या समाजाची अपेक्षा असते. या विवाह-

नियमामुळे स्त्रीला पुरुष स्वतःच्या कब्ज्यात व पहाऱ्यात ठेवू पाहतो आणि त्याकरता स्त्रीविरोधात वापरली गेलेली आक्रमकता यामधून स्त्रीचा छळ मांडला जातो. अर्थात, आक्रमकतेचे एक महाद्वारच विवाहाद्वारे मानवी जीवनात उघडले गेलेले दिसते.

अलीकडील शंभर वर्षांत, चित्रपट माध्यम हे स्त्री-पुरुष जवळीक, त्यांचे मुक्त संबंध, बेड सीन्स, बलात्कार वगैरेचे प्रदर्शन करीत आहे. आपल्या समाजात जे सहसा अधिकृतपणे मान्य होत नाही, ते सिनेमात मिळवून दाखवणारा पुरुष आक्रमक झालेला दाखवला जातो. म्हणजे जे अविवाहित राहिलेले पुरुष आहेत त्यांना आणि ज्यांना विवाहाबाहेरही जास्त सेक्स अपेक्षित आहे त्यांना, हे सर्व मिळवायचे असेल तर आक्रमकतेला पर्याय नाही, असा संदेश अशा चित्रपटांतून समाजातील पुरुषांमध्ये पसरतो. त्यातून पुढे या पुरुषी-आक्रमकतेच्या समर्थनासाठी स्त्रीच्या चुका दाखवून आणि 'म्हणून मग तिला शिक्षा' असे स्त्रीचे अवमूल्यन ठरवून केले जाते. आणि या सगळ्याचा एक संस्कार बनून समाजामध्ये स्त्रीविरोधातील पुरुषाची किंवा दोन पुरुषांमधील हिंसकता वाढत जाते. त्यामुळे स्त्रियांना समाजात वाढती असुरक्षितता जाणवते.

साहजिकच स्वतःला सुरक्षित ठेवणारा पुरुष, म्हणजेच 'तो आक्रमक असलेला' तिला आवडतो. पुरुषांची आक्रमकता ही स्त्रीला मर्दानगी म्हणून प्रिय असण्यामागे तिला वाटणारी 'असुरक्षितता' हे महत्त्वाचे कारण असते. स्त्रीची समाजातील असुरक्षितता जशी वाढत जाईल, तशी स्त्री अधिकाधिक पुरुषी-आक्रमकतेचे समर्थन करील आणि त्याच्याकडे आकर्षित होईल. पुरुष मग तिच्यासाठी जास्त आक्रमक होण्याचा प्रयत्न करील, असे हे एक फिरणारे चक्र आपण लक्षात घेतले पाहिजे. समाजातील उपद्रवी पुरुषांपासून हा धट्टाकट्टा वाटणारा पुरुष आपला बचाव करू शकेल, असे वाटून स्त्रीत्या पुरुषाला पती वा मित्र म्हणून स्वीकारू पाहते.पण तीच आक्रमकता पती-पुरुष स्त्रीविरोधात घरात वापरतो, हे जरी तिला समजले, तरी समाजातील रिकामटेकड्या गुंड-पुरुषाच्या रोजच्या उपद्रवापेक्षा घरातील पुरुषाची एखादवेळची हिंसा पत्करली, अशी तडजोड करण्यापलीकडे स्त्रीकडे पर्याय राहत नाही आणि घरातील हिंसा चालू राहते. अशा रीतीने, आपण पाहतो की विवाहप्रथा आणि चित्रपटसंस्था हे आक्रमकतेचे दोन महत्त्वाचे आधारस्तंभ आहेत आणि त्याविरोधात काही बदल आणण्यासाठी स्त्री-पुरुषांच्या एकजुटीच्या

इच्छाशक्तीची मोठी गरज आपल्याला आहे.

भारतामध्ये तर 'लोकसंख्या' हासुद्धा स्त्री-पुरुषांची वृत्ती आक्रमक घडवणारा एक महत्त्वाचा विषय आहे. विवाहामुळे लोकसंख्या नियंत्रणात राहते, हा शेवटी भ्रमच ठरला. उलट जिथे शरीरसंबंधाचे नियम युरोप-अमेरिकेत सैल आहेत, तिथे लोकसंख्या कमी आढळते. कारण लोकसंख्या कमी ठेवण्याचा मार्गच मुळात स्त्री-शिक्षण आणि स्त्री-निर्णय-स्वातंत्र्य यामधून जातो. तो विवाहातून जात नाही. लोकसंख्या वाढवण्यास पुरुषाला अनेक स्त्रियांची गरज नसते. एका स्त्रीपासून तो आठ-दहा संतती निर्माण करू शकतो. हे आपल्या आधीच्या पिढीतील एक-पत्नीवादी पुरुषांनी सिद्ध केलेले आहे. विषय निघालाच आहे, म्हणून इथे मुस्लीम पुरुषांच्या चार बायका करण्याच्या पद्धतीमुळे लोकसंख्या वाढते आहे का, हा मुद्दा टाळता येत नाही. इथे एक लक्षात घ्यायला हवे, की मुले स्त्रीला होतात, पुरुषाला नाही. तेव्हा एका पुरुषाने चार बायका केल्या, आणि प्रत्येकीला दोन मुले झाली, की त्या एका पुरुषाची एकूण मुले आठ होतात, हे वरकरणी बरोबर आहे. पण या चार बायकांनी जर चार वेगवेगळ्या पुरुषांशी लग्ने केली असती, तरी प्रत्येकीला दोन धरून आठच मुले झाली असती. आणि पुरुषांनी जर ठरवले, तर ते एका पत्नीपासूनही आठ अपत्ये निर्माण करू शकतात. म्हणजे, एका पुरुषाने चार बायका केल्या म्हणून लोकसंख्या वाढते हा भ्रम आहे. पण मुस्लिमांची लोकसंख्या हा अगदी दंगलीचा, आक्रमणाचा मुद्दाही आपल्या देशात बनू शकतो. म्हणजे इथेही आक्रमकता हात धुऊन घेते.

एरवी लोकसंख्येमुळे निर्माण होणारी आक्रमक वस्तुस्थिती हे गरिबीप्रमाणे समाजाला डसलेले अस्वस्थ वास्तव आहे. लोकसंख्येमुळे शिक्षण प्रवेशासाठी किंवा नोकरीसाठी जेव्हा फार मोठ्या संख्येने अर्ज येतात, तेव्हा अनेकांना योग्यता असूनही ती संधी मिळवता येत नाही. शाळेत प्रवेशासाठी पहाटेपासून लांब रांगा लावाव्या लागणे हासुद्धा याच लोकसंख्येचा प्रताप आहे. त्यातही 'दुसऱ्याआधी माझा नंबर' अशी आक्रमकता आहे. वसतिगृहांमध्ये राहावयास विद्यार्थ्यांना जागा मिळत नाहीत, नोकरी पदरात पाडून घेण्यासाठी शिक्षण असूनही लोकसंख्येमुळेच पैसे चारावे लागतात. लोकसंख्येमुळे अन्नधान्य पुरेसे मिळत नाही. ते मिळवण्यासाठी भांडणे, मारामाऱ्यांतून आक्रमकता पुढे येत राहते. राहत्या जागांचे भाव हाताबाहेर जाण्यात ही लोकसंख्याच कारणीभूत असते. राहायला जागा

नाही, त्यामुळे कित्येक सामान्य स्त्री-पुरुषांची लग्ने होत नाहीत, त्यातून लैंगिक असमाधान फैलावते. समाज जेवढा लैंगिक पूर्ततेबाबत जास्त असमाधानी, तेवढा तो जास्त अस्वस्थ आणि आक्रमक, हे लक्षात घ्यायला पाहिजे. अतिलोकसंख्येतून जी गरिबी जन्माला येते, त्या गरिबीमुळे लग्नासाठी रीतसर मिळणारी मुलगी जर नाकारली जात असेल, तर तिला मिळवण्याच्या प्रयत्नात सामाजिक संकेत झुगारून पुरुष जे वर्तन करतो, ती आक्रमकताच असते. एकंदरीत मानवी जीवनातील सर्व प्रतिकूल किंवा निसर्गविरोधी परिस्थितीचे दुष्परिणाम, तसेच सर्व प्रकारची टंचाई, साठा-वृत्ती, त्यातून आलेला स्वार्थ, भ्रष्टाचार याचा शेवट अखेरीस 'आक्रमक' वर्तनात होत राहतो.

शिवाय पुरुषाला कोणाकडून कमी लेखले जाणे, अपमान किंवा अवहेलना होणे हे पुरुषाच्या अहंकारी वृत्तीमुळे पुरुषास सहन होत नाही. त्याचा निषेध करताना तो आपल्या आक्रमकतेचा वापर तरी त्याविरोधात करतो किंवा ती मानहानी विसरण्यासाठी तो दारूसारख्या व्यसनांना जवळ करतो आणि मग त्याच्या व्यसन निर्मित आक्रमकतेचे परिणाम पत्नीसह कुटुंबाला भोगावे लागतात. अशा रीतीने आक्रमक वर्तनाला वाव देणाऱ्या अजून एका कारणाची समाजात आपोआप भर पडते.

त्याप्रमाणे धार्मिक भावनांचे स्तोम, जातीय तेढ हे आक्रमक होण्यासाठीची जास्तीची कुरणे भारतात आहेतच. एकंदर, या सर्वांनी जेव्हा चारी बाजूंनी जीव त्रासून जातो, गुदमरून जातो, तेव्हा माणसाच्या मनाची स्थिती ही कायम प्रक्षुब्ध राहते. तो सहन करू शकत नाही. अगदी किरकोळ कारणावरूनसुद्धा मोठ्या मारामाऱ्या, हत्या होत असलेल्या आपण पाहतो. त्यामुळे भारतासारख्या देशातील समाज पाश्चिमात्य समाजापेक्षा तुलनेने नेहमी अशांत असलेला दिसतो. अशा परिस्थितीत जगावे लागणाऱ्या प्रत्येक समाजात कायम हिंसकता व अस्वस्थता दिसते, मग त्या समाजाचा धर्म कोणताही असो. कोणत्याही देवा-धर्माच्या उपासनामुळे ना ही परिस्थिती बदलू शकत, ना लोकसंख्या व गरिबीवर आपण ताबा मिळवू शकत. उलट देवा-धर्मातूनअशा प्रवृत्ती अधिकच बळावतात, सोकावतात. तसेच दुसऱ्या धर्म-पंथातील लोकांनी आपले हक्क हिरावले, अशा गैरसमजुतीतून परिस्थिती अधिक आक्रमक करून ठेवण्याचीही संधी धार्मिक मुद्द्यातून मिळत राहते.

थोडक्यात मानवी जीवनातील पुरुषामध्ये असणारी आक्रमकता ही पुरुषी-

हार्मोन्सपेक्षा वर विशद केलेल्या परिस्थितीमुळे 'आक्षेपार्ह' झालेली आहे, हे लक्षात येणे महत्त्वाचे आहे. अखेर या सर्व परिस्थितीचे दुष्परिणाम, एक विशिष्ट 'व्यवस्था' घडवत नेत असतात. मग ही व्यवस्था पदोपदी माणसाला विकृतीकडे खेचते. पुरुषाची आक्रमकता ही नैसर्गिक असते, या सत्याच्या पलीकडे गेलेले हे वास्तव आहे. आक्रमकतेचे मानव-निर्मित अनेक विषय आपण पाहिले. अन्न-भूक आणि लैंगिक-भूक या नैसर्गिक कारणांकरता तर आपण अजूनही समाधानकारक काही केलेले नाही. मग गरिबी, लोकसंख्या, विवाहप्रथा, प्रसारमाध्यमे, व्यसने, धार्मिकता, शिवाय पुरुषाचा अहंकार, महत्त्वाकांक्षा अशा विविध रोजच्या कारणांनी तर आक्रमकतेला आपण रोजंदारीवर लावलेले आहे.

मिळेल ते, मिळेल तेव्हा आणि पडेल ते कोणतेही काम करणारा मजूर जेव्हा रोजंदारीवर असतो, तेव्हा त्याच्या कामाला सामाजिक पत प्राप्त होत नाही, परंतु महिन्याला ठरावीक पगार घेणाऱ्या कामगाराचा त्या कामाचा जसा सन्मान असतो, त्याप्रमाणे 'आक्रमकता' जर अन्याय-अत्याचार रोखण्यासाठी नियमितपणे सकारात्मक रीतीने वापरली गेली, तर तिचा सन्मान राहील. नाहीतर रोजचे वेगवेगळे विषय हाताळणारी 'आक्रमकता' ही रोजंदारीवर आणि त्यानुसार उद्भवलेली 'हिंसकता' वेठबिगारीवर, असे चित्र समाजात कायम राहील.

◆◆◆

कायदा... छू!

आपल्या देशात बहु-विविधता आहे तरीही एक राष्ट्र म्हणून आपण एकत्र राहतो, हे कौतुकास्पद आहे. तरीही, नवे काही बदल आणायचे झाले, तर भारतातील विविध जाती, धर्म, भिन्न प्रादेशिकता, भिन्न भाषा, संस्कार, संस्कृती यांमुळे एक राष्ट्र म्हणून असे बदल स्वीकारताना मात्र समाजात फार परस्परविरोधी वातावरण तयार होते. अगदी मोर्चे ते मारामारीपर्यंत प्रकरण जाते. विशेषतः व्यक्तिगत रीतिरिवाजांमध्ये कायद्याने केला जाणारा बदल, हा भारतीय समाजातील विविध समूहांना स्वीकारण्याजोगा नसतो. कारण त्यामध्ये गरीब-सुखवस्तू, स्त्री-पुरुष असा परिस्थितीचा व समजुतीचा फरक तर राहतोच, पण जातिभेद, धर्मभेद यांचाही हात या अस्वीकारामागे असतो. भारत सरकारने 'बालविवाह प्रतिबंध कायद्या'मध्ये आणलेली सुधारणा म्हणजेच, 'मुलींचे लग्नाचे वय वाढवणारा कायदा' हा असेच वातावरण निर्माण करणारा आहे, हे थोड्याच काळात लक्षात येईल. या कायदा सुधारणेमध्ये मुलींसाठी लग्नाचे वय अठरावरून एकवीस करण्यात आले आहे.

समजा, आपला देश एखाद्या युरोपीय देशासारखा एकजिनसी असता, तर काय झाले असते? युरोपातील जनतेला जशी या कायद्याची गरज वाटत नाही, तशीच ती भारतीय लोकांनाही वाटली नसती. पण आज भारतात समाजातील शैक्षणिक फरक आणि म्हणून आर्थिक फरक, म्हणजेच विषमता इतकी मोठी आहे, की एखादा

कायदा समजून घेण्याचा एक समान समजुतदारपणा वा पात्रता आपल्या जनतेकडे नाही. तसेच परिस्थितिजन्य अडचणीसुद्धा विविध कष्टकरी जात-समूहांमध्ये इतक्या आहेत, की मुलीला एकवीस वर्षांपर्यंत पोसणे किंवा तिला संरक्षण देणे, हे वेगवेगळ्या कारणांनी शक्यच नसते. वास्तविक हा कायदा, आजच्या अठरा ते एकवीस वर्षे दरम्यान वयातील लग्न लावून दिल्या जाणाऱ्या मुलींचे लग्न रोखण्यासाठी आहे. पण म्हणूनच शिक्षण घेऊ शकण्याच्या परिस्थितीत असणाऱ्या मध्यमवर्गीय आणि उच्च मध्यमवर्गीय मुलींना हा कायदा स्पर्श करत नाही. पदवी मिळून शिक्षण पूर्ण होईपर्यंत त्या मुली एकविसावे वयही ओलांडतात. शिवाय पुढे नोकरी धरून त्या पंचवीस वयोमर्यादादेखील ओलांडतात. त्यानंतर त्या लग्न करतात. त्यामुळे अर्थातच हा 'नवा कायदा' ही या वर्गाची समस्या नाही.

म्हणजेच गरीब मध्यमवर्ग आणि गरीब कष्टकरी वर्ग या स्तरातील मुलींच्या जीवनावर या कायद्याचा काय परिणाम होतो, हेच खरे पाहावे लागेल. या वर्गातील मुली वयाची पंधरा-सोळा वर्षे पुरी होईतो, दहावी उत्तीर्ण होतात. काहीजणी अठरा वर्षांपर्यंत बारावीसुद्धा संपवतात. तोपर्यंत त्यांच्या लग्नाच्या जुळवणीला सुरुवात होत असते. या लग्नानंतर फार थोड्याजणी शिकतात, बहुतेकजणी मातृत्वात अडकतात. हा कायदा नेमका या मुलींसाठीच म्हणावा लागेल, ज्या मुलींनी अजून पुढे शिकण्याची आवश्यकता आहे आणि आपल्या पायावर उभे राहण्याची त्यांची इच्छासुद्धा आहे. याच वर्गातील आणखी एक स्तर असा आहे, ज्या वर्गातील मुली परिस्थितीमुळे अगदी दहावीपर्यंतसुद्धा पोहोचू शकत नाहीत. चौथी-पाचवी इयत्तेपर्यंत त्या शिकतात. या मुली चौदा-पंधरा वर्षे वयाच्या झाल्या, की साहजिक त्यांच्या पालकांना त्यांच्या सुरक्षिततेचा घोर लागून राहतो आणि तो चुकीचा म्हणता येत नाही.

अठरा वर्षांपर्यंत बारावी झालेल्या मुलींनी पुढील तीन वर्षे आणि दहावीसुद्धा न झालेल्या चौदा-पंधरा वर्षांच्या मुलींनी एकवीस वर्षे पूर्ण होईपर्यंत पुढील सहा-सात वर्षे करायचे काय? गरिबीमुळे शिक्षणच जिथे या मुलींसाठी अवघड झालेले आहे, तिथे निव्वळ एकवीस वर्षांपर्यंत लग्नाचे वय वाढवण्याचा कायदा करून अशा मुलींचा कोणता प्रश्न सोडवला जातोय? की त्यांना अधिकच धोक्यात ढकलले जात आहे, याचा विचार झाला पाहिजे. घरात रिकामटेकडे बसून वेगवेगळे मानसिक, भावनिक प्रश्न निर्माण व्हावेत, अशा वयात त्या असणार आहेत. या

वयातील मुलगे व मुली यांना कामात व्यग्र ठेवणे, हे फार महत्त्वाचे असते; तरच त्यांच्या ठायी असणारी तरुण ऊर्जा त्यांच्या प्रगतीसाठी त्यांना वापरता येते, ज्यातून सामाजिक स्वास्थ्य टिकून राहते.

नव्या कायद्यानुसार, या मुलींना लग्न होईपर्यंतच्या वाढलेल्या कालावधीत, म्हणजेच पुढे साधारण वय वर्षे पंधरा ते एकवीसपर्यंतच्या काळात शिकता यावे किंवा लहान-मोठा व्यवसाय स्वतःला किंवा एकमेकींच्या मदतीने सुरू करता यावा, म्हणून ह्या कायद्याचा उपयोग कसा करता येईल, याचा विचार करायला हवा. विशेषतः तो कायदा उपयुक्त करता यावा याचा प्रामाणिकपणे प्रयत्न सरकारकडून व्हायला हवा. त्याकरता सरकारने या कायद्याच्या अंमलबजावणीला धरून, पालकांच्या उत्पन्नानुसार, दरमहा मुलींसाठी विद्यावेतन सुरू करायला हवे. आर्थिक दुर्बल गटातील आठवी झालेल्या मुलींना समजा, कमीतकमी मासिक ५०० रुपये, दहावी झालेल्या मुलींना कमीतकमी मासिक ८०० रुपये असे विद्यावेतन दिल्यास मुली आपले शिक्षण पुरे करू शकतात. पदवीसुद्धा घेऊ शकतात.

एखादी ग्रामीण भागातील गरीब मुलगी अगदीच चौथी-पाचवीत शिक्षण सोडून न देता आठवीपर्यंत शिकेल आणि पुढे मिळणाऱ्या विद्यावेतनावर ती दहावी, बारावी, अगदी पदवीसुद्धा पूर्ण करील. त्यातून स्वतःचा जोडीदार निवडण्याची समज व जगण्याचा आत्मविश्वास अशा मुलींमध्ये वाढेल, जे सर्वांत जास्त महत्त्वाचे आहे. फसवल्या जाणाऱ्या अबोध मुलींच्या शिक्षणाचा हेतू अशारितीने सफल झाला, तरच हा कायदा वरदान ठरेल. इतकेच नव्हे, तर या कायद्याचा देशातील लोकसंख्या कमी होण्याचा उद्देशही मुलींच्या या आर्थिक मदतीद्वारा मिळालेल्या शिक्षणामुळे साध्य होऊ शकतो. नाहीतर मुलींना घरात बसवून, देशात लागू होणारा 'हा' कायदा मुलींना कोणतेही सन्माननीय स्थान मिळवून देणार तर नाहीच, पण लोकसंख्या कमी होण्याची अपेक्षाही पूर्ण करणार नाही. किंबहुना निरक्षर आणि सदोष लोकसंख्येत आणि अल्पवयीन मातांच्या संख्येत हा कायदा भर टाकेल.

जिथेजिथे वय वर्षे अठरा ते एकवीसमधील मुलींना या कायद्याने लग्न करू दिलेले नाही, तिथेतिथे मुलींच्या रिकामपणामुळे किंवा त्यांच्यावर झालेल्या लैंगिक जबरदस्तीमुळे विवाहबाह्य जन्मलेल्या अपत्यांची जबाबदारी तिला एकटीला घ्यावी लागेल. जी संतती मुलीला विवाहानंतर होणार होती ती, एकवीस

वर्षांचा कायदा आल्यामुळे विवाहाआधी होणार. एवढा फरक असेल, जो खरे तर या मुलींचे पुढील जीवन जीवघेणे करून टाकेल. प्रस्तुत कायद्यानुसार अठरा ते एकवीस वयात लग्न न झाल्यामुळे जे विवाहबाह्य संबंध घडतील, त्यामुळे संततीची जबाबदारी एकट्या मातेने घेण्यामुळे ही लोकसंख्या गरिबीत ढकलली जाण्याची दुसरी आपत्ती ओढवेल आणि त्यातून पुढे गुन्हेगारीची मालिकासुद्धा सुरू होईल. म्हणजे पूर्ण देश एका अघटित वास्तवाकडे वाटचाल करत जाईल. हे वास्तव उशिरा लक्षात येण्याने अनेक जीवांचे खूप नुकसान होईल. म्हणून या कायद्याची अंमलबजावणी सरकारला फार जबाबदारीने करावी लागेल.

असे व्यक्तिगत किंवा कौटुंबिक कायदे करताना सरकारने ज्या सामाजिक वर्गासाठी ते कायदे आहेत, मग तो महिला वर्ग असेल, गरीब, कष्टकरी वर्ग असेल, धार्मिक अल्पसंख्याक असेल, त्याची आधीची परिस्थिती लक्षात घ्यायलाच हवी. कायदा केला म्हणजे सरकारची जबाबदारी संपली असे होत नाही. त्या कायद्याचे अपेक्षित परिणाम हाती येतील, अशी तरतूद बरोबरीने करायला हवी. कायद्याच्या परिणामाची जबाबदारी सरकारला घेता यायला हवी. त्या वर्गाशी किमान संवाद तरी झाला असला पाहिजे.

'बालकामगार' कायदा असाच वाजतगाजत आणला गेला आणि आज त्याचे काय झाले? कारण बालकामगार सुखवस्तू घरात जन्म घेत नाहीत. ते गरीब कष्टकरी वर्गात जन्मतात. त्यांना अशा प्रकारे कामाला लावायला त्यांचे आई-बाप काही दुष्ट नसतात. पण पालकांचे वेतन इतके अपुरे असते, की ते मुलांना पुरेसे अन्नसुद्धा देऊ शकत नाहीत. मग सकाळच्या शाळेत जाऊन ही मुले संध्याकाळी हॉटेलमध्ये किंवा सुट्टीच्या दिवशी बांधकामावर, दुकानात काम धरतात. काही मालक त्यांच्या या परिस्थितीचा गैरफायदा घेणारे असतात, पण काही मालक माणुसकी म्हणूनही कामावर ठेवणारे आहेत. काहीही असले, तरी मुलांचे बालपण बरबाद होऊ नये, त्यांना बालपणातील सर्व हक्क प्राप्त व्हावेत, यासाठी हा कायदा आहे. मग तरीही त्याची नीट अंमलबजावणी का होऊ शकत नाही, तर त्याचे कारण हेच आहे.

जे पालक आपल्या मुलांना कामाला पाठवतात, त्यांची तशी अगतिकता काय आहे, हेच जाणून न घेता कायदा आणणे आणि अशा अगदी अत्यल्प उत्पन्न असणाऱ्या पालकांचा भुकेचा पहिला प्रश्न आर्थिक मदतीने न सोडवणे,

या रूढ झालेल्या माजोरी वृत्तीकडे, कायदा करण्यापेक्षाही जास्त लक्ष दिले गेले पाहिजे आणि तेच इथे होत नाही. त्यामुळे एकूण कायद्याचेच पालन गंभीरपणे होत नाही. तो सहज मोडता येणे शक्य असते. यातून झालेल्या या कायद्याकडे दुर्लक्ष करण्याचीसुद्धा एक वाईट सवय जनतेमध्ये शिरते. निव्वळ कायदाच नाही, तर गरिबांबाबत शासनाने केलेली प्रत्येक कृतीसुद्धा गरिबांवर खूप अन्यायकारक असते. उदा. त्यांच्या झोपड्या उठवणे, ही प्रत्येक शासनाची अगदी आवडती कृती असते. त्याआधी त्यांना नोटीस दिली, असे सांगितले जाते. पण तरी ते जाणार कुठे? त्यांचे काय बँकेत पैसे ठेवलेले असतात? मग शासकीय कर्तव्याचा खोटा आव आणून त्यांच्या या झोपड्या निष्ठुरपणे पाडल्या जातात. त्या वेळेस आपले राहते घर पाडताना पाहून जगण्याच्या कोणत्या कल्पना त्यांना सावरू शकतील?

लोकशाहीमध्ये कायदा हा एखाद्या 'फतव्या'सारखा काढला जाऊ नये. त्यामागे परिस्थितीचे भान असणे आवश्यक आहे. कायदा निर्माण करून तो 'कायदा.. छू!' म्हणून संबंधित समाजघटकाच्या अंगावर तसाच सोडून देणे, हे संपूर्ण देशालाच अंतिमतः घातक ठरू शकते, हे लक्षात घ्यायला लागेल.

◆◆◆

न पेटलेल्या 'मेणबत्त्या'!

समाजामध्ये जेव्हा वाईट घटना घडतात, तेव्हा त्या घटनेभोवती सामाजिक, मानसिक, आर्थिक, कौटुंबिक आणि काही मर्यादेपर्यंत स्त्री-पुरुषांची जैविक ठेवण यांचे वलय असते. या सर्व विषयांपर्यंत आपल्याला जेव्हा पोहोचता येते, तेव्हाच त्या घटनेमागील कारणे कळतात आणि जेव्हा कारणे कळतात, तेव्हाच या घटनेवरचे उपाय हाती येतात.

इथे विषय आहे, तो स्त्रिया व मुला-मुलींच्या छेडछाडीचा, बलात्काराचा आणि हत्येचा.

अशा घटना घडल्या, की आपल्याकडे अतितातडीची कृती म्हणजे, त्यावर दूरदर्शनवर चर्चा घडतात आणि पुरुषाची मानसिकता बदलली पाहिजे, या शेवटावर त्या चर्चा संपतात. दुसरीकडे, सर्वसामान्य लोक मेणबत्ती मोर्चे काढतात. अलीकडे मोबाईलवरून निराशेचे, टीकेचे मेसेज, व्हिडिओ, ऑडिओ फिरवले जातात, ज्यामध्ये सामान्य नागरिकांपासून ते संघटनांपर्यंत सर्वजण सहभागी असतात. त्यानंतर 'जणू काही घडलेच नाही' अशा समजुतीने संपूर्ण वातावरण जे शांत होऊन जाते, ते पुढील अत्याचार घडेपर्यंत! असे का होते आहे?

सन २०१२मध्ये निर्भया केसमध्ये जेव्हा मेणबत्त्या पेटवून खूप मोठे आंदोलन झाले होते, तेव्हा आता नक्कीच काहीतरी होईल अशी उगीचच आशा वाटली

होती. पण त्यानंतरही तशाच घटना घडत राहिलेल्या आपण पाहिल्या. म्हणजे तुम्ही मेणबत्त्या पेटवा, दूरदर्शनवर चर्चा चालवा, पोलिसांकडून चकमकी घडवा, फाशीच्या शिक्षेचे कायदे करा किंवा संघटनांनी निषेध मोर्चे काढा, महिला आयोगाने कठोर शिक्षेची शिफारस करा, एखादा बंद पाळा; कशानेही हे अत्याचार सत्र थांबत नाही, हे आता गुन्हेगारांसह सर्वांना कळून चुकलेले आहे. किंबहुना ते एक 'रुटीन' झालेले दिसते. स्त्रीविरोधातील हिंसा हा जसा भारतातील एक 'नित्यक्रम' आहे, तसेच हिंसा झाली रे झाली, की अशा विविध मार्गांनी निषेध व्यक्त करणेहादेखील एक नित्यक्रम होऊन बसलेला आहे. त्यामुळे एकूणच, हिंसा काय आणि तिचा निषेध काय, दोघांबाबत 'हे चालायचेच' म्हणून एक बधिरता समाजाला व्यापून राहिलेली दिसते आहे. मुख्य म्हणजे, निषेधाचे गांभीर्य न टिकणे हे या घटना पुन्हा पुन्हा घडत राहण्यामागील एक कारण मानावे लागते.

दुसरी जी कारणे आहेत, त्यापैकी एक आहे ते गुन्हेगाराला होणारी शिक्षा ही त्याचा एक 'सूड' म्हणून पार पाडण्याची आपली मानसिकता! मग त्या गुन्हेगाराला त्याने जसा त्या स्त्रीचा छळ करून जीव घेतला, तसाच छळ करून मारा किंवा सर्वांसमक्ष फाशी किंवा फटके मारा म्हणजे जरब बसेल, अशा चर्चा सुरू होतात. गुन्हेगार गुन्हा करतो, तेव्हा तो त्याच्या दृष्टीने कसलातरी सूडच उगवत असतो आणि मग 'सूडाचा बदला सूडाने' या पुरुष-तत्त्वाने त्याला शिक्षा त्या भावनेने करावी,अशी मागणी होणे ही समाजाला या पुरुष-प्रधान व्यवस्थेत लागलेली सवय आहे. गुन्हेगारापेक्षा गुन्हा कसा नष्ट होईल यासाठी इथे प्रयत्न हवेत, हे आपल्या लक्षात येईनासे झालेले आहे. सरकारी यंत्रणेचा कसाही वापर करून आपण एक माणूस नक्कीच मारू शकतो. पण तो माणूस इतक्या भयानक विकृत कृत्यास तयार कसा झाला? कोणत्या जीवनपद्धतीतून तो इतका संवेदनाशून्य घडला? यामागील धागेदोरे तपासायला हवेत, असा विचारच दुर्दैवाने आपल्या समाजात गांभीर्याने होत नाही.

'गुन्हेगाराला शिक्षा' हा वेगळा मुद्दा आहे. ते काम कायदा, पोलीस आणि न्यायालये करतच असतात. पण त्या गुन्ह्यामागील सामाजिक, कौटुंबिक, मानसिक वस्तुस्थितीचा माग काढल्याशिवाय हे असे गुन्हे आपल्या देशात इतक्या मोठ्या प्रमाणात का होत राहिलेले आहेत, याचा काहीही अंदाज आपणास येऊ शकणार नाही. म्हणजे वरील विषयांपैकी एक 'कौटुंबिक / सामाजिक' बाजू

जरी अभ्यासायची म्हटली, तर त्या गुन्हेगाराची कौटुंबिक पार्श्वभूमी, त्याच्या पालकांचे एकमेकांशी आणि त्याच्याशी असणारे नाते-संबंध, त्या गुन्हेगाराच्या सभोवतालची स्थिती, त्याची सामाजिक पत, त्याला जगण्यासाठी मिळालेल्या किंवा नाकारल्या गेलेल्या अत्यावश्यक सोयीसुविधा आणि संधी, त्याची रोजगार किंवा बेरोजगार स्थिती, त्याचे शिक्षण, त्याचे मित्र, त्याचे वाचनाचे विषय, चित्रपटाची निवड, तसेच समाजमाध्यमे व पॉर्न फिल्म याचा तो करीत असलेला वापर, या सर्व बारीकसारीक गोष्टींचा तपशील हाती येण्यातून त्याची आर्थिक स्थिती आणि त्याची मानसिकता घडवणारे घटक लक्षात येतील. त्याचे वय आणि त्याच्या विवाहित-अविवाहित स्थितीवर बेतलेल्या प्रश्नावरून त्याची लैंगिक धारणा, त्याच्या कामशमनाच्या कल्पना यावरही प्रकाश पडेल. त्याकरता सरकारकडून तज्ज्ञांच्या समितीचे गठन होऊन, त्याद्वारे याबाबत सर्वेक्षण होणे गरजेचे आहे. संघटनांनी त्यांची मागणी लावून धरली पाहिजे.

स्त्रिया व बालके यांच्यावर होणाऱ्या लैंगिक अत्याचारांमागील या सर्व गुन्हेगारांची मानसिकता एकाच प्रकारची आहे का? मग ती तशी घडण्यामागे एखादी विशिष्ट समान सामाजिक किंवा कौटुंबिक परिस्थिती जबाबदार दिसते आहे का? किंवा गुंड टोळ्यांच्या हाती ती व्यक्ती पडलेली आहे का? याचा उलगडा अशा अनेक गुन्हेगारांच्या नोंदी होण्यातून होऊ शकेल. त्यातून कोणकोणत्या उपाययोजना सरकारी, सामाजिक आणि कौटुंबिक पातळीवर योजता येतील, हे त्या संबंधित तज्ज्ञांकडून सुचवले जाईल. इथून व्यवस्थेतील बदलाला सुरुवात होऊ शकते. ही चौकशी अर्थातच अंतर्गत आणि गुप्त राहील, गुन्हेगाराच्या शिक्षेशी त्याचा काहीही संबंध नसेल.

एखाद्या गुन्हेगाराला बालपणापासून आई-वडील मिळाले नाहीत आणि घराबाहेर वाढताना त्याचा छळ झालेला आहे, म्हणून तो विमनस्क आणि उद्ध्वस्त मन:स्थितीतून अशा कृत्याकडे वळला, असे सत्य चौकशीतून बाहेर आल्यास, एकूणच समाजातील प्रत्येक बालकाचे बालपण सुरक्षित असावे, हा त्यावरचा उपाय असणार आहे. आपल्या देशात घरातून पळून गेलेली किंवा पळवलेली किंवा आई-बाप नसलेली अशी लाखो बालके घराबाहेर आहेत, त्यांपैकी काहींचा गुन्हेगारीतून चरितार्थ चाललेला आहे, हे चिंताजनक आहे. या परिस्थितीतून असे बालपण मुक्त करणे याकरता एखादी संघटना वा संस्था पुरेशी असू शकत नाही.

त्याकरता सरकार व संघटनेच्या बरोबरीने सर्व समाज एकवटला पाहिजे.

याउलट एखाद्या चांगल्या परिस्थितीतील मुलगा अशा गुन्ह्याकडे का वळला, त्याबाबत वेगळी माहिती बाहेर येऊ शकते. त्याला लहानपणी मोठ्या वयाचे मित्र मिळालेले असू शकतात. त्यांच्या नादाने लैंगिकतेबद्दलचे अवास्तव कुतूहल जागे होऊन, त्यानुसार तशी पाहण्यात येणारी मासिके, चित्रपट आणि मुलींबद्दल समाजात वहात असलेली नकारात्मक भावना, या सर्वांच्या एकत्रित परिणामामुळे मुलींची छेडछाड म्हणजे जणू काही 'पुरुषाचा अधिकारच', या विचाराच्या प्रभावाखाली राहून तो या कृत्याकडे वळलेला असू शकतो. या माहितीतून 'आपल्या मुलाबद्दल पालकांनी घेण्याची दक्षता', हा कुटुंबातून येणारा उपाय समोर येतो. त्याचबरोबर नातलग, शेजारी, मित्र, शिक्षक वगैरे सामाजिक घटकांच्या त्यासंबंधीच्या जबाबदाऱ्या निश्चित होऊ शकतात. पहिल्यावहिल्या गुन्ह्यानंतर पोलिसांच्या हाती पडल्यावर एखादा सुधारू शकणारा तरुण, पोलिसांनी त्याच्यासमवेत केलेल्या अपमानास्पद वर्तनातून पेटून उठून असे गुन्हे वारंवार करू लागला असेल, तर पोलिसांची संवेदनशीलता वाढवण्याचे प्रशिक्षण, ही त्या खात्याने करायची उपाययोजना असते. गुन्हेगाराच्या चौकशीतूनच हे सर्व सामाजिक वास्तव उघड होऊ शकते, ज्यामुळे गुन्हा रोखणारे वेगवेगळे उपाय आपल्यासमोर येत राहतील.

काही पुरुषांबाबत, त्यांच्या कामशमन-पूर्ततेच्या अडथळ्यातून असे गुन्हे निर्माण झालेले असतात. कित्येक कुटुंबे इतकी गरीब असतात, की एका खोलीतच त्यांच्या आई-वडिलांचा संसार असतो. तेव्हा त्या कुटुंबातील तरुण मुलगे, स्वतःच्या कुटुंबाचा विचारही करू शकत नाहीत. त्यांची लग्ने त्यामुळे होत नाहीत, जो कामभावना शमवण्याचा एक समाजमान्य मार्ग आहे. त्याच्या गरीब पालकांना त्यांच्या तरुण वयात एक स्वतंत्र खोली कशीबशी मिळवता आली. पण त्यांच्या मुलाला तेवढीही मिळू शकत नाही. इथे गरीब अधिक गरीब होऊ लागले काय, असा प्रश्न पडतो. यामागे वाढलेली 'लोकसंख्या'सुद्धा लैंगिक समस्या वाढवणारा एक घटक म्हणून पुढे येतो. जीवनाला स्पर्श करणारे हे सर्व विषय, एकमेकांत असे बेमालूमपणे गुंतलेले आहेत, की त्यांचा अशा गुन्ह्यामध्ये वेगवेगळा असणाऱ्या हातभाराचा विचार करण्याची गरज आहे, हेदेखील आपल्या लक्षात येईनासे झालेले आहे.

एकतर मुलगा-मुलगी पंधरा वर्षांपर्यंत वयात आली, की पुढे शिक्षण, नोकरी

वगैरे धरून त्यांना वयाच्या पंचवीस ते तीस वर्षांपर्यंत लग्नाचा विचार करता येत नाही. ही सर्वच वर्गातील स्थिती आहे. कामभावना ज्या वयात उच्च पातळीत असतात, त्या वयातील पंधरा वर्षे त्यांना त्या भावनेच्या पूर्ततेची गरज मारून जगावे लागते. लिव्ह-इनमध्ये राहून या गरजा भागवणे हे आपल्या देशातील बहुसंख्य लोकांना शक्य नसते. त्यामध्येसुद्धा मुलीच्या फसवणुकीचा धोका जास्त असतो. स्त्रियांच्या शरीरसंबंधाच्या निर्णयाबाबत बहुसंख्य भारतीय पुरुषांच्या मनात आदर नसणे, हा स्त्रीच्या होणाऱ्या अवहेलनेमागील कळीचा मुद्दा आहे. त्यामुळे एकूणच स्त्रियांना दडपणे, त्यांनाच बोल लावणे, शिक्षा करणे, अशी भूमिका समाजाची राहते. स्त्रीबाबतच्या या नकारात्मक भूमिकेचा गुन्हेगारांना फायदा मिळतो. आपल्या देशातील जातिव्यवस्थेमुळे असे उपाय अधिकच क्रूर ठरतात.

याखेरीज पतीला कुटुंब सोडून दुसरीकडे नोकरीस राहावे लागणे, याचा अर्थ म्हणजे लग्न होऊनही कामशमनाच्या स्त्री-पुरुषांच्या गरजा अपूर्णच राहतात, असा होतो. एकतर विवाह योग्य वयात होऊ शकत नाही, त्यानंतर विवाहाशिवाय होऊ पाहणाऱ्या संमतीच्या कामशमनाला समाज मान्यता देत नाही आणि विवाह वेळेत झाला, तरी नोकरी-धंद्याखातर पती-पत्नीला विलग राहावे लागल्यामुळे कामशमनात अडचणी उभ्या राहतात, हे एरवी विशेष न वाटणारे मुद्देसुद्धा स्त्रियांवर शारीरिक हल्ले होण्यास कारणीभूत ठरतात. मग या सर्व अपुऱ्या कामपूर्तिविषयक स्थितीचा दोष कुणाला द्यायचा? संबंधित गुन्हेगारांना की सरकारच्या एकूणच गरिबीविषयक दिखाऊ धोरणांना, की नोकरीमुळे पती-पत्नीत दूरस्थता येऊ नये या दूरदृष्टीच्या अभावाला आणि वाढलेल्या लोकसंख्येला, की समाजात सेक्सविषयक व्यक्त होण्यास मोकळे वातावरण नसलेल्या व्यवस्थेला? या सर्व वास्तवाने स्त्रीबाबत चोहोबाजूंनी इतके गंभीर रूप धारण केलेले आहे, की लैंगिक गुन्हे हा तपशिलात जाऊन विचार करण्याचा विषय झालेला आहे.

या वेगवेगळ्या परिस्थितीमध्ये गुन्हेगारी निर्माण होण्याचे प्रमाण किती टक्के आहे आणि किती कमी-जास्त आहे, हे शोधायला लागेल. त्याकरता सर्वेक्षण हाच त्या माहितीचा आधार आहे. पुन्हा या विषयाला कामशमनाची इच्छा किती आणि निव्वळ विकृतीचा आनंद किती, हासुद्धा एक फाटा फुटतो. कारण तीन-चार वर्षांच्या मुलींवरील लैंगिक अत्याचार किंवा बलात्कार, हे कामशमन म्हणता येणार नाही; तर ते एक भयंकर आक्रीत आहे, आणि त्यामागील कारणेसुद्धा

तज्ज्ञांना याच सर्वेक्षणाचा आधार घेऊन शोधता येऊ शकतात. निव्वळ गुन्हेगारांना शिक्षा ठोठावून समाजातील विकृतीला संपवता येणार नाही, तर या विकृतीला प्रवृत्त करणाऱ्या परिस्थितीचा 'ठावठिकाणा' शोधून काढणे हे प्रथम जरुरीचे आहे.

हा ठावठिकाणा शोधताना, स्त्रीबाबत तिरस्करणीय वातावरण तयार करणाऱ्या काही सांस्कृतिक, धार्मिक परंपरा आणि त्याचबरोबर चित्रपट, प्रसारमाध्यमे, समाजमाध्यमे या सर्व विषयांवरही काम सुरू व्हायला पाहिजे. चित्रपटांतील अत्याचार हा मनोरंजनाचा आणि पुरुष-शौर्याचा विषय मानणाऱ्या पुरुषांची संख्या वाढताना दिसते आहे. याकरता स्त्रियांवरील अत्याचाराला चित्रपटात प्राधान्य मिळत असते आणि असे चित्रपट बहुसंख्येने नफा कमावतात. हे फार भयावह असून, १९७०नंतरच्या गेल्या ४०-५० वर्षांत चित्रपटांसारख्या मनोरंजानाच्या माध्यमांमुळे वाढलेल्या या ट्रेंडमुळे आज सर्व प्रकारच्या गुन्हेगारीत आणि छळात आनंद घेण्याच्या, तसेच प्रसारमाध्यमांवर स्त्रीबाबत अश्लील शेरेबाजी करण्याच्या विकृत मनोवृत्तीत वाढ झालेली दिसते आहे. या पन्नास वर्षांत वाढलेली लोकसंख्यासुद्धा त्यासाठी पूरक भूमिका बजावत आहे.

तेच टीव्हीबद्दल म्हणता येईल. स्त्रीबाबतचे गुन्हे रोजचेच झाले असल्याने, दूरदर्शनवरील सर्व वृत्तवाहिन्यांवरून स्त्री-अत्याचाराच्या बातम्या सतत अनेक तास दिल्या जातात. स्त्रीवरच्या बलात्काराची बातमी ब्रेकिंग न्यूज म्हणून ठळकपणे दिवसभर फिरवली जाते. 'दगडाने ठेचून हत्या' किंवा 'गुप्तांगामध्ये लोखंडी सळी' इतक्या वाईट शब्दांत स्त्रीला कशा कशा पद्धतीने वेदना देता येणे शक्य आहे, याचे जणू ऑनलाइन प्रशिक्षणच इच्छुकांना दिले जाते. अगदी प्रमुख आणि लोकप्रिय वाहिन्यासुद्धा याला अपवाद नाहीत! पुन्हा 'नाट्यरूपांतर' म्हणूनही त्यात भर टाकली जाते. प्रश्न पडतो, की अशा बातम्यांतून कोणाचे मनोरंजन किंवा ज्ञान साधले जात आहे? यामुळे अनेक गैरगोष्टींना चालना मिळते. एकतर अशा बातम्या सातत्याने देण्यातून सर्व प्रेक्षक-स्त्रियांची मानहानी होत राहते. आपण स्त्री आहोत, मग आपल्यावर असे प्रसंग केव्हाही येऊ शकतात, अशी वास्तवाविषयीची तडजोड तिला अशा घटनांबरोबर सतत करत राहावी लागते. ज्यातून जीवनात एक हतबलता, भय तिला जाणवत राहते आणि एकूणच तिच्या आत्मविश्वासाची यामधून हानी होत असते. त्याहून वाईट म्हणजे, या बातम्या वारंवार द्यायचे काम अनेकदा स्त्री-अँकर करत असतात. नोकरी सांभाळण्यासाठी ते त्यांना करावे

लागते. 'आता असे हे चालायचेच' अशी बधिरता धारण करून जर ते काम त्या करत असतील, तर मग असा प्रसंग त्यांच्यावर ओढवल्यास त्याचा सामना करण्याची हिंमत त्यांच्यामध्ये कुठून येणार? दुसरीकडे, गुन्हेगारांना स्वतःची अशी फुकट चाललेली प्रसिद्धी पाहून, त्या कृत्याची लाज वाटण्याऐवजी त्यांना तो पराक्रम वाटतो आणि ऐकणारा अन्य समाज या सततच्या बातम्यांनी बधिर होतो. तेरा-चौदा वर्षांच्या मुलांचे बलात्कारामागील कुतूहल वाढते तर तेवढ्याच वयाच्या मुलींमध्ये असुरक्षिततेची भावनानिर्माण होते. मग अशा बातम्या देण्याने आपण कोणता भारत घडवत आहोत, याचे भान त्या वाहिनीच्या चालक-मालकांनी ठेवायला नको?

तीच परिस्थिती टीव्ही मालिकांची. त्यामध्ये स्त्रीचे असे चित्रण असते, ज्यामुळे तिचा कौटुंबिक सन्मान आणि सामाजिक पत यास धक्का लागतो. याचा परिणाम अंतिमतः स्त्रीच्या सार्वजनिक अवहेलनेत, कुचेष्टेत वाढ होण्यात होतो. विनोदी मालिकांमध्येसुद्धा विनोदाच्या नावाखाली 'बिनडोक'सारख्या शब्दांच्या वारंवार वापराने हशा निर्माण करण्याचा प्रयास करून स्त्री-वर्गास अपमानित केले जाते. यापैकी काही मालिकांना अंधश्रद्धेचा विकृत फाटा फुटलेला दिसतो. अंधश्रद्धेतून स्त्रिया/मुलींवर अत्याचार, बलात्कार, हत्या करण्याची मोठी संधी साधली जाते, हे माहीत असूनही अंधश्रद्धा व चमत्कारयुक्त मालिकांना दाखवण्यास परवानगी कशी मिळते, याचे आश्चर्य वाटते. अशा मालिकांवर बंदी आणण्याचा ना सरकार विचार करते, ना समाज मागणी करतो. पण स्त्री-छळाचे/हत्येचे कुठे खुट्ट वाजले, की हाच समाज 'चिंतेचे दळण' दळायला बसतो, ज्याची संभावना मग दांभिक अशीच केली जायला हवी.

आजकाल जास्त करून धार्मिक प्रभावाखाली जगामध्ये हिंसा होत असलेल्या आपण पाहतो. शिवाय या अनैसर्गिक धार्मिक रीतिरिवाजातून स्त्रियांना कमी दर्जाच्या समजण्याची मानसिकता जगातील पुरुषांमध्ये (अपवाद वगळता) तयार झालेली दिसते. स्त्रियांना कमी लेखण्यातून 'पुरुषांचा श्रेष्ठपणा' सिद्ध करण्याची उफराटी सवय या परंपरांनी समाजाला लावलेली आहे. त्यामुळे स्त्रीप्रति सभ्यतेचे वर्तन करायला पाहिजे, ही बहुसंख्य पुरुषांना त्यांची जबाबदारीच वाटत नाही. स्त्रियांमधील कमतरता दाखवण्याचा त्यांचा प्रयत्न असतो आणि अशा संभावित पुरुषांची बाजू घेत राहून बहुसंख्य भारतीय स्त्रिया आपली कायम घसरणारी पत

आपण अशी उसनी मिळवू शकतो, या भ्रमात राहतात. स्त्रीला अवमानकारक असणारे पुरुषाचे वर्तन-संस्कार, पुरुषाच्या अशा पाठराखणीतून आपणच कसे मजबूत करीत आहोत, हे भान स्त्रियांना जितक्या लवकर येईल, तितके आजचे हे स्त्रीवरील अत्याचार कमी होण्यास सुरुवात होईल. काही उपाय हे असे स्त्रियांच्याच हाती आहेत.

भारतापुरते बोलायचे, तर 'स्त्री-अवहेलने'च्या या परंपरा इतक्या प्राचीन आहेत, की अगदी आपल्या रामायण-महाभारत, पुराणकथांमधूनही त्या वाहताना दिसतात. द्रौपदी, सीता, अहिल्या, शूर्पणखा, रेणुका, माधवी वगैरे प्राचीन स्त्रियांवरील अन्याय हे पुरुषाचा 'मीपणा' आणि स्त्रीचा कमीपणा ठसवणारे नाहीत का? ज्या पती, पिता पुरुषांनी, ऋषींनी प्राचीन काळात स्त्रियांची मानहानी केली, आणि स्वतःपेक्षा त्यांना कमी लेखले, शापित केले, त्याच पुरुषांना परमेश्वराचे विविध अवतार ठरवून आजही आपण स्त्रिया त्यांना जर पूजनीय मानीत असू, तर मग स्त्री-छळाच्या देशातील घटना कमी तरी कशा होणार? अशा प्राचीन पुरुषांना पुरुषोत्तम किंवा महाऋषी मानल्याने, आज देशात स्त्रीच्या विरोधात त्यांचे आदर्श म्हणून, हेच तर चाललेले आहे की नाही?

आज स्त्रियांना विशिष्ट मंदिरात प्रवेशबंदी आहे. त्याकरता तिच्या शरीरधर्माची चिकित्सा करून, तिला अशुभ, अपवित्र ठरवण्याचे काम त्याच निलाजरेपणाने चालू आहे, जे रामायणातील अहिल्येच्याबाबत त्या काळात झाले असावे. आज स्त्रीच्या स्वयं-निर्णयाचा विरोध करताना तिचा चेहरा ॲसिड टाकून विद्रूप करण्याची पुरुषाची कृती ही स्वतःचे स्वतंत्र मत मांडणाऱ्या शूर्पणखेचा चेहरा विरूप करणाऱ्या आततायीपणाशी साम्य दाखवते. तर चारित्र्यावरून आजच्या पत्नीचा छळ किंवा हत्या हे सीतेच्या अवहेलनेशी साम्य दाखवते. परस्त्रीसंबंध करून झालेले अपत्य नाकारणारे विश्वामित्री पुरुष आपल्या देशात आजही अवतीभवती आहेत. पुरुषांनी अनेक बायका कराव्यात किंवा विवाहबाह्य संबंध जोडावेत, पण स्त्रीने यापैकी काहीही केले नाही, तरी तिला घराबाहेर काढले जाण्याची सोयही या देशात आहे. बाहेरख्याली पुरुष मात्र घर अडवून राहतो आहे. विशेष म्हणजे, आपल्या देशात 'शुभ' म्हणून धार्मिक मंत्रोच्चार, देव-देवतांच्या आरत्या-भजन-पूजापाठ, मिरवणुका यांचा सतत गजर प्रचंड गर्दी जमवून चालू असताना देखील स्त्रीबाबत बलात्कारासारखे प्रकार मंदिरात घडतात, हे विशेषच

आहे. पुरुष लिखित धर्मकल्पनेतून सुरू झालेली ही स्त्री-मानहानीची परंपरा म्हणजे, पुढील काळात स्त्रीने पुरुषांबरोबरीने कोणत्याही क्षेत्रात पुढे येऊ नये याकरता प्राचीन पुरुष-सत्तांनी स्त्रीच्या चारित्र्याद्वारे समाजमनात खोटे भय निर्माण करून, तिच्या आत्मविश्वासाचे पंख कापून ठेवण्याची केलेली तरतूद म्हणावी लागेल. स्त्री कायम विझलेलीच राहावी, असा प्रयत्न सर्वच धर्मांतून केलेला दिसतो. मग असा धर्म सामान्य पुरुषांनी पूज्य मानला तर नवल काय? काही सन्माननीय अपवाद वगळता, पुरुषांना 'स्त्री विझलेली राहणे' सोयीचे असते.

शेवटी मग स्त्रीच्या या अशा अवमानकर्त्या पुरुषांचे देवत्व नाकारणे आणि त्या देवाच्या मंदिरात जाणे बंद करणे, त्यांच्या आरत्या व पूजापाठाकडे पाठ फिरवणे, ही जबाबदारी कुणाची आहे? त्याकरता सुधारक पुरुषाची वाट पाहता येणार नाही, तर तसा दृढ निश्चय स्त्रियांमध्ये असायला हवा. देशातील अर्ध्या स्त्री-लोकसंख्येने देवळात जाण्यावर जर बहिष्कार घातला आणि घरातच ईश्वर-भक्ती केली, तर असा देवा-धर्माद्वारे स्त्री-तिरस्कार ठसवण्याची हिंमत क्षीण होत जाईल. कारण मंदिरात जाणाऱ्या भाविक स्त्रियांमुळेच तर या धार्मिक ठेकेदारांचा चरितार्थ चालत असतो. स्त्रियांनी विरोध केला, तर काही न्याय समजणारे पुरुषसुद्धा या महिलांना या संघर्षामध्ये नक्कीच साथ देतील. मानसिक बदलाचे काही 'धडे' हे असे, समाजातूनच यावे लागतील.

प्रसारमाध्यमे आणि धार्मिक परंपरा यातून स्त्री-छळाची परिस्थिती आणि तसा समाज कसा घडत जातो, ते इथे पाहिले. आता त्यासंबंधीचे प्रत्यक्षातील काही उपाय कसे 'अर्धवट' सुरू आहेत, त्याचे एक उदाहरण पाहू.

लैंगिकतेबाबत मनमोकळे होण्याचा एक भाग म्हणून, अलीकडे मुलींना शरीरशास्त्राची काही माहिती देणे, याविषयी शाळांतून बरेच काम चाललेले आहे. ते अत्यावश्यकच आहे, परंतु वयात येणाऱ्या मुलग्यांना मात्र लैंगिकतेबाबत व्यवस्थित मार्गदर्शन मिळण्याची सोय आपल्या समाजात अत्यावश्यक समजली जात नाही.

वयाच्या तेरा-चौदा वर्षांपासून मुलांमध्ये होत जाणाऱ्या शारीरिक बदलामुळे मुलांनासुद्धा अस्वस्थता येत असते, परंतु 'त्यांना समजतंय आपोआप' असे मानले जाते. याबाबत सर्वच घरातील वडील आपल्या मुलांशी समजून संवाद करतात, असे नाही. म्हणजे मुलींना फक्त सांगायचे आणि मुलांना काहीच सांगायचे नाही,

अशा अर्धवट ज्ञानाचे प्रयत्न सदोष परिस्थिती बदलू शकत नाहीत. अशा वेळेस मुलग्यांसाठी काही विभागीय केंद्रे किंवा ज्याला 'सेक्स-क्लिनिक' म्हणता येईल अशी सोय, तशी गरज असणाऱ्या सर्व पुरुषांना मार्गदर्शन करण्यासाठी समाजात उभारण्याची नितांत गरज आहे. ज्यामध्ये सोशोलॉजिस्ट, सायकॉलॉजिस्ट, सेक्सोलॉजिस्ट, फॅमिली कौन्सेलर अशा तज्ज्ञांची नेमणूक हवी. सरकारी पातळीवरूनच खरेतर ही पावले उचलली गेली, तर हे होऊ शकते. पण ते होत नसेल तर संघटनांनी त्याबाबत सरकारवर दबाव आणला पाहिजे. लैंगिक अत्याचाराच्या घटनांबाबत चिंताग्रस्त असणाऱ्या डॉक्टरांनीसुद्धा या क्लिनिकसाठी पुढाकार घेतला पाहिजे. अशी 'सेक्स क्लिनिक' हीच तर खरी पुरुषांची मानसिकता बदलण्यासाठीची सुरुवात ठरेल.

एकूणच समाजामध्ये कृत्रिमपणे घडवली गेलेली, स्त्रीचा सन्मान खच्ची करणारी, सर्व क्षेत्रातील घातक मानसिकता जर आपण बदलू शकलो, तर खरोखर स्त्री-अत्याचाराचे प्रमाण कमी होऊ शकेल. त्याकरता वर सांगितलेले वेगवेगळे विषय व त्याबरोबरीने आपल्या गैर-परंपरा दोन्हीकडे लक्ष द्यावे लागेल. शालेय शिक्षणातून स्त्रीचा सन्मान उंचावणारे काही पाठ आणावे लागतील. या सर्वांचे परिणाम दिसू लागेपर्यंत काम सुरू ठेवावे आणि पुढेही चालू ठेवावे लागेल. हे काम सोपे नाही किंवा लगेच होणारे नाही, हे खरेच. गेल्या काही शतकांतर चाललेली समाजव्यवस्था बदलण्यास वेळ तर द्यावा लागणारच आहे. पण हा बदल होण्यास वेळ किती लागतो, हे महत्त्वाचे नसून त्याची सुरुवात होणे हे जास्त महत्त्वाचे आहे.

वेगवेगळ्या क्षेत्रात एकाचवेळी अशा प्रयत्नांना सुरुवात झाली, की सर्वांच्या सहभागाने होणारे बदल आपोआप दिसू लागतील. त्याकरता सर्व स्त्री-पुरुष, विविध संस्था, संघटना, मानसोपचार तज्ज्ञ, डॉक्टर्स, वकील, शिक्षक, पालक, लेखक, विनोदी लेखक, नाटककार, चित्रपट निर्माते, कॉलेज तरुण-तरुणी, पोलीस, धार्मिक स्त्री-पुरुष, प्रसारमाध्यमांचे चालक व मालक, वृत्तपत्रकर्ते, मंदिरांचे व्यवस्थापक, सरकार आणि असे अत्याचार आपल्या देशात घडणे हे आपल्या संस्कृतीला लाज आणणारे आहे, असे वाटणाऱ्या प्रत्येकाचा हा बदल घडवण्याच्या प्रक्रियेत सहभाग असू शकतो. स्त्रीबरोबरील दुर्व्यवहार थांबवण्यासाठी सर्वांत महत्त्वाची आहे ती 'सरकारची इच्छाशक्ती'! सरकार, संघटना आणि या विषयातील तज्ज्ञ यांच्या पुढाकाराने या प्रयत्नास गती येऊ शकेल.

आपल्या देशातील 'बेटी बचाव' ही घोषणाच 'मुली सुरक्षित नाहीत', असे सुचवत आहे. आपण महिला दिन, कन्या दिन साजरे करून उरलेले ३६४ दिवस, महिलांचा अपमान करण्यासाठी जणू राखून ठेवतो. खुद्द पुरुषाला जन्म देणाऱ्या स्त्रीची मानहानी पुरुषानेच करत राहणे, आणि अगतिकतेपायी स्त्रीवर्गाने नाइलाजास्तव ते चालवून घेणे, अशा प्रकारचे स्त्री-पुरुषांमधील परस्पर संबंध आणि सामाजिक वातावरण कोणत्याही संस्कृतीला शोभनीय तर नाहीच, पण आपल्या देशाच्या समान प्रगतीलासुद्धा ते मारक आहेत.

स्त्रीविरोधात गुन्हा घडला की आपण विकतच्या मेणबत्त्या आणून पेटवतो, कशासाठी ? त्याने सिद्ध काय करतो आपण? या देशात, महिला दिनालासुद्धा श्रावणातील एखाद्या सणांप्रमाणे आपण वागवतो. अशा देशातील, पुरुष-संस्कृतीत घडलेल्या स्त्रियांच्या अगतिक आणि असहाय अवस्थेत, की ज्यामुळे त्यांच्या आत्मसन्मानाच्या, स्वातंत्र्याच्या मेणबत्त्या कधी पेटल्याच नाहीत, तिथे या कृत्रिम मेणबत्त्यांचा प्रकाश स्त्री-जीवनात आणखी एक 'मेणबत्ती-दिन' या व्यतिरिक्त काय निर्माण करील, असे वाटते?

◆◆◆

हिंदूंचे जागरण

हिंदूंच्या अनेक भाषा, असंख्य जाती, त्यामुळे त्यांची 'एकजूट' ही कडव्या हिंदूंसमोरील मोठी अडचण असावी. त्यामुळे एक गोहत्या, दुसरा मंदिर-मस्जिद वाद, तिसरे हिंदूंचे धर्मांतर हे तकलादू मुद्दे समस्त हिंदूंच्या भावना भडकवण्याची सामायिक शस्त्रे म्हणून त्यांच्या एकजुटीसाठी हिंदू नेते वापरताना दिसतात.

प्रत्येक धर्मीयाला आपला धर्म श्रेष्ठ वाटतो. तसा तो हिंदूंनाही वाटतो, पण मग इतक्या श्रेष्ठ धर्मात जातीय तुच्छता इतकी ठासून भरलेली कशी? या प्रश्नाचे उत्तरदेखील वरील तीन दुरुपयोगी शस्त्रांना धार काढत राहिल्यामुळे टाळता येते. शिवाय संधी निर्माण होईल, तसतसा तो तो मुद्दा विकोपास न्यायचा असतो. काही वर्षांपूर्वी एकदम 'गोहत्या' प्रश्न ऐरणीवर आणला गेला होता, पण त्याभोवती फार संख्येने हिंदू गोळा होत नाहीत, हे लक्षात आल्याने तो मुद्दा सध्या तिसऱ्या क्रमांकावर टाकण्यात आलाय.

गेली काही वर्षे हिंदुत्ववादी नेते 'धर्मांतराबाबत हिंदूंचे जागरण व्हायला पाहिजे' असे म्हणतात, पण मग हे 'जागरण' म्हणजे काय? ते नेमके कोणी काय करायचे? किमान हेसुद्धा इतक्या वर्षांत हिंदू नेत्यांना स्पष्ट करता आलेले नाही. अत्यंत संदिग्ध, विचारशून्य, द्व्यर्थी, कधी विसंगती तर कधी दुटप्पी आणि बहुधा घुमजाव विधाने करण्यात हिंदू नेत्यांचा हात (म्हणजे तोंड) कुणीच धरू

शकणार नाही. त्यामुळे 'जागरण' हा शब्दही तसा संदिग्धपणे वापरला गेलेला! त्याचे वेगवेगळे अर्थ प्रत्येक हिंदू जाती, व्यक्ती, विचार, स्वभाव, वृत्ती यानुसार अन्य हिंदूंनी यथेच्छ व्यक्त करावेत आणि गोंधळ शक्य तेवढा वाढवावा, असाही उद्देश असावा. म्हणून हिंदूंना मिळालेल्या या अनाहूत अधिकाराचा फायदा घेऊन हिंदूंच्या जागरणाचे विषय कोणते असावेत, ते आपण इथे पाहू या.

'जागरणा'चा मुख्य विषय आहे, की हिंदूंचे धर्मांतर यापुढे होता कामा नये. मात्र या विषयाला जोडून, आपल्या देशात फक्त हिंदूंचेच धर्मांतर कसे काय होते? हा उपविषय त्या जागरणाच्या अजेंड्यावर हवा, असे आम्हाला वाटते. म्हणजे असे, की ख्रिश्चन, बौद्ध, जैन वा शिखांचे धर्मांतर या देशात होत नाही. शीख मुस्लिम झाले, मुस्लिम ख्रिश्चन होताहेत, जैन बौद्ध होताहेत (सर्वजण सक्तीने बरं का!) असे कुठे काही आढळत नाही. अगदी इसवीसन ७००पासून या देशात येऊन गुजराथी भाषा व वेष घेणारे पारशीसुद्धा हिंदू झालेले नाहीत. मग ज्या देशात ८० टक्के हिंदू असताना आणि संसदेत तेवढ्याच टक्क्यांनी हिंदू राज्यकर्ते असताना, इथल्या हिंदूंचेच तेवढे धर्मांतर का होत आहे? हे पहिले जागरण सर्व हिंदूंचे व्हावे, असे आम्हाला वाटते.

हिंदू धर्म सहिष्णू, उदार आहे म्हणून हिंदू कधी कुणाचे धर्मांतर करत नाहीत, असा एक समज आहे. समजा एखाद्या परधर्मीयाने हिंदू व्हायचे ठरवले, तर त्याला कोणत्या जातीत आपण ढकलायचे? कारण हिंदू हा कधीच जातविरहित नसतो. जात ही हिंदूंना जन्माने प्राप्त होते. बाहेरून कोणीही हिंदूंच्या कुठल्या जातीत येत नाही. अशी हिंदू धर्मातील जखडलेली अवस्था असताना उगीच उदारतेचे श्रेय खिशात घालून हिंदू धर्माने 'आम्ही कोणाचे धर्मांतर करत नाही,' असे म्हणत फिरण्याचे काही कारण नाही. हिंदूंना एक वेळ मशिदी पाडता येतील, पण एकगठ्ठा मुस्लिमांना वा ख्रिश्चनांना ते हिंदू धर्मात सामावून घेऊ शकणार नाहीत, हे सत्य समजण्यासाठी हिंदूंचे दुसरे जागरण व्हायला हरकत नाही.

धर्मांतर हे दोन प्रकारांनी होत असते. एक जबरदस्तीने आणि दुसरे म्हणजे स्वेच्छेने! स्वेच्छेने केलेले धर्मांतर हा घटनात्मक अधिकार असल्याने त्याच्या विरोधात आपल्याला बोलता येणार नाही. तेव्हा फक्त सक्तीच्या धर्मांतराचा मुद्दा आपण पाहू. अशा सक्तीच्या धर्मांतराचे दोन प्रकार आढळतात.

एक, जादा कर लादून वा छळ करून केलेले धर्मांतर आणि दुसरे, आमिषे

दाखवून केलेले धर्मांतर. यापैकी पहिल्या प्रकारातील 'जादा कर लावून' धर्मांतर करण्याचे सुलतानी युग संपलेलेच आहे. शिवाय छळ करून धर्मांतर होणे ही फार काळ लपून राहणारी बाब नव्हे आणि त्याकरता शिक्षा करणारे कायदे अस्तित्वात आहेतच. छळ करून सक्तीचे धर्मांतर हे स्वतंत्र भारतात शिक्षापात्र कृत्य असल्याने आजच्या काळात असे धर्मांतर अशक्य आहे.

थोडक्यात छळाने, जबरदस्तीने हिंदूंची धर्मांतरे होत नाहीत. आता आमिषे दाखवून धर्मांतर होत आहे का, हे तपासणे एवढा भाग हिंदूंच्या जागरणाचा बाकी आहे, तो आपण पाहू. एखादी गोष्ट सोडून देण्याच्या बदल्यात, जर काही मोठे घबाड मिळणार असले, जसे पूर्वी जहागिरी, सुभेदारी, मनसबदारी, राजदरबारात नेमणूक असे फायदे मिळवले जात असत, त्याला प्रलोभन वा आमिषे म्हणतात. रियासतकार सरदेसाई यांनी आपल्या 'मुसलमानी रियासत'च्या दोन खंडांमधून अशा आमिषांच्या लोभाने धर्मांतरे केलेल्यांची माहिती दिली आहे, ती खालीलप्रमाणे .

- इमादशाही स्थापन करणारा फत्तेऊल्ला इमादशहा, हा मूळचा तेलंगी ब्राह्मण होता. त्याने 'इमाद उल्मुक' किताब घेऊन इस्लाम धर्म स्वीकारून मुस्लिम राज्यकर्त्यांकडून वऱ्हाडची सुभेदारी मिळवली. (पृष्ठ २२७)
- निजाम-उल्मुक-बिहारी हा दक्षिणेकडील वजीर मूळ हिंदू होता. (पृष्ठ २२१)
- तुघलक घराण्यातील एका सुलतानाने गुजरातच्या सुभेदाराचा बंदोबस्त एका शूर हिंदू पुरुषाकरवी करवला. त्याला 'मुज्जफरखान' हा किताब देऊन गुजरातची सुभेदारी दिली. त्याच्याच मदतीने तुघलक सुलतानाने हिंदू देवालयांचा विध्वंस केला. पुढे या हिंदू सुभेदाराने 'मुजफरशहा' नावाने १३९६ मध्ये स्वतंत्र नाणे पाडून मशिदीत 'खुत्बा' वाचून घेतला. (पृष्ठ १९१)
- १३९६मध्ये काश्मीर येथे सिकंदर नामक तुर्कवंशीय मुस्लीम राजा होता. त्याच्या पदरी असलेला मुसलमान प्रधान मूळचा हिंदू ब्राह्मण होता. त्याच्या मदतीने सिकंदराने काश्मीरमधील अनेक देवळे पाडून स्वतःला 'मूर्तिनाशक' असे पद जोडले. त्याच्या कारकिर्दीत बहुतेक काश्मिरी हिंदू मुसलमान झाले. (पृष्ठ २९७)
- दिल्लीवर राज्य करणारा सुलतान फिरोजशहा तुघलक याच्या पदरी असणारा वजीर मकबूलखान हा तेलंगणातील उच्च कुलातील हिंदू! मुस्लीम

धर्म स्वीकारल्यावर या वजिराच्या प्रत्येक मुलामुलीस एक हजाराचे वेतन फिरोजशहाने दिले. (पृष्ठ १५४)

- उदयपूरचा राणा प्रतापसिंग याचा भाऊ संगरजित हा मोगलांना मिळाला होता. त्याचा मुलगा हा पुढे जहांगीराचा सर्वात मोठा सरदार महाबतखान म्हणून नावारूपास आला.
- बंगालचे राज्य शमसुद्दीन या सुलतानाकडून कंस नामक हिंदू जमीनदाराने बळकावले. त्याचा मुलगा जितमलकडे हे राज्य आल्यावर त्याने जलालुद्दीन हे नाव व मुसलमान धर्म स्वीकारला. (पृष्ठ ३०१)
- सिंध प्रांतात जाम या सुमेरवंशीय राजपूत घराण्याने १३३६मध्ये राज्य स्थापन केले. राणा जाम तिमाजी मरण पावल्यावर त्याच्या पुढील रजपूत राजाने मुसलमान धर्म स्वीकारला. त्यांची नावे जाम सलातीन, जाम निजामुद्दीन, जाम फत्तेखान. तेव्हापासून जाम म्हणजे मुसलमानी राजे समजले जाऊ लागले. (पृष्ठ ३११)
- बुऱ्हाण म्हणजे हल्लीचे बुलंद शहर. त्यावर १०९८मध्ये गझनीच्या महंमदाने स्वारी केली. तेथील हरदत्त राजा महंमदाला शरण आला आणि त्याने दहा हजार अनुयायांसह मुसलमान धर्म स्वीकारला. (पृष्ठ ३५१)
- केरळचा राजा, मलबारचा पेरुमाळ राजा, तर कालिकतचा सामुरी राजा ही मुस्लीम धर्म स्वीकारल्याची आणखी काही राजेशाही उदाहरणे. हे सर्व उच्चवर्णीय राज्यकर्ते होते. ब्राह्मण म्हणजे हिंदू धर्माचे शिरोमणी होते, तरी त्यांनी लालसेने हिंदू धर्म सोडला. कधी सत्तेचा स्वार्थ तर कधी मुस्लीम सुलतानाची खुशामत करण्याचा पुरुषार्थ, यामुळे ही धर्मांतरे झाली. निव्वळ स्वतःचाच धर्म या हिंदू उच्चवर्णीयांनी बदलला नाही, तर राज्यातील हजारो नागरिकांना मुस्लीम करून टाकले. देवालये फोडण्यास परकीय मुसलमानांना साहाय्य केले. आजच्या राजकारणातसुद्धा पक्षाच्या शिरोमणी नेत्यांची खुशामत होताना दिसते. तसेच आजच्या पक्षप्रवेशाइतके सहज पूर्वी धर्मप्रवेश होत होते.

आता सामाजिक इतिहासाकडे पाहू. हिंदू धर्म वैचारिक पातळीवर पटला नाही म्हणून अनेक उच्चवर्णीय हिंदूंनी एकोणिसाव्या शतकात आपला धर्म बदलून ख्रिश्चन धर्म पत्करला. त्यात कवी ना.वा.टिळक आणि पंडिता रमाबाई अग्रणी

आहेत. आता हिंदू धर्मात विचारांना न पटणारे काय आहे? त्याकरता आणखी एक जागरण गरजेचे आहे.

हिंदू धर्मातील असंख्य स्त्रियांचीही धर्मांतरे झाली. ती कशी? अनेक हिंदू राजांनी राजकीय घबाडे मिळण्यासाठी आपल्या मुली मुसलमान सुलतानांना व बादशहांना दिल्या, त्या सर्व स्त्रियांची अपत्ये मुसलमान झाली. जहांगीर हा अकबराची राणी जोधाबाईचा मुलगा होता, हे सर्वांना माहीत आहेच.

शिवाय हिंदू धर्माने विसाव्या शतकाच्या सुरुवातीपर्यंत विधवा स्त्रियांचा जो छळ मांडला होता, त्यातून काहीजणींनी जीव दिले. ज्यांना हे करता येणे शक्य नव्हते त्या असंख्य हिंदू विधवांनी घरातून पळून जाऊन मुसलमान पुरुषांच्या बायका होऊन बुरख्याआड तोंड लपवले. मीनाकुमारी आणि नर्गिस यांच्या मातृकुलातील स्त्रिया हिंदू होत्या. जागतिक पुरुषप्रधान कायद्यानुसार स्त्रीच्या मुलांनी बापाचाच धर्म लावणे सक्तीचे असल्याने अशा हिंदू मातांपासून निपजलेल्या पिढ्या परधर्मात ढकलल्या गेल्या. आईचा धर्म लावण्याची मुभा असती, तर काही संख्या तरी हिंदू राहिली असती. या मुद्द्यावर हिंदूंचे एक सणसणीत 'पुरुषप्रधान जागरण' होऊन जाऊ देत.

त्याशिवाय हिंदू धर्मातील स्वतःला 'उच्च' समजणाऱ्या जातींनी अनेक कारागीर व कष्टकरी जमातींना त्याचप्रमाणे स्वच्छतेशी संबंधित काम करणाऱ्या असंख्य जातींना कित्येक शतके अपमानाची, तुच्छतेची, वेळप्रसंगी जनावरांपेक्षाही हीन दर्जाची वागणूक दिली. अशा असंख्य जातींनी हिंदू धर्मच सोडून देऊन अपमान, अवहेलनेपासून स्वतःची सुटका करून घेण्याचा प्रयत्न केला. आजही भारतातील अनेक भागांत अशा प्रकारचा जातीय छळ चालू आहे. अशा जातींना 'हिंदू धर्माचा अभिमान' वाटण्याबाबत, कोणते वास्तव आज शेकडो शतके नुकसान करत आहे, त्याबाबत समस्त हिंदूंचे एक उपजागरण व्हावे.

हिंदू जागरणाचे इतके विविध विषय जर अभ्यासले गेले, तर आजमितीला भारतात कोट्यवधी लोक अन्न, वस्त्र, निवारा, शिक्षण या मूलभूत गरजांपासून वंचित आहेत, इतके किमान हिंदुत्ववाद्यांना समजेल, अशी अपेक्षा करू या. या गरजा पुरवण्यासाठी कोणत्याही धर्माचे समाजसेवक पुढे आल्यास हा वंचित वर्ग त्यांना परमेश्वरस्वरूप मानतो. त्यांनी सांगितल्यानुसार तो आचरण करतो. आज कित्येक वर्षे या देशात टाकून दिलेली मुले, बेघर, भटकी मुले ख्रिश्चन मिशनरीजनी

गोळा करून त्यांना जगवले, माणूस केले. भले ती मुले ख्रिश्चन झाली असतील, पण 'माणूस' झाली हे महत्त्वाचे नाही का? नाहीतर त्यांच्यातून गुंड निपजले असते, तर त्यांचा काय उपयोग होता?

देशात हिंदू धनिकांची संख्या कमी नाही, पण रोमारोमात परजातींबद्दल तुच्छता भरलेली ही मंडळी, आपले पैसे संगमरवरी देवळे बांधणे, देवाला सोन्याचा मुकुट, हिरे, चांदीच्या पालख्या वाहण्यात घालवतात. ते लाखो, कोट्यवधी रुपये असंख्य हिंदू गरिबांना मूलभूत गरजा देण्यासाठी वळवावेत म्हणून हिंदूंचे आणखी एक जागरण गरजेचे आहे.

पूर्वज हिंदू उच्चवर्णीय राज्यकर्त्यांनी सत्ता, जहागिऱ्या, वतने अशा आमिषांना बळी पडून केलेल्या धर्मांतराबाबतच झापडे लावायची आणि आजच्या हिंदू गरिबांच्या आत्यंतिक तातडीच्या गरजांना आमिषे, प्रलोभने अशा संज्ञा देत हिंदूंनी आकांत करायचा, हा निव्वळ त्यांचा स्वार्थच नाही तर प्रच्छन्न दुष्टपणाही आहे. विकृती आहे. असले रिकामटेकडे हिंदुत्व सोडून दिले जावे, म्हणून धर्म-सम्राटांपासून ते माथेफिरू धर्म-अभिमान्यांपार्यंत साऱ्यांचेच इतिहासातून जागरण अपेक्षित आहे आणि ते व्हावे, हेच 'जागरण' या शब्दाचे फलित वाटते, जे खऱ्या विचारी हिंदूला पटेल.

◆◆◆

हे हिंदवी स्वराज्य!

'हिंदू'या शब्दाची व्युत्पत्ती काय? असा प्रश्न विचारला, तर त्याचे उत्तर आपल्याला संस्कृत भाषेमधून मिळत नाही. पण ते उत्तर आपल्याला आपल्या इतिहासातून मिळते. भारताचा गेले सुमारे पाच हजार वर्षांच्या इतिहासाचा शोध घेण्याचा प्रयत्न केल्यास, जास्त करून आपल्या हाती लागतो, तो भारतात शिरलेल्या परकीयांचा इतिहास. उदा. इ.स.पूर्व काही शतके सिंधू संस्कृतीत बाहेरून प्रवेश केलेल्या तुर्की- असिरीयन टोळ्या, नंतर आर्य, ग्रीक, कुशाण, हूण, शक, अरब, तुर्क, अफगाण, मुघल आणि आधुनिक युगातील पोर्तुगीज, डच, फ्रेंच आणि ब्रिटीश वगैरे.

मोहें-जो-दडो - हडप्पा येथील उत्खननातून उलगडलेल्या इ.स.पूर्व अडीच हजार वर्षे दरम्यान अस्तित्वात असणाऱ्या सिंधू संस्कृतीचा स्थानिक इतिहास हा 'आपला इतिहास' म्हणून दाखवता येतो. काश्मीरमधील खैबरखिंड आणि अफगानिस्तानजवळची हिंदुकुश पर्वतरांग येथून गेले सात-आठ हजार वर्षे अनेक परकीय जमातींच्या टोळ्या भारतात येतच होत्या. त्या काळात राष्ट्र ही कल्पना जगात कुठेच नव्हती. राष्ट्रगीत नव्हते की राष्ट्रध्वज नव्हता. मनुष्य-तांडे इकडून तिकडे भटकत असत. जिथे सूर्यप्रकाश स्पष्ट आणि पाणी मुबलक, तिथे स्थिर होणे आणि त्या ठिकाणावर कुणाचा हल्ला झाला किंवा जंगली खाद्याची टंचाई

झाली किंवा दुष्काळ पडला, की दुसरीकडे उठून जाणे, हेच मानवाचे तत्कालीन जीवन होते.

इ.स.पूर्व पाच-सहा हजार वर्षांपासून (किंवा त्याही आधीपासून) मध्य आशियाकडून विविध चालीरीती, भिन्न भाषा, वेगळे विश्वास-श्रद्धा घेऊन येणाऱ्या या टोळ्यांनी, वंशांनी किंवा घराण्यांनी सिंधूच्या विस्तीर्ण खोऱ्यात वेगवेगळ्या कालखंडात आपले बस्तान मांडून, आपापले शासन आणि रहिवास तात्पुरता निर्माण केला. तरी कुठल्याही भूभागाची त्यांच्या वंशाच्या किंवा घराण्याच्या नावाने फाळणी झाली नाही, हे विशेष.

सिंधू नदी ही लांबी-रुंदीने सर्वांत मोठी असलेली नदी, ती हिमालयात उगम पावून काश्मीरमधून वाहत आजच्या पाकिस्तानातून पुढे जाते. रावी, चिनाब, झेलम, बियास, सतलज आणि सरस्वती या सहा नद्या काश्मीरमधून वाहत येऊन सिंधूला मिळाल्यावर तिचा विस्तार प्रचंड वाढतो आणि ती तीन वेगवेगळ्या मार्गांनी पश्चिमेकडे अरबी समुद्राला मिळते. या सात नद्यांमुळे तयार होणाऱ्या सुपीक भूभागास 'सप्तसिंधूचा प्रदेश' म्हटले जात होते.

या नद्यांच्या भोवताली वस्ती करून असलेल्या स्थानिक जमातींना परकीयांनी 'सिंधुलोक' म्हणणेसुद्धा स्वाभाविक होते. या नदीच्या काठी सुमारे दहा हजार वर्षांपासून जी मनुष्यसंस्कृती नांदत होती, ती ढोबळपणे 'सिंधुसंस्कृती' म्हणून ओळखली जात होती. सिंधू नदीच्या प्रचंड विस्ताराला ते साजेसे नाव होते. सप्तसिंधू प्रदेशाच्या बाहेरून आलेल्या परकीय टोळ्यांचा कोणताही एकसमान धर्म नव्हता. त्या वेळेस, आजची रूढ 'धर्म' संकल्पना जन्मलेली नव्हती. भिन्न भाषा, भिन्न रीतिरिवाज, भिन्न विश्वास आणि श्रद्धा व त्याच्याशी सुसंगत आचार, आपल्या समवेत घेऊन आलेल्या विविध वंशांच्या या टोळ्या, कधी संघर्ष तर कधी 'संकर' अशा क्रिया-प्रतिक्रियांमधून सिंधू लोकांमध्ये मिसळून गेल्या. त्यामुळे पाकिस्तानपासून संपूर्ण उत्तर भारतात विविध वंशांची, चालीरीतींची आणि भाषेचीसुद्धा सरमिसळ दिसते. कोणी भारतीय अमुक एका वंशाचा शुद्ध स्वरूपात राहिलेला नाही.

आता प्रथम सिंधूपासून 'हिंदू' या शब्दापर्यंत आपण कसे पोहोचलो ते पाहू.

आर्य लोक उत्तर युरोपातील प्रतिकूल हवामानातून बाहेर पडून स्वच्छ सूर्यप्रकाशाच्या ओढीने व शोधात जर्मनीपासून खाली दक्षिणेला सरकत गेले. ते

अखेर स्थिर झाले ते प्रथम पर्शिया (आजचा इराण) या देशात. त्या देशातील पर्शियन लोकांचा धर्मग्रंथ 'अवेस्ता'मधून आर्यांनी आपला प्रवास लिहून ठेवलेला आढळतो. त्यांनी अवेस्तामध्ये आपली राहण्याची एकूण सोळा ठिकाणे उल्लेखलेली आहेत. दक्षिणेकडे येताना जिथे जिथे आर्य काही काळ स्थिर राहिले होते, ती ही ठिकाणे असावीत, असे मानले जाते.

पर्शियामध्ये आर्यांच्या 'आहुर माझदा' या नेत्याने 'ऐरीयन (आर्यन) वाएजो' असे त्यांनी इराणमध्ये व्यापलेल्या भूभागाचे नामकरण केले, असे लोकमान्य टिळक आपल्या *आर्क्टिक होम इन वेदाज* या पुस्तकात म्हणतात. 'वाएजो'चा संस्कृतमधील अर्थ 'बीज' असा आहे. 'एरियन-बीज' म्हणजे थोडक्यात, आर्यांचे मूळ (original) स्थान असा अर्थ घ्यायला लागतो.

भारत आणि इराण या देशातील काही प्राचीन नावांतील साम्यस्थळे लोकमान्य आपल्याला देतात. ती अशी, शरयू नदीला 'हरयू', सरस्वतीला 'हरहवती', वरुणला 'वारेना', सप्तसिंधूला 'हप्तहिंदू', सोमला 'होम', असुर जमातीला 'अहुर'! म्हणजे प्रत्येक 'स' आणि 'श'साठी 'ह' हे अक्षर वापरले जात होते. इराणी लोकांचा पारशी धर्मग्रंथ 'अवेस्ता'मध्ये 'स'चा 'ह' केलेले हे शब्द सापडतात, असे लोकमान्य टिळकांचे संशोधन आहे. भारतात जसे, हिंदी भाषेत 'ण' तसेच 'ळ' अक्षरे उच्चारली जात नाहीत, किंवा बंगालमध्ये 'व' या अक्षराचा उच्चार 'ब' असा केला जातो, तसेच आंध्रच्या तेलगू भाषेत 'व'चा उच्चार 'म' केला जातो. त्याप्रमाणे काही इराणीयन टोळ्यांच्या लिपीत 'स' हे चिन्ह नव्हते. पुढे 'स 'चा 'ह' करणारे हे इराणी-असिरीयन स्थलांतरित, जेव्हा काहीकाळ भारतीय उपखंडातील राज्यकर्ते झाले, तेव्हा त्यांच्या उच्चाराप्रमाणे, 'सिंधू'ऐवजी 'हिंदू' हा शब्द भारतीय उपखंडात प्रचलित झाला असावा. सर्वसाधारणपणे राज्यकर्त्यांच्या भाषेतील शब्द जनतेत प्रचलित होतात व पुढे कायम होतात. अशा रीतीने या इतिहासातून आपण 'हिंदू' शब्दापर्यंत पोहोचतो.

थोडक्यात 'हिंदू' हा शब्द इ.स.पूर्व दीड हजार ते एक हजार वर्षे, इतका तरी प्राचीन म्हणावा लागतो. तो इराणमधून भारतात झालेल्या आर्य-आगमनाच्याही पूर्वी रूढ झालेला दिसतो. त्यातून पुढे हिंदू संस्कृती असा शब्द सिंधू संस्कृतीऐवजी वापरला जायला लागला. सिंधुस्तानचे हिंदुस्तान झाले. तरी 'हिंदू' हा शब्द, सिंधू शब्दाचे रूपांतरीत-स्वरूप म्हणून वापरात होता. तो शब्द कोणा जमातीला

उल्लेखून नव्हता. पोथी-स्वरूप 'धर्म' म्हणूनही त्याच्याकडे पाहिले जात नव्हते. अनेक वंश आणि जमाती काही सहस्त्रके भारतामध्ये येत राहिल्यामुळे, अनेक विचार पद्धती, प्रत्येकाचे विश्वास, संस्कृती एकमेकांत मिसळून जी विचारसरणी तयार होत गेली, तीच सिंधू-प्रदेशातील हिंदू विचारसरणी मानली जाऊ लागली. 'हिंदू ही एक विचारसरणी आहे', असे आजही म्हटले जाते, ते याच कारणाने! या हिंदू विचारसरणीचा पुढे 'हिंदू धर्म' कसा झाला ते आता पाहू.

इ.स. पूर्व १०००च्या आसपास, आर्य इराणमधून हिंदुकुश ओलांडून आले. आजच्या पाकिस्तानातून पंजाब, आजचा उत्तराखंड, उत्तर प्रदेश, आजच्या नेपाळचा पायथा (कोसल) वगैरे भूभागात प्रवेश करून, स्वच्छ सूर्यप्रकाशाचा हा देश आवडल्यामुळे ते भारतात स्थिर झाले. इराणमधील 'ऐरियन वायजो' (आर्यन-बीजस्थान) या नावाप्रमाणे त्यांनी आपल्या उत्तर भारतातील निवासक्षेत्रास 'आर्यावर्त' असे नाव दिले. स्वतःचा गौर वर्ण, लिपीबद्ध असलेली त्यांची संस्कृत भाषा तसेच, नांगरतंत्र, रथाची बांधणी, जहाजाची निर्मिती यांचे रेखाचित्रांसहित असणारे त्या भाषेतील तांत्रिक ज्ञान, यामुळे ते ज्ञान असणारे आर्य व ते ज्ञान ज्या भाषेत आहे ती संस्कृत भाषा, हे एक मोठे आश्चर्य होऊन, आर्यांचे महत्त्व भारतात खूप वाढले. इ.स.पूर्व चौथ्या शतकात, पाणिनी या विद्वानाने संस्कृतची व्याकरण रचना केली. भारतात प्रत्येक प्रदेशाप्रमाणे बोली प्राकृत भाषा होत्या. पण संस्कृतमधील तंत्रज्ञान, तत्त्वज्ञान समजण्यासाठी संस्कृतच्या अभ्यासाला, आजच्या इंग्रजीप्रमाणे, भारतात महत्त्व प्राप्त झाले. त्याकाळच्या तक्षशीला, नालंदा वगैरे विद्यापीठांत देशाबाहेरील परकीय लोक अशा संस्कृत-शिक्षणासाठी येऊन राहत असत.

मधल्या काळात गौर वर्ण आणि प्रगत संस्कृत भाषा, यामुळे आर्यांचे महत्त्व हिंदू-विचार मानणाऱ्या स्थानिक कृष्णवर्णीय विचारवंतांमध्ये खूप वाढले होते. आर्यांनीसुद्धा या परिस्थितीचा लाभ उठवत हिंदू विचारसरणीत आणि रीतिरिवाजात आपला शिरकाव करून घेतला. जसे भारतीय स्थानिक अनार्य लोकांत, दनुचे दानव, विनितेचे वैनतेय, आदितीचे आदित्य अशी गण-नामे होती, त्याप्रमाणे आर्य स्वतःचा 'देवगण' मानू लागले होते. पंडित श्री. दा. सातवळेकर यांच्या मते, 'देव' ही आर्यांमधील एक जात होती. देव जातीच्या या आर्यांमध्ये यज्ञाला खूप महत्त्व होते. आर्यांच्या संस्कृत भाषेला 'देव-वाणी' असे म्हटले जाऊ

लागले. संस्कृत भाषेच्या लिपीलासुद्धा 'देव-नागरी' हे संबोधन आले. आपला गौर वर्ण जपण्यासाठी आर्यांनी वर्णव्यवस्था आणून त्यानुसार, पुरोहित, जमीनदार किंवा राज्यकर्ते म्हणून गौरवर्णीयांचे स्थान व मान निश्चित केले आणि व्यापार, कारागिरी, लहान शेतकरी अशा स्थानिक लोकांचा वैश्य गट केला. त्याचबरोबर समाजात अन्य पूरक व हलकी कामे करणाऱ्या स्थानिकांचा शूद्र हा गट तयार केला. अशा रीतीने भारतातील मूळ स्थानिक काळ्या-सावळ्या जाती-जमातींना आपल्या व्यवसायापासून आणि संपर्कापासून राज्यकर्ते, जमीनदार व पुरोहित आर्यांनी कटाक्षाने दूर ठेवले. तरी परस्पर होणाऱ्या शरीरसंबंधामुळे काळ्या जमातींचा संबंध टाळता येत नव्हता. विवाहप्रथेचा सूर्य याच काळात उगवू लागलेला होता. त्यामुळे आर्यांनी आपल्या अक्कलहुशारीने, अनुलोम आणि प्रतिलोम अशी विवाह-संकल्पना आणली. ज्यामध्ये आर्य-ब्राह्मण व आर्य-क्षत्रिय अशा उच्च ठरवलेल्या वर्णातील पुरुषांना, वैश्य आणि शूद्र स्त्रियांशी संबंध करता येईल. पण खालील वर्णांतील पुरुषांना वरील वर्णातील स्त्रियांशी संबंध करता येणार नाही. तो प्रतिलोम संबंध मानला जात होता. शिवाय अशा प्रतिलोम संबंधापासून झालेले मूल हे त्या त्या वर्णात स्वीकारले जात नसे. उदा. ब्राह्मण स्त्रीला शूद्र पुरुषापासून झालेले मूल दोन्ही वर्णांनी त्यास प्रवेश नाकारल्यामुळे, त्यास 'चांडाळ' हे संबोधन देऊन एक वेगळा गट (जाती) निर्माण केला गेला.

प्रत्येक प्रतिलोम संततीला दोन्हीकडील वर्णांनी वर्णबाह्य करण्याची आणलेली विनाशकारक कल्पना आणि त्यांना वेगवेगळी नावे देण्यामधून तसेच त्यांना कम-अस्सल ठरवण्यातून 'जाती-प्रथे'चा उदय भारतात झाला. त्याचबरोबर आर्य लोक विवाहप्रथेचे कट्टर पुरस्कर्ते झाले. स्थानिक भारतीय काळ्या लोकांना दूर ठेवण्याचा विवाह हा एक आयताच मार्ग सापडला. त्यातून विवाहाला धर्माशी जोडण्यात आले, ते धार्मिक कार्य मानले जाऊ लागले. जाती-जमातीनुसार विवाहाचे आठ प्रकार पोथ्यांमधून लिहिले गेले आणि मग आपोआपच आधीच्या वर्ण-व्यवस्थेनुसार प्रस्थापित झालेल्या 'तो कमी, मी श्रेष्ठ' अशा भावनेचा सरसकट सर्व समाजात विस्तार होऊन, जात-उतरंडी प्रस्थापित झाली. प्राचीन सिंधुस्तानापासून असणाऱ्या सन्माननीय आणि दुसऱ्या जमातींच्या तत्त्वांचा आदर करणाऱ्या प्रगत व सहिष्णू हिंदु-विचारसरणीचे अध:पतन होऊन अखेर त्याचा 'हिंदू धर्म' बनला. आपोआप ही उतरंड पाळली जावी म्हणून कायदे-नियम व आदर्श सांगणाऱ्या

पोथ्या लिहिल्या गेल्या. हिंदू विचारसरणी मानणाऱ्या जनतेला अशा नव्या व्यवस्थेत बांधून ठेवण्यासाठी स्मृती-लेखन करून धार्मिक कायदा आणला गेला, आणि त्यानुसार शिक्षा ज्या पूर्वी वर्णानुसार कमी-अधिक होत्या त्यासुद्धा जाती-निहाय ठेवण्याचा कटाक्ष ठेवला गेला. मूळ सिंधू संस्कृतीची विशुद्ध जडणघडण बदलण्याचे काम हे अशारितीने आर्यकाळात झाले.

उच्च तत्त्वज्ञान आणि विज्ञान, तंत्रज्ञान याऐवजी, 'उतरंडीची जातिव्यवस्था, आणि एकमेकांना कमी लेखण्याची मानसिकता', ही हिंदू धर्माची तेव्हापासून महत्त्वाची ओळख झाली. या जातिव्यवस्थेमुळे एकजुटीच्या प्राचीन हिंदू समाजाचे प्रचंड नुकसान झाले. इतके की, गेल्या दोन अडीच हजार वर्षांतील वाटचालीत ब्रिटिश पराभूत होऊन १९४७ला भारत देश 'एकराष्ट्र' या कल्पनेने उभा राहीपर्यंत, अनेक जातीय, प्रांतीय आणि धार्मिक तट, पंत, संप्रदाय भारतात उभे राहिलेले होते. तोपर्यंत शत्रुविरोधात जेवढी म्हणून युद्धे भारतीयांनी लढली, त्या युद्धात भारतीयांना जातीतील उतरंडीमुळे एकजूट होऊन शत्रूचा मुकाबला करणे कठीण होऊन बसले आणि शत्रूपक्षाने अनेक युद्धे भारतातील, हिंदू समाजातील जातीय वैरभावनेचा फायदा करून घेऊन, युद्ध न छेडताही, सहज फितुरी करून जिंकली.

थोडक्यात काय तर आर्यांनी स्वतःचे वेगळेपण जपण्यासाठी अनुलोम-प्रतिलोम या चलाखीद्वारे जातीचे जे पाप जन्माला घातले, त्या जात-व्यवस्थेच्या परिणामातून सुमारे तीन हजार वर्षांनंतरही भारत आज मुक्त झालेला नाही, उलट तो या व्यवस्थेमुळे अधिक जीर्णशीर्ण झालेला आपण पहात आहोत.

सिंधू संस्कृतीतील आदरणीय हिंदू-विचारसरणी ही अखेर उच्च-नीचता मानणाऱ्या 'पोथी स्वरूपात' हिंदू-धर्म म्हणून कशी रूपांतरीत झाली, हे आपण इथे पाहिले. आता 'हिंदू'वरून 'हिंदुत्ववाद' आणि 'हिंदूराष्ट्र' या कल्पनेपर्यंत आपण कसे पोहोचलो, ते पाहू. त्याआधी, शिवाजी महाराजांचा काळ पाहू.

छत्रपती शिवाजी राजे हे हिंदू होते, पण त्यांचा संघर्ष हा परकीयांशी होता. हे परकीय म्हणजे, अफगाण, तुर्क, मुघल म्हणजे सर्व मुसलमान होते हे खरे, पण ते सर्व बाहेरच्या देशातून येऊन, आपल्या हिंदुस्तानी लोकांवर राज्य करीत होते. संपूर्ण उत्तर भारत ते महाराष्ट्रापर्यंत, आणि थोडा आंध्र-कर्नाटकाचा भाग या ठिकाणी या परकीय मुसलमानांचे राज्य पसरलेले होते. शिवाजी महाराजांची खंत अशी होती, की कुठे तुर्कांचे राज्य आहे, कुठे अफगाणांचे राज्य, तर कुठे

मुघलांचे. तर मग आपले इथल्या मूळ रयतेचे राज्य कुठे आहे? १४९८ मध्ये पोर्तुगीज भारतात शिरले होते आणि त्यांनी गोवा हा भूभाग व्यापला होता. त्यानंतर आलेले डच, फ्रेंच, ब्रिटीश यांनी काहीना काही प्रदेश आपल्या ताब्यात घेतलेला होताच. म्हणून शिवाजी महाराज आपल्या लोकांचे राज्य स्थापन करण्याचा ध्यास घेतात आणि त्याचा उल्लेख 'स्वराज्य' असा करतात. त्यांनी त्यास 'हिंदू राष्ट्र' असे म्हटलेले इतिहासात कुठेही आढळत नाही. स्वदेश, स्वराज्य या कल्पना म्हणजे स्वतःचा देश, स्वतःचे राज्य या अर्थाने होता. शिवाजी महाराजांची दृष्टी 'धर्मनिरपेक्ष' म्हणावी लागेल. ते स्वतःच्या राज्याला 'रयतेचे राज्य' म्हणतात. म्हणजे शिवाजी महाराज हे 'लोकशाही' राज्यव्यवस्थेचा पुरस्कार करतात. हे तर फारच विशेष आहे.

फक्त 'हिंदू' म्हटल्यास विशिष्ट समूहाचा निर्देश होतो. ते कदाचित मान्य नसावे, म्हणून शिवाजी महाराजांनी त्यांच्या काळात आपल्या राज्याचा उल्लेख 'हे हिंदवी स्वराज्य' असा केलेला आढळतो. हिंदवी या शब्दात त्यांनी सर्व धर्म, जातींच्या जनतेला एकत्र येण्याची हाक दिलेली आहे. मग ते बौद्ध, जैन असतील किंवा लिंगायत, वैष्णव आणि स्थानिक मुस्लीम, खिश्चन अगदी शीखही असतील. म्हणून महाराजांनी आपल्या राज्याला कधी 'हिंदू स्वराज्य' असे म्हटलेले नाही, हे लक्षात घ्यायला हवे. नाहीतर 'हिंदू राज्य' म्हणायला त्यांना कोणी अडविले होते? खुद्द हिंदुस्तानात राहणारे ते सर्व 'हिंदवी' आणि हिंदुस्तानाबाहेरून आलेले ते हिंदवी नाहीत, असा तो व्यापक अर्थ आहे.

आज शिवाजी महाराजांचा अभिमान सांगणार्या दिल्लीपासून गल्लीपर्यंतच्या सर्व राजकीय पक्षांनी हे लक्षात घेणे गरजेचे आहे. धर्मनिरपेक्षता म्हणजे आपल्या धर्माचा अभिमान आणि परकीय धर्माचा सन्मान या तत्त्वाने शिवाजी महाराज वागलेले दिसतात. म्हणूनच, शिवाजी महाराज आमचे दैवत म्हणून, त्यांच्या नावावर हिंदू-मुसलमान अशी फुट पाडण्याचा आज सतत चाललेला प्रयत्न, किंवा चिथावणीखोर भाषणे करून, मुसलमानांना दुखवून त्यात मानला जाणारा आनंद, असे वर्तन म्हणजे शिवाजी महाराजांच्या चेहऱ्याला अक्षरशः काळे फासण्यासारखे आहे. त्यांचा अपमान केल्यासारखे आहे. ही समज या मंडळींना जितकी लवकर येईल, तितके या देशाचे भले आहे.

शिवाजीच्या काळात असणारा मुघल बादशहा औरंगजेबाने, जे जे मुस्लीम

नाहीत त्यांना जिझिया कर लावलेला होता. जे हा कर देऊ शकत नव्हते, ती हिंदू जनता नाईलाजाने मुस्लीम झालेली होती. अर्थात, भारतीय मुस्लीम हे आपलेच आहेत, अशी महाराजांची भावना होती. त्यांच्या पदरी विविध महत्त्वाच्या जागांवर अनेक मुस्लीम तरुण होते. इ.स. ७११मध्ये महमद बिन कासीम याने सिंध प्रांतावर स्वारी करून तो प्रदेश जिंकला आणि हजारो हिंदूंना बळाने बाटविले. तेव्हा देवल ऋषींनी नव्या स्मृतीची रचना केली आणि त्याद्वारे अशा धर्मांतरितांची शुद्धी घडवून आणली. परंतु, नंतर हिंदूंच्या दुसऱ्याच विद्वानांनी कलियुगाची कल्पना मांडली, ज्यामध्ये 'धर्म-परिवर्तन' निषिद्ध ठरविले गेले आणि धर्मांतरित झालेल्या हिंदूंना परत हिंदू धर्मात घेण्याची द्वारे बंद करून टाकली. त्यानंतर मधे अनेक शतके गेली, ज्या काळात धर्मांतर झालेले हिंदू आपल्या धर्मात पुनश्च येऊ शकले नाहीत आणि हिंदू संख्येचा क्षय होत गेला.

त्यानंतर आलेले शिवाजी महाराज, हे पहिले राज्यकर्ते होते, ज्यांनी ओळखले की असे घडत राहिल्यास हिंदू समाजाचा संपूर्ण विनाश ओढवेल. म्हणून महाराजांनी 'कलिवर्ज्य धर्मशास्त्र' रद्द ठरवून धर्मांतर झालेल्यांना हिंदू धर्माची द्वारे पुन्हा खुली करून दिली. त्यायोगे, मुस्लीम धर्म स्वीकारलेल्या नेताजी पालकर या सेनापतीस शिवाजी महाराजांनी पुन्हा हिंदू धर्मात घेतले. फलटणच्या बजाजी निंबाळकरला आदिलशाहीने बळाने बाटविले होते. त्याला शुद्ध करून, शिवाजी महाराजांनी त्याच्या मुलाला आपली मुलगी दिली. कल्याणच्या मुस्लीम सुभेदाराशी संघर्ष झाला, तेव्हा हाती लागलेल्या त्याच्या पत्नीस पकडून महाराजांच्या समोर उभे केले असता, शिवाजी महाराजांनी तिला साडी देऊन सन्मानाने तिची पाठवणी केली. ही सर्व माहिती, डॉ. पु.ग. सहस्रबुद्धे आपल्या 'महाराष्ट्र संस्कृती' या पुस्तकातून देतात. एकंदरीत धर्म आणि धर्मांतरे याबाबतचा शिवाजी महाराजांचा दृष्टिकोन किती वास्तव, उदार आणि न्याय्य होता हे लक्षात घेतल्यास, शिवाजी महाराजांचा जयघोष करणारे गल्ली-बोळातील कोणीही हिंदू, आज 'लव्ह जिहाद' म्हणून काय करीत आहेत, ते कळेनासे होते.

म्हणजे शिवाजी महाराजांच्या काळापर्यंत, हिंदुत्ववादी आणि हिंदू राष्ट्र या कल्पना निर्माण झालेल्या नव्हत्या. हे इथे स्पष्ट होते. मग या संकल्पनांसाठी आपल्याला पुढील इतिहासात जावे लागेल. अगदी इ.स.११०० पासून ते इ.स. १७०० पर्यंत मुस्लीम राजवटीच्या काळातसुद्धा, 'हिंदुत्व' शब्दाचा वापर सुरू

झालेला दिसत नाही. त्यानंतर महाराष्ट्रात पेशव्यांचा कालखंड सुरू होतो.

इ.स. १६८० मध्ये शिवाजी महाराजांचा मृत्यू झाला. नंतर संभाजी महाराजांची औरंगजेबाने १६८९ मध्ये हत्त्या केली. १७०७ मध्ये औरंगजेबाच्या मृत्यूनंतर त्याच्या कैदेतून सुटलेल्या संभाजी महाराज यांचा मुलगा शाहूने साताऱ्याहून राज्यकारभार सांभाळताना बाळाजी विश्वनाथ या कोकणस्थ ब्राह्मणास, पंतप्रधान या अर्थी 'पेशवे' म्हणून नेमले. कोकणस्थ ब्राह्मण ही इजिप्तमध्ये वास्तव्यास असणारी मूळ ग्रीसमधील व्यापारी जमात होती. आफ्रिकेजवळच्या सोकोत्रा बेटावरून त्यांचा व्यापार मुंबई जवळच्या सोपारा (नालासोपारा) बंदरातून पश्चिम किनार पट्टीवर गुजरातपासून कारवारपर्यंत चालत असे. इ.स. ७०० नंतर इस्लाम धर्माने जगभर धुमाकूळ घालायला सुरुवात केली. मुस्लीम आक्रमक जेव्हा आफ्रिकेत इजिप्तमध्ये पोहोचले, तेव्हा तिथले व्यापारी लोक जीव वाचविण्याकरता सोकोत्रा बेटावर आले आणि तेथूनही भयाने सोकोत्रा बंदर सोडून, त्यांच्या नेहमीच्या व्यापार-मार्गाने भारताच्या किनारपट्टीवर आले. त्यापैकी, कोकण पट्टीत त्यांनी इ.स. ८००च्या सुमारास प्रवेश केला. व्यापारामुळे त्यांना हिंदू लोकांच्या चालीरीती, शैव हा त्यांचा पंथ याचा परिचय होताच.मात्र त्यांचा गौरवर्ण घारे डोळे आणि वेगळी भाषा यामुळे स्थानिक कोकणी लोक त्यांना 'इजीप्तावन' म्हणू लागले. त्यातून पुढे ते जीप्तावन-चित्पावन' झाले. अशी सर्व माहिती, लेखक-प्रताप जोशी यांच्या 'ग्रीक नाविक ते पेशवाई' या पुस्तकात वाचायला मिळते. तसेच प्रबोधनकार के.सी. ठाकरे यांच्या, 'चित्पावनांचा इतिहास' या पुस्तकातही उल्लेख सापडतो.

उत्तरेकडील आर्यांप्रमाणे, या चित्पावन जमातीने हिंदू चालीरीती माहीत करून घेऊन, एव्हाना लोकप्रियतेच्या शिखरावर असणाऱ्या आर्यांच्या संस्कृत भाषेत प्रावीण्य कमावून, गौर वर्णाच्या प्रभावाखाली हिंदू धर्मातील 'ब्राह्मण' नामक उच्च स्थान बळकाविले. एक जातीग्रस्त समाज आणि एकमेक जातीबद्दल असणारा अविश्वास व तिरस्कार, म्हणजे हिंदू धर्म, ही आता पक्की झालेली सामाजिक स्थिती होती. त्याचा फायदा चित्पावनांना मिळाला. जो अन्य जातींना कमी समजतो, त्यांचा अपमान करू शकतो, तो हिंदूंमध्ये 'सर्वोच्च' समजला जातो ही शिकवण चित्पावनांनी भारतात आल्यावर पुढील एक हजार वर्षांत चांगलीच आत्मसात केलेली होती. आनुवंशिकतेतून आलेली व्यापारी वृत्ती आणि संकटातून आलेले व्यावहारिक शहाणपण, या त्यांच्या गुणांमुळे शाहू राजांनी बाळाजी

विश्वनाथ भट या कोकणस्थ ब्राह्मणाची पंतप्रधान म्हणून पेशवेपदी नियुक्ती केली.

अशारितीने पेशव्यांच्या हातात सत्ता आल्यावर, मग त्यांना जाब विचारणारे कोणीच नसल्याने हिंदूंच्या शूद्र जमातींचा छळ पेशवेशाहीत फार मोठ्या प्रमाणात सुरू झाला. त्यातून सत्तेचा आनंद ते मिळवू लागले. शुद्रांमधील काही जातींना, विशेषतः ज्यांचा ब्राह्मणी चालीरीतींच्या सक्तीला विरोध होता, त्यांना शिक्षा म्हणून अस्पृश्य ठरविले गेले. या जातींची सावली पडली की स्वतःला उच्च समजणारे आंघोळ करीत असत. ते चालत असणारी जमीन स्वच्छ राहावी म्हणून त्यांच्या कंबरेला खराटा त्यांना बांधावा लागे. जमिनीवर त्यांची थुंकी पडू नये म्हणून गळ्यात मडके, अशी त्यांची अपमानास्पद अवस्था चित्पावन ब्राह्मण शासकांनी केली होती आणि मग ब्राह्मणांची बरोबरी करण्याने आपण उच्च होतो, या समजुतीत इतर जातीही याचे अनुकरण करू लागल्या. कोणी त्यांना काम देत नसे, म्हणून भीक मागावी लागे. त्या जातींची उपासमार होऊ लागली. त्यात हिंदू म्हणून त्यांना मुस्लीम राज्यकर्त्यांकडून वेगळा कर भरण्याची जबरदस्ती होत असे. तो भरता येत नसल्यामुळे बादशहाच्या सैनिकांकडून मारहाण सोसावी लागत असे. त्यांच्या मुलीबाळींना पळवले जात असे. एकप्रकारे, हिंदू असण्याचे फायदे नाहीत आणि मुस्लीम नसण्याचे तोटे, पदरी येऊ लागले. या परिस्थितीने मेटाकुटीस आलेल्या आणि या जाती-छळातून मुक्त होण्यासाठी म्हणून शूद्र किंवा अस्पृश्य समजल्या जाणाऱ्या या जातींनी, मुस्लीम व ख्रिश्चन धर्मात, स्वतःची एकगठ्ठा धर्मांतरे घडवून आणली. भारतात इतक्या मोठ्या संख्येने मुस्लीम समाज कसा, तर त्याचे उत्तर, भारतातील ही जाती व्यवस्था आणि त्यातून झालेला विशिष्ट जातींचा छळ हे आहे. भारतातील सुलतान, बादशहा यांचे या धर्मांतरातील योगदान त्या तुलनेत किरकोळ म्हणावे लागेल.

त्याचबरोबर स्त्री म्हणून अनेक धार्मिक बंधनांतून त्यांचा छळ, कुठे शूद्र जातीची म्हणून तिच्यावर अत्त्याचार, तर विधवा म्हणून सती, केशवपन, विधवेच्या दर्शनाचा तिरस्कार अशा अनेक पद्धतीने, स्त्रियांचा छळ व त्यांचा अपमानदेखील पेशवे काळात प्रचंड वाढला. तेव्हा अनेक स्त्रियांनीसुद्धा हिंदू धर्माचा त्याग केला. सुप्रसिद्ध अभिनेत्री नर्गिसची आजी दीपा हिचा हिंदू घरात विधवा म्हणून छळ झाला. तेव्हा तिने मुस्लीम पुरुषाशी लग्न करून सुटका करून घेतली. तेच मीनाकुमारीबाबत घडले. तिची आजी टागोर घराण्यातील विधवा होती. उत्तम

नर्तिका होती. छळामुळे तिने घर सोडले. छळवणुकीमुळे हिंदू स्त्रियांची मुले, नातवंडेसुद्धा परधर्मीय होऊन गेली. पण याची लाज, दुःख ना कधी तत्कालीन हिंदूंना वाटले, ना आजच्या हिंदुत्ववादींना वाटत आहे. उलट, परिस्थितीमुळे मुस्लीम किंवा ख्रिश्चन झालेल्या जमातींना डिवचून, जिथेतिथे त्यांची योग्यता दाखविण्याची स्पर्धा हिंदुधर्मात वाढू लागली. आणि इथेच 'हिंदुत्व' या कल्पनेचा जन्म झाला. अन्य अल्पसंख्य धर्मीयांचा तिरस्कार करता येणे, म्हणजे 'हिंदुत्व', असे त्याचे पहिले लक्षण झाले.

थोडक्यात, पेशवे काळात ब्राह्मणी वृत्ती-विचारांच्या लोकांना उच्चपणाचा अहंगंड होता, आणि तो पोसायला हातात सत्ता होती. मग त्या अहंगंडाचे रूपांतर अखेर 'हिंदुत्व' कल्पनेत झालेले आढळते. आधी औरंगजेबाचा अतिरेकी इस्लामवाद आणि आणि नंतर आपल्याच देशातील पेशवे व अन्य ब्राह्मणवर्ग यांचा अतिरेकी 'हिंदुत्ववाद' यामुळे देशात ही असहिष्णू परिस्थिती निर्माण झाली. प्राचीन सिंधू लोकांची हिंदू-विचारसरणी, जी जगात आदरणीय होती, त्याची ही उलटी प्रतिमा तयार झाली.

७५ वर्षांपूर्वी झालेल्या स्वातंत्र्य चळवळीत ज्या हिंदू-मुस्लीम तरुण तरुणींनी भाग घेतला, त्यापैकी कित्येक हिंदू-मुस्लिमांचे विवाह झाले. तेव्हा कोणालाही काही भयंकर घडले आहे, असे वाटले नाही. आज एका जरी हिंदू मुलीने स्वखुशीने मुस्लीम तरुणाशी प्रेमविवाह केला, तर 'लव्ह जिहाद' म्हणून दंगा माजविण्यासाठी या हिंदुत्वाचा उपयोग केला जात आहे. मुस्लीम तरुणींना बुरखा, हिजाब वापरण्यास विरोध करणारे हिदुत्ववादी, उत्तरेकडे अजून हिंदू स्त्रियांना 'परदा' घ्यावा लागतो, त्याबद्दल बोलत नाहीत. गणपती आणि दुर्गा उत्सवात दहा-दहा दिवस डी.जे, स्पीकर, ढोल-ताशे वाजविणारे आणि गणपती आधी महिनाभर, रोज दोन-दोन तास त्याच्या सरावासाठी ढोल बडवून ध्वनीप्रदूषण करणारे हिंदू, जे मशिदीवरील भोंग्याच्या आवाजावर अडून बसतात, ते हिंदुत्ववादी असतात. दहीहंडीपासून अन्य अनेक सणांमध्ये मोठ्या संख्येने रस्ते अडविणाऱ्यांना रस्त्यावरचा एखाद वेळेचा नमाज रहदारीस अडथळा वाटतो, त्यांना हिंदुत्ववादी म्हटले जाते. देवळात ड्रेसकोड हवा म्हणणारे हिंदू, देवळातील खुद्द पुजारी अर्ध-पोशाखात असण्याकडे दुर्लक्ष करतात, ते हिंदुत्ववादी असतात. हेच हिंदुत्ववादी स्वतःला भारतीय संस्कृतीचे रक्षकसुद्धा समजतात. ही त्यांची आणखी एक वेगळी डिग्री आहे. पण

दहीहंडीला, दहीहंडीपेक्षा जे तमाशा आयोजित करून त्या नृत्याला गर्दी करतात, ते हिंदुत्ववादी असतात. कोणाला त्रास होऊ नये किंवा आपल्या संस्कृतीला गालबोट लागू नये, या कशाचीही पर्वा न करता, सर्व हिंदू-सण फटाक्याद्वारे दणक्यात आणि अनेकदा घालून दिलेले नियम मोडूनसुद्धा साजरे केले जातात, तरी 'हिंदू खतरे में आलाय' असे भास ज्यांना होतात, त्यांना 'हिंदुत्ववादी' म्हणतात.

मात्र, दरवर्षी गणपतीसारखे सण हिंदू-मुस्लीम एकत्रितपणे साजरे करतात, ते लोक खरे हिंदू असतात. कोरोना काळात हिंदू-नातेवाईकांनी न उचललेली प्रेते स्मशानात नेऊन त्यांचे दहन करण्याचे काम काही मुस्लीम तरुणांनी केले. ही हिंदू-विचारसरणी आहे. २०२३मध्ये आषाढी एकादशी आणि बकरी-ईद हे एकाच वेळेला आले असता, मुस्लीम बांधवांनी बकरी-ईद आपण दुसऱ्या दिवशी करू असे म्हटले, आणि अनंत चतुर्दशी या गणपती विसर्जनादिवशी ईद-ए-मिलाद एकत्र आली असताना, गणपती विसर्जन मिरवणुकीनंतर त्यांनी आपली ईदची मिरवणूक सुरू होईल, असे जाहीर करून इथेही समंजसपणा दाखवला, हे खरे भारतीयत्व आहे, हीच आपली प्राचीन सप्तसिंधू काळातील हिंदू-विचारसरणी आहे.

पुस्तके न वाचता किंवा चित्रपट न पाहता तोडफोड करणारे लोक स्वतःला हिंदुत्वादी समजतात. या हिंदुत्ववादी मंडळींना हिंदू राष्ट्राच्या कल्पनेचेही खूप आकर्षण असते. 'इस्लामिक राष्ट्र' पाकिस्तानची आज काय स्थिती आहे आणि आपण धर्मनिरपेक्ष व्यवस्था स्वीकारली, म्हणून आपण आज जगात किती सन्मान मिळवून आहोत, हेही त्यांना समजत नाही, आणि दुर्दैवाने हे या देशाचे भविष्य झालेले आहे. देशाची सतत दिशाभूल करीत राहणे, हेच यांचे काम असते. अत्यंत गोंधळाचे, अविश्वासाचे, अज्ञानाचे, विसंवादाचे, भयाचे, हिंसकतेचे, असुरक्षिततेचे आणि काही अंशी विकृतही, असे वातावरण भारतीय समाजामध्ये सध्या दिसते आहे. हे फार चिंताजनक आहे.

म्हणूनच आठवण येते ती शिवाजी महाराजांची! त्यांच्यासारखा द्रष्टा नेता आज देशाला हवा होता. किमान मग त्यांची 'हिंदवी स्वराज्या'ची कल्पना तरी आपण महाराष्ट्रीय लोकांनी जपली पाहिजे, वाढवली पाहिजे. त्याच बरोबर एक लक्षात ठेवले पाहिजे, की प्रत्येक राज्या-राज्यातील सुधारक आणि राजकीय व्यक्ती वेगवेगळ्या असतात. त्या त्या राज्याचा इतिहास आणि त्यांच्या ऐतिहासिक व्यक्तींची माहिती फक्त त्या राज्यातच अभ्यासली जाते. शिवाजी महाराजांचा इतिहास, झारखंड

राज्यात कशाला असेल? हे लक्षात घेऊन, शिवाजी महाराजांसारख्या आपल्या मराठी नेत्याची प्रतिमा अन्य परराज्यात वंदनीय होण्यासाठी, आपले वर्तन तसे असायला पाहिजे. आता तोडफोड करताना किंवा मुस्लीम बांधवांना झुंडबळी करताना, आपण 'शिवाजी महाराज की जय' म्हणायला लागलो, तर शिवाजी महाराज हे असे हिंसक होते, मुस्लीम विरोधी होते, अशी त्यांची प्रतिमा उर्वरित देशात तयार होणार, याचे भान या शिवाजी-प्रेमींनी ठेवायला हवे की नको? मग एखादे हिमाचल प्रदेशातून आलेले राज्यपाल, शिवाजी महाराजांसंबंधी आदराने नाही बोलू शकले, तर तो त्यांचा दोष? की त्यांच्या समोर शिवाजी महाराजांची प्रतिमा मलिन करणाऱ्या आम्हा मराठी-हिंदूंचा दोष?

एखादी महान व्यक्ती मरण पावते, तेव्हा मागे शिल्लक काय राहते? तर त्याचे जनहिताचे विचार मागे राहतात. जे सतत मांडले गेले पाहिजेत आणि त्यानुसार राज्यातील, देशातील राजकारण चालावे, अशी मागणी करता आली पाहिजे. म्हणून हिंदू राष्ट्रापेक्षा आणि हिंदुत्ववादापेक्षा शिवाजी राजे यांचे 'हे हिंदवी स्वराज्य' समजले पाहिजे आणि त्याचा गजर देशात व्हायला हवा.

◆◆◆

स्वच्छमेव जयते।

समाजातील कोणतीही समस्या ही तिच्या मुळाशी गेल्याशिवाय सुटत नसते. आपल्या देशात याची दुर्दैवाने जाणीव दिसत नाही. वरवरचे उपाय, वेळ मारून नेणारे तोडगे, थातुरमातुर सूचना या पद्धतीने प्रत्येक समस्या सोडवण्याचा आपल्याकडे प्रयत्न असतो. कचरा डेपोचे उदाहरण घ्या. पुण्याला कोथरूड येथे असणारा डेपो लोक-आंदोलनामुळे तिकडून हालवून १५ वर्षांपूर्वी उरळी येथे नेला. तिथल्या लोकांच्या विरोधामुळे पुढे तो फुरुसुंगी येथे नेला आणि आता फुरसुंगीच्या लोकांच्या संघर्षामुळे तो पिंपरी-सांडस या गावी हलवत आहेत, हे कळताच तिथल्या ग्रामस्थांनी त्याला विरोध करण्यास सुरुवात केली. वास्तविक कोथरूड-डेपो हालवताना ही विरोधाची परिस्थिती प्रत्येक ठिकाणी ओढवणार, हे लक्षात घेऊन 'कचरा डेपो हटाव'ऐवजी कचरा-निर्मूलनाचा कायमस्वरूपी विचार त्या वेळेस केला जायला हवा होता. म्हणूनच समाजाला जडलेले हे 'वरवरच्या उपायाचे' दुखणे पहिल्याप्रथम दूर करावे लागेल.

मी २००२मध्ये प्रथम अमेरिकेला गेले, तेव्हा तिथे आढळले, की फ्लॅटमधील रहिवासी मोठ्या प्लास्टिकच्या पिशवीत घरातील कचरा गोळा करतात आणि तिचे तोंड घट्ट बांधून ती पिशवी पिशवी सोसायटीच्या कॉमन कंटेनरमध्ये जमा करतात. (जे अलीकडे आपल्याकडेही आता काही ठिकाणी केले जाते.) आठवड्यातून

फक्त दोन दिवस कचऱ्याची अगदी बर्फासारखी पांढरीशुभ्र स्वच्छ गाडी तो कचरा घेऊन जाते. तेव्हा मनात आले की गाडी इतकी स्वच्छ, तर या देशाचा कचरा डेपो पाहायलाच हवा. म्हणून अमेरिकी मैत्रिणीला घेऊन मी 'नायगारा'ऐवजी कचरा डेपो पाहायला गेले. प्रवेशदारापाशी स्वच्छतेबरोबरच सुंदर बगीचा समोर पाहून कोणालाही धक्काच बसावा. कचरा डेपोच्या दारात आलो, तरी घाण-दुर्गंधी कुठे नाहीच. दरवाजात आम्हाला अंगावर जाकीट व डोक्यावर कॅप घालण्यास दिली. आम्ही आत गेलो, तर सुमारे २५-३० फूट उंच छत असलेल्या त्या प्रशस्त हॉलमध्ये साधारण १५ फूट उंचीवर लांबलचक गॅलरी होती, जिथे पट्ट्यावरून कचरा येत होता आणि वळणाकार पद्धतीने फिरत होता. तिथे जाकीट, कॅप, हॅन्डग्लोव्ज आणि मास्क लावलेले कर्मचारी उभे होते. प्रत्येकजण एका रुंद तोंडाच्या पाईपजवळ उभा होता जो पाईप तळमजल्यावर एका कंटेनरमध्ये सोडलेला होता. एकजण कचऱ्यातील धातूसामान-डबे उचलून त्या पाईपमधून खाली सोडत होता, दुसरा काचसामान उचलून त्याच्या जवळच्या पाईपमधून खाली सोडत होता. तिसरा प्लास्टिक कागद, वस्तू अशा प्रकारे कचरा वेगवेगळा होत तळमजल्यावर स्वतंत्र कंटेनरमध्ये जमा होत होता. कचऱ्याचा पट्टा फिरतच होता. शेवटी ओला कचरा उरतो, तेवढाच तो स्वतंत्रपणे दुसरीकडे खत तयार करण्यास जातो. ज्या सामानामुळे कचरा डेपोत आग लागते, त्या वस्तू आणि रद्दी कागद उंचावर एका रेषेत बांधून त्यावर पाण्याचे फवारे अधूनमधून मारले जात होते. रिसायकलिंगद्वारे टाईल्स तयार केलेल्या पाहिल्या, तसेच भिंतींचे बांधकामही याच टाकाऊ पदार्थांवर प्रक्रिया करून केलेले पाहिले. स्वच्छता-कर्मचाऱ्यांची संपूर्ण काळजी, त्यांच्या बरोबर अदबीने बोलणे हे सर्व म्हणजे आपल्या देशात न दिसणारेच चित्र! सफाई कर्मचाऱ्यांना हॅन्डग्लोव्ज, मास्क आपल्याकडे आजही दिले जात नाहीत. शिवाय आपल्याकडे रस्त्यावरच कचऱ्याचे डेपो लागलेले असतात आणि तिकडे प्रत्यक्ष डेपोमध्येही कचरा कुठे दिसत नाही.

युरोपियन संस्कृतीची राष्ट्रे, अमेरिका आणि ऑस्ट्रेलियासारखी राष्ट्रे आणि काही मुस्लीम राष्ट्रे यांमध्ये स्वच्छतेचा असा विजय सर्वदूर दिसतो, याचे कारण सार्वजनिक स्वच्छतेबरोबर, ती स्वच्छता करणाऱ्यांविषयी त्या देशातील जनमानसात असणारी जाणीव, कदर व आदर हे आहे. तर आपल्या देशात फक्त सुवचने आणि सुविचारांचा आदर दिसतो. तिकडे कुठे 'स्वच्छ कॅलिफोर्निया,

सुंदर कॅलिफोर्निया' अशा पाट्या आढळत नाहीत किंवा 'स्वच्छ मेलबर्न' असा गांधीजींचा चष्मासुद्धा दिसत नाही. अशा स्वच्छतेच्या चळवळी, मोहिमा न उघडताही, ते देश उत्स्फूर्तपणे स्वच्छ असतात. वास्तविक स्वच्छता हा मुळात कुटुंबातून येणारा संस्कार आहे. त्याला फार शिक्षण लागत नाही. किंबहुना आपल्याकडे कॉलेजमधील सुशिक्षित तरुण-तरुणींना बाईकवरून जाताना कचऱ्याच्या पिशव्या फेकताना पाहिले, की शिक्षणाचा स्वच्छतेशी नसलेला संबंध समजतो. 'भारतीय संस्कृती उच्च' म्हणवणाऱ्या आपल्या देशात किमान स्वच्छता-संस्कार का नसावा? यामागील एक मोठे कारण आपल्या समाजव्यवस्थेत आहे, दुसरे आपल्या हाताबाहेर गेलेल्या शहरी लोकसंख्येत आहे, तर तिसरे गरीब वस्तीत स्वच्छतेच्या सुविधा न पोहोचणे हेसुद्धा आहे. या कारणांवर प्रथम उपाय शोधले तरच हा स्वच्छतेचा संस्कार कायमस्वरूपी निर्माण होणार आहे. वरवर झाडू मारण्याचे फोटो काढण्याने 'दांभिकता' वाढण्याखेरीज काहीही निष्पन्न होत नाही, हे आपण पाहिलेच.

कित्येक पिढ्या किंवा अनेक शतके, 'स्वच्छता हे विशिष्ट जातींनी करण्याचे काम आहे,' हाच एक संस्कार आपल्या देशात रुजलेला आहे. आपण सर्वांनी कचरा करीत राहायचे मग ते स्टेशन असो, बगीचा असो, शाळा-कॉलेज असो, आणि तो कचरा सतत उचलणे, पुसत राहणे हे काम विशिष्ट लोकांनी कायम करत राहायचे. हे विशिष्ट लोक म्हणजे पार प्राचीन काळापासून समाजाने ठरविलेल्या विशिष्ट जाती होत्या आणि आजही आहेत. अन्य सर्व जातींनी अस्वच्छता करायची आणि फक्त त्याच जातीने ती साफ करायची, अशी मानसिकता घडलेल्या देशात स्वच्छता ही आपली प्रत्येकाची जबाबदारी आहे, हा संस्कार येणार तरी कुठून? म्हणूनच महात्मा गांधींनी त्या काळात हरिजन संबोधल्या जाणाऱ्या या लोकांबरोबर स्वतः मैला वाहून अन्य लोकांमध्ये हा जबाबदारीचा संस्कार रुजवण्याचा प्रयत्न केला. पुढे स्वातंत्र्यानंतर सरकारातील अन्य वर्णीयांनी स्वच्छतेच्या कामासाठी, पुन्हा याच जातींचा भरणा चलाखीने सफाई विभागात केल्यामुळे 'या जातींनी स्वच्छता करावी' ही जनतेची मानसिकता, 'सरकारने स्वच्छता करावी' या मानसिकतेत बदलली. प्राचीन वर्णव्यवस्था आणि त्यातून उद्भवलेल्या जातिव्यवस्थेतून विशिष्ट जातींबद्दल पहिल्यापासूनच अन्य जातिबांधवांच्या मनात तुच्छता रुजवलेली असल्याने, ते करत असलेले कोणतेही काम हे तिरस्करणीय समजण्याचा

संस्कार भारतीय समाजावर होत राहिला. स्वच्छतेबाबत असणाऱ्या अनास्थेचे आपल्या देशातील हे एक मूळ आणि महत्त्वाचे कारण आहे. त्यामुळे आपल्या देशात स्वच्छतेचे संस्कार कुटुंबातून दुटप्पी भूमिकेतून व्हायला लागले. म्हणजे फक्त आपले घर आतून स्वच्छ ठेवायचे. घराच्या उंबऱ्याबाहेरचे स्वच्छतेचे काम आपले नाही. अगदी उच्च व सुशिक्षित वर्गातसुद्धा, काही अपवाद वगळता, स्वच्छतेची कल्पना ही अशी असते. अनेक घरांमधून घरातला कचरा हा घराच्या दरवाजाबाहेर ढकलला जातो. घरातील अडगळ (म्हणजे एकप्रकारे कचराच) सोसायटीच्या मालकीच्या जागेमध्ये बिनदिक्कत टाकली जाते. मग त्या कचऱ्याचे सफाई कामगारांनी काय ते करावे. सार्वजनिक ठिकाणी असा कचरा साठवून ठेवल्याने किंवा सांडपाणी घराबाहेर सोडल्याने सार्वजनिक आरोग्य बिघडते, याची समज सुशिक्षित लोकांनाच असलेली दिसत नाही. मग ज्यांच्याकडे स्वच्छता राखण्यासाठी कोणत्याच सोयी-सुविधा उपलब्ध नाहीत, अशा गरीब लोकांना सार्वजनिक आरोग्याचे भान कसे असणार? ज्यांची घरे कचराकुंडीच्या जवळ आहेत, घराजवळून सांडपाण्याची गटारे वाहत आहेत आणि ज्यांच्या घरातील कचरा उचलून न्यायला कुठे घंटा-गाड्या येत नाहीत, अशा झोपडीतल्या लोकांनी आपल्या घरातील कचऱ्याचे काय करावे? मग तो जवळच्या रस्त्यावर आणून टाकण्याशिवाय त्यांना दुसरा पर्याय नसतो. अनेक ठिकाणी काही कुटुंबे रस्त्यावरच राहत असलेली दिसतात. त्यांना तर शौचालयापासून कोणत्याच सुविधा नसतात. शिवाय अशा गंदगीमध्ये त्यांची स्वतःचीच लहान मुले खेळत-वाढत असल्याने अशा साठणाऱ्या कचऱ्यामधून सार्वजनिक अनारोग्याचे प्रश्न निर्माण होतात, हा विचार त्यांच्या लक्षात येणे कठीणच असते. हे लोक रस्त्यावर कचरा का टाकतात, याचा अभ्यास न करता आणि त्यांना कचरा-वाहतुकीच्या सोयी पुरवण्याचा विचार कुठेही पुढे न आणता, त्यांनी रस्त्यावर टाकलेल्या कचऱ्यात अधिकाधिक भर टाकण्याचे काम सोसायट्यांमधून राहणारे सुसंस्कृत (?) लोक करताना दिसतात आणि इथूनच कधीही न हटणारे 'कचरा डेपो' आपल्या रस्त्यावर ठाण मांडून बसलेले दिसतात. जो तो दुसऱ्याकडे बोट दाखवतो.

याकरता गरीब वस्तीतला कचरा उचलला जाईल, तिथे कचराकुंडीचे वास्तव्य व वाहणारी गटारे असणार नाहीत, शौचालये असतील, असा प्रयत्न पहिल्याप्रथम सुरू व्हायला हवा. झोपडी-झोपडीतून घंटा-गाडीद्वारे कचरा गोळा केला गेला

पाहिजे, ज्यामुळे 'स्वच्छता' हे काय प्रकरण आहे आणि किती महत्त्वाचे आहे, हे तिथे राहणाऱ्यांच्या लक्षात येऊ लागेल. घाण जवळपास नसली की मानसिक स्वास्थ्य व जगण्यातील प्रसन्नता किती वाढते, याचा कधीच न घेतलेला अनुभव त्यांना यामुळे मिळेल. गरीब जनतेत होणारी ही स्वच्छतेची कृती तिथे राहणाऱ्या आणि जन्म घेणाऱ्या नव्या पिढीवर स्वच्छतेचा संस्कार करणारी ठरेल. आपल्याकडे ग्रामीण जनतेपर्यंतसुद्धा स्वच्छतेसाठी सोयी पुरवल्या जात नाहीत. त्यांना नदीच्या पाण्यावर आंघोळी, कपडे-भांडी धुणे, गुरे धुणे अशी कामे उरकावी लागतात, ती घराजवळ नळाचे पाणी येत नाही म्हणून. या सोयी ग्रामस्थांपर्यंत पोहोचायला नकोत का? यामुळे नद्या अस्वच्छ होतात. नदी आहे की सांडपाण्याचा साठा, असा प्रश्न पडावा इतके ते पाणी प्रदूषित झालेले असते. प्राचीन काळात अनेक शतके नदीतून घागर भरून पिण्यासाठी पाणी भरण्याची पद्धत होती. आज कोणाची तशी हिंमत होईल? त्यात कारखाने आपली दूषित रसायने सोडून नदीचे पाणी विषारीच करून ठेवतात.

पंतप्रधान राजीव गांधींपासून आजपर्यंत आपल्या नद्यांची स्वच्छता निव्वळ घोषणेमधून होत राहिली, याचे कारण आपल्याकडील अंधश्रद्धेतून फुले, निर्माल्ये पाण्यात सोडा, केस कापून पाण्यात सोडा, संक्रांतीला, ग्रहणाला, महाशिवरात्रीला नद्यांमधून स्नान करा, हे प्रकार पूर्वापार तसेच चालू आहेत. आणि ते जर थांबले नाहीत, तर कोणतीही जर्मन-जपानी टेक्नॉलॉजी आणली तरी आपण आपल्या नद्या स्वच्छ होण्याची आशा सोडून दिलेली बरी. या लोकांना कोणी विरोध केलाच, तर आमच्या धार्मिक भावना दुखावल्या म्हणून हे लोक डोकीच फोडायला निघतात. मग स्वच्छता हासुद्धा 'धर्म' नाही का?

दुसरा मुद्दा आहे तो शहरातील हाताबाहेर गेलेल्या लोकसंख्येचा! हा मुद्दा राजकीय नेत्यांना सहज सोडवता येण्यासारखा आहे. फक्त त्यांची इच्छाशक्ती असायला हवी. त्याकरता शहरात यापुढे उद्योग आणण्याचे थांबवले पाहिजे. हे सर्व उद्योग,त्याचे शिक्षण देणाऱ्या संस्था आणि त्यासंबंधी अन्य सर्व पायाभूत व महत्त्वाच्या सोयी जर गावांचा विकास करून तिथेच नेल्या, तर गावातील विद्यार्थिवर्गाला तंत्र-शिक्षणासाठी किंवा उच्च शिक्षणासाठी गाव सोडून शहरात जाण्याची वेळ येणार नाही. तसेच त्यांच्या घराला धरून त्या गावातच त्यांना जर नोकऱ्यांची उपलब्धी झाली, तर स्वतःची माणसे आणि राहते घर सोडून कोणी

शहराकडे धावणार नाही. या व्यवस्थेमुळे शहरात येणारे लोकांचे नवेनवे लोंढे थांबतीलच, पण आलेले तरुणसुद्धा आपापल्या गावाकडे परततील. अर्थात मग शहरातील स्वच्छता राखण्याच्या सोयी-सुविधा अपुऱ्या पडणार नाहीत.

थोडक्यात, स्वच्छतेबाबत आपण खरेच गंभीर आहोत का, हा प्रश्न इथे महत्त्वाचा ठरतो. स्वच्छता हा संस्कार आहे आणि अस्वच्छता ही सवय आहे. जगातील ज्या ज्या राष्ट्रात स्वच्छता आहे, तिथे प्रथम अंधश्रद्धेला थारा असत नाही. त्यामुळे नदीत स्नान, केस सोडणे, अस्थि-विसर्जन यामुळे तिथे कधीच पाणी अस्वच्छ दिसणार नाही. एखादा कागदाचा बारीक तुकडासुद्धा तिकडे कुठे रस्त्यावर किंवा नदीच्या पाण्यात सोडलेला आढळणार नाही. फुलांचे बगीचे व सजावट तिथे आपल्यापेक्षाही अप्रतिम असते, पण कुठेही पाण्यात फुले सोडली जात नाहीत. तिथल्या शहरांचे लोकसंख्येप्रमाणे योग्य नियोजन असते. त्यांनी बांधलेले रस्ते, त्यावरील इमारती, बंगले, दुकाने ही वर्षानुवर्षे कोणत्याही नव्या सुविधेसाठी खणावी किंवा पाडावी लागत नाहीत. भटकी कुत्री, मांजरे, सोडून दिलेली भुकेली गुरे तिथे आढळत नाहीत. स्वच्छ हवा, स्वच्छ पाणी, निरोगी झाडे यामुळे प्रसन्न झालेले वातावरण लोकांचा काम करण्याचा उत्साह वाढवते. कोणत्याही कामाला तिकडे कमी लेखले जात नाही. सर्वांच्या आरोग्याची सारखीच कदर आणि म्हणून सारखीच देखभाल केली जाते. शहरांइतकाच खेडेगावांचाही विकास असतो आणि तोसुद्धा त्यांचे मूळ स्वरूप व सौंदर्य टिकवून! हे सर्व आपल्या देशात व्हायला. आपण टेक्नॉलॉजीमुळे कमी पडत नाही, पण वृत्तीने व इच्छाशक्तीने खूप खूप कमी पडतो. आपली बेपर्वा आणि उदासीन वृत्ती, अनास्था हे स्वच्छतेचे खरे शत्रू आहेत. मुळाता राजकीय नेते व पक्ष हे इच्छाशक्ती नसलेले आहेत. याच कारणामुळे आपली स्वच्छतेची दृष्टी सुविचाराच्या पलीकडे जात नाही. याकरता 'स्वच्छमेव जयते' सारखी सुवचने पाट्यांवर न कोरता ती अंगी बाणवली पाहिजेत तरच पुढे तिचे आदर्श भारतीय संस्कृतीत रूपांतर होणार आहे.

◆◆◆

सुखाचा 'ध्रुवतारा' मिळवताना...

'प्रतिभा' मासिकाच्या संपादकांकडून जेव्हा 'सुख म्हणजे काय?' असा विषय दिवाळी अंकासाठी देण्यात आला, तेव्हा माझ्या ७५ वर्षे वयाच्या आयुष्यातील अनेक क्षणांचा विचार करताना, असे जाणवले की, 'एक धागा सुखाचा आणि एक दु:खाचा' असे धाग्यांनी विणलेले 'वस्त्र मानवा तुझिया आयुष्याचे' अशा चित्रपटातील गीताच्या ओळीप्रमाणेच प्रत्येकाचे आयुष्य असते.

समर्थ रामदासांनी म्हटल्याप्रमाणे, 'जगी सर्व सुखी असा कोण आहे' हे पुढील अनेक पिढ्यांमधील जणू एक उत्क्रांत सत्य म्हणायला हवे.

खरेतर मला या विषयातून असे जाणवले, की 'सुख म्हणजे काय?' हा प्रश्न 'सौंदर्य म्हणजे काय?' या प्रश्नाशी साम्य दाखवणारा आहे. कारण सौंदर्य म्हणजे उठावदार किंवा मोहक चेहरा, गौरवर्ण यांचा जितका अचूक मिलाफ, तितकी ती व्यक्ती सुंदर, असे लहानपणापासून आपल्यावर बिंबवलेले असते. १९५०च्या दशकातील अशीच एक घटना मला आठवते. त्या वेळी मी सात-आठ वर्षांची असेन. त्या वेळी ठरलेल्या लग्नाविषयी बोलताना मोठी मंडळी मुलीच्या रूपाचे कौतुकाने वर्णन करत आणि मुलाच्या रूपाबद्दल कोणीच बोलत नसे.त्यामुळे माझा असा समज झाला, की मुलगी हीच फक्त सुंदर असते किंवा ती नवऱ्यापेक्षा नेहमी सुंदर असायला पाहिजे. पण एकदा एक नवे जोडपे आमच्याकडे जेवायला

बोलावले होते. तेव्हा नवरीकडे पहाताना मला धक्काच बसला. नवरा एवढा छान आणि ही कशी अशी? म्हणजे माझ्या तत्कालीन भाषेत 'काहीतरीच'. मग ते जोडपे गेल्या गेल्या मी न राहवून वडिलांना विचारले, की ही नवरी नवऱ्याइतकीसुद्धा छान नाही, मग त्याने तिला कशी पसंत केली? तेव्हा वडील म्हणाले, 'अगं, काही वेळेला माणूस जेव्हा स्वभावाने, गुणांनी चांगले असते ना, तेव्हा ते आपोआप सुंदर दिसायला लागते. त्या मुलाला आपली बायको, तिच्या गुणांसाठी आवडलेली आहे आणि म्हणून ती त्याला सुंदर दिसते आहे.' सौंदर्याला गुणांतून मोजणारी ती नवी व्याख्या, वयाच्या आठव्या वर्षी मला प्रथमच समजली.

सुखाचे तसेच आहे. सौंदर्याप्रमाणे सुखाची कल्पना ही एका 'ठोकळ्या'प्रमाणे ठरलेली आहे. म्हणजे फारसे कष्ट न घेता, हातात सहज पैसा पडत जाणे, ही पहिली पायरी. नंतर मग घर, लग्न, नोकरी हे मनाप्रमाणे मिळत राहणे आणि वाढत्या वयानुसार त्या त्या सोयी-सुविधा, सेवा मिळत जाणे; मुलेबाळे होणे, ती छान शिकणे, नातवंडे होणे वगैरे सुरळीत जीवन काहीच त्रास न होता पार पडले, की मग ते 'सुखाचे जीवन' असे समज असतात. पण इतक्या सरळ रेषेतील जीवन कधीच कोणाचे असू शकत नाही. खरेतर, सुख समजण्यासाठी 'दुःख' समजता यायला पाहिजे. आणि तेसुद्धा दुसऱ्याचे! दुसऱ्याचे दुःख समजण्याइतके जर आपण संवेदनशील असू, तरच त्या व्यक्तीच्या तुलनेत आपली परिस्थिती सुखी की दुःखी, हे अजमावता येते. म्हणजे, समजा एखाद्या स्त्रीच्या पतीचा मृत्यू झाला, तर ती दुःखात असतेच. पण मग तिने अशा स्त्रीकडे पाहिले पाहिजे, की जिचा शिकलेला मोठा मुलगा अपघातात गेलेला आहे. मग तुलनेने आपल्यापेक्षा जास्त दुःखी असलेल्या स्त्रीची समजूत काढण्याचा, तिचे मन अन्य कामात, विचारात आपण गुंतवून ठेवण्याचा, आणि दुःख विसरण्याच्या त्या काळात तिला आधार देण्याचा प्रयत्न त्या पती-निधन झालेल्या स्त्रीने जर केला, तर ती स्त्री आपले दुःख तर विसरतेच आणि आपल्यापेक्षा दुःखी असणाऱ्या त्या स्त्रीला आपण मानसिक आधार मिळवून दिला, याचे समाधान हेच तिचे सुख बनून राहते.

आमची लग्ने जमण्यापूर्वी माझी एक मैत्रीण म्हणायची, की 'मला ना, सावत्र आई व्हायचे आहे.' मी म्हटले, का गं बाई? तर तिचे म्हणणे, 'मला, ज्यांना आई नाही त्या मुलांची आई व्हायला, त्यांनी जे मातृ-प्रेम गमावले ते त्या मुलांना द्यायला आवडेल. म्हणून ज्याच्या पत्नीचे निधन झालेले आहे, आणि त्याला एक वा दोन

मुले आहेत, अशा बिजवराशी मी लग्न करीन.' 'अगं पण, मग तू स्वतःचे मूल होऊ देणार नाहीस का?' असे मी विचारल्यावर, तिने 'स्वतःचे मूल मला नकोच आहे,तीच माझी मुले झालेली असताना, मी माझे मूल होऊ देणे मला योग्य वाटत नाही,' हे स्पष्टच सांगितले. मला तिचे खूप कौतुक वाटले. १९७०च्या दशकातील हा किस्सा आहे. म्हणजे आज पन्नासहून अधिक वर्षे उलटून गेली. त्या काळात असा विचार करणे, आणि तो पुढे आणणे हे सोपे नव्हते. तिनेसुद्धा इथे त्या मुलांचे दुःख कमी करण्यात स्वतःचे सुख शोधले होते. पण पुढे कळले की तिने प्रथमवराशीच लग्न केले. ती समाजशास्त्राची सखोल अभ्यासक होती. मग असे काय घडले की तिला तिचा निर्णय बदलावा लागला? घरात विरोध झाला का? ती भेटली तेव्हा मी तिला विचारून घेतले. तेव्हा ती जे म्हणाली त्याने मला दुसरा धक्का बसला. ती म्हणाली, 'मंगला, माझा तो मनापासूनचा विचार होता. मला घरातून विरोध नाही झाला. कारण त्यापूर्वीच माझ्या एक गोष्ट लक्षात आली, की आजपर्यंत दुसरे लग्न करणाऱ्या बिजवर पुरुषाला, प्रथमवधू विनासायास मिळायची, पण त्यामुळे ज्यांनी पती गमावलाय त्या स्त्रियांना 'बिजवर पुरुष' लग्नासाठी मिळणे मुश्कील होत होते. त्यांना दुसऱ्या लग्नाशिवाय पुढील आयुष्य काढावे लागत होते. मग मी तरी काय दुसरे करीत होते, बिजवराशी लग्न करून? अशाच कोणा पती गमावलेल्या स्त्रीची हक्काची जागा मी हे लग्न करून अडवत होते. त्या द्वितीय वधूला प्रथम वराने स्वीकारणे शक्य नव्हते आणि मी प्रथमवधू असताना मला जर प्रथमवर मिळणे सहज शक्य होते, तर मी वाकडी वाट करून एका 'द्वितीय वधूला असणारा 'द्वितीय वराचा' हक्क का असा हिसकावून घ्यावा, म्हणून शेवटी खूप विचार करून आणि तो विचार पुन्हा पुन्हा तपासून बिजवराशी लग्न करण्याचा माझा हट्ट मी सोडून दिला. माझी चूक मला कळली.'

म्हणजे, प्रथमतः आई गमावलेल्या मुलांना आईचे प्रेम देता यावे याचा विचार करणारी, पण लगेच, यातून दुसऱ्या कोणा स्त्रीवर अन्याय होतोय हे समजताच, तिचा हक्क तिला देण्यात समाधान मानणारी ही माझी मैत्रीण, अडचणीत असणाऱ्यांच्या अडचणी सोडवण्यात 'सुख' शोधण्याचे सर्वांत मोठे समंजस उदाहरण म्हणावयास हवे. पुढे त्या मैत्रिणीने अनाथ मुलास दत्तक घेण्याचा विचार आपल्या पतीसमोर मांडला. परंतु, तिला एक मुलगा व एक मुलगी अशी दोन अपत्ये होती. अशी अपत्ये असणाऱ्यांना दत्तक मूल घेता येत नाही, असा कायदा असल्याने, तेही ती

करू शकली नाही. नंतर १९८०च्या दशकात तिने घरकाम मागणाऱ्या एका दहा वर्षांच्या आई नसलेल्या मुलीला सांभाळले. तिला टीबी होता. त्याची इंजेक्शने व औषधे देऊन तिला त्यातून मुक्त केली आणि शाळेत घालून दहावीपर्यंत शिकवली. त्या बरोबरीने तिने पुण्यातील कोथरूडमध्ये गरीब वस्तीतल्या मुलांचा शिक्षण दर्जा सुधारावा म्हणून एक संस्था काढून मोफत शिक्षण-वर्ग सुरू केले. या मुलांच्या नवरा-ग्रस्त मातांच्या छळ-केसेस पोलीस चौकीत नेऊन सोडवल्या. शिवाय कधी आनंदाचे क्षण न मिळालेल्या या धुणी-भांडी करणाऱ्या महिलांच्या विविध ठिकाणी बसने दरवर्षी सहली नेल्या. दरवर्षी वार्षिक संमेलनाचे आयोजन करून, त्या गरीब महिला व मुले यांच्या नृत्य-गाण्याच्या संस्कृतीला वाव दिला. याबाबत सुदैवाने तिच्या पतीचा तिला पाठिंबा मिळाला. तिच्या काही मैत्रिणींनी तिच्याबरोबर या कार्याला साथ दिली. पंधरा वर्षांत केजीपासून शिकवलेल्या त्या वस्तीतील अनेक मुले बारावी उत्तीर्ण झाली. त्यातले काही आणखी पुढे गेले. ही माझी ७५ वर्षांची मैत्रीण आजही ते आठवून स्वतःच्या आयुष्यात काही तरी आपण अर्थपूर्ण करू शकलो, याचे समाधान व्यक्त करते.

मुद्दा काय, तर आपली प्रत्येकाची सुखाची कल्पना काहीही असू शकते. त्यातल्या त्यात भौतिक चैन करता येण्यातच सुख मानण्याची बहुतेक लोकांची सवय किंवा आवड असते. म्हणजे मोठमोठाली घरे, महागड्या कार, मोठ्या हॉटेलमधील जेवणे, देशापेक्षापरदेशातील सहली, खूप खर्चिक लग्नसमारंभ, महागड्या भेटवस्तू, उंची कपडे हे सर्व सहज साधता येणे म्हणजे, 'आयुष्यात सर्व काही मिळाले आणि अजून सुख ते काय असते?' अशी सर्वसाधारण कल्पना असते. आपल्या आईची म्हातारपणी सेवा करता आली आणि तिला समाधान देता आले, म्हणजे सुख, अशी सुखाची कल्पना सहसा नसते. मोठाली घरे असली आणि तरीही आई-बाबा वृद्धाश्रमात राहत असले, तर तेही अप्रत्यक्षपणे सुखाच्या कल्पनेतच असते. आपल्या घरातील माणसाच्या अडचणीच जर आपल्याला कधी समजत नसतील, तर आपण समाजातील अन्य लोकांच्या अडचणी काय समजणार?

थोडक्यात असे दिसते की आनंद आणि समाधान यांमधील फरक आपल्याला समजता येणे, हा सुखाकडे जाण्याचा पहिला मार्ग आहे. आपल्याला नव्या कारचा आनंद असतो, मोठे घर घेतल्याचा आनंद असतो. अगदी 'आम्हाला दोन्ही

मुलगेच' याचाही आनंद काही पालकांना असतो. पण मुलगे मोठे होता होता, मुलीची कमतरता जाणवून, तो आनंदही विरजू लागतो. मुलगी असणारे, मग भाग्यवान वाटू लागतात. म्हणजे हा सर्व नऊ दिवसांच्या नवलाईचा आनंद असतो. त्यामुळे लोभ कमी होत नाही. दुसरी एखादी नवी कार घ्यावीशी वाटतेच. अजून मोठे घर हवे असे वाटत राहते. अशा रीतीने, 'आनंद' हा क्षणभंगुर असतो, पण समाधानाची भावना ही चिरकाल सुखाचा प्रत्यय देणारी असते. किंबहुना आपल्या ज्या कृतीमधून समाधानाचा मार्ग निपजतो, तोच आपल्याला सुखाचा 'ध्रुवतारा' दाखवतो.

एखाद्या अनाथाश्रमाला नियमित भेट देऊन, तिथल्या आई-बाबा नसलेल्या मुलांना, त्यांनी गमावलेले प्रेम व जगण्याचा विश्वास मिळवून देणे, हा आपल्या आनंदाचा अखंड झरा असतो. भले त्यांना उत्तम आयुष्य आपण नाही देऊ शकलो, तरी त्यांच्या वयाच्या निदान पंधरा वर्षांपर्यंत असणारी त्यांची मानसिक-भावनिक आधाराची गरज आपण भागवली, ही वस्तुस्थिती त्यांना उत्तम माणूस म्हणून घडण्यास मनाला जितकी उभारी देते, तितकी कधी कधी स्वतःची मुलेसुद्धा तशी उभारी घेऊ शकत नाहीत. माझी मैत्रीण जी आज आजी-वयात आहे, जिने तिच्या विशी-पंचविशीतच आई नसणाऱ्या मुलांकरता ध्यास घेतला, ज्या मुलांसाठी तिने काही केले, त्यांचे चांगले भविष्य पाहून आजही ती समाधानात आहे. म्हणजे क्षणभंगुर न ठरलेल्या सुख-भावनेमध्ये ती आज आहे. आपण मात्र अजूनही 'सुख म्हणजे काय', हेच शोधित राहिलो आहोत.

दुसऱ्याचे दुःख समजून, त्यातून त्यास बाहेर काढण्याचे समाधान हेसुद्धा 'सुख म्हणजे काय' या प्रश्नाचे उत्तर असू शकते. नाही का?

◆◆◆

जीवनातील 'तोच तोच'पणा

सतत बदल आणि त्या बदलाकरिता धडपड हे जणू मानवाच्या प्रगतीचे महत्त्वाचे 'उत्क्रांती-सूत्र' म्हणायला पाहिजे. मानवच अशी एक प्राणी-जात आहे, की निसर्गाशी 'हटके' असणारी त्याची वृत्ति-प्रवृत्ती आणि त्यातून विकसित झालेली त्याची संस्कृती आपल्याला विचारप्रवृत्त करते.

सगळेच प्राणिमात्र जीवनात 'तोच तोच'पणा (रुटीन) घेऊन जगणारे आहेत. ते त्या 'रुटीन'मध्ये जन्म घेतात आणि त्याच 'रुटीन'चा भाग म्हणून जगतात व मृत्यू पावतात. या सर्व प्राणिमात्रांना त्यांचा 'त्याच त्याच' जीवनपद्धतीचा कंटाळा येऊ शकत नाही. माणसाला मात्र एकांगी किंवा एकारलेले जगणे आवडत नाही. विविधता, बदल, नावीन्य याद्वारे जीवन प्रफुल्ल, आनंददायी करण्याचा माणसाचा सतत प्रयत्न चाललेला असतो आणि याचे महत्त्वाचे कारण म्हणजे उत्क्रांती ओघात माणसाचा अनेक पैलूंनी घडलेला मेंदू हे आहे.

मेंदूला नवनव्या कल्पनांचे आव्हान मिळण्यामुळे मेंदूमधील न्युरॉन्सची जोडणी (वायरिंग) त्यानुसार घडत असते आणि बदलतही असते. त्यामुळे मेंदूच्या क्षमतेचे पैलू वाढतात. प्रत्येक पिढीत नवनव्या कल्पना स्फुरत राहून माणसाची प्रत्येक पिढी त्यामुळे प्रगतिपथावर रहाते. मात्र यात गंमतीचा भाग असा आहे, की जीवनात बदल घडवण्याचा संघर्ष सुरू होण्याकरता आधीच्या 'त्याच त्याच' स्थितीचा प्रत्येकाला

उबग यावा लागतो. रुटीन जीवनाचा कंटाळा येण्याची प्रत्येकाची स्थिती ही मागे-पुढे असू शकते. त्यानुसार ती व्यक्ती, अधूनमधून किंवा काही कालावधीसाठी ती स्थिती बदलू पाहते. या बदलासाठी नवनव्या कल्पना सुचणे, त्या कल्पना प्रत्यक्षात उतरणे, या सर्वांसाठी मेंदूचे विविध विभाग कामाला जुंपले जातात. साहाजिकच एकाच नोकरी – व्यवसायात एकाच कार्यकेंद्राच्या वापराऐवजी मेंदूची विविध केंद्रे या नावीन्यामुळे कार्यरत होऊन मेंदू उत्तेजित आणि उल्हसित होतो. त्याचा एकूण चांगला परिणाम माणसाची मनःस्थिती ताजीतवानी होण्यामध्ये होतो.

माणसाची ही अवस्था म्हणजे काही आजची-अलीकडची गोष्ट नाही. अगदी जंगली-रानटी अवस्थेपासून माणसाच्या सतत 'बदला'कडे धावण्याचा, आकृष्ट होण्याचा ध्यास दिसतो. अगदी रानटी अवस्थेतील उदाहरण घेतले, तर आत्ताच्या खडूसारखे तेव्हा जी काही साधने उपलब्ध होती, त्या साधनांनी गुहेतील भिंतीवर रेखाचित्रे काढण्याचा कधी तरी रानटी माणसाला कंटाळा आलाच असणार. मग कंटाळा आलेल्या या माणसाने अवतीभवतीची रंगीत फुले व फुलपाखरे पाहून आपले चित्र रंगीत करावे अशी स्वतःच्या मेंदूला चालना दिली असणार. म्हणून तसे रंग तयार करण्याची त्याने खटपट केली असेल आणि आपल्या पूर्वजांनी तसे रंग आपल्या चित्रात प्रथम जेव्हा केव्हा भरले असतील, तेव्हा त्यांच्या जीवनाला नवा आत्मविश्वास व नवा आनंद मिळाला असेल, की "अरे व्वा हे जमू शकते"!

तसेच जंगली अवस्थेत मानव कच्चे अन्नपदार्थ खात होता. तो ते तसेच आजपर्यंत खात राहिला असता, तर निसर्गाने त्याचे काहीच वाकडे केले नसते. पण उबेसाठी, प्रकाशासाठी आणि हिंस्र श्वापदापासूनच्या रक्षणासाठी सहसा वापरल्या जाणाऱ्या अग्नीमध्ये अन्नपदार्थ टाकून तर पाहू या, असे कधी तरी माणसाला (बहुधा स्त्रीलाच) वाटलेले असणार. मग गरम गरम, खरपूस भाजलेले, खमंग सुवासाचे आणि अधिक टिकाऊ झालेल्या या नव्या अन्नामुळे कच्चे खाद्य खाण्याचा मानवी जीवनातला 'तोच तोच'पणा संपला. आणि पुढील असंख्य मानवी पिढ्यांतून या नावीन्याला असे फाटे फुटत गेले, की प्रत्येक मानवी समूहामध्ये भौगोलिक स्थितीनुसार मिळणाऱ्या वनस्पती, धान्यपदार्थ, मसाल्याचे जिन्नस वगैरेंची त्यात भर पडत जगभर खाद्यसंस्कृती उदयास आलेली आपण पाहतो. पशू मात्र अनेक युगे तेच अन्न खात राहिले.

आपल्या पूर्वज स्त्रीने अन्न भाजण्याचा मूलभूत शोध लावल्यावर, पुढे त्या

काळापासून अगदी आजपर्यंत आपण या 'नव्या बदलाचा' जो मंत्र पकडलेला आहे, तो जेवणा-खाण्यासाठी विविध चटकदार पदार्थ स्वीकारूनच! लहान मुलापासून मोठ्यांपर्यंत सगळ्यांनाच 'तीच तीच' भाजी नको असते. मसाल्यात बदल लागतात. किंवा भाजी–चपातीवर फुली मारून भेळ-पाणीपुरी असे काही तरी खा किंवा घरच्या जेवणाला दांडी मारून हॉटेलमध्ये जा, हे सर्व काय आहे? खाण्यातील 'तोच तोच'पणा दूर करण्याचा हा प्रयत्न आहे.

निव्वळ खाण्यात नाही, तर कपडे वापरण्यात आपण नवनव्या फॅशन्स आणून आपण आपला 'तोच तोच'पणा सुधारत असतो. 'अंग झाकले की झाले' हा पूर्वज माणसाचा कपड्यामागील उद्देश आज राहिलेला नाही. दुसऱ्यावर छाप टाकणे ही कपड्यातील फॅशनची एक मानसिकता बाजूला ठेवली, तरी विविधरंगी कपडे व फॅशन्स यांनी मनाचा वाढणारा उत्साह आपल्या कामातील किंवा अभ्यासातील हुरूप व नेमकेपणा वाढवत नेत असतो. 'हा पेहराव तुला छान दिसतो,' असे कुणी म्हटले की त्या व्यक्तीचा आनंद वाढतो. नीटनेटके, टापटीप राहणेसुद्धा आपल्या जीवनात आपल्याला पुढे नेण्यासाठी, प्रगतीसाठी खूप आवश्यक असते.

मात्र एक कबूल करायला हवे की जीवन जगताना अनुभवावा लागणारा 'तोच तोच'पणा हा काही काळापुरता उपयुक्तसुद्धा असतो. म्हणजे एखाद्या कामात पारंगत होण्यासाठी 'तेच तेच' काम करीत राहणे गरजेचे असते. पण एकदा ते काम आत्मसात झाले, अंगवळणी पडले की मेंदूला त्या कामात नवे काही करण्याचे प्रयोजन राहत नाही. 'रिफ्लेक्स' यंत्रणेकडे ते काम जाते. उत्क्रांतीतून विकसित झालेल्या मानवी मेंदूला काही न करता निवांत बसणे, हे अस्वस्थ करणारे असते. तो इकडे तिकडे नव्या कल्पना शोधू लागतो. त्यातून आपोआप 'तोच तोचपणाचा आलेला हा कंटाळा' घालवण्यासाठी अनेक उपाय सुचतात. मग ते खेळ, छंद असतील. सतत घरकाम करावे लागणारी मंडळी, संगीत, खेळ, लायब्ररी असे मार्ग शोधतील. घराबाहेर कामासाठी जास्त काळ राहावे लागणारे, घरी परतल्यावर आपल्या लहान मुलांमध्ये रमतील, त्यांचे हट्ट व त्यांच्याशी खेळणे यामध्ये आनंद घेऊ पहातील. कोणी नोकरदार पुरुष स्वयंपाकघरात काही पदार्थ करण्याचे आपले कौशल्य आजमावतील. कुणी दोन-तीन दिवस कुटुंबासह पिकनिकला जातील. कुणी काही खरेदी करून घर सजवतील. कुणी विविध प्रकारच्या समाजकार्यात भाग घेऊन समाधान मिळवितील, त्याच त्याच एकसुरी कामामुळे आलेला

मानसिक शीण घालवण्याचे असे अनेक मार्ग आहेत. आजकाल नोकरी करणारे तरुण पुरुष वेळ मिळेल तेव्हा तेव्हा आपल्या लहान मुलांना आंघोळ घालणे, जेवण भरवणेपर्यंत सर्व कामांत भाग घेतात. हे खरोखरच मनाची मरगळ घालवणारे एक उत्कृष्ट औषधच आहे. त्यामुळे नोकरी करणारी व्यक्ती कोणतेही औषध न घेता आपल्या चालू कामाला पुन्हा उत्साहाने लागते. ज्याचे परिणाम त्या नोकरी–व्यवसायातील 'बॉस' मंडळींना नक्कीच फायदेशीर असतात.

माणूस सतत नव्याच्या शोधात असतो आणि नावीन्याकडे आकर्षित होतो, हे त्याचे मानसशास्त्र उत्पादक कंपन्या व जाहिरात कंपन्यांनी अचूक ओळखलेले दिसते. म्हणून एका जुन्या टूथपेस्टला तिच्यात 'नमक' आहे म्हणून वेगळेपणा दाखवायचा, तर त्याच टूथपेस्टमध्ये आता 'लिंबू' आहे, म्हणून ती वेगळी असल्याचे सांगायचे. या पद्धतीने वेगवेगळ्या बदलांमधून आपल्या समोर उत्पादने मांडली जातात. निव्वळ कपडे किंवा ज्वेलरीच नाही, तर टीव्ही, फ्रीज, मोबाईल, कॉम्प्युटरसारख्या इलेक्ट्रॉनिक वस्तू सतत नवनव्या शोधांनी पुढे येतात. तेव्हा तांत्रिक व भौतिक प्रगतीचा तो नमुना ठरतो हे खरे! पण त्यामधून माणूस मानसिक समाधानही मिळवतो. अर्थात हे समाधान अखेर त्याच्या भौतिक आसक्तीवर आणि जीवनातील बदलाच्या त्याच्या अतिरेकी किंवा सुजाण कल्पनांवर अवलंबून असते.

एकाच रुटीन कामामुळे कंटाळलेल्या व्यक्ती फक्त 'नव्या वस्तूची खरेदी' हाच एकमेव जीवनात बदल आणण्याचा जर उपाय समजत असतील, तर त्या व्यक्तीमुळे 'युज अँड थ्रो' संस्कृती वाढीला लागते. उत्पादक व जाहिरात कंपन्यांना अशी संस्कृती फायदेशीर वाटत असते, पण त्यामुळे बेपर्वा वृत्ती समाजमनाचा ताबा घेते. सामाजिक मूल्यांची हानी होऊ लागते. माणूस नवनव्या आकर्षणाखाली जर सतत बदलू लागला, तर व्यक्तिगत पातळीवर त्याला उल्हास वाटण्याऐवजी मानसिक अस्थिरता येते. जी त्याच्यासाठी एक आपत्ती ठरू शकते. असे 'बदल' त्याला अंतिमतः समाधानी करू शकत नाहीत, हेसुद्धा लक्षात घ्यायला हवे. आपल्या जीवनात नावीन्य आणण्यासाठी 'खर्च करून वस्तू विकत घेण्याचा' मार्ग जरी कुणी पत्करला, तरी त्यामध्ये त्या व्यक्तीची स्वतःची निर्मिती नसते. तसेच भावनिक, बौद्धिक, कलात्मक गुंतवणूक नसते. त्यामुळे त्याच्या जीवनात त्याच्या कामातून त्याला आलेल्या मानसिक थकव्यापासून समाधानकारक सुटका त्याला

किंवा तिला अशा खरेदीतून कायमस्वरूपी मिळू शकत नाही, हेसुद्धा लक्षात घ्यायला पाहिजे.

तर याउलट दुसरीकडे भारतासारख्या देशात काही वर्ग असे आहेत, की आयुष्यातील त्यांच्या एकाच कामातील 'तोच तोच'पणा घालवण्याचा कोणताही उपाय त्यांच्या हाती नसतो. विशेष म्हणजे या वर्गावर ज्या दैनंदिन कामाची जबाबदारी असते, ती कामे एकतर जोखमीची, आव्हानात्मक धोक्याची किंवा वेळखाऊ, रटाळ किंवा नकोशी वाटणारी असतात. म्हणजे मुळामध्ये त्यांच्या नोकरी-धंद्यात निव्वळ 'तोच तोच'पणा नसतो, तर मानसिक उमेदीचे खच्चीकरण जास्त प्रमाणात असते. त्यामुळे आपल्या रोजच्या कामाची वेळ संपल्यावर अनेकजणांची मनःस्थिती किंवा परिस्थिती अशी नसते, की ती मंडळी मिळणाऱ्या नंतरच्या रिकाम्या वेळात वेगळे काही करून पाहण्याची इच्छा टिकवतील आणि निराशाजनक मनःस्थितीला पुनश्च उभारी, उत्साह मिळवून देतील. एवढेच नाही तर अनेकांना त्यांच्या आर्थिक परिस्थितीमुळे त्यांच्या रोजच्या आहारातही बदल करणे शक्य नसते. बालपणापासून ते मरेपर्यंत फक्त तेच तेच शारीरिक कष्ट, तीच ठरलेली भाकरी-चटणी व भाजी आणि अंगावर कालचेच वस्त्र, या त्यांच्या ठरून गेलेल्या जीवनामुळे काही नावीन्यपूर्वक, आनंददायक अशा कल्पकतेला करून पाहण्याची वा ऐकण्याची कसलीही संधी आयुष्यभर त्यांना मिळत नाही. त्यात त्यांची ही परिस्थिती क्वचितच पुढील पिढीत बदलते.

हे सर्व न कुरकुरता सोसता यावे, हे नीरस आयुष्य त्यांना स्वीकारता यावे, त्यानुसार या परिस्थितीशी जुळवून घेण्यासाठी त्यांचा मेंदू ज्या पद्धतीची न्युरॉन्सची जोडणी करतो, त्यामुळे या वर्गातील स्त्री-पुरुष, अगदी थोडे सन्माननीय अपवाद वगळता, सरसकटपणे आपली संवेदनशीलता, कलात्मक तरलता गमावून बसतात. आपल्या भल्याचा विचार त्यांना कधीच गवसत नाही. भारतामध्ये गरिबीत जगणारा एक वर्ग आणि सुबत्तेत जगणारा दुसरा वर्ग यामध्ये म्हणूनच कलेतील अभिरुची, ती व्यक्त करण्याची तरलता, विषय व कला ग्रहण करण्याची सूक्ष्मता यामध्ये मोठी दरी आढळते. चिंतेची बाब म्हणजे, गरीब वर्गाच्या आयुष्यातले सतत कष्टाचे कंटाळवाणे क्षण त्यांना बदलता येत नसल्यामुळे, या वर्गाला काहीशी बुद्धिमान्द्यता तर येतेच, पण स्वतःच्या या स्थितीला बदलावे हे त्यांच्या हातात न राहता, ते परिस्थितीच्या हातात राहिल्यामुळे, आपल्या परिस्थितीचा राग ते व्यक्त

करू पाहतात. बऱ्याचदा यातून सुटका मिळवण्याच्या प्रयत्नात ते व्यसनाच्या आहारी जातात. समाजातील एक वर्ग त्यामुळे कायम आतल्याआत धुमसत राहतो. ताणाचा निचरा होण्याचा काहीच मार्ग न सापडल्याने हा वर्ग हिंसकसुद्धा होतो. पार्किंगमधील गाड्या जाळण्यासारख्या किंवा हातात कोयते घेऊन रस्त्यात दहशत निर्माण करणाऱ्या अनाकलनीय कृती करून तो आपली 'भडास' बाहेर काढतो. जीवनातील 'तोच तोच'पणा बदलता न येण्याचे सामाजिक परिणाम हे इतके दूरगामी झालेले आढळतात.

जीवनात नावीन्य नाही ते नाहीच आणि वर पुन्हा त्याच त्याच कामाचे वाढलेले अतिरिक्त तास, याचे आपल्या देशातील सुशिक्षितांमधील सर्वात उत्तम 'वाईट उदाहरण' म्हणजे पोलीस खाते! पोलिसांवर जोखमीची कामे सोपवलेली असतात. गुन्हेगारांना पकडताना अनेकदा त्यांना जीव धोक्यात घालावा लागतो. अपघात, हिंसा यामुळे रक्तपात आणि मृत्यू वारंवार पाहण्याची वेळ पोलिसांवर येत असते. गुन्ह्यातील विकृतीला मन घट्ट करून सामोरे जावे लागते. या त्यांच्या जीवनात बदल हा सहसा नसतोच. निवृत्त होईपर्यंत तेच पाहत राहायचे. अत्यंत निराशाजनक वस्तुस्थितीला सामोरे जावे लागणारा हा पोलीस, त्याला त्याचे काम आठ तासांपेक्षा जास्त करावे लागल्याने, आतून पूर्णतः कोसळून जातो. घरी परतल्यावर कुटुंबाच्या सहवासाचासुद्धा आनंद घेऊ न शकणारा हा पोलीस, स्वतःचे मन रिझवण्याचे आणि सतत दुःख व हिंसा पाहून त्रस्त झालेल्या मनाला ताजेतवाने करण्याचे कोणते मार्ग अवलंबू शकेल? पोलीस पुरुषांबरोबर आता स्त्री-पोलीससुद्धा अशा अस्वस्थ मानसिकतेच्या बळी ठरत आहेत.

पोलीस संवेदनशील नाहीत आणि ते त्यामुळे गुन्ह्याबाबत तातडीने पावले उचलत नाहीत, हे जनतेचे म्हणणे खरे आहे. पण त्याचे कारण पोलीस मुळातच तसे आहेत, असे नसून त्यांना त्यांच्या या शुष्क, कठोर, खतरनाक, ताणाच्या परिस्थितीतील नोकरीने तसे बधिर घडवलेले असते आणि अशी बधिरता आल्याशिवाय पोलीस ते कामही करू शकणार नाही. स्त्री-पोलीसही त्यास अपवाद ठरत नाहीत. पोलिसांना त्यातून विरंगुळाच काय, साधी सुटकाही नसते.

अशा रीतीने पोलीस खाते हे सुशिक्षितांमधील एक टोक, तर मजूर-कष्टकरी वर्ग आणि अगदी सफाईकाम करणारा वर्ग हे कमी-शिक्षितांमधील दुसरे टोक. या दोन टोकांमध्ये चोवीस तास घरकामात अडकलेला स्त्री-वर्ग आणि बालकामगारसुद्धा

आहेत. यापैकी अनेकजणांना त्यांच्या कामापेक्षा काही वेगळे करायची संधी आणि वेळ दोन्ही मिळत नाही. मग धार्मिक कर्मकांडे, देव-पूजा, उपवास आणि मिरवणुकांसारख्या प्रगतीच्या दृष्टीने निरर्थक आणि टाईमपास परंपरांमध्ये भाग घेऊन आनंद मिळवण्याचा त्यातल्या त्यात सोपा मार्ग त्यांच्यापुढे असतो. त्यातून ते अंधश्रद्धेकडे वळण्याचा धोका वाढतो. जीवनात कधीही निखळ आनंदाचे, समाधानाचे क्षण अनुभवण्यास न मिळणाऱ्या या मोठ्या संख्येच्या तरुणवर्गाला मग समाजाला निव्वळ उपद्रव देणाऱ्या सवंग कल्पनांमध्ये गुंतून पडण्याची विकृती जडते. त्यांच्या जीवनाचा हा सदोष प्रवास अखेरीस त्यांना गुन्हेगारीपर्यंत नेतो.

थोडक्यात, माणूस मग तो गरीब, श्रीमंत वा कोणतेही काम करणारा असला, तरी जीवनातील ठरलेले 'रुटीन' बदलणे, ही त्याच्या प्रगतीपेक्षाही मानसिक तंदुरुस्ती टिकवण्याची सर्वात मोठी व महत्त्वाची गरज झालेली आहे. फक्त सुस्थितीतील मध्यमवर्ग किंवा श्रीमंतवर्ग हेच फक्त आपल्या जीवनात आपल्या इच्छेनुसार बदल घडवू शकतात आणि त्या बदलाचा आनंद मिळवतात, पण आपल्या देशात अन्य अनेकजणांना ते त्यांच्या परिस्थितीमुळे शक्य नसते. ही सामाजिक वस्तुस्थिती गंभीर म्हणायला पाहिजे. ज्या ज्या वर्गामध्ये त्यांच्या जीवनातले आनंद घेण्याचे मार्ग बंद झालेले आहेत किंवा अशक्य झालेले आहेत, त्यांचा निरुत्साहित करणारा व त्यांना थकवणारा दैनंदिन जीवनक्रम कसा बदलता येईल, याचा विचार उर्वरित समाजाने आणि विशेषतः त्यातील तरुण वर्गाने करायला हवा. कारण तरुणांकडे विविध नवकल्पना असू शकतात. किंबहुना या मरगळलेल्या वर्गाकरता कल्पकता वापरण्याची संधी त्यांच्यापुढे जेव्हा ठेवली जाईल, तेव्हा त्यांच्या जीवनात फुलून येणारा आनंद, सुस्थितीतील तरुणवर्गाचा स्वतःच्या जीवनातील 'तोच तोच'पणा घालवण्याचा मार्ग असेल, नाही का?

◆◆◆

आवरा पसारा लोकसंख्येचा!

सन १९४२च्या चळवळीत महात्मा गांधी यांची घोषणा होती, ''करेंगे या मरेंगे, ४० कोटी नहीं दबेंगे'' या घोषणेतील ४० कोटी या आकड्याकडे आपण आज विशेष लक्ष द्यायला पाहिजे. ४० कोटी ही त्या वेळच्या भारत, पाकिस्तान, बांगलादेश धरून संपूर्ण भारतीय उपखंडाची लोकसंख्या होती. म्हणजे फक्त भारताची लोकसंख्या धरली, तर ती फक्त ३० ते ३२ कोटी असावी. पुढे १९६० मध्ये ती ४५ कोटी होती. मात्र पुढील ६० वर्षांत, २०२०पर्यंत ती १३५ कोटी म्हणजे तिप्पट झाली. या लोकसंख्येचे आपल्या जगण्यावर काय परिणाम झालेले आहेत ते आपण इथे लक्षात घेऊ या.

मुंबई शहराची लोकसंख्या १९६०मध्ये ८० लाख होती, आज ती दोन कोटींच्या वर गेलेली आहे. आज धारावी झोपडीवासीयांची नोंदवलेली लोकसंख्याच सात लाख आहे. मुंबईचे आजचे प्रश्न, म्हणजे कचऱ्याचे ढिगारे, रस्त्यातील खड्डे, वाहतूककोंडी, पावसाळ्यातील तुम्बई आणि झोपडपट्टीने व्यापलेले क्षेत्र हे सर्व १९७०पर्यंत आटोक्यात होते. त्या काळात विद्यार्थ्यांना हव्या त्या शाळा-कॉलेजात सहज प्रवेश मिळत होते, सरकारी कचेरीतून लोकांची कामे बऱ्यापैकी वेळेवर होत होती. लोकसंख्या वाढत गेली, तशी शाळा-प्रवेशासाठी पालकांनी पहाटेपासून रांग लावण्याचा जमाना सुरू झाला. रेशन दुकाने ते दवाखान्यांपर्यंत, रेल्वेच्या

तिकीट खिडकीपासून ते जन्म-मृत्यू दाखले मिळवण्यापर्यंत सर्वत्र रांगा दिसू लागल्या. सरकारी कचेरीतील कामे वाढू लागली, ठरावीक वेळेत ती होईनात, म्हणून जनतेचे हेलपाटे वाढू लागले. मग कोणी तशी तातडी असणाऱ्याने पैसे दिले तर त्याचे काम पहिले हातावेगळे करण्याचा एक 'ट्रेंड' सुरू झाला आणि नंतर तर तो नियमच होऊन बसला. आणि अशा रीतीने 'पैसे घेऊन' सरकारी काम करण्याचा भ्रष्टाचार नियमित होऊन ती जणू आपली एक संस्कृती झाली. त्याकरता विनाकारण कामाला विलंब करण्याची वृत्तीसुद्धा सरकारी खात्यात वाढू लागली.

एखाद्या गरजूला मदत म्हणून शाळेत ओळखीने प्रवेश देण्याचे किंवा नोकरीला लावण्याचे जे समाधान १९६०-७०च्या दशकापर्यंत ज्येष्ठ पिढीला, त्याचा काहीही मोबदला न घेतासुद्धा मिळत होते, त्याची जागा 'पैसे घेऊन' असे उपकार दाखवण्यामध्ये झाली. म्हणजे पैसे घेण्याच्या भ्रष्टाचाराबरोबर, चांगल्या मूल्यांनाही धक्का बसायला सुरुवात झाली. लोकसंख्या वाढत चालल्यामुळे असे प्रवेश किंवा नोकऱ्या इतक्या कमी होत गेल्या, की नोकरीच्या ५०० जागांसाठी हजारो अर्ज जेव्हा येऊ लागले, तेव्हा मग नोकरी मिळवण्यासाठीसुद्धा मोठ्या रकमा देण्या-घेण्याच्या व्यवहाराने आपोआपच आपल्या जीवनात बस्तान मांडले. असे व्यवहार होणे हे स्वाभाविकच आहे, असा भ्रम पसरू लागला. हे वाढलेल्या लोकसंख्येचे परिणाम आहेत. तरी भ्रष्ट लोकांना शिक्षा होण्याबरोबर, लोकसंख्येबाबत काही तरी तातडीने व्हायला पाहिजे, हे काही लक्षात येईना. कारण जीवन-मरणाच्या या स्पर्धेत, जो तो स्वतःला कसे बसवावे आणि कसे जगवावे या प्रयत्नात गुंतून पडल्यामुळे, आपली बुद्धी-बधिरता वाढतच गेली. परिस्थिती दर दशकामागे अधिकाधिक वाईट होत गेल्याचे आपण पाहतो. कारण लोकसंख्या-वाढ थांबण्याचे नावच घेईना. लोकसंख्येमुळे गरिबी, रोगराई, गुन्हेगारी, अस्वच्छता यांच्याशी आपल्याला दोस्ती करावी लागली आणि दोस्तांचीच पुढे भरभराट झाली.

लोकसंख्या वाढली, तशी वाहने वाढली. रस्त्यावर वाहनांची गर्दी झाल्यावर त्यातून सुटका करून घेण्याच्या प्रयासामध्ये वाहतुकीचे नियम मोडण्याची गैरशिस्त अंगी बाणली. त्यातून अपघात मोठ्या प्रमाणात वाढले. हवेत मोठे प्रदूषण निर्माण झाले. कोरोनामुळे वाहतूक काही दिवस थांबली, तेव्हा आपल्याला हे प्रदूषण किती असू शकते, हे प्रकर्षाने जाणवले. दुसरीकडे वाहनांचे परवाने घेण्यासाठीही प्रचंड गर्दी होऊ लागली, तशी तिथे एजंटशाहीने दुकाने थाटली. बाहेरगावी जाणाऱ्या

लोकांच्या लांबलचक रांगा, त्यामुळे तिकिटे बुक करण्यातही एजंटची मदत लागू लागली. वाढलेल्या लोकसंख्येमुळे जी बेकारी वाढत गेली, त्यामुळे हे एजंट व एजन्सी, पैसे मिळवण्याचे एक राजमान्य व्यवसायच झाले. ते योग्य की अयोग्य, हा विचार करण्याचा मुद्दाच राहिला नाही. आज त्यांचा बंदोबस्त करू या म्हटले तरी ते शक्य नाही. शेवटी कोणाचे रोजगार काढून घेणे, हा काही लोकसंख्येवरील उपाय होऊ शकत नाही.

सन १९६०मध्ये देशाची लोकसंख्या फक्त ४५ कोटी होती. प्रत्येक वेळच्या जनसंख्येप्रमाणे हॉस्पिटल्स, दवाखाने, शाळा, मैदाने, टॉयलेट्स वगैरेची संख्या असावी लागते. तसेच डॉक्टर्स, परिचारिका, अभियंते, शिक्षक, सफाई कामगार, सेवा-केंद्रे यांचीही संख्या वाढवत न्यावी लागते. आणि ते दर दहा वर्षांनी वाढलेल्या जनसंख्येचा आढावा घेऊन ठरवावे लागते. त्यातही आरोग्यसुविधांची वाढ लोकसंख्येच्या प्रमाणापेक्षा कमी असल्यास, अनारोग्याच्या अनेक समस्या उभ्या राहतात. आपल्या देशात लोकसंख्येनुसार आरोग्यव्यवस्थेवरील खर्च वाढवला गेला नाही. आपण मंदिर-मस्जिदच्या अस्तित्वासाठी भांडत राहिलो, तेच आपल्या जगण्याचे साधन वाटत राहिले आणि हॉस्पिटलचे क्षीण होत चाललेले अस्तित्व कुणीच लक्षात घेतले नाही. अर्थात आजारी जनतेच्या उपचारांची प्रचंड हेळसांड, दुर्लक्ष, भ्रष्टाचार हे अनेक वर्षांचे आपले दुखणे होते. कोरोना काळामध्ये लोकसंख्येचे हे परिणाम आपण याच देही, याची डोळा पाहिले.

सध्या अतिपावसात संपूर्ण मुंबई अलीकडे पाण्याखाली जाते. त्यालासुद्धा ही वाढीव लोकसंख्या कारणाभूत आहे. १९६०च्या दशकात जेव्हा आमची पिढी कॉलेजवयीन होती, तेव्हा पावसामध्ये पाणी तुंबण्याच्या मुंबईतील जागा म्हणजे, सायन, परळ, हिंदमाता, लालबाग एवढ्याच असायच्या. जरी त्या वेळेस टीव्ही, मोबाईल, व्हिडीओ अशा सुविधा नव्हत्या, तरी वृत्तपत्रे विविध ठिकाणचे फोटो छापून याची माहिती देत होती. मुख्य म्हणजे याठिकाणी तुंबणारे पाणीसुद्धा पाऊलभर किंवा फूटभर असायचे, तेसुद्धा पाऊस कमी झाला की लगेच ओसरून जात होते. बाकी संपूर्ण मुंबई सुरक्षित असायची. पण आज मात्र मुंबईत पेडर रोडपासून दादर, माहीम, वांद्रे, अंधेरी ते विरार, वसई, भाईंदर, ठाण्यापर्यंत सर्वत्र पाणी तुंबलेले दिसते. अनेकदा कंबरेइतके पाणी साठलेले दिसते आणि सोसायट्यांतही शिरलेले असते. असे का बरे?

आता 'गटारे तुंबणे' हे एकमेव कारण, अवघे मुंबईक्षेत्र पाण्याखाली जाण्यामागे आहे की अजून काही कारणे आहेत? गेल्या ४०-५० वर्षांत, महाराष्ट्रभरातून आणि बाहेरील राज्यांतून प्रचंड लोकसंख्या मुंबईत स्थायिक झाली. शिवाय जन्मसंख्या वाढीवर नियंत्रण तर कुठे नव्हतेच. या वाढत्या लोकांची राहण्याची सोय म्हणून, गेल्या चाळीस वर्षांत तितकीच निवासी-बांधकामे मुंबईत झालेली आहेत. त्यामुळेही मोठी समस्या उभी राहिलेली आहे. त्यात मुंबई एक औद्योगिक व आर्थिक महत्त्वाचे शहर म्हणून सुमारे ३०-३५ वर्षांपूर्वी कॉर्पोरेट ऑफिसेस, उच्च शिक्षण संस्था, प्रकल्प वगैरेचे बांधकाम मुंबईच्या माहीम आणि वांद्रे येथील मोठमोठ्या खाड्या बिनदिक्कतपणे बुजवून करण्यात आलेले आहे. या खाड्या इतक्या मोठ्या होत्या की त्यामध्ये मासेमारी चालत असे. वांद्रे येथील खाडीत एका बाजूला, बांद्रा-कुर्ला कॉम्प्लेक्स, तर विरुद्ध बाजूला बांद्रा रेक्लमेशनचे मोठे बांधकाम झाले. माहीमच्या खाडीवरही अशीच बांधकामे झाली.

जेव्हा समुद्राला भरती येते, तेव्हा पाऊस आणि भरतीमुळे समुद्राचे वाढणारे पाणी, हे खाड्यांमधून शिरण्याची नैसर्गिक व्यवस्था अशा रीतीने आपण नष्ट केली. त्याचा परिणाम म्हणून दादर चौपाटीला किनारा राहिला नाही आणि किनाऱ्यालगतच्या तेथील इमारतींच्या संरक्षक भिंतीपर्यंत समुद्राचे पाणी येऊन भिडले. वाशी-खाडीचाही तोच इतिहास. तिचा बराच भाग बुजवून बांधकामे झाल्यामुळे 'नवी मुंबई' येथे पावसात पाणी तुंबणे सुरू झाले. मीरा-भाईंदर येथील खाड्या बुजवून बांधकामे झाली. त्यामुळे वसई, नालासोपारापर्यंत पावसाळ्यात पाणी तुंबायला लागले. त्यात लोकसंख्येप्रमाणे ही बांधकामे जसजशी वाढत गेली, तशा एकमेकांना भिडलेल्या इमारती, त्यांच्यापर्यंत जाण्याचे रस्ते, आतील फरसबंदी या बांधणीमुळे पाणी शोषून घेणारे मातीच्या जमिनीचे तुकडेसुद्धा शिल्लक राहिले नाहीत. पावसामुळे वरून पडणारे पाणी मग जिरणार कुठे किंवा जाणार कुठे? ते रस्त्यावर तरी साठणार किंवा सोसायटीकडे उतार असल्यास सोसायट्या व दुकानांमध्ये शिरणार. त्यामुळे सोसायटीच्या पार्किंगमध्ये अलीकडे पाणी तुंबण्याच्या तक्रारी आहेत. खाड्या नष्ट केल्यामुळे आणि आधीच विविध बांधकामाच्या व राडारोड्याच्या आक्रमणाने ग्रस्त झालेल्या मिठी नदीत समुद्राच्या भरतीचे पाणी उलटे शिरले आणि ते मुंबई शहरात पसरून हाहाकार झालेला आपण काही वर्षांपूर्वी पाहिला. मानवाने पर्यावरणाचा नाश केल्यामुळे संकटे वाढली, हे

अभ्यासताना खाड्यासुद्धा या पर्यावरणाचा एक भाग आहे, हे वेळीच लक्षात घेतले गेले नाही. पावसाच्या पाण्याचा निचरा करणारे नैसर्गिक मार्ग आपण बंद करून टाकले. त्यातून होणाऱ्या वास्तव दुष्परिणामांचे रूपांतर लोकसंख्या वाढीमुळे आता 'भीषण दुष्परिणामा'त झाल्याचे आपण अनुभवत आहोत.

यावर एकमेकांवर आरोप करून आणि याबाबत फक्त गटार-सफाईला जबाबदार धरून, नागरिकांची सफाईदारपणे दिशाभूल करण्याचे काम राजकीय पक्ष करीत असतात. या पक्षांनी कधी काळी खाड्या बुजवून बांधकाम करणे किंवा टेकड्यांवर बांधकामे चढविणे असे गुन्हे केलेले आहेत. मुंबईत वाहतूक कोंडी कमी करण्यासाठी महामार्गावरसुद्धा जे पूल बांधलेले आहेत, त्यावरही आज वाहतूककोंडी झालेली दिसते. प्रत्येक पूल दहा वर्षांच्या आतच गर्दीमुळे निरुपयोगी ठरतोय. त्याकरता 'मुंबईत येणाऱ्या लोकसंख्येचा लोंढा थांबवा' हा विचार मुळात पाहिजे, तोच कुठे जनतेत नाही आणि म्हणून सरकारातही नाही. जणू, 'पूल' हा वाढत्या वाहतूककोंडीवरील हमखास उपाय असल्याप्रमाणे ही बांधकामे काही काळ रस्ते अडवून सर्वत्र चाललेली असतात. वाहतूककोंडीचा संबंध हा वाहनांच्या संख्येशी असतो आणि वाहन-संख्या ही लोकसंख्येशी संबंधित असते. हे कोणाला समजत नाही, असे नाही. तरी हे वर्षानुवर्षे चाललेले आहे.

आजच्या या मानव-निर्मित स्थितीवर काही उपायांचा विचार शक्य आहे का, ते पाहताना पहिला उपाय असा वाटतो, की शहरात जी जमीन झोपडपट्टीने व्यापलेली आहे, ती पूर्णतः मोकळी करून त्यातील रहिवाशांना तिथे उंच इमारती बांधून त्यामध्ये जागा देणे. जमिनीची जी जागा मोकळी होईल, तिथे खेळण्यासाठी मैदान किंवा लॉन-बगीचा अशा सोयी कराव्यात. असे नियोजन केल्यास शहरात जिथेजिथे अशी बैठी वस्ती आहे, तिथे पाणी खेचू शकणाऱ्या जमिनी बऱ्याचशा प्रमाणात मुक्त होतील. तसेच जनतेला प्रत्येक क्षेत्रात, अगदी गरीब वस्तीसाठीसुद्धा घंटागाडीची सोय दिल्यास, कचरा व अस्वच्छता कमी होईल. त्यामुळे पावसाचे पाणी वाहून नेणाऱ्या गटारांमध्ये टाकलेल्या कचऱ्याचा भार कमी होत जाईल.

दुसरा उपाय हा शहरातील लोकसंख्या नियंत्रणात आणण्यासाठी करावा लागेल. याबाबत एक उपाय शक्य वाटतो तो हा, की त्या शहराच्या जवळची खेडेगावे निवडून त्यांचे मूळ सौंदर्य टिकवून उत्तम अशा नियोजनाने त्यांचे शहरीकरण करायचे आणि मोठ्या शिक्षण संस्था, रोजगार देणारे उद्योग, व्यवसाय

हे जवळपासच्या खेड्यात न्यायचे, ज्यामुळे शिक्षणासाठी शहरात येणाऱ्या तरुणांचा ओघ कमी होईल. त्याचबरोबर, नोकरी गावात आहे म्हटल्यावर, आपले गाव न सोडता नोकरी व शेती दोन्हीकडे त्यांना लक्ष देता येणे शक्य होईल.

तिसरा उपाय हा राज्याबाहेरून येणाऱ्या लोकांना रोखण्यासाठी करावा लागेल. जसे, सोसायट्या बांधतांना प्रत्येकाला वापरासाठी लागणाऱ्या पाण्याचा लिटरमध्ये हिशोब करून पाण्याच्या भूमिगत टाक्या तितक्या लिटरच्या बांधल्या जातात, त्याप्रमाणे प्रत्येक शहराचा भूभाग स्क्वे.किलोमीटरमध्ये घेऊन, सुमारे पाचशे स्क्वेअर किलोमीटरमध्ये किती लोक सहज वावरू शकतात किंवा सर्व सुविधा मिळून राहू शकतात, त्यावर गणिती-शास्त्राने विचार होऊन, त्यानुसार त्या त्या शहराच्या क्षेत्रफळाप्रमाणे शहराची एक लोकसंख्या निश्चित झाली पाहिजे. ती देशभरात जाहीर झाली पाहिजे. प्रत्येक शहर किती लाख लोक सामावून घेऊ शकते, ते यामुळे कळेल. म्हणजेच त्या शहराची 'लोक-क्षमता' समजेल आणि ती मर्यादा ओलांडली जात आहे, अशी शक्यता निर्माण झाल्यास बाहेरच्या राज्यातील लोकांना येण्यास मज्जाव करावा, असा कायदा केंद्राने आणण्याची मागणी जनतेने लावून धरली पाहिजे. शिवाय त्या कायद्याची अंमलबजावणी गांभीर्याने करण्यात आली पाहिजे. हे जेव्हा होईल, तेव्हा रस्ते, पाणी, गटारे, कचरा-ढिगारे, वाहतूक-गर्दी या समस्या बऱ्याच प्रमाणात कमी होतील. मुळात सुंदर असणारी ही शहरे (मुंबई शहराचे जुने फोटो पाहावेत) जी आज गलीच्छावस्थेत आहेत, ती मोकळा श्वास घेतील, असा भरवसा वाटतो. केंद्राची 'स्मार्ट सिटी' ही कल्पना साध्य होण्याची सुरुवात ही अंतिमतः त्या शहरांची 'लोकसंख्या' कमी होण्यामध्ये आहे.

म्हणजेच थोडक्यात हा खेळ 'लोकसंख्ये'चा आहे. वेगवेगळ्या संकटांचे रूप धारण करत ही 'लोकसंख्या' आपल्या जगण्यात, अगदी 'मरणाच्या समस्या' उभ्या करताना दिसत आहे. हे जर आपल्या लक्षात येत असेल, तर ती देश-पातळीवर कमी कशी करता येईल, यावरही पुढे चिंतन होत राहिले पाहिजे. सोशल मीडियावरून एरवी उगाच देशविघातक असे प्रक्षोभक विषय टाकण्यापेक्षा, तरुण मंडळींनी देशाच्या हितासाठी लोकसंख्येबाबत भाष्य करणे, तिच्या नियंत्रणासंबंधीच्या स्वतःच्या विविध कल्पना पुढे आणणे, हे खूप आवश्यक आहे.

याकरता, देश म्हणजे निव्वळ नकाशावरील वाकडी-तिकडी रेषा नाही, तर त्या त्या भूभागात राहणारी जिवंत माणसे म्हणजे देश, हे प्रथम समजायला

पाहिजे.आपल्या मनात सीमेवर लढणाऱ्या जवानांबद्दल नितांत कृतज्ञता असते, आदर असतो. जनतेच्या संरक्षणासाठी लढताना जवानाला आपले प्राणही द्यावे लागतात. आपण त्यांना 'संरक्षण-योद्धा' म्हणतो. आपल्या अपत्याचा सीमेवर झालेला दुःखद मृत्यू आई-वडिलांना झेलावा लागतो. आई-वडिलांचे अपत्य जन्माला येऊन देशासाठी मृत्यू पावणे आणि आई-वडिलांनी देशाच्या चांगल्या भविष्यासाठी अपत्यच जन्माला न घालणे, या एकाच कणखर मानसिकतेच्या आणि त्यागाच्या दोन बाजू आहेत, हे आजच्या तरुणांनी लक्षात घ्यायला हवे. आजच्या तरुण पिढीपैकी ज्यांना सैन्यात भरती होता आलेले नाही, पण देशासाठी काही करण्याची ऊर्मी आहे, त्या तरुण-तरुणींनी आणि लोकसंख्येचा धोका समजलेल्या तरुण वर्गाने स्वखुशीने अपत्य जन्माला घालण्याचे नाकारले, तर तेसुद्धा एका संकटाविरोधात चालवलेले युद्धच म्हणायला हवे. आज अशा जवानांची सीमेच्या आत हे युद्ध लढण्यासाठी नितांत गरज आहे. मूल होऊ न शकलेल्या जोडप्यांचा यामध्ये समावेश करायला हरकत नसावी. हे तरुणसुद्धा योद्धाच मानले गेले पाहिजेत. या सर्वांना 'लोकसंख्या योद्धा' हा दर्जा दिला जायला पाहिजे. इतकेच नव्हे तर अशा 'लोकसंख्या योद्ध्यांना' सरकारने काही वैद्यकीय सवलती आणि वृद्धापकाळासंबंधी सुविधासुद्धा कायद्याने दिल्या पाहिजेत. हे युद्ध सीमेच्या आतील असले, तरी जनतेच्या सुरक्षित व स्वास्थ्याने जगण्याचाच तो एक भाग आहे. थोडक्यात, 'लोकसंख्या-योद्धा' (पॉप्युलेशन वॉरिअर) म्हणून तरुणांनी भरती होणे, हा या देशाची लोकसंख्या कमी होण्याचा जात-धर्मविरहित स्वखुशीचा व खात्रीचा उपाय आहे, असे म्हणायला हरकत नाही.

◆◆◆

डॉलरचा जन्म आणि प्रवास

अतिप्राचीन आणि प्राचीन काळातसुद्धा सामान्य माणसे वस्तूच्या अदलाबदलीतून व्यापार साधत होती. एखाद्या प्रदेशातील मुबलक वस्तू, ती वस्तू दुर्मीळ असणाऱ्या प्रदेशात चलनाप्रमाणे वापरली जात होती. माणसाच्या श्रमाचा मोबदलासुद्धा वस्तूमधून देण्याची पद्धत होती. चीन, आफ्रिका, मेडीटेरीअन प्रदेशात उच्च प्रतीचे मीठ तयार होत होते. मीठ तयार करण्याची कला जगभर आलेली नव्हती आणि मीठ तर आहारात परिचित झालेले! अर्थात मिठाच्या लहान-मोठ्या बनवलेल्या चिप्स रोमन सैनिकांना प्राचीन काळात वेतन म्हणून दिल्या जात होत्या. मिठाला इंग्रजीत salt म्हणतात. त्यासाठी मूळ लॅटिन शब्द 'साल' असा आहे. यावरून मिठाच्या वेतनाला 'salary' म्हटले जाऊ लागले आणि मग त्यावरून एकूण वेतन या शब्दालाच salary असा शब्द रूढ झाला.

वस्तूंची देवाणघेवाण (विनिमय) सामान्य लोकांच्या व्यापाराचा आधार होता, तरी राजे, जमीनदार, सरदार, आणि सुलतानासारख्या तत्कालीन राज्यकर्त्यांमध्ये आपल्या नावा-शिक्क्यांनी नाणी पाडण्याची पद्धत धातुयुगापासून म्हणजे सुमारे तीन हजार वर्षांपूर्वीपासून जगभर सुरू झालेली होती.मात्र सामान्य जनतेसाठी ही नाणी म्हणजे कोणत्या राजाचे वा सुलतानाचे वा आक्रमकाचे राज्य सध्या आपल्यावर चालू आहे, हे कळण्यापुरतीच असायची. नवा राज्यकर्ता आला की

जुनी नाणी बाद होऊन नव्या राज्यकर्त्याच्या नावाने नाणी पाडली जात होती. राजदरबारी गायक, नर्तिका, चित्रकार, ज्योतिषी वगैरेंना सन्मानार्थ मूठभर मिळणारी नाणी हेच काय ते जनतेला होणारे नाणेदर्शन होते, परंतु सामान्य लोकांचे नाण्याविना काहीही अडत नव्हते. आठवड्यामध्ये भरणारा बाजार हाच त्यांचा व्यापाराचा आधार होता. पैशाऐवजी वस्तूच्या घासाघिशीतून सर्व गरजा भागवता येत होत्या. कित्येक शतके मिठाप्रमाणे शेतातले भात, गिरणीतून आलेले पीठ, घाण्यावरचे तेल, हातमागावरचे कापड, भांडी वगैरे स्वरूपात श्रमाचा मोबदला दिला जाण्याची पद्धत तर गेल्या शतकापर्यंत भारतात होती. आजसुद्धा अगदी अंतर्भागातील भारतीय खेड्यातून ही पद्धत अस्तित्वात आहे.

चलनावर (करन्सी) आधारित व्यापारव्यवस्था जगात उदयाला येण्याचा प्रत्येक राष्ट्राचा इतिहास वेगवेगळा आहे, त्याचा काळही मागे-पुढे आहे. मात्र नाणे-चलनामागील कुतूहल आणि प्रयोगशीलता सर्वांकडे सारखीच आढळते.

अशाच कुतूहलापायी बोहेमिया या जर्मनीजवळच्या प्रांतात १६व्या शतकात काउंट श्लीक या सरदाराला स्वतः नाणे पडण्याची इच्छा झाली. या सरदाराला त्याच्या पूर्वजांच्या किल्ल्यात चांदीची एक खाण सापडली होती आणि त्यामुळे चांदीची नाणी पाडण्याची कल्पना त्याच्या मनात चमकली. १५१९ मध्ये त्याने आपल्या किल्ल्यामध्ये पहिले नाणे पाडले. पुढे जानेवारी १५२०मध्ये स्थानिक सरकारच्या परवानगीने त्याने रीतसर नाण्याची टाकसाळ सुरू केली. या नाण्याचे नाव त्याने 'ग्रोशेन' असे ठेवले. पण तो रहात असलेल्या भागाला 'होकेमिस्थल' म्हटले जात होते. हॅकिमाव नावाच्या गावातल्या दरीच ते नाव होते. म्हणून त्या नाण्याचे नामकरण (बहुधा गावकऱ्यांच्या आग्रहाने) 'होकेमिस्थालेर ग्रोशेन' असे झाले. परंतु जर्मन भाषिकांनासुद्धा इतक्या लांबलचक नावाची अडचण होऊ लागली आणि मग बोलीभाषेत त्या नावाचा 'थालेरग्रोशेन' असा एक तुकडा पडला आणि पुढे त्या नाण्याचे 'थालर' किंवा आणखी सोपे 'टालर' असे नामकरण झाले.

सन १५१९ला सुरू झालेले हे टालर नावाचे नाणे-चलन सुरुवातीला अडीच लाखाच्या संख्येने टाकसाळीतून बाहेर पडत होते, ते सन १६१७पर्यंत संख्येने १२ लाखांपर्यंत गेले. शिवाय टालरपेक्षा आकाराने लहान असणारी अन्य नाणीसुद्धा होकेमावच्या होकेमिस्थल टाकसाळीतून बाहेर पडू लागली. युरोपमध्ये त्या काळातील जर्मनांच्या व्यापारप्रभावामुळे ही नाणी सर्वदूर पोहोचली. त्यात

'टालर' हे आकाराने आजच्या जर्मन मार्कपेक्षा तिप्पट मोठे नाणे होते. त्यामुळे आकाराने मोठ्या दिसणाऱ्या कोणत्याही नाण्याला टालर म्हटले जाऊ लागले आणि पुढे टालरशी साधर्म्य दाखवणारे संबोधन आपापल्या चलनास ठेवण्याची त्या काळातील युरोपातील पद्धत होऊन गेली.

त्यात अत्यंत लोकप्रिय आणि दीर्घायुष्य मिळालेला टालर म्हणजे मारिया थेरेसा या ऑस्ट्रियन सम्राज्ञीच्या नावाने निघालेला टालर! मारिया ही त्या काळातील युरोपातील सर्वात प्रभावी सम्राज्ञी होती. १७१७मध्ये जन्मलेली मारिया ऑस्ट्रियाची आर्चडचेस होती. सम्राट चार्ल्स सहावा याची ही कन्या पुढे हंगेरी आणि बोहेमियाची सम्राज्ञी झाली. तिचा विवाह ड्युक ऑफ लॉरेनशी झाला होता, जो पुढे रोमन सम्राट 'फ्रान्सिस पहिला' म्हणून ओळखला जाऊ लागला. मारियाने प्रत्येक युद्ध, तह आणि अनेक युरोपिअन घटनांमध्ये स्वतःचे योगदान दिले होते. ज्यामध्ये ऑस्ट्रियन गादीचा तिच्या वारसाहक्काचा लढा (१७४०-४८) आणि पोलंडची फाळणी (१७७२) या महत्त्वाच्या घटनांचा समावेश होता. शिक्षण, अर्थव्यवस्था, न्याय, शेती, आरोग्य वगैरे क्षेत्रांत मारियाने अनेक सुधारणा आणून आधुनिक राष्ट्राचा पाया घातला. अशा लोकपरिचित आणि लोकप्रिय राणीच्या कर्तृत्वाला सलाम म्हणून ऑस्ट्रियाच्या गन्झबार टाकसाळीतून राणी मारिया थेरेसाचे चित्र कोरलेले नाणे 'टालर' १७७३मध्ये प्रथम बाहेर पडले. त्या टालरचा उल्लेख 'मारिया टालर' असा होऊ लागला. देशोदेशीच्या व्यापारात 'मारिया टालर'चा वापर होऊ लागला. युरोपबरोबर उत्तर आफ्रिका आणि मध्यपूर्व आशियामध्ये मारिया टालरचा प्रसार आणि लोकप्रियता इतकी होती की, १७८०मध्ये मारियाच्या मृत्यूनंतरही त्या तारखेने ते नाणे टाकसाळीतून पुढे कित्येक वर्षे बाहेर पडत होते. किंबहुना अनेक साम्राज्ये अस्ताला गेली तरी मारिया टालर चालूच होता.

सन १८०५मध्ये नेपोलिअनने रोमन साम्राज्याचा पराभव केला आणि गन्झबार्ग येथील टाकसाळ बंद झाली तरी व्हिएन्ना या टाकसाळीतून 'मारिया टालर' हा १७८० या तारखेने बाहेर पडत राहिला. १९वे शतक सुरू झाले, तरी ऑस्ट्रो-हंगेरीच्या संयुक्त सरकारने 'मारिया टालर' संपूर्ण १९व्या शतकात चालू ठेवून आपल्या राणीचा इतिहास जपला. १८५७ मध्ये टालर नाण्याला ऑस्ट्रियाची कायदेशीर मान्यता मिळाली नाही. ऑस्ट्रियाचे अधिकृत चलन 'शिलिंग' म्हणून मान्य करण्यात आले, तरी ऑस्ट्रियाच्या राजघराण्याकडून मारिया टालर

चालू ठेवण्यात आला. पहिल्या महायुद्धात या राष्ट्राच्या राजघराण्याचे अस्तित्व संपल्यावरही २०व्या शतकातील नव्या ऑस्ट्रियन प्रजासत्ताकाने 'मारिया टालर' चालू ठेवला, तो हिटलरने १९३७मध्ये ऑस्ट्रिया ताब्यात घेईपर्यंत!

जेव्हा मुसोलिनीने अबिसिनिया (इथिओपिया) जिंकून घेतला, तेव्हा तिथल्या लोकांमध्ये मारिया टालर इतका मिसळून गेलेला होता की, तेथील जनता अन्य कोणतेही चलन स्वीकारण्यास तयार नव्हती. म्हणून मग रोमन राज्यकर्त्यांना त्यांच्या वेगळ्या चलनाबरोबर जनतेसाठी काही काळ मारिया टालर चालू ठेवावा लागला. पुढे दुसरे महायुद्ध संपल्यावर ऑस्ट्रियन सरकारने १९५६पासून पुनश्च मारिया टालर पाडण्यास सुरुवात केली, ती १९७५पर्यंत चालू होती आणि आजसुद्धा व्हिएन्नामध्ये या नाण्याचे उत्पादन होते. मोठ्या किमतीला त्याची विक्री होत असल्याचे सांगितले जाते.

नाणे संशोधकांच्या मते सन १७८० ते १९७५पर्यंतच्या सुमारे २०० वर्षांत, १७८० हे मारियाचे मृत्यू-वर्ष कोरलेली सुमारे आठशे मिलियन टालर नाणी बाहेर पडली. इतकी लोकप्रियता, इतका लौकिक मरिया राणीचे चित्र असणाऱ्या नाण्याला मिळणे ही नाणे-इतिहासातील सर्वांत दुर्मीळ घटना म्हणावी लागेल. तुर्की विभाग, लेबेनॉन, सिरीया यांच्याशी होणाऱ्या व्यापारासाठी मारिया टालर महत्त्वाचा झालेला होता. मारिया टालर हे एकमेव चांदीचे नाणे अरब जगात विश्वासार्ह मानले जात होते. अनधिकृत चलन म्हणून उत्तर आफ्रिकेतसुद्धा या चलनाचा वापर होत होता. काही अरेबियन बाजारात आजही हे नाणे पाहण्यास मिळते.

सन १७७३पासून मरिया टालरचा जसाजसा युरोपात आणि युरोपबाहेर प्रसार होत गेला, तसतसे नाण्यावर स्त्रीचे चित्र छापून आणण्याची लाट सर्वत्र पसरली. मारियासारखी दिसणारी राणी निवडली जात होती किंवा तशी राणी नसेल तर काल्पनिक स्त्रीचा चेहरा नाण्यावर घेतला जात होता. १९व्या शतकात अमेरिकेच्या स्वातंत्र्यदेवतेचा चेहरा त्यांच्या नाण्यावर येण्यामागे मारिया टालरची प्रेरणा होती असे सांगितले जाते. टालर हे नाणे अमेरिकेत 'डॉलर' म्हणून स्वीकारले गेले, त्याचे श्रेय इतिहासकार स्कॉटिश स्थलांतरितांना देतात. स्कॉटिश जनतेला ब्रिटिशांचे राज्य हे परकीयांचे राज्य वाटत असल्यामुळे ब्रिटिशांना सर्व पातळ्यांवर विरोध हा स्कॉटिशांच्या स्वातंत्र्यमोहिमेचा एक भाग होता. मात्र 'टालर' हे हॉकेमाव या जर्मन राज्यामधून १५२०पासून बाहेर पडू लागल्यावर, त्या टालरचे अनेक अपभ्रंश

अनेक देशांत झाले. जसे इटलीमध्ये तो 'टलारो' झाला. तर डचांचा तो 'डाल्डर' झाला, हवाईमध्ये 'डाला' झाला, इथोपियामध्ये 'टालरी', स्वीडनमध्ये 'डेलर' आणि स्कॉटिशांनी त्याला 'डॉलर' केले. जर्मन भाषा बोलणाऱ्या देशात १६व्या शतकात सुमारे १५०० विविध प्रकारची 'टालर' नाणी बाहेर पडू लागली. तर सन १९००पर्यंत दहा हजार प्रकारची वैविध्यपूर्ण टालर नाणी चलनात होती.

सन १५७०मध्ये इंग्लंडचा राजा जेम्स सहावा याने इंग्लंडचे चलन 'शिलिंग' या नावे प्रसारित केले, परंतु स्कॉटिश जनतेने शिलिंग म्हणण्याचे नाकारून तलवारीचे चित्र असणाऱ्या त्या नाण्याला 'स्वोर्ड डॉलर' म्हणायला सुरुवात करून इंग्रजांविरोधात आपला असहकार चालू ठेवला. हेच स्कॉटिश लोक अमेरिकेच्या शोधानंतर जसजसे अमेरिकेत स्थलांतरित होऊ लागले, तसा ब्रिटिशांविरोधातील कटू भावना व राग त्यांनी आपल्याबरोबर अमेरिकेत नेला. पुढे अमेरिकेचे स्वातंत्र्ययुद्ध इंग्लंडविरोधात लढले गेले आणि त्यातून स्वतंत्र अमेरिका जन्माला आल्यावर तिथे वास्तव्यास आलेले स्कॉटिश लोक, नाण्याला पूर्वीपासून जे डॉलर संबोधित होते, तेच संबोधन अमेरिकेत रूढ होऊ लागले होते. ६ जुलै १७८५मध्ये अमेरिकी काँग्रेसने 'अमेरिकन चलनाचा एकक 'एक डॉलर' असेल' असे जाहीर केले आणि चांदीचे अमेरिकन नाणे-डॉलर प्रथमतः १७९४मध्ये अमेरिकेत बांधलेल्या टाकसाळीतून बाहेर पडले आणि अधिकृत 'डॉलर' जन्मला. बराच काळ रेंगाळलेल्या डॉलरचा अमेरिकेने स्वीकार केल्यानंतर, कॅनडाने 'कॅनेडीयन डॉलर' आणला. पुढे गियाना, बहामा, त्रिनिदाद, टोबॅको, तुर्की, कैकास बेटे, जमैका वगैरे राष्ट्रांनी आपापल्या चलनाला 'डॉलर' म्हणणे पसंत केले. १९९४पर्यंत ऑस्ट्रेलिया, न्यूझीलंड धरून सुमारे ३७ राष्ट्रांनी आपल्या चलनास 'डॉलर' नावाने स्वीकारले आणि डॉलरचा एक दबदबा निर्माण झाला. या गोल नाण्याचा 'युवान' म्हणजे गोलाकार असा उल्लेख चीनमध्ये होत होता. त्यातून पुढे चीनच्या चलनाला 'युवान' हे संबोधन आले. तैवानने तेच उचलले. जपानमध्ये 'युवान'चा स्वीकार करताना १८७१ मध्ये 'येन' हे जपानचे चलन झाले.

विशेष म्हणजे जर्मनीमधील हॅकिमाव गावातील होकेमिस्थल या दरीतील एक किल्ला ही 'टालर'ची जन्मभूमी असूनही आणि जर्मनी हे डॉलरचे आजोळ असूनही, डॉलरला जर्मनीत स्थान मिळालेच नाही. किंबहुना युरोपातील प्रमुख राष्ट्रांनी 'डॉलर'कडे पाठ फिरवली. ऑस्ट्रिया देशात जिथे मारिया सम्राज्ञी होऊन

गेली, तिथे 'मारिया टालर' दोनशे वर्षे स्थिर राहूनही, ते नंतर फक्त राजघराण्याची ओळख म्हणून राहिले, ते त्याचे अधिकृत चलन झाले नाही.

चांदीचा डॉलर अमेरिकेत जन्मला आणि त्याला पहिला धक्का बसला तोसुद्धा अमेरिकेतच! १९३०मध्ये अमेरिकेत मोठी मंदी आली. तेव्हा चांदीचा डॉलर मृत्युपंथाला लागला. चांदीऐवजी तांबे-निकेल मिश्रणाचा डॉलर अमेरिकेत निघू लागला. चांदीच्या टंचाईमुळे अनेक राष्ट्रांनी चांदीचा डॉलर थांबवला. अशा रीतीने हॉकिमाव इथे काउंट श्लीकच्या किल्ल्यामध्ये जन्म घेतलेल्या चांदीच्या नाण्याने टालर ते डॉलर असा आपला ४०० वर्षांचा प्रवास संपवला, तो पुढे नाण्याऐवजी कागदी रूपात 'नोट' म्हणून जन्म घेण्यासाठी!

◆◆◆

मारिया थेरेसा या ऑस्ट्रियन सम्राज्ञीच्या नावाने निघालेला टालर!

लेखिकेचा परिचय

मंगला सामंत

एम.ए.(गणित), मुंबई

एम.ए. (सोशल सायन्स), (स्पेशल हिस्ट्री) पुणे

संपर्क : ९३७१३२५४११

mangalasamant20@gmail.com

संपादन

- १९८४ ते १९८८ 'सहजीवन' या मुंबईहून निघणाऱ्या अनियतकालिकाचे लेखन व संपादन
- २००० ते २००५ पर्यंत 'स्त्री-वृत्त', या मासिक वृत्तपत्राचे पुण्याहून संपादन व लेखन

अभ्यास

- गेली ३५ वर्षे Anthropology, Evolution, Biology, Neurology, Psychology, History वगैरे विषयांच्या अभ्यासाचा समाजशास्त्राशी सांगड घालणारे आणि सामाजिक प्रश्नाकडे लक्ष वेधणारे लेखन

वृत्तपत्र लेखन

- १९९५पासून दै.लोकसत्ता, दै.सकाळ, दै.महाराष्ट्र टाईम्स, दै.प्रभात, साप्ताहिक सकाळमधून सामाजिक आणि ऐतिहासिक विषयावर लेखन.

दिवाळी अंक

- रोहिणी, महाराष्ट्र टाईम्स तसेच इत्यादी, कथाश्री, माहेर, मेनका, उद्याचा मराठवाडा, विश्रांती, पर्याय, मिळूनी साऱ्याजणी, पुरुष उवाच वगैरे दिवाळी अंकासाठी लेखन.

पुस्तके

- 'स्त्री-पर्व', 'विवाह-भ्रमातून भानावर', 'लैंगिक धर्म- व्यक्त अव्यक्त', 'लग्नाविना' कादंबरी, 'विवाहाच्या उत्क्रांतीतून वास्तवाकडे', 'भारतीय सणांचे पाऊल-ठसे', 'स्त्री-मुक्तीच्या खापरपणज्या' ही पुस्तके प्रसिद्ध.

कार्य

- 'निगराणी-महिलाबालक विकास संस्था' स्थापन करून, १९८७ ते २००२ या १५ वर्षांच्या काळात कोथरूड, पुणे येथील गरीब वस्तीत मुलांसाठी शिक्षणाचे आणि नवरा-ग्रस्त महिलांच्या समस्या, पोलीस केसेस दाखल करून, निवारण्याचे काम आणि त्यांच्या सहलींचे आयोजन.
- १९९०-९१ या काळात पुण्याच्या विद्यार्थी सहाय्यक समितीमध्ये मुलींच्या होस्टेलवर रेक्टर म्हणून काम.
- १९९२-९४ या काळात कर्वे रोडवरील अभिनव या मुलांच्या शाळेत, त्यांच्यातील संवेदना-जागृतीसाठी, रिकामे तास घेण्याचे काम.

◆◆◆

www.ingramcontent.com/pod-product-compliance
Lightning Source LLC
LaVergne TN
LVHW100640051026
849519LV00001B/291
* 9 7 8 9 3 4 8 0 4 8 2 3 3 *